विनोबा

व्यक्ती व वाङ्मय

दिलीपराज प्रकाशन प्रा. लि.TM

२५१ क, शनिवार पेठ, पुणे - ४११०३०.

दिलीपराज प्रकाशनाची सर्व पुस्तके आता आपण **Online** खरेदी करू शकता.

आमच्या **Website** ला कृपया एकदा अवश्य भेट द्या. अथवा **Email** करा.

Email - diliprajprakashan@yahoo.in

www.diliprajprakashan.in

विनोबा

व्यक्ती व वाङ्मय

लेखक - (कै.) डॉ. कुसुमाकर ग. शिंपी (जगताप)

संपादक- डॉ. भालचंद्र कुसुमाकर जगताप

दिलीपराज प्रकाशन प्रा. लि.™

२५१ क, शनिवार पेठ, पुणे - ४११०३०.

विनोबा : व्यक्ती व वाङ्मय / Vinoba : Vyaktee Va Vangmay

◆ **प्रकाशक**
राजीव दत्तात्रय बर्वे,
मॅनेजिंग डायरेक्टर,
दिलीपराज प्रकाशन प्रा. लि.।
२५१ क, शनिवार पेठ,
पुणे - ४११ ०३०.

◆ **© डॉ. भालचंद्र कुसुमाकर जगताप**
विजया डेन्टल क्लिनिक, ६४ नवी पेठ,
अनुराधा अपार्टमेंट, शास्त्री रस्ता, पुणे - ४११०३०.
दूरभाष- ०२०-२४३२१६८३
Email-drbkjagtap@yahoo.co.in

◆ **प्रथमावृत्ती** - १५ जुलै २०१६

◆ **प्रकाशन क्रमांक** - २२९१

◆ **ISBN** - 978 - 93 - 5117 - 129 - 4

◆ **टाइपसेटिंग**
श्री. का. वि. शिगवण
अक्षरवेल
दत्तवाडी, पुणे ४११ ०३०.

◆ **मुद्रितशोधन** - पूजा कुलकर्णी

◆ **मुखपृष्ठ** - रविमुकुल

माझे वडील

ती. (कै.) डॉ. कुसुमाकर ग. शिंपी (जगताप)

यांची ही कलाकृती त्यांच्यासह माझी आई

ती. श्रीमती हेमलता कुसुमाकर जगताप

हिला सादर अर्पण.

मनोगत संपादकाचे...

माझे वडील **(कै.) प्रा. डॉ. कुसुमाकर ग. शिंपी (जगताप)**
(११ मार्च १९३७-२१ सप्टेंबर १९९१),
एम.ए. (मराठी), एम.ए. (संस्कृत), पीएच. डी.
हे धुळे येथील एस.एस.व्ही.पी. महाविद्यालयात मराठी व संस्कृतचे अतिशय प्रसिद्ध विद्यार्थिप्रिय प्राध्यापक! प्रभावी व लोकप्रिय वक्ते म्हणूनही प्रसिद्ध. 'महाराष्ट्र साहित्य परिषद-पुणे'च्या धुळे शाखेचे ते अध्यक्षही होते.

त्यांनी पुणे विद्यापीठाच्या विद्यावाचस्पती पदवीसाठी 'पूज्य विनोबाजी भावे : व्यक्ती व वाङ्मय' हा प्रबंध १९८७ मध्ये सादर केला होता आणि त्याबद्दल त्यांना या प्रसिद्ध विद्यापीठाने पीएच. डी. ही सन्मानीय पदवीही दिली. त्यांचे परीक्षकद्वय ख्यातनाम साहित्यिक प्रा. डॉ. श्री. रं. कुलकर्णी (हैदराबाद) आणि महाराष्ट्रातील प्रसिद्ध वक्ते व साहित्यिक प्राचार्य राम शेवाळकर यांनी सदर प्रबंधाची मुक्तकंठाने प्रशंसा केली होती. नंतर पुणे विद्यापीठाने पीएच.डी.चे मार्गदर्शक म्हणून नेमणूक करून त्यांचा बहुमानही केला होता. वयाच्या ५४ व्या वर्षी त्यांचे अकस्मात निधन झाले. त्यांचे निधन आम्हा सर्वांना खूपच धक्कादायक होते. इतकी वर्षे झालीत, पण अजूनही त्यांची आठवण क्षणोक्षणी येते.

माझ्या वडिलांनी १९८७ मध्ये लिहिलेला हा प्रबंध त्या वेळी मी चाळला होता. या प्रबंधाच्या प्रती पुणे विद्यापीठात सादर करताना त्यांच्यासोबत गेल्याचे मला स्मरते. माझ्या व्यावसायिक व इतर जबाबदाऱ्यांमध्ये मध्यंतरी बराच काळ गेला. मात्र २०१२ मध्ये माझ्या नेहमीच्या कामातून वेळ काढून हा प्रबंध मी वाचायला घेतला.

महापुरुषांची चरित्रे व त्यांचे वाङ्मय हे सर्वांना स्फूर्तिप्रद असते. विनोबांचे चरित्र व त्यांचे वाङ्मय हे त्याला अपवाद कसे ठरणार? पूज्य विनोबांचे चरित्र व

त्यांचे वाङ्मय याबद्दलचे माझ्या वडिलांचे लिखाण वाचून मी अतिशय भारावून गेलो. मराठी व संस्कृतच्या एका प्राध्यापकाने सोप्या व ओघवत्या भाषेत केलेले हे लिखाण ग्रंथरूपाने सर्वांसमोर यावे, असे मला प्रकर्षाने वाटू लागले. त्या ऊर्मीतूनच हे ग्रंथ रूपांतराचे काम मी हाती घेतले. ख्यातनाम ज्येष्ठ समीक्षक व पूर्व संमेलनाध्यक्ष आदरणीय डॉ. द. भि. कुलकर्णी यांच्या मौलिक मार्गदर्शनानुसार यथावकाश हे काम पूर्ण केले. मूळ प्रबंधात विवेचनाच्या ओघात बरीच संस्कृत वचने आली आहेत. प्रसिद्ध संस्कृतज्ञ, पुणे विद्यापीठाच्या संस्कृत विभागाच्या माजी प्रमुख व प्रख्यात विदुषी आदरणीय डॉ. सरोजा भाटे, माझे स्नेही व डेक्कन कॉलेज, पुणे येथील संस्कृत व कोशशास्त्र विभागात प्रपाठक म्हणून कार्यरत असणारे सुप्रसिद्ध संस्कृतज्ञ डॉ. प्रसाद जोशी यांच्यामुळे मला ही संस्कृत वचने अचूकतेने येथे पुन्हा उद्‌धृत करता आली. माननीय डॉ. सरोजा भाटे व माझे तरुण मित्र श्री. प्रणव गोखले यांच्यामुळे या संस्कृत वचनांचे सुलभ मराठी भाषांतरही मला या ग्रंथात समाविष्ट करता आले.

मित्रवर्य श्री. विनोद मानेकर(धुळे) यांचे आजोबा, धुळ्यातील जुन्या पिढीतील सुप्रसिद्ध वैद्य (कै.) डॉ. केशवराव कृ. मानेकर हे विनोबाप्रेमी होते. त्यांच्याकडील विनोबालिखित समग्र साहित्याच्या जुन्या दुर्मिळ प्रती मला मिळाल्या. त्यामुळे विनोबांच्या समग्र साहित्याच्या जुन्या व नव्या प्रती, सदर प्रबंधात उल्लेख असल्यामुळे भगवद्‌गीता, ज्ञानेश्वरी, तुकारामांचा गाथा, एकनाथी भागवत, दासबोध इत्यादी सर्वांचा हे ग्रंथ-रूपांतर करते वेळी पुन्हा संदर्भासाठी वापर करून सदर संस्करण सादर केले आहे.

प्रस्तुत ग्रंथ हा प्रबंधाचे मुद्रण नसून, त्यावर केलेल्या संस्करणामुळे मूळ प्रबंधातून एक नवाच स्वतंत्र ग्रंथ सिद्ध झाला आहे, असे म्हणता येईल. **संदर्भ टिपा हा वैचारिक ग्रंथाचा अविभाज्य भाग आहे. त्या देण्याच्या ठळक तीन पद्धती आहेत : १) कंस टीप, २) प्रकरण टीप व ३) ग्रंथातील प्रकरणवारीने टिपा. यापैकी येथे तिसरी पद्धत प्रामुख्याने स्वीकारली असून संक्षिप्त संदर्भासाठी कंस टिपांचाही वापर केला आहे, हे अभ्यासकांनी लक्षात घ्यावे.**

आदरणीय डॉ. सरोजा भाटे, सन्माननीय डॉ. प्रसाद जोशी व तरुण मित्र श्री. प्रणव गोखले यांच्याबद्दल मी अतिशय कृतज्ञ आहे आणि त्यांच्या ऋणातच राहू इच्छितो. 'द. भि.' सरांचा व माझा किंवा माझ्या वडिलांचा कुठलाही पूर्वपरिचय नसताना त्यांनी अतिशय प्रेमाने व आपुलकीने मला मार्गदर्शन केले, याबद्दल

त्यांचाही मी अतिशय ऋणी आहे. यानिमित्ताने 'द. भि.'सरांचे अकृत्रिम प्रेम मला लाभले, हे माझे परमभाग्य!

श्री. एम. बी. भिलारे, सौ. सुनीता ढवळे यांनी वेळोवेळी मला मदत करून या कार्यात खारीचा वाटा उचलला आहे; त्यांचा मी अत्यंत आभारी आहे. मित्रवर्य श्री. विनोद मानेकरांचे आभार मानले, तर त्यांना खूप राग येईल! मैत्रबंध बळकट आहेच, तो वृद्धिंगत होवो!

माझ्या मातु:श्री श्रीमती हेमलता कुसुमाकर जगताप यांचे आशीर्वाद आणि धाकटे बंधू डॉ. धनंजय कुसुमाकर जगताप **एम.डी.(आयुर्वेद)**, अर्धांगिनी सौ. विजया भालचंद्र जगताप **एम.ए.बी.एड**., मित्रवर्य डॉ. अभिजित काळे, डॉ. अनुराधा शाह, श्री. अनिरुद्ध नांदेडकर यांच्या हार्दिक शुभेच्छांमुळे या कामाला प्रोत्साहन मिळाले; त्याबद्दल या सर्वांचा मी मन:पूर्वक आभारी आहे.

ख्यातनाम समीक्षक, साहित्यिक व ८९ व्या अ. भा. मराठी साहित्य संमेलनाध्यक्ष डॉ. श्रीपाल सबनीस हे माझ्या वडिलांचे स्नेही. त्यांच्यामुळे दर्जेदार मराठी पुस्तके प्रकाशित करण्याची परंपरा जपणाऱ्या दिलीपराज प्रकाशनाशी माझा संपर्क झाला. सबनीस सरांनी केलेल्या मार्गदर्शनामुळे पुस्तक प्रकाशनाचे हे काम पूर्णत्वास गेले. आदरणीय डॉ. श्रीपाल सबनीस यांचाही मी अतिशय ऋणी आहे. 'दिलीपराज'चे साक्षेपी प्रकाशक श्री. राजीवजी बर्वे यांनी त्यांच्या प्रकाशनाच्या दर्जाला शोभेल, असे हे सुबक पुस्तक प्रकाशित केले, याबद्दल त्यांचा मी अत्यंत आभारी आहे.

पुणे, **- डॉ. भालचंद्र कुसुमाकर जगताप**

दि. १६ मे २०१६

लेखकाचे निवेदन

लेखणीने जगात अनेक चमत्कार घडविलेले आपण पाहातो, कारण ती एक शक्ती आहे. तिच्या साहाय्याने फ्रेंच क्रांतीप्रमाणे अनेक क्रांत्याही जगात झाल्या आहेत आणि पुढेही कदाचित होतील! लेखणीच्या साहाय्याने विचार परिवर्तन करण्याचे बरेचसे काम होताना दिसते. या दृष्टीनेच कवी केशवसुत यांनी,

पद्यपंक्तिची तरफ आमुच्या करी विधीने दिली असे
टेकुनि ती जनताशीर्षावरि जग उलथुन या देउ कसे!

असे उद्‌गार काढलेले दिसतात. पण लेखणीच्या बरोबरीनेच किंवा त्यापेक्षाही फार मोठ्या प्रमाणात आधुनिक काळात एक चमत्कार एका महापुरुषाच्या वाणीने घडवून आणलेला दिसतो. तो महापुरुष म्हणजे विनायक नरहर भावे ऊर्फ आचार्य विनोबा भावे! दोन पृथ्वीप्रदक्षिणा होतील एवढी पदयात्रा, ५० हजार एकरांचे भूदान, २० ते २५ भाषांचा अभ्यास एवढा मजकूर जरी वाचला, तरी आपला आपल्या कानांवर विश्वास बसत नाही. आपण कलियुगात नसून कृतयुगात आहोत की काय असे क्षणभर वाटते! कारण बारा वर्षे तेरा महिने सबंध भारतभर फिरून, केवळ प्रवचने देऊन, म्हणजे वाणीच्या साहाय्याने हे काम झाले आहे. जवळ-जवळ १२ हजार प्रवचने या कालखंडात झालेली दिसतात.

विज्ञानयुगात असूनही आपला फक्त शस्त्रावर किंवा कायद्यावर विश्वास असलेला दिसतो. एक तर शस्त्राने क्रांती होईल किंवा कायद्याने होईल असे सर्वसाधारणपणे समाजात बोलले जाते. पण वाणीच्या साहाय्याने माणसाच्या सद्‌बुद्धीला आवाहन करून, त्याचे माणूसपण जागृत करून त्याला प्रेमाने 'लुटता' येते; अहिंसेने, शांततेने काहीतरी त्याग करायला त्याला प्रवृत्त करता येते, याचा एक फार मोठा प्रयोग आचार्य विनोबा भावे यांच्या वाणीने व लेखणीने घडवून आणला. ती वाणी व लेखणी कशी आहे, मराठी साहित्याच्या दृष्टीने तिचे काही महत्त्व आहे काय? अशा तऱ्हेचे विचार माझ्या मनात घोळू लागले आणि माझे लक्ष पूज्य

विनोबांच्या वाङ्मयाकडे वळले.

विनोबांच्या वाङ्मयाने जी विचार परिवर्तनाची जादू व हृदयशुद्धीद्वारे माणूस बदलून टाकण्याची किमया 'छोट्या'शा प्रमाणात दाखवून दिली, ती त्यांच्या मृत्यूनंतरही त्यांचे वाङ्मय करीत राहील, असे मला वाटले आणि त्या दृष्टीने त्यांच्या व्यक्तित्वाचा शोध घेऊन त्यांच्या वाङ्मयाचा अभ्यास लोकांसमोर यायला हवा, असे मला जाणवले. भूदान नेते म्हणूनच १९५१ नंतर विनोबा ख्यातकीर्त झाले. तरीही त्यांच्या चरित्राविषयी व ज्या त्यांच्या वाणीने एवढा भूदान आंदोलनाचा चमत्कार घडवून आणला, अशा त्यांच्या वाणीविषयी व ती ज्याच्यात व्यक्त झालेली आहे, अशा त्यांच्या वाङ्मयाविषयी सर्वसामान्य लोकांनाच काय पण तथाकथित वाङ्मयोपासकांनादेखील असावी तितकी जाणीव असलेली दिसत नाही. **'मराठी भाषेच्या वैभवाची सम्यक ओळख करून घ्यायची असेल, तर त्याला विनोबांचे वाङ्मय वगळून चालणारच नाही. मराठी भाषेचे दुर्दैव असे की तिचे कैवारी म्हणविणाऱ्या तथाकथित वाङ्मयोपासकांना त्यांच्या वाग्वैभवाची पुरेशी जाण नाही'** हे यदुनाथजी थत्ते यांनी काढलेले उद्‌गारही हेच सुचवितात.

ज्या धुळ्याच्या तुरुंगात दिलेल्या गीता-प्रवचनांचा २२ भाषांमध्ये अनुवाद होऊन सहा लाखांच्यावर खप झालेला दिसतो, त्या धुळ्याच्याच तुरुंगात प्रकाशित झालेल्या 'गीताई'चा खप जवळजवळ पंधरा लाखांच्यावर झालेला आढळतो. म्हणजे खपाच्या दृष्टीनेही विनोबांच्या या पुस्तकांनी एक विक्रम मराठीचिया नगरीत प्रस्थापित केलेला दिसतो. धुळे म्हणजे विनोबांच्या वाङ्मयाची जणू काही गंगोत्री! त्या धुळ्यातच महाविद्यालयात प्राध्यापक म्हणून मी काम करीत आहे, तेव्हा आपणच त्यांच्या चरित्राचा व वाङ्मयाचा अभ्यास करावा, असे मला प्रकर्षाने वाटले. त्या दृष्टीने त्यांच्या वाङ्मयाचे परिशीलन करीत असताना मला असे जाणवले की, विनोबांचे वाङ्मय म्हणजे त्यांच्या जीवनाचे, त्यांनी अध्ययन केलेल्या ग्रंथांचे सार आहे. तेव्हा हेच मध्यवर्ती सूत्र धरून **'पूज्य विनोबा भावे - व्यक्ती व वाङ्मय'** हा विषय संशोधनासाठी मी निवडला.

विनोबांचे पहिले मराठी चरित्रकार म्हणजे पूज्य साने गुरुजी! साने गुरुजींआधी महात्मा गांधींनी १९४० च्या सत्याग्रहाच्या वेळी पहिले वैयक्तिक सत्याग्रही म्हणून पूज्य विनोबांची निवड करून त्यांना प्रकाशझोतात आणलेले दिसते. 'श्री विनोबा कौन है?' अशा वाक्याने प्रारंभ झालेला एक लेखही त्यांनी विनोबांवर लिहिला. साने गुरुजींनंतर दा.न. शिखरे गुरुजी, वसंतराव नारगोलकर, आचार्य अत्रे यांनीही विनोबांवर पुस्तके लिहिलेली आढळतात. पण अलीकडे पूज्य श्री. शिवाजीराव भावे

यांनी १९८४ मध्ये ‘विनोबा-जीवन दर्शन’ नावाचे एक पुस्तक लिहून मराठी चरित्र-वाङ्‌मयात मोलाची भर टाकलेली दिसते. या पुस्तकामुळे विनोबांच्या चरित्रावर व वाङ्‌मयावर जिव्हाळ्याने परंतु अभ्यासपूर्ण व यथायोग्य प्रकाश टाकला गेल्याचे जाणवले. त्यामुळे जेव्हा ‘पूज्य विनोबा भावे- व्यक्ती व वाङ्‌मय’ हा विषय निवडला, तेव्हा कालिदासाची **‘अभिव्यक्तायां चन्द्रिकायां किं दीपेन पुनरुक्तेन’** ही ओळ आठवून मी संकोचलो. शिवाय उपरोक्त ज्येष्ठ साहित्यिकांनी ज्या प्रांतात बरेच कार्य आधीच करून ठेवले आहे, तेथे आपण कसे काय पाऊल ठेवावे?

चंद्रशेखरांच्या,

ऐसे कोकीळ गाती जेथे तेथे कौरव काय करू?
रसाल सेविती जनांपुढे त्या करवंदे मी काय धरू?

या काव्यपंक्ती मला त्यामुळेच स्पर्श करून गेल्या. पण असे नम्र होऊन किंवा संकोचून संशोधनाची ही ऊर्मी टाळण्यासारखी नव्हती; कारण विनोबांचे चरित्र लिहिणा-या त्यांच्या चरित्रकारांनी, जन्मापासून ते मृत्यूपर्यंत असे सलग विनोबा-दर्शन कुठेही घडवलेले अद्यापपर्यंत मला आढळले नाही. त्यांच्या ‘मधुकर’, ‘अभंग व्रते’, ‘विचारपोथी’, ‘गीताई’, ‘गीताप्रवचने’ या ग्रंथांचाही सविस्तर परिचय एकत्रित असा कुठे आढळत नाही. ती सेवा आपण करावी असे मला मराठीचा एक प्राध्यापक म्हणून जाणवले व -

आणि क्षीरसिंधुचिया तटा। पाणिया येती गजघटा।।
तेथ काय मुरकुटा। वारिजतसे ।। **(ज्ञा.: १८-१७११)**

या ज्ञानेश्वर माउलींच्या ओवीने मला धीर दिला आणि प्रबंधाच्या कमळात भ्रमर बनून मी स्वत:ला अडकविण्याचे ठरवले. या दृष्टीने प्रबंधाचे दोन भाग केले: ‘व्यक्ती’ हा प्रबंधाचा पहिला भाग व ‘वाङ्‌मय’ हा दुसरा भाग.

प्रबंधाच्या पहिल्या भागात विनोबांच्या ८७ वर्षांच्या प्रदीर्घ आयुष्याचे पाच टप्पे कल्पून, त्यांच्या चरित्राचे आवश्यक तेवढे दर्शन घडवले आहे. पाचव्या टप्प्याच्या अखेरीला जोडूनच उपसंहार केलेला आहे. प्रबंधाच्या दुसऱ्या भागात ‘विनोबांची साहित्य-दृष्टी’ असा एक निबंध आरंभी सादर केलेला आहे आणि नंतर ‘मधुकर’, ‘विचारपोथी’, ‘गीताई’, ‘गीताप्रवचने’ व ‘अभंग व्रते’ या त्यांच्या गाजलेल्या व त्यांची ठळक लेखन-वैशिष्ट्ये व्यक्त करणाऱ्या ग्रंथांचा सविस्तर परामर्श घेतला आहे आणि विनोबांच्या इतर ग्रंथांचा त्रोटक परिचय त्यानंतर ‘विनोबांची साहित्य-सृष्टी’ असे एक स्वतंत्र उप-प्रकरण लिहून, करून दिला आहे. म्हणजे पहिल्या भागात १ ते ५ प्रकरणे व दुसऱ्या भागात उप-प्रकरण सोडून जवळजवळ सहा

प्रकरणे म्हणजे प्रबंधाची एकूण ११ प्रकरणे झाली आहेत. ग्रंथ परिचय करून देत असताना त्या त्या ठिकाणी बरेच उपसंहारात्मक असे लिखाण झाले आहे. त्यामुळे विनोबांचे साहित्य हे त्यांच्या जीवनाचे, त्यांनी अध्ययन केलेल्या ग्रंथांचे सार आहे, हे स्पष्ट झालेले आहे. त्यामुळे पुन्हा उपसंहारात्मक लिखाण न करून पुनरुक्ती टाळली आहे!

पूज्य विनोबांचे जीवन हे एखाद्या महासागरासारखे होते. त्यांचे वाङ्मयही वैचारिक साहित्यात सदैव चमकून उठण्यासारखे आहे. माझ्या दोन हातांत या महासागराचे जेवढे पाणी मी उचलू शकलो, तेवढे सादर केलेले आहे. माझ्या मर्यादांची मला जाणीव आहे. विनोबांच्या वाङ्मयाचा व व्यक्तिमत्त्वाचा आढावा घेणारा पुणे विद्यापीठातील एक पहिला प्रयत्न म्हणून माझ्या या अभ्यासाकडे पाहावे, असे नम्रपणे सुचवावेसे वाटते.

माझ्या मार्गदर्शिका प्रा.डॉ. इंदुताई लिमये (जळगाव) यांनी प्रकृती बरी नसतानाही, वेळात वेळ काढून मला योग्य ते मार्गदर्शन केले, याबद्दल त्यांचे आभार मानावे तेवढे थोडेच आहेत. पुणे विद्यापीठाचे मराठी विभाग प्रमुख प्रा.डॉ.मु.श्री.कानडे यांनी मला वेळोवेळी प्रोत्साहन देऊन व मार्गदर्शन करून जी बहुमोल मदत केली, त्याबद्दल त्यांच्याविषयी मी कृतज्ञ आहे. शिवाजीराव भावे, शिखरे गुरुजी, वसंतराव नारगोलकर, यदुनाथजी थत्ते, मीरा भट्ट यांनी विनोबांविषयी केलेले लिखाण मला बरेच मार्गदर्शक ठरले, हे प्रामाणिकपणे नमूद करावेसे वाटते. प्रबंधाची हस्तलिखित प्रत आमच्या सौ. हेमलता जगताप यांनी करून दिली. श्री. जयंत जोशी, सौ.पटवर्धन, सौ. गाडगीळ यांनी तो हस्तलिखित मजकूर टंकलिखित करून दिला नसता, तर वेळेच्या आत हे काम संपणे अगदीच अशक्य होते. धुळे येथील गोशाळेचे एक सेवक व विनोबाप्रेमी व्रतस्थ कार्यकर्ते श्री. मुकुंद पोतदार यांनी पूज्य विनोबांचे फोटो ब्लॉक करण्यासाठी उपलब्ध करून दिले. आमच्या महाविद्यालयाचे प्राचार्य अण्णासाहेब रा. शि. सोनवणे यांनी मला पाहिजे तेवढे ग्रंथ ग्रंथालयातून घेण्याची सवलत दिल्यामुळे माझे काम पुष्कळसे सुकर होऊ शकले. मी सर्वांचा, मिळालेल्या या सहकार्याबद्दल आभारी आहे.

'न्यून ते पुरते। अधिक ते सरते' (ज्ञा.:१-८०) एवढी नम्र प्रार्थना करून हे निवेदन संपवितो.

- कुसुमाकर ग. शिंपी (जगताप)

(डिसेंबर १९८७)

अनुक्रमणिका

विनोबा- व्यक्ती व वाङ्‌मय

प्रकरण पहिले

विनोबांचे बालपण व शिक्षण

श्री शिवछत्रपतींचे स्मरण केल्याबरोबर 'रायगड' अशी चार ठळक अक्षरे डोळ्यांपुढे उभी राहातात. छत्रपतींची राजधानी असलेला हा किल्ला ज्या जिल्ह्यात आहे, त्याला पूर्वी कुलाबा जिल्हा म्हणत असत; परंतु नंतर महाराष्ट्र शासनाने 'रायगड' असे त्याचे नामकरण केले. इतिहासाचार्य राजवाडे, चिंतामणराव वैद्य, दे.भ. रामभाऊ मंडलिक, शंकर बाळकृष्ण दीक्षित, शि. म. परांजपे यांसारखी नररत्ने या जिल्ह्याने देशाला दिली हे प्रसिद्धच आहे. याच रायगड (पूर्वीचा कुलाबा) जिल्ह्यात पेण नावाचा एक तालुका आहे. या पेण तालुक्यात गागोदे बुद्रूक नावाचे एक छोटे खेडे आहे. हे गागोदे बुद्रूक नावाचे खेडे भावे घराण्याला इनाम म्हणून देण्यात आले होते. त्यासंबंधी माहिती अशी की, कुलाब्याला बाबुराव आंग्रे नावाचे सरदार होते. त्यांना पेशव्यांचे सरदार रास्ते यांनी लढाईत मदत केली होती. म्हणून हे गागोदे खेडे त्यांनी सरदार रास्ते यांना इनाम दिले आणि सरदार रास्ते यांनी, लढाईत मदत केल्यामुळे ते खेडे भावे घराण्याला इनाम म्हणून दिले.[१] याच भावे घराण्याच्या आठव्या पिढीत विनायक नरहर भावे यांचा ११ सप्टेंबर १८९५ रोजी जन्म झाला. त्यांच्या वडिलांचे नाव नरहर व आईचे नाव रुक्मिणीबाई असे होते. विनायकाला बाळकृष्ण, शिवाजी, दत्तात्रेय असे तीन भाऊ व शांता नावाची एक बहीण होती. पैकी शांता व दत्तात्रेय या भावंडांचे बडोदा येथे १९१८ नंतर निधन झाले.[२]

भावे घराण्याची पूर्वपीठिका :

शिवाजीराव भावे यांनी या भावे घराण्याची माहिती दिली आहे.[३] ती वाचल्यानंतर असे दिसून येते की 'विश्वामित्र' हे या घराण्याचे गोत्र व 'शिवाजी नारायण भावे' हे या घराण्याचे मूळ पुरुष. 'कौशिकगोत्रोत्पन्नोऽहम्' असे नित्यस्मरण या घराण्यातील

मंडळी गेल्या आठ पिढ्यांपासून करीत आलेली आहेत. राजकारणादि कठोर वृत्ती आणि उपासनादि स्निग्ध प्रकार हे विश्वामित्राच्याच जीवनाचे अल्पसे प्रतिबिंब या घराण्याच्या पिता-पुत्रांच्या जीवनात पडलेले आढळून येते. शिवाजी नारायण भावे यांना पेशवाईत १७८० मध्ये चिपळूण गाव इनाम मिळाले होते. त्याबरोबर वाईजवळ दहा बिघे जमीन मिळाली होती. तेथे त्यांचे चिरंजीव कृष्णराव राहत होते. त्यांच्या पत्नीने पतीचे स्मारक म्हणून कोटेश्वर मंदिर बांधले.

शिवाजी नारायण भावे यांनी राजकारणाचे रुक्ष व कठोर काम यशस्वी करून मराठी राज्यकर्त्यांकडून, हल्लीच्या रत्नागिरी जिल्यातील 'अडूर' गाव इनाम म्हणून मिळविला होता. यानंतर त्यांच्या मुलांनी क्षेत्राच्या ठिकाणी उपासना करता यावी म्हणून वाई गावी घर-शेती-बगिचा मिळवला. शिवाजी नारायण भावे या मूळ पुरुषाचा नातू जो नरसिंग कृष्णराव यालाच आधी उल्लेख केल्याप्रमाणे गागोदे बु. गाव आंग्र्याकडून इनाम मिळाला होता. हे नरसिंगराव भावे गागोद्यात शिपाई-प्यादे ठेवीत व इतमामाने क्षत्रिय वृत्तीने राहत होते. यांचेच नातू शंभुराव भावे. हेच विनायकाचे आजोबा! यांच्या धार्मिक आचरणाचा विनायकावर फार मोठा प्रभाव पडलेला दिसतो. यांनी विनायकाला 'अ, आ, इ, ई,' शिकवले. हे व्रतनिष्ठ असून यांनी अग्निहोत्र घेतले होते. यांच्या वैदिक मंत्रोच्चाराने घरातील मुलांना 'अग्निमीळे पुरोहितम्' हा ऋग्वेदातील मंत्र परिचित झाला होता. अग्नीची उपासना, वेदमंत्रांची संथा, गुरुचरित्राचा पाठ, पुराणश्रवण, मंत्रजप याशिवाय शिवोपासना हा शंभुरावांच्या उपासनेचा फार मोठा भाग असे. भल्या पहाटे चार वाजल्यापासून रात्री साडेदहा-अकरा वाजेपर्यंतचा सर्व वेळ असा उपासनेतच जाई.[४] देवाची उपासना, देवाचेच विचार, देवाचा जप, देवाशीच बोलणे; त्यामुळे त्यांना स्वप्नेही देवाचीच पडत. अशाच प्रकारे 'तुझ्या घरात एक महापुरुष जन्मणार आहे' असाही दृष्टान्त त्यांना झाला होता.

हे शंभुराव भावे म्हणजे सडपातळ शरीर, तोंडावर तांबूस तेज, वृद्धत्वामुळे पाठ किंचित वाकलेली अशी व्यक्ती. निव्वळ लंगोटी लावून झपाझप पावले टाकत यज्ञकुंडाला प्रदक्षिणा घालीत. चोवीस तासांत एकदाच भुईमूग, गूळ, दूध व ताक हा आहार घेत. याशिवाय पंचवीस-तीस वर्षांत अन्नाला शिवले नाहीत. अग्नीची उपासना नसे त्या वेळी त्यांची यज्ञशाळेबाहेर मृगचर्मावर बसून मंत्रजप, वेदांची संथा देणे, गुरुचरित्राचा पाठ, भारत, भागवत, गीता यांचे श्रवण इत्यादी कामे चालूच राहायची.

त्यांच्याकडे औषधोपचारासाठी रोगी यायचे; पण हे त्यांच्याकडून पैसे घेत

नसत. माझ्या औषधांचा गुण ईश्वराच्या भक्तीशिवाय येणार नाही असे ते रोग्यांना सांगत. औषध सगळ्यांना एकच - पांढरी भुकटी! तिला हिऱ्याचे भस्म म्हणत. या औषधाने अनेक असाध्य रोग्यांना गुण येत असे. काहीतरी 'पापां'मुळे दुखणे येते ही शंभुरावांची निश्चित समजूत होती. त्यामुळे स्वत:सुद्धा औषध घेत नसत. ईश्वराची इच्छा असेल तसे होईल ही श्रद्धा. लेखणी ईश्वरचरणी वाहिल्यामुळे कोणाला पत्र देत नसत.

शंभुराव भावे चांद्रायण व्रत करीत. या व्रतामध्ये प्रतिपदेला एकच घास भोजन घ्यायचे असते व नंतर रोज वाढत्या चंद्रकलेनुसार एकेक घास भोजन वाढवीत जायचे. पौर्णिमेला पंधरा घास भोजन घ्यायचे व नंतर उतरत्या चंद्रकलेनुसार भोजनात एकेक घास कमी करत शेवटी अमावास्येला पूर्ण उपवास! चंद्रोदयाची रोजची वेळ वेगळी! आणि या व्रतात तर चंद्रोदय होईल तेव्हाच जेवायचे असा नियम. जेवणापूर्वी अनेक विधी, मंत्र, तंत्र असायचे. देवाची आरती झाल्यानंतर मध्यरात्र जरी असली तरी, विनायकासह घरात असलेल्या सर्व लहान मुलांना, इतर वडील मंडळींना झोपेतून उठवून देवाला नमस्कार करायला लावीत. अशी त्यांची शेकडो व्रते चालायची.

विनायकाचा जन्म झाल्यामुळे आपल्याला झालेला दृष्टान्त बरोबर आहे, असे त्यांना वाटायचे. नातवंडांविषयी असलेल्या प्रेमामुळे नव्हे, तर ईश्वरावरील दृढ श्रद्धेमुळेच तो दृष्टान्त त्यांना खरा वाटत असे. असे हे मूर्तिमंत उपासनामय जीवन घरात सतत दिसत असल्यामुळे, सर्वांवर विशेषत: बाल विनायकावर त्याचा फार मोठा परिणाम झालेला दिसतो. त्यामुळे वेदकाळापासून आतापर्यंत चालत आलेल्या उपासनेचे सार त्या बालकाच्या मनात ठसून, मोठेपणी त्याने उपासनेची जी विशुद्ध कल्पना मांडली, त्याचे मूळ आजोबांच्या सान्निध्यातील या संस्कारातच दिसून येते.[५]

आजोबा शंभुराव भावे विनायकाला पूजाअर्चा झाल्यानंतर गोष्टी सांगत असत. कधी ध्रुव बाळाची, तर कधी प्रल्हादाची. या गोष्टी ऐकण्याच्या प्रसंगातूनच त्याने वयाच्या ८ व्या वर्षी[६] 'ब्रह्मचर्य' पाळण्याचा निश्चय मनातल्या मनात केलेला दिसतो व त्यामुळे इतरांच्या लक्षात त्या वेळी तो आला नाही; पण उपनयन संस्काराच्या वेळी[७], रूढ पद्धतीप्रमाणे बटू तू काशीला जाऊ नको, तुला मी माझी मुलगी देतो असे मामाने म्हणताच, त्याचा तो मानसिक निश्चय ताडकन 'मला ब्रह्मचारी राहायचे आहे' या शब्दांनी चारचौघांत व्यक्त झाला. मौंजीला जमलेल्या सगळ्यांवरच याचा फार परिणाम झाला. हे काही वेगळेच

पाणी आहे, हे लक्षात यायला काही उशीर लागला नाही.

ब्रह्मचर्य पाळण्याच्या या प्रतिज्ञेमुळे पुढे जीवनाला काय कलाटणी मिळणार याची त्याला या वयात काही कल्पना होती की नाही, याबद्दल शंकाच वाटते, कारण ब्रह्मचर्य म्हणजे नक्की काय आणि त्यासाठी काय काय करावे लागते, याची इतक्या लहान वयात विनायकाला कल्पना असावी काय, असाही प्रश्न या संदर्भात उपस्थित होणे शक्य आहे. विनायकाने वयाच्या कितव्या वर्षी ब्रह्मचर्याची शपथ घेतली याबद्दल थोडासा मतभेद दिसतो. नरहर कुरुंदकरांच्या मते वयाच्या दहाव्या वर्षी विनोबांनी ब्रह्मचर्याची शपथ घेतली. इतक्या लहान वयात ब्रह्मचर्याची शपथ घेणे सोपे असते, पण या वयात घेतलेली शपथ पुन्हा आयुष्यात फेरविचार करण्याजोगीसुद्धा वाटू नये, ही आश्चर्याची गोष्ट आहे असे त्यांनी म्हटले आहे.[८] विनोबांमध्ये जी ईश्वरनिष्ठा पुढील आयुष्यात दृढ झालेली दिसते, त्याचे मूळ शंभुराव भाव्यांच्या सान्निध्यात असताना बालपणी घडलेल्या एका प्रसंगात आढळून येते.

त्या वेळी विनायक सात-आठ वर्षांचा होता. रोजच्याप्रमाणे त्याचे आजोबा शंभुराव भावे पूजेला बसले होते. इतक्यात एक विंचू देवाच्या मूर्तीवर येऊन बसला. 'विंचू आला,विंचू आला, त्याला ठार मारा' असे त्या ठिकाणी बसलेले बाकीचे ओरडू लागले; तेव्हा, 'विंचवाने भगवंताचा आश्रय घेतला आहे, त्याला ठार मारण्याचे कारण नाही' असे विंचवाबद्दल आरडाओरड करणाऱ्यांना सांगून, शंभुराव भाव्यांनी देवाच्या मूर्तीची सांगोपांग पूजा केली. विंचू मूर्तीवरच बसलेला होता; परंतु त्या मूर्तीवर चंदनगंध-पुष्प वगैरे सर्व त्यांनी भक्तिभावाने अर्पण केले. काही वेळाने विंचू तेथून निघून गेला. यामुळे विनायकाच्या मनावर असा खोल संस्कार झाला की, भगवंताचा ज्याने आश्रय घेतलेला आहे तो भलेही चांगला असो अथवा वाईट, तो आम्हाला आदरणीय आहे.[९]

हिंदू धर्मात मूर्तिपूजा आहेच, पण तिचे महत्त्व किती व कसे आहे याबद्दल विनायकाला विचार करायला लावणारा एक प्रसंग म्हणजे गणपती पूजनाचा व दुसरा गणपती विसर्जनाचा. गणेशोत्सवाच्या वेळी शंभुराव भाव्यांच्या घरात धामधूम उडायची. दहा दिवस गणपती पूजन चालायचे. गणेश मूर्तीची आरती व्हायची, मुलांना प्रसाद मिळायचा. घरात अतिशय उत्साहाचे आणि आनंदाचे वातावरण असायचे. या गणेश मूर्तीचे जेव्हा दहा दिवसांनंतर विहिरीच्या पाण्यात किंवा तलावात विसर्जन व्हायचे, तेव्हा मात्र विनायकासहित घरातील सर्वांना खूप दुःख व्हायचे. 'एवढे मूर्तीला सजवायचे आणि पुन्हा अतिशय आनंदात वाजत-गाजत तिचे विसर्जन करायचे' या विचाराने विनायक अस्वस्थ

व्हायचा; कारण मूर्तीच्या अशा विसर्जनामागे काय हेतू आहे हे समजण्याचे ते वय नव्हते; पण "आमच्या हृदयात असलेल्या शक्तीमुळेच मूर्तीला देवत्व प्राप्त होते. ती काही देव नाही, म्हणून 'मूर्तिपूजा' या शब्दातील 'मूर्ती' शब्द गौण व हृदयात तिच्या निमित्ताने भगवंताविषयी निर्माण होणारा पूज्यभाव महत्त्वाचा. शिवाय जिचे सर्जन केले आहे, तिचे विसर्जन करण्याचीही अनासक्ती आमच्यात आली पाहिजे, हे मनावर बिंबवण्यासाठीच गणेश मूर्तीचे आवाहन-विसर्जन सांगितलेले असावे' हे जे चिंतन विनोबांकडून पुढे झाले ते समजण्याच्या दृष्टीने हा प्रसंग महत्त्वाचा आहे.[१०]

शंभुराव भावे वाई येथील कोटेश्वर मंदिराचा वार्षिकोत्सव करायचे. त्या उत्सवाला सर्व जाती-धर्माच्या लोकांना उपस्थित राहण्याची मोकळीक त्यांनी ठेवली होती. भोजनाच्या प्रसंगी हरिजन इतरांना सामील असायचे, तर मुसलमान गवई देवळात देवापुढे गाणे म्हणण्यासाठी बोलावले जायचे.[११]

"हे काय शंभुराव? देवळात देवासमोर मुसलमानास काय बसविता?" असे जर कुणी धर्ममार्तंडांनी त्या वेळी म्हटले तर, "देवासमोर का भेदाभेद असतो? हा हिंदू, हा मुसलमान हा प्रकार देवाजवळ नाही. सारी त्याची लेकरे-त्याच्याजवळ सारे समान-सारे एक" असे उत्तर शंभुराव भावे द्यायचे! विनायकाला असा प्रसंग बघायला मिळाल्यामुळे 'सर्वधर्मसमभाव' बालपणापासूनच त्याच्यात अंकुरलेला दिसतो.

शंभुराव भाव्यांचा पुनर्जन्मावर विश्वास होता. ते सांगत की, 'कोणी एकाने दुसऱ्याचे देणे बुडवले, तर त्याला गाय होऊन ते देणे फेडावे लागेल!'[१२] कोणाला कदाचित पुनर्जन्माचा हा सिद्धान्त पटणार नाही; पण मन अतिशय कोमल अवस्थेत असणाऱ्या बालपणी, विनायकाच्या कानांवर असे उद्गार पडल्यामुळेच, पुढील आयुष्यात पुनर्जन्माविषयी दृढ श्रद्धा व्यक्त करणारे विनोबा आपणांस आढळून येतात.

आजोबांच्या या धर्मशील आचरणाचा, त्यांच्या शुद्ध चारित्र्याचा विनायकावर चांगलाच प्रभाव पडलेला दिसतो. त्यामुळेच 'माझ्यात काही पावित्र्य आले असेल, तर ते आजोबांच्या या पुण्याईमुळेच, त्या पावित्र्यामुळेच!' अशा आशयाचे उद्गार विनोबांनी काढलेले आपणास आढळून येतात.[१३] अशा रीतीने वयाच्या दहाव्या वर्षीच विनायकाच्या जीवन चरित्रात वैराग्याच्या, सर्वधर्मसमभावाच्या व ईश्वराधीन होण्याच्या, सर्वांशी समतेने वागण्याच्या काही रंगच्छटा शंभुराव भाव्यांच्या अतिशय पवित्र व धर्मशील आचरणाच्या सान्निध्यामुळे आलेल्या दिसतात. उपनयन म्हणजे द्विजत्वाचा संस्कार! 'जन्मना जायते शूद्रः संस्काराद् द्विज उच्यते।'

या उक्तीचे स्मरण करून देणारा.

खरे म्हणजे पिढ्यान्‌पिढ्या चालत आलेला एक सोपस्कार म्हणून अशा समारंभाकडे पाहिले जाते. या संस्कारामुळे बालकाचा आचारविचार संपन्न असा नवीन जन्म व्हावा म्हणून तो केला जातो, त्यामुळेच तो द्विज ठरतो. पण सामान्य प्रवृत्ती अशी दिसते की, संस्काराच्या आग्रहापेक्षा थाटमाट, गाजावाजा व भोजन समारंभ यांनाच अधिक प्राधान्य! विनायक या ठिकाणी फार सावधतेने वागलेला दिसतो. एवढ्या लहान वयात मुळात मुले एवढी चारचौघांत स्पष्ट बोलणारी व समारंभाचा खरा हेतू काय आहे या दिशेने निश्चयाने बोलणारी अपवादात्मकरीत्याच आढळून येतात. त्यातही आजन्म ब्रह्मचारी राहून जीवन व्यतीत करण्याची व ईश्वर जरी या प्रतिज्ञेच्या आड आला, तरी त्यात बदल होऊ देणार नाही[१४] अशा दृढ निश्चयाची ही पहिली झलक पाहिली म्हणजे; या बालकाचे भविष्याचे चित्र हजार बालकांपेक्षा काहीतरी वेगळेआगळे असणार अशी जर कुणी कल्पना केली असेल, तर त्याची दृष्टी नक्कीच भविष्याचा वेध घेणारी ठरलेली असणार!

विनायकाचे बालपण व शिक्षण :

विनायकाचे बालपण व शिक्षण एकूण दोन विभागांत आणि दोन स्थळी विभागले गेले आहे. सुरुवातीचा वयाच्या दहाव्या वर्षापर्यंतचा कालखंड त्याने गागोदे येथे व्यतीत केलेला दिसतो व पुढे वय वर्षे ११ ते २१ पर्यंतचा सुमारे अकरा वर्षांचा कालखंड बडोदा येथे प्राथमिक शाळेच्या, हायस्कूलच्या व कॉलेजच्या इंटरपर्यंतच्या शिक्षणासाठी व्यतीत केलेला आढळतो.

बालपणाच्या १० वर्षांच्या कालखंडात गागोदे येथे असताना विनायकाने आजोबांकडून कोणकोणते संस्कार ग्रहण केले, हे आपण पाहिले. याच कालखंडात विनायकाचे मराठी तिसरीपर्यंतचे शिक्षण, त्याचे काका श्री. गोपाळराव भावे यांनी घरीच पूर्ण करून घेतले. त्या वेळी आजच्याप्रमाणे प्राथमिक शिक्षणाची सोय खेडेगावी नव्हती.[१५] एखाद्या ब्राह्मण पंडिताकडे मुलांना प्राथमिक शिक्षणासाठी ठेवले जात होते. या प्रथेला अनुसरूनच विनायकाचे प्राथमिक शिक्षण, भावे कुटुंबीयांचे 'गुरुत्वमध्य' असलेले श्री. गोपाळराव भावे यांच्या मार्गदर्शनाखाली झाले. 'वृत्त-दर्पण', 'गोखल्यांचे अंकगणित', 'इसाप-नीतिकथा', 'भक्तिविजय'सारख्या पोथीचे वाचन इत्यादी अभ्यास गोपाळरावांनी विनायकाकडून करून घेतलेला दिसतो. दररोज सर्वांसमोर 'भक्तिविजय' वाचून संपविल्याबद्दल सांगतेच्या दिवशी गोपाळरावांनी विनायकाचे कौतुक करण्यासाठी पन्नासएक जणांना

जेवणही दिले.[१६]

अक्षरओळख झालेला विनायक गागोद्याला त्याच्या घरी येणारी 'काळ', 'केसरी' इत्यादी वर्तमानपत्रे वाचत असे. विनायकाचे काका त्याला सकाळ-संध्याकाळ प्रत्येकी अर्धा तास म्हणजे दिवसभरात एक तास शिकवायचे. त्यामुळे अक्षरओळख होण्यापूर्वीचा व नंतरचाही त्याचा पुष्कळ वेळ डोंगरावर जाण्यात, भोकरे-बोरे-चारे खाण्यात व गुराख्यांबरोबर खेळण्यात जाई.[१७] या कालखंडात आईच्या सान्निध्यात राहिलेल्या विनायकाने आईकडून केले गेलेले बरेच संस्कार ग्रहण केले. त्यांच्या घराच्या परसदारी असलेले आंबे अगोदर इतरांना वाटून, मग स्वत: खाण्याचा संस्कार त्याच्या मातेने त्याच्यावर केला.

नोकरीच्या निमित्ताने गागोद्याबाहेर असणारे नरहरपंत भावे, दिवाळी व इतर सणांच्या निमित्ताने अधूनमधून गागोद्यास येत. विनायकासाठी त्यांनी 'बालरामायण', 'बालभारत' व 'बालभागवत' ही पुस्तके आणलेली असत. 'ही पुस्तके म्हणजेच तुझा खरा खाऊ आहे' हा एक संस्कार त्याच्या आईने याच प्रसंगी त्याच्यावर केलेला दिसतो. विनोबा आयुष्यभर हा जो 'खाऊ' प्रचंड प्रमाणात खात असताना दिसले, त्याचे मूळ त्यांच्यावर बालपणी झालेल्या या संस्कारात आढळते.

विनायकाच्या आईला तुळशीला पाणी घालायची, देवपूजेची, व्रत-वैकल्यांची व उपास-तापासांची खूप आवड होती. तिचे माहेरचे नाव 'वेणू' असून कर्नाटकातील हावनूर हे तिचे जन्मगाव होते. तिला कानडी चांगले येत होते. तिचे वडील बाळकृष्णबुवा हे उत्तम गवई असल्यामुळे तिचाही आवाज मधुर होता. तिचा रंग गोरा असून अंत:करण भक्तिगीतांनी भरलेले असायचे. काम करताना तिच्या मुखातून अनेक भक्तिगीते बाहेर पडत. लहानगा विनायक कानावर पडलेली ती सर्व जशीच्या तशी म्हणून दाखवायचा.[१८] आईच्या प्रेरणेने विनायक तुळशीलाही पाणी घालायचा. आईची त्याला फार ओढ! एकदा या मुलाला गागोदे येथे ठेवून, त्याची आई जवळच्या पेण या गावी गेली होती. तेव्हा हा बालक घरी न थांबता, गागोदे ते पेण या जंगलातून जाणाऱ्या रस्त्याने पायी चालत गेला. पेण येथे त्याने प्रत्येक घरात डोकावून आईला शोधून काढले. सहा वर्षांची ही अवधूत मूर्ती आपल्या शोधासाठी कशाचीही भीती न बाळगता रानावनातून पायी चालत आपल्याला भेटायला आली, या विचाराने त्या माउलीचे अंत:करण गहिवरून गेले.[१९]

विनायकावर विरक्तीचा संस्कार पितृघराण्याकडून, तर भक्तीचा संस्कार

मातृघराण्यातून झाला. रुक्मिणीबाईंचे देवपूजेकडे फार लक्ष असायचे. बालकृष्ण, शाळिग्राम, नर्मद्या गणपती व देवी असे तिचे इनमीन साडेतीन देव असत; पण त्रिलोकात व्यापून उरेल एवढे देवांविषयीचे उत्कट प्रेम तिच्या मनात नांदत होते. 'गोविंद, गोविंद' असे जेवतानाही ती म्हणत असे. निरक्षर असूनही कथा, कीर्तन, प्रवचनांची तिला आवड होती. घरातील सर्व कामे सांभाळून ती कीर्तन, प्रवचनांस जाई. सर्व तऱ्हेने लालनपालन करूनही, 'विन्या जास्त मागू नकोस, लक्षात ठेव- थोड्यात गोडी आणि फारात लबाडी' असे जीवनाच्या परिमितीचे शिक्षण तिने विनूला लहानपणीच दिले. 'पोटभर अन्न आणि अंगभर वस्त्र यापेक्षा अधिकाची गरज नाही' असे तिचे नेहमीच सांगणे असायचे. वेद, उपनिषदातील तत्त्वज्ञान तिला माहीत नव्हते; मात्र 'मनुष्याने उत्तम गृहस्थाश्रम केला, तर आईबापांचा उद्धार होतो, पण उत्तम ब्रह्मचर्य पाळले, तर बेचाळीस पिढ्या उद्धरतात' असे ती म्हणायची.[२०] तिला भक्तिगीते म्हणण्याची खूप हौस होती. 'मदनतात मनमोहन मुरली वाजवि कुंजवनी' हे कृष्णाचे वेणुगीत ती म्हणायची. त्यामुळे घरातील बालमनांवर त्याचा फार परिणाम व्हायचा.

काळी घोंगडी । काळी काठी ।
काळा दोरा कंठी । बोली महाराची थेट मराठी ॥

या तिने म्हटलेल्या गाण्याचा परिणाम विनायकावर कायमचा ठसलेला दिसतो. 'काळी घोंगडी मला फार प्रिय आहे. काळ्या घोंगडीचा सहवासी म्हणजे कृष्णाचा सहवासी' असे जे उद्‌गार पुढे विनोबांनी काढलेले दिसतात, त्याचे बीज वरील संस्कारात आहे. गागोद्याच्या घरासमोर एक तळे होते. पावसाळ्यात तिथे पाणी साचून त्याच्यात बेडूक डराव-डराव करायचे. तो डराव डराव आवाजही विनायकाच्या मनावर इतका ठसला की, पुढे ऋग्वेदातील मंडूक सूक्तांचा अभ्यास करताना तो प्रेरक ठरला.

पहिली ते तिसरीपर्यंतचे प्राथमिक शिक्षण संपल्यानंतर वयाच्या अकराव्या वर्षी विनायक आईवडिलांबरोबर बडोद्याला आला. नरहर भावे यांनी बडोदे सरकारची नोकरी स्वीकारली होती. या बडोद्याच्या वास्तव्यात भाड्याची जागा चार वेळा बदलवण्यात येऊन, शेवटी कापडीपोळेत मनोहर यांच्या घरात भावे कुटुंब स्थिरावले. पाचवी व सहावीचे प्राथमिक शिक्षण बडोदे येथील सहा नंबरच्या शाळेत पूर्ण करून, हायस्कुलात इंग्रजी चौथीत विनायकाने प्रवेश घेतला.[२१] याही ठिकाणी जीवन शिक्षणाच्या दृष्टीने शाळेकडून फारसे मिळालेले दिसत नाही. आईनेच उपदेश करून बरेचसे जीवनशिक्षण दिलेले दिसते. दारी

आलेल्या धट्ट्याकट्ट्या भिकाऱ्याला आईने भिक्षा देऊ नये असे विनायकाला वाटायचे, पण आई म्हणायची, 'जो कोणी भिकारी आला होता, तो परमेश्वरच होता. आता पात्रा-अपात्राचा कर विचार- भगवान का अपात्र आहे? आणि तसा विचार करायचा तुला काय अधिकार?' अशा तऱ्हेच्या उपदेशांतून चिरस्वरूपाचे आध्यात्मिक शिक्षण विनायकाला आपल्या आईकडून मिळाले. 'द्रौपदीचा धावा', 'ध्रुवाची तपश्चर्या', 'धर्मराज आणि कुत्रा', 'मारुतीची निष्ठा', 'सीतेचे करुण जीवन' असा हा सर्व बोधमय भूतकाळ वरील कथांद्वारे रुक्मिणीबाई विनायकाच्या समोर उभा करीत असत. गीताप्रवचनात नवव्या अध्यायात आलेली कृष्णार्पण करणाऱ्या म्हातारीची गोष्ट आईनेच विनोबांना त्यांच्या या बालपणात सांगितली होती. रुक्मिणीबाईंनी तीर्थयात्रा जवळजवळ केलेल्या नव्हत्या, तरीसुद्धा 'चारधाम यात्रे'चे वर्णन त्या हुबेहूब करीत असे. गागोद्याहून एकदा विनूला आपल्या माहेरी नेऊन तुंगभद्रेचेही स्नान त्यांनी घडवले होते.

थंडीत जर तुंगभद्रेचे स्नान होत नसेल तर थोडेसे आचमन करून तिचे प्राशन करावे, असेही आईने विनूला सांगितलेले दिसते. म्हणजे,

गङ्गास्नानं, तुङ्गापानं

असेच जणू काही तिने बिंबविलेले दिसते.

हायस्कुलात नरहर भावेंनी विनायकाला संस्कृतऐवजी फ्रेंच भाषा घ्यायला लावली. या हायस्कुलच्या टप्प्यात, घरातील संस्कारांमुळे विनायकाच्या अंगातील गुणांचा विकास अतिशय सुंदर रीतीने झालेला दिसतो. वडिलांच्या कडक शिस्तीत राहून त्यांच्याकडून त्याने गणिताचे धडे घेतले. लवकरच तो गणितात तरबेज झालेला दिसतो. त्याच्या प्रत्युत्पन्न बुद्धीला हायस्कुलच्या अभ्यासाचे मर्यादित क्षेत्र तोकडे वाटू लागले. त्यामुळे केसरीच्या वाचनाप्रमाणेच मोरोपंतांची 'केकावली' व 'आर्याभारत' यातील शेकडो ओव्या त्याने पाठ केल्या होत्या. रामदासांचे 'मनाचे श्लोक' तर तो गंभीर व जोरदार आवाजात म्हणून सारी गल्ली दणाणून टाके.

बडोद्यातील सुप्रसिद्ध स्टेट लायब्ररीत जाऊन त्याने अनेक आध्यात्मिक ग्रंथांचे वाचन केले. समर्थांचा दासबोध त्याचा आधीपासूनचा आवडता ग्रंथ! फ्रेंच भाषेचा अभ्यास ५० तासांत करून सर्व शाळेत तो वरच्या क्रमांकाने उत्तीर्ण झाला. त्याबद्दल शाळेकडून मिळणारी रोख रक्कम न स्वीकारता, त्याऐवजी दासबोधाची मागणी केली. शाळेचे मुख्याध्यापक आपटे गुरुजी त्या वेळी त्याला म्हणाले, "तुला का संन्यासी व्हायचे आहे?" यावर विनायक म्हणाला, "ज्या ग्रंथाचे वाचन आपण केले नाही त्याबद्दल बोलणे बरे नव्हे."[२२] गावाबाहेर दररोज ५

ते १० मैल धावण्याची सवयही याच वेळी त्याच्या ठिकाणी प्रकर्षाने बाणलेली दिसून येते. अधूनमधून तो आजारीही पडे. त्यामुळे डॉक्टरांचे औषध त्याला घ्यावे लागत असे. त्या वेळी त्याची आई त्याला

औषधं जाह्नवीतोयं वैद्यो नारायणो हरिः ।

हा श्लोक म्हणायला लावायची. त्याप्रमाणे विनायक हा श्लोक म्हणायचा. एके दिवशी या श्लोकातील अर्थ लक्षात येऊन विनायक आईला म्हणाला, "अगं आई, या श्लोकात तर परमेश्वराला वैद्य समजावे आणि गंगेच्या पाण्याला औषध समजावे असे सांगितले आहे." त्यावर आई म्हणाली, "अरे विन्या, तुझा तो अर्थ बरोबर आहे, पण त्याच्यासाठी योग्यता पाहिजे." "ती कोणती?" असे विनायकाने विचारल्यानंतर आई त्याला म्हणाली, "डॉक्टरांना परमेश्वर समज आणि त्यांनी जे काही औषध दिले आहे त्याला गंगाजल समज."[२३]

गागोद्याप्रमाणेच बडोद्याच्या या घरातही आपल्या कुटुंबासाठी रुक्मिणीबाईंचा कष्ट करण्याचा स्वभाव दिसून येतो. आईच्या या सेवाधर्माचा विनायकाच्या मनावर फार परिणाम झालेला दिसतो. नरहरपंत भावे यांना चक्कीचे पीठ आवडत नसे म्हणून पहाटे चारलाच उठून जात्यावर ती दळत असे. अशा वेळी लहानग्या विनायकाला तिच्या मुखातून पुढील ओव्या ऐकायला मिळायच्या.

आठवी माझी ओवी, आठवे वेळोवेळां
बैसलासे डोळा, पांडुरंग।
नववी माझी ओवी, सरले दळण
चुकले मरण, संसारीचे ।[२४]

या बडोद्याच्या वास्तव्यात घरकाम करताना जात्यांवरील ओव्यांप्रमाणेच बरीच भक्तिगीतेही तिच्या मुखातून बाहेर पडायची. लहानपणी ऐकलेल्या या भक्तिगीतांपैकी लक्षात राहिलेले एक गाणे विनोबांनी मातेच्या जन्मशताब्दीनिमित्त पुढीलप्रमाणे एका ठिकाणी नोंदलेले दिसते.[२५]

कृष्णा बाळ बोले यशोदेला
गाई आटपेनात मला ।
आई ग! पळताना पायात
काटा मोडला,
गाई आटपेनात मला ।

विनोबांनी आत्मचरित्र लिहिले नाही. तथापि आईने बालपणी जे जीवनशिक्षण दिले. त्यामुळे आपला विकास किती चांगल्या रीतीने झाला, हे कृतज्ञतेने स्मरून,

त्यांनी पुढील आयुष्यात आपल्या आईच्या अनेक आठवणी सांगितलेल्या दिसतात. त्यावरून असे कळते की, आईने विविध प्रसंगांतून योग्य ते ज्ञान देऊन विनायकाला लहानपणी खूप चांगले वळण लावले. अशाच प्रसंगांपैकी एक प्रसंग म्हणजे जेवणाच्या वेळी आहुती देण्याचा. एकदा विनायक अशी आहुती देण्याचे विसरला. आईने याबद्दल त्याला विचारले असता त्याने सांगितले की, : ''जर अशी आहुती दिली, तर पाव तोळे भात वाया जातो. म्हणजे एका महिन्यात सात तोळे आणि सबंध भारतात तीन करोड ब्राह्मण धरले, तर एका वर्षात तीन करोड शेर तांदळाचा नाश होणार.'' यावर आईने असे उत्तर दिले की, ''तू हुशार आहेस, तुझे गणित बरोबर आहे; परंतु माझे याबाबतीत दुसरे एक गणित आहे. थोडासा भात ताटाच्या बाहेर लावला म्हणजे माशा आपल्या ताटातील अन्नावर न बसता तो भात खातात, शिवाय यात प्राणिमात्रांची सेवाही होऊन जाते.''

असाच एक दुसरा प्रसंग. आपल्या हातातील काठीने विनायक घरातील खांबाला ठोकत होता. त्याला अडवून आई म्हणाली, ''त्या खांबाला कशाला ठोकतोस? तो खांब म्हणजे परमेश्वराची मूर्ती आहे, तेव्हा विनाकारण त्या मूर्तीला त्रास का देतोस?''[२६]

तिसरा प्रसंग. एकदा विनायकाने रात्रीच्या वेळी भिंतीवर पडलेली स्वत:ची सावली पाहिली व तो घाबरून आईकडे गेला. आई त्याला म्हणाली, ''घाबरू नकोस, ती सावली म्हणजे तुझा गुलाम आहे.''

एकदा तर फारच महत्त्वाची गोष्ट तिने त्याला सांगितली. ती विनायकाला म्हणाली, ''किती खायचे हे तुझ्या नावावर लिहिलेले आहे. कमी खाल्लेस तर जास्त दिवस जगशील आणि जास्त खात गेलास तर लवकरच नष्ट होशील.''

अशा तऱ्हेच्या वरील विविध प्रसंगांतून रुक्मिणीबाईंनी विनायकावर लहानपणीच; सर्व प्राणिमात्रांत परमेश्वर पाहणे, न घाबरणे, प्राणिमात्रांची सेवा करणे इत्यादी महत्त्वाचे संस्कार केलेले दिसतात. विनायकाला आईपेक्षा वडिलांचा सहवास कमी मिळाला, कारण त्याचे वडील नोकरीच्या निमित्ताने त्यांच्यापासून पुष्कळ वर्षे दूरच होते. विनायकाचे वडील नरहरपंत भावे यांचा जन्म ४ एप्रिल १८७५ रोजी वाई येथे झाला. १८९३ साली ते मॅट्रिक उत्तीर्ण झाले, पुढे इंटरपर्यंत शिक्षण झाल्यावर काही दिवस पुण्यात शिक्षक म्हणूनही त्यांनी नोकरी केली. नंतर त्यांना रंगकाम शिकण्याची इच्छा झाली म्हणून ते बडोदे येथील 'कलाभुवन' मध्ये दाखल झाले. 'कलाभुवन' ही औद्योगिक शिक्षण देणारी भारतातील एकमेव संस्था त्या वेळी बडोद्यात होती. बडोदा-नरेश सयाजीराव गायकवाडांनी १८९० मध्ये

तिची स्थापना केली होती. तेथे दीड वर्ष रंगविद्येचे शिक्षण घेऊन त्यांनी प्रमाणपत्र मिळविले आणि बकिंगहॅम मिल बडोदे येथेच रंग विभागात नोकरी धरली. या नोकरीनंतर बडोदे सरकारच्या खाजगी खात्यात टायपिस्ट म्हणूनही त्यांनी नोकरी केली.[२७]

हे नरहरपंत भावे थोडेसे तापट असले तरी शिस्तीचे व व्यवस्थित वागण्याचे भोक्ते होते. रंगकामात पुढील संशोधन करण्यासाठी अनेक दुर्मीळ पुस्तके त्यांनी आपल्या घरात आणून ठेवली होती. घराच्या एका खोलीत प्रयोगाची विविध उपकरणे पडलेली पाहून, त्यांचे घर म्हणजे एक प्रयोगशाळाच वाटायची. कपडे धुणे, शिवणे व इतर कुठलेही काम वेळेवर करणे याबाबतीत ते कटाक्षाने वागत.

कार्यालयातील कामे करण्याची त्यांची क्षमता बघून त्यांच्या वरिष्ठांनी त्यांचा पगार वाढविण्याची शिफारस केली होती. त्यांच्या जेवणातसुद्धा त्यांची गणिती बुद्धी दिसून येत असे.[२८] जेवताना नीट चावून चावून घास गिळावा याबद्दल त्यांचा आग्रह असायचा. चित्रकला आणि रसायनशास्त्र हे त्यांच्या व्यासंगाचे विषय होते. भारताचे आधुनिकीकरण झाले पाहिजे, भारतात निरनिराळी यंत्रे आली पाहिजेत, असे त्यांचे मत होते.

कपड्यांच्या छोट्या छोट्या तुकड्यांना रंग देऊन कोणता रंग कच्चा, कोणता रंग पक्का याविषयी ते प्रयोग करायचे. प्रत्येक कपड्याच्या तुकड्यासमोर त्याचा रंग लिहून एक पुस्तकही त्यांनी तयार केले होते. अशाच एका प्रसंगी त्यांची पत्नी रुक्मिणीबाई त्यांना म्हणाली, ‘‘कपड्यांच्या छोट्या छोट्या तुकड्यांना रंग देण्याऐवजी माझी साडी रंगवून द्या.’’ त्यावर ते म्हणाले, ‘‘जर हा रंगाचा प्रयोग यशस्वी झाला, तर त्यातून अनेक साड्या रंगविता येतील; परंतु जोपर्यंत प्रयोग यशस्वी होत नाही, तोपर्यंत तरी हे तुकडेच माझ्या हातात राहतील.’’

जेवणसुद्धा ते मोजूनमापून घ्यायचे. एखाद्या योग्याप्रमाणे त्यांचा जीवनक्रम असायचा. पुढील आयुष्यातही सोयाबीन आहार म्हणून घेण्याचे प्रयोग त्यांनी अमलात आणल्याचे दिसते. त्यांना हे प्रयोग करण्यापूर्वी मधुमेह व मूळव्याध झाल्याचाही उल्लेख आढळतो, पण आपल्या संयमी व वैराग्यशील वर्तनाने त्यांनी पुढील आयुष्यात त्या रोगांवर विजय मिळवलेला दिसतो.[२९]

अशा या योगी व शिस्तप्रिय पित्याच्या सहवासात लहानपणी विनायकाने अनेक वेळा मार खाल्ल्याचेही प्रसंग आढळतात. एकदा आज्ञा न ऐकल्यामुळे त्यांनी विनायकाला केरसुणीने मारले[३०] तर दुसऱ्यांदा मुसळाने मारलेले दिसते.[३१] विनायक

सोळा वर्षांचा झाल्यानंतर त्यांनी त्याला अशा तऱ्हेने मारण्याचे बंद केले. वडिलांनी केलेल्या संस्कारांमुळे विनायकामध्ये गणिताची आवड व वैज्ञानिक बुद्धी निर्माण झालेली दिसते. आपला मुलगा परदेशी उच्च शिक्षणासाठी जावा या हेतूने त्यांनी विनायकाला शाळेत संस्कृतऐवजी फ्रेंच भाषा घ्यायला लावली. गणित विषयाबरोबरच त्यांनी विनायकाला घरी इंग्रजीही शिकविले. ते परोपकारी स्वभावाचे होते, पण रुक्मिणीबाईंच्या व्रत-वैकल्यात तांदळाची जी गणती व्हायची, तीही गणिती शिस्तीने व्हावी, असे त्यांना वाटत असे.

एकदा त्यांच्या पत्नीने तांदळाचे एक लाख दाणे देवाला अर्पण करण्याचा संकल्प केला. अक्षत असे तांदळाचे दाणे त्यासाठी दररोज मोजावे लागत असत. ते पाहून नरहरपंत म्हणाले, ''एक तोळा तांदूळ घेऊन त्यात किती दाणे आहेत हे मोजा आणि हिशोब करून एक लाख दाणे बाजूला काढा. त्याच्यात पाहिजे तर अर्धा तोळा तांदूळ अधिक टाका.'' रुक्मिणीबाईंनी त्यावर काही उत्तर दिले नाही, परंतु त्यांच्या मताशी त्या सहमत झाल्या नाहीत. बाहेर फिरून घरात आलेल्या विनायकाला आईने विचारले, ''विन्या, हे लाखभर तांदूळ मोजून मोजून देवाला अर्पण करण्यामागे काय रहस्य आहे ते तर सांग?'' त्यावर विनायकाने म्हटले, ''आई, तू जो एकेक दाणा मोजून ईश्वराला अर्पण करतेस, तो दाणा मोजणे म्हणजे गणिताचे काम नाही; ती भक्ती आहे. दाणे मोजता मोजता ईश्वराच्या चरणी जी तद्रूपता साधते, भगवंताचे जे स्मरण होते याचेच महत्त्व एकेक दाणा मोजण्यामागे आहे. गणिती हिशोबाने तराजूत एकदम एक लाख दाणे मोजल्याने ही भक्तीची संधी मिळणार नाही.''विनायकाच्या या उत्तराने मात्र रुक्मिणीबाई खूप सुखावल्या.

अशा रीतीने हायस्कुलच्या टप्प्यापर्यंत विनायकाची, घरात आईवडिलांकडून विविध जीवनोपयोगी आध्यात्मिक व वैज्ञानिक संस्कार होऊन, जडणघडण कशी होत गेली याची काहीशी कल्पना आपणास येते.

विनायकाच्या लहान भावंडांची - बाळकृष्ण, शिवाजी, दत्तात्रेय व शांता, यांची माहिती अगोदर आलीच आहे. बडोद्यातील त्याच्या गृहजीवनाची स्थिती कशी होती व विनायकाचा स्वभाव कसा होता याविषयी बाळकृष्ण ऊर्फ बाळकोबा भावे यांनी एक पुस्तक[३२] लिहिले आहे. त्यावरून विनायकाच्या १३ ते १८ या वयोगटातील व्यक्तिमत्त्वावर बराच प्रकाश पडतो.

विनायकाच्या शालेय जीवनाविषयीही बरीच माहिती यातून आपणास मिळते. लहान भावाने या आठवणी लिहिल्यामुळे त्या निश्चितच विश्वसनीय आहेत. या

आठवणींवरून असे दिसून येते की, भाव्यांचे घर बडोदा येथील कापडीपोळेत असून विनायकाने बडोद्याच्या प्राथमिक शाळेत एकदम चौथीत प्रवेश घेतला. त्याचे मराठी सहाव्या इयत्तेपर्यंत शिक्षण बडोद्याच्या सहा नंबरच्या शाळेत झाले. वर्गात त्याचा पहिला नंबर असे. पुढे हायस्कुलातही ही हुशारी टिकली. त्याबद्दल त्याला सात-आठ रुपयांची शिष्यवृत्ती मिळत असे, पण त्याही वेळी त्याला पैशांविषयी आसक्ती नव्हती. ते पैसे स्वत:जवळ न ठेवता आईजवळ देत असे. या लहान वयातच पैशांपासून कटाक्षाने दूर राहण्याची वैराग्यशीलवृत्ती त्याच्यात होती असे दिसते. या वैराग्यशील वृत्तीचा परिणाम बाळकोबा व शिवाजी या त्याच्या बंधूंवरही झालेला दिसतो.

हायस्कुलातील व कॉलेजातील शिक्षण कुचकामी असून गुलामी वाढविणारे असल्यामुळे त्याने त्या शिक्षणाकडे हळूहळू दुर्लक्ष केले.[३३] गृहत्यागाचा विचार त्याच्या मनात जोर धरू लागलेला दिसतो. वैराग्यप्रमाणेच विनायकाची अभ्यासूवृत्तीही त्या वेळी किती दांडगी होती, हेही या आठवणींवरून आपणांस समजते. 'गीतारहस्य' प्रसिद्ध झाल्याबरोबर एकाच बैठकीत त्याने हा ग्रंथ वाचून समाप्त केला. १९०८ साली टिळकांना जी कठोर शिक्षा देण्यात आली, त्याचा विनायकावर खूप परिणाम झाला. त्या दिवसापासून विनायकाने साखर सोडली. म्हणजे 'विद्वत्तेच्या अंकावरती देशभक्ती खेळते' (कवी गोविंद, कविता-टिळकांची भूपाळी) हे याच वयात विनायकाने आचरणात आणून दाखविले, होते असे दिसते.

भाव्यांच्या गृहव्यवस्थेची व आईवडिलांच्या स्वभावाची कल्पना या संस्मरणातून आपणांस येते. त्यातून असे दिसते की, वैराग्य अंगी बाणावे अशी काही त्यांच्या घरात परिस्थिती नव्हती. वडिलांना ४० ते ५० रु. पगार! तीन रत्तलाचा लोटा भरून दूध घरी येत असे. कुटुंबात एकूण सात माणसे. मुलांना प्रत्येकी १० तोळे दूध मिळायचे. दुपारी सर्वांना ताक मिळायचे. सकाळी नाश्त्यात रात्रीची तूप लावलेली पोळी, त्याबरोबर थोडा गूळ. दुपारी आमटी, भात, तूप लावलेली पोळी व भाजी. सायंकाळी दुपारप्रमाणेच आहार. असे असूनही विनायकाची 'यदृच्छालाभसंतुष्ट:'(भगवद्‌गीता : ४-२२) अशी वृत्ती असायची. त्याचे मूळ कशात असेल? तर त्याने केलेल्या समर्थ वाङ्मयाच्या अभ्यासात! समर्थ रामदास हेच त्याचे त्या वेळचे आदर्श महापुरुष असले पाहिजेत. शरीराने जरी विनायक स्वत:च्या घरात वावरत असला, तरी मनाने तो समर्थांनी सांगितलेल्या विवेकासहित वैराग्याच्या उंच डोंगरावर राहिलेला दिसतो, कारण त्याच्या आईवडिलांचा त्याच्यावर याबाबतीत काही प्रत्यक्ष परिणाम झालेला दिसत नाही. त्याच्या उशिरा जेवण्याच्या

सवयीबद्दल आईने कधीच हटकले नाही. ती माउली त्याच्यासाठी, त्याचे जेवण होईपर्यंत उशिरापर्यंत तिष्ठत राहायची.

वडिलांशी विनायकाने संभाषण केल्याचे कधी आढळले नाही, त्यात त्याचे मौन वृत्तीचे बीज दिसून येते. वडीलही वैराग्ययुक्त स्वभावाचे दिसून येतात, कारण विनायक जेव्हा न कळविता घरातून निघून गेला, तेव्हा आपल्याला मुलगा झालेलाच नाही असे समजून त्यांनी तो आघात पचविल्याची आठवण बाळकोबांनी लिहिली आहे. पण ते प्रेमळ नव्हते असे नाही. रोज पहाटे साडेपाचला उठून कुटुंबासाठी दूध आणायला जात. शिवाय इतर कौटुंबिक कामांव्यतिरिक्त दर रविवारी सर्व मुलांचे कपडेही धूत असत. विनायकाला ज्या अर्थी त्यांनी संस्कृतऐवजी फ्रेंच घेण्यास सांगितले, त्या अर्थी त्याला काहीतरी 'मोठे' बनविण्याची चारचौघा पालकांप्रमाणे प्रबळ इच्छा असेलही त्यांच्या मनात, पण आईच्या 'मूकसेवा वृत्ती'चा प्रभाव विनायकावर नक्की पडलेला दिसतो. 'मातृमुखेन शिक्षणम्' हे सूत्र सर्वच मुलांना लागू व्हावीत, याचा पुढील आयुष्यात वेळोवेळी विनोबांनी जो पुरस्कार केलेला आढळतो, त्याची पाळेमुळे आपणास रुक्मिणीबाईंच्या या मूकसेवा वृत्तीत दिसतात.

घरात भावंडांशी विनायक फारसा बोलायचा नाही. ग्रंथालयात जाऊन तासन्तास वाचणे व संध्याकाळी ५ ते १० मैल गावाबाहेर फिरून येणे या त्याच्या सवयी या वयात ठळकपणे दिसून येतात. घरात फारसे न बोलल्यामुळे धाकट्या भावंडांना त्याच्याविषयी आदरयुक्त दरारा वाटायचा. याच कालखंडात त्याला मोघे, धोत्रे इत्यादी जे मित्र लाभले[३४] ते त्याच्या आयुष्यभर संगतीत राहिले. विद्यार्थिदशेत लाभलेले मित्र आयुष्यभर आपण स्वीकारलेल्या कार्यक्रमात लाभणे, ही गोष्ट विनोबांशिवाय दुसऱ्या कुठल्याही महापुरुषाच्या चरित्रात क्वचितच आढळेल.

वैराग्य, दृढनिश्चय, व्रतनिष्ठा व देशभक्ती इत्यादी गुणांची बीजे याच वयात त्याच्या वागण्या-बोलण्यात दिसून येतात. बडोदा हे जरी संस्थान होते तरी देशभक्तीच्या लाटेत ते सापडलेच. थोर देशभक्त व महान योगी म्हणून ख्याती पावलेले अरविंद घोष त्या वेळी बडोद्याच्या कॉलेजात प्राध्यापक होते. बॅरिस्टर केशवराव देशपांडे हेही क्रांतिकारकांना मदत करीत होते.

विनायकाच्या कर्तृत्वाचा पहिला अंकुर :

विनायकाने घरात कुणाला सुगावा न लागू देता 'विद्यार्थी मंडळा'ची स्थापना बडोद्यात केली.[३५] त्याचा बराचसा वेळ आता घराबाहेर जाऊ लागला. समर्थांनी ज्याप्रमाणे 'मराठा तितुका मेळवावा' अशी हाक देऊन तत्कालीन लोकांना संघटित होण्यास प्रेरणा दिली[३६], त्याप्रमाणे विनायकाच्या समुदायाच्या हव्यासामुळे हे 'विद्यार्थी

मंडळ' त्याच्याच प्रेरणेने स्थापन झाले, कारण या काळात समर्थांचा दासबोध म्हणजे विनायकाचे फार मोठे प्रेरणास्थान होते.

प्रारंभी मोकळ्या मैदानावर, गावाच्या बाहेर विद्यार्थी जमायचे. देश, देशभक्ती व इतरही विचारांच्या बाबतीत त्यांच्यात वाद व्हायचे, पण हे एक विचारमंडळच होते. समर्थ वाङ्मयाचा सतत नऊ वर्षे जो अभ्यास विनायकाने या बडोद्यातील वास्तव्यात केला व वयाच्या नवव्या वर्षापासून 'केसरी' वाचण्याची जी आवड त्याच्यात निर्माण झाली, त्याचे फळ म्हणजे हे 'विद्यार्थी मंडळ'होते! या विद्यार्थी मंडळात परस्परविरोधी स्वभावाचे विद्यार्थी होते. त्यांचे वर्णन करताना आचार्य शिवाजीराव भावे लिहितात[३७]- ''हा विद्यार्थी (पू.विनोबा) प्रत्येक बाबतीत या विद्यार्थी मंडळात श्रेष्ठ होता. त्याची बुद्धी, त्याचे लेखन, त्याचे वक्तृत्व, त्याचे वैराग्य, त्याच्या योजना; कोणत्याही बाबतीत दुसरे विद्यार्थी त्याची बरोबरी करू शकत नव्हते. तरी या दुसऱ्या विद्यार्थ्यांचाही साधना या दृष्टीने फार उपयोग झालेला आहे. यात गोपाळराव काळ्यांसारखे तर्ककुशल,बेडेकरांसारखे अतिशय निष्ठावान, मोघ्यांसारखे संसारविचारी, धोत्र्यांसारखे भावनावश, बाळू गोळ्यांसारखे दणकट, फडक्यांसारखे चिकाटीचे, देशपांड्यांसारखे भाविक आणि तगाऱ्यांसारखे मार्मिक विद्यार्थी असत.''

विनायकाच्या भावी जीवनाचा पायाच जणू काय या विद्यार्थी मंडळामुळे भक्कम झाला असे वाटते. 'प्रखर वैराग्य' व 'समुदायाची साधना' हे दोन गुण विनायकामध्ये समर्थ वाङ्मयाच्या अभ्यासामुळे व मननामुळे निर्माण झाले.

निःस्पृह वृत्तीने जवळजवळ २००० ग्रंथ जमविण्यात आले. प्रारंभी अनियमितपणे होणारी विनायकाची व्याख्याने-प्रवचने दर रविवारी मात्र नियमितपणे होऊ लागली. इतकेच काय पण संस्थेसाठी एक खोलीही भाड्याने घेतली गेली. ही खोली म्हणजे विद्यार्थ्यांचा एकत्र जमण्याचा मठच होता. करमणुकीसाठी, चैनीसाठी, पार्ट्या करण्यासाठी किंवा निंदा-स्तुतीसाठी न जमता, विचारांच्या परिपुष्टीसाठी एकत्र जमणे, हे या विद्यार्थी मंडळाचे वैशिष्ट्य होते. आचार्य म्हणून सर्वांसमोर विनोबा जे पुढील आयुष्यात प्रसिद्ध झाले, त्याचा उगम आपणास या ठिकाणी झालेला दिसतो.

काहीतरी विचाराने व ध्येयवादाने भारावून विद्यार्थी एकत्र येतात, ही गोष्ट बडोद्याच्या पोलिसांना खटकली. त्यामुळे आनंदराव नावाचा फौजदार या विद्यार्थी मंडळावर पाळत ठेवू लागला. 'Education is the preparation of life' ही उक्ती या विद्यार्थी मंडळातील विद्यार्थ्यांनी त्यांच्यातील चर्चेने, व्याख्यानाने व वादविवादाने सार्थ ठरविली.

बडोद्यातील या विद्यार्थी मंडळाविषयी व एकूण हालचालींविषयी माहिती देणारा एक लेख श्री. गोपाळराव काळे यांनी 'विनोबा- व्यक्तित्व और विचार'[३८] या ग्रंथात लिहिलेला आढळतो. त्यावरून असे दिसते की, गोपाळचा विनायकाशी प्रत्यक्ष परिचय इंग्रजी चौथीपासून झाला. 'फिरायला येतोस का?' असे विनायकाने विचारल्यानंतर गोपाळने होकार दिला. झाले! गोपाळचे व विनायकाचे गोत्र जमले. विनायकाला भटकण्याची, फिरण्याची फार आवड. एका वेळी पाच-सात मैल भटकणे म्हणजे त्याच्या दृष्टीने काहीच नाही. दिवसात कमीतकमी पंधरा मैलांचे भटकणे-फिरणे व्हायचेच! कधीकधी तर दुपारी बारा वाजता कडक उन्हात त्याला भटकण्याची लहर यायची, त्या वेळी बरोबर असलेल्या मित्रांची मात्र फजिती व्हायची! परंतु विनायकाने केलेल्या अखंड चर्चेमुळे भटकताना या मित्रांना वेळेचे भान राहत नसे. कधीकधी ही चर्चा किंवा वादविवाद इतका मनोरंजक व्हायचा की, फिरून गल्लीच्या चव्हाट्यावर आल्यानंतरसुद्धा उभ्याउभ्याने कित्येक तास वादविवाद चालायचा. त्यांच्याभोवती गर्दी जमायची, तरी त्यांचे त्या गर्दीकडे लक्ष नसायचे. घरात सर्व जणांची जेवणे होऊन जेव्हा झोपायची तयारी व्हायची, तेव्हा कुठे ही चमू घरी परतायची. पण घरात लाडके असल्यामुळे म्हणा किंवा घरातील लोकांना या बालचमूचा स्वभाव माहीत असल्यामुळे म्हणा, त्यांना कुणी हटकले नाही. त्यामुळे त्यांच्या या भटकण्याच्या कार्यक्रमात काही अडथळा आला नाही.

भटकणे, चर्चा व वादविवाद करणे आणि बडोद्याच्या सेंट्रल लायब्ररीत बसणे या कार्यक्रमांपुढे शाळेच्या अभ्यासाची कुणालाच पर्वा नव्हती. शाळेत मामुली हजेरी लावायचे. पण हे सर्व फार बुद्धिमान असल्यामुळे थोड्या वेळात खूप अभ्यास करून वरच्या श्रेणीत उत्तीर्ण व्हायचे. मॅट्रिकच्या परीक्षेतही या सर्वांनी असेच थोड्या वेळात अभ्यास करून सुयश मिळविलेले होते.

युरोपातील व्यापारात जिचे महत्त्वाचे स्थान आहे अशी फ्रेंच भाषा वडिलांनी विनायकाला संस्कृतऐवजी सक्तीने घ्यायला लावली. ही सर्व मंडळी मॅट्रिकच्या परीक्षेसाठी अहमदाबादला गेली, पण तोपर्यंत विनायकाने फ्रेंच भाषेसाठी असलेली अभ्यासाची पुस्तके उघडूनसुद्धा पाहिलेली नव्हती! भाषांच्या रचनांची तुलनात्मक पद्धत विनायकाच्या पटकन लक्षात यायची. त्यामुळे फ्रेंच भाषेशी त्याचा परीक्षेपूर्वी जो काही अल्प परिचय झाला होता, त्यातून दोन दिवसांत सर्व पुस्तकांचा परीक्षेसाठी असलेला अभ्यास त्याने पूर्ण केला.

विनायकाच्या आग्रही स्वभावामुळे कॉलेजच्या प्रथम वर्षाच्या परीक्षेत नापास

होता होता तो सुदैवानेच वाचला! गणित म्हणजे त्याचा अतिशय आवडता विषय. जणू काही त्याचे ते परब्रह्मच! परीक्षेतील गणिताची प्रश्नपत्रिका पाहिल्यानंतर विनायक क्रमाने प्रश्नांची उत्तरे लिहू लागला. पहिला प्रश्न खूप कठीण होता. त्यातच त्याचा बहुतेक वेळ वाया गेला. परंतु क्रमानेच प्रश्नांची उत्तरे लिहिण्याचा आग्रही निश्चय असल्यामुळे इतर प्रश्न सोडविण्यासाठी वेळ मिळाला नाही व जिथे ८० गुण मिळायचे, तिथे कसेबसे ३० गुण मिळून नापास होण्यापासून सुटका झाली.

विनायकाने दासबोधाचा चांगला अभ्यास केला होता. श्री समर्थ त्याचे आवडते दैवत होते. पण विनायकाला आजन्म ब्रह्मचारी राहण्याची प्रतिज्ञा त्यातून स्फुरली नव्हती, तर त्याचे ब्रह्मचर्य हे स्वयंस्फूर्त होते.

विनायकाच्या जेवणाबद्दल सांगायचे म्हणजे त्याचे जेवणाकडे अजिबात लक्ष नसायचे. जे काही ताटात वाढले जायचे ते खाऊन, न बोलता जेवण झाल्यावर तेथून तो उठून जात असे.

विनोबांनी पुढील आयुष्यात घेतलेल्या 'अस्वाद' व्रताच्या पाऊलखुणा दाखविणारा एक प्रसंगही या स्मरणात दिलेला आढळतो. एकदा असेच दुपारचे जेवण झाल्यावर काही न बोलता विनायक बाहेर गेला. संध्याकाळी फिरून परत आल्यानंतर विनायकाच्या आईने त्याला विचारले, "असे विन्या, दुपारी डाळ खूप खारट झाली होती त्याबद्दल तू काहीच कसा बोलला नाहीस?" परंतु आईच्या या बोलण्याकडेही विनायकाचे लक्ष नसायचे, त्याला कारण 'अस्वाद' व्रताकडे वळलेली त्याची वृत्ती! आई माहेरी गेली असताना वडिलांबरोबर खाणावळीत जेवतानाही अशीच वृत्ती असायची. वडील बाहेरगावी जाताना खाऊसाठी, आंबे खाण्यासाठी काही पैसे विनायकाला देऊन जायचे; पण ते तसेच शिल्लक राहायचे! विनायक आपल्याच धुंदीत मस्त असायचा. शरीराचे चोचले पुरवायचे नाहीत या निःस्पृह बाण्याबरोबरच त्याच्या जिभेलाही त्या वेळी तिखट धार होती. "नखे आणि केस इतके का वाढविले?" असे जर कुणी विचारले, तर लगेच त्यास प्रतिप्रश्न विचारायचा, "तुम्ही न्हाव्याचा धंदा करता की काय?" आणि खांद्यावर सदरा टाकून बडोदा शहरात उघड्या अंगाने बिनधास्त हिंडायचा. जर कुणी उगाच पोकळ प्रतिष्ठितपणा दाखविण्यासाठी इंग्रजी त्याच्यासमोर बोलायला लागला, तर विनायक त्याला विचारायचा, "तुझी आई का मड्डम होती?" अर्थात इंग्रजीविषयी त्याला तिटकारा नव्हता, तर मातृभाषेविषयी ज्वलंत अभिमान होता. विशेषकरून इंग्रजी शब्दांचा शुद्ध उच्चार केला पाहिजे असा त्याचा कटाक्ष असायचा. **'एकः शब्दः सम्यक् ज्ञातः सम्यक् प्रयुक्तः स्वर्गे लोके कामधुक् भवति।'** हा त्याचा

आग्रह लहानपणापासूनच दिसून येतो. पुढेही अनेक भाषांचे ज्ञान मिळविण्याच्या वृत्तीचा उगमही येथेच झालेला दिसतो.

समर्थांचा 'दासबोध', मोरोपंतांचे 'केकावली' व 'आर्याभारत' हे ग्रंथ विनायकाचे आवडते ग्रंथ झाले होते. 'आर्याभारत' तर जवळजवळ पाठच झाले होते. 'केकावली' तर एवढ्या मोठ्याने म्हणायचा की, सबंध गल्ली त्या आवाजाने निनादून जायची! याशिवाय मॅझिनी चरित्राला सावरकरांनी जी प्रस्तावना लिहिली आहे तीसुद्धा आपल्या मित्रमंडळींना मोठ्याने व आवेशाने वाचून दाखवायचा.

१९०८ मध्ये 'काळ', 'केसरी' ही वर्तमानपत्रे व बडोदा स्टेट लायब्ररीतील सर्व ग्रंथ वाचून विनायकाने आपले डोळे इतके खराब करून घेतले की, पुढेसुद्धा यात फार काही सुधारणा होऊ शकली नाही.

विद्यार्थी मंडळाची स्थापना १९०५ नंतरच्या सुमारास झाली असे शिवाजीराव भावे म्हणतात, तर गोपाळराव काळेंच्या आठवणीप्रमाणे ती १९०८ मध्ये झाली. १९०८ मध्ये विनायकाच्या मित्रांनी विद्यार्थी मंडळाची स्थापना केली. मंडळाच्या बैठकीचा प्रारंभ धोत्रे यांच्या घरापासून झाला. नंतर गोपाळराव काळयांच्या घरी मंडळाच्या बैठकी होऊ लागल्या. पुढे त्यासाठी भाड्याची वेगळी खोली घेतली गेली. या मंडळात निवडक विद्यार्थी होते, कारण 'क्रांतिकारी विचार' जतन करणारे हे मंडळ होते. त्या वेळी त्यांच्या या क्रांतिवादी विचारसरणीमुळे इतर मंडळांवर टीका करायला हे विद्यार्थी मागेपुढे पाहत नसत!

हनुमान जयंती, शिवाजी जयंती, गणपती उत्सव, दासनवमी व इतर विविध उत्सव मंडळातर्फे साजरे केले जात. भिक्षा मागून ग्रंथालय स्थापन केले. जवळजवळ १६०० उपयुक्त ग्रंथ जमविण्यात आले, ज्यांच्यात मोलस्वर्थ, क्यांदी इत्यादींचे शब्दकोशही होते. पुढे 'विद्यार्थी मंडळ' समाप्त केल्यानंतर हे ग्रंथालय साबरमती आश्रमाला अर्पण करण्यात आले.

विद्यार्थी मंडळात झालेल्या विनायकाच्या वक्तृत्वातील आवेश व ओज गोपाळराव काळयांना पुढे तसा ऐकायला मिळाला नाही, कारण पुढे पुढे विनोबांचे वक्तृत्व शांत व धीरगंभीर झालेले दिसते.

वैराग्याच्या या प्रारंभ काळात विनायकाचे वैराग्य अग्निसारखे दाहक, उग्र व प्रखर होते. यातूनच पुढील आयुष्यात धगधगीत वैराग्यसूर्य उदयाला आलेला दिसतो. विनायकाच्या दृष्टीने ते हितकारक असले तरी त्यात दुसरे भाजून निघायचे व त्यांचा विनायकाबद्दल गैरसमज व्हायचा! विनोबांचे अंत:करण आयुष्यभर जसे आतून ऋजू राहिले तसेच त्या वेळीही होते, पण त्या अंत:करणाचे

बाह्य स्वरूप वेगळे होते त्या वयात, फरक एवढाच!

गृहत्यागाची चाहूल :

१९१३ मध्ये ही मित्रमंडळी मॅट्रिक उत्तीर्ण झाली. खरे तर घरात कुठल्याही गोष्टीचा त्रास नव्हता, पण तरीही विनायकाच्या मनात घर सोडण्याचा विचार सुरू झाला. 'देशसेवा' करण्यासाठी जरी आईवडिलांचा विरोध नव्हता, तरी विनायकाला कुठलेही बंधन किंवा आसक्ती नको होती. केवळ देशसेवाच करायची नव्हती, तर 'साधना'ही करायची होती. गोपाळने आपले म्हणणे मांडले की, देशसेवेसाठी त्यास वकील व्हायचे आहे. अशा तऱ्हेने दोन वर्षे तशीच निघून गेलीत. मध्यंतरी त्याचा विवाहही झाला. त्यामुळे विनायक गोपाळवर नाराज होऊन म्हणाला, 'तेथे पाहिजे जातीचे। येरा गबाळ्याचे काम नोहे।'. गृहत्याग करून काशी वास्तव्यानंतर बापूजींच्या आश्रमात आल्यानंतरसुद्धा या मित्रांनी विनोबांची पाठ सोडली नाही. पुढे असहकाराच्या आंदोलनात १९२० साली विनोबांनी काळ्यांना वकिलीच्या परीक्षेत बहिष्कार टाकायला लावून चळवळीत ओढले.

या विद्यार्थी मंडळाविषयी लिहिताना शिवाजीराव भावे म्हणतात[३९], 'घरात जसे व्यक्तीचे पोषण तसे या संस्थेत विचारांचे पोषण.' विनायक म्हणजे या विद्यार्थी मंडळाचा मध्यबिंदू होता. आपल्या आचार-विचार-उच्चार यातील एकतेमुळे पुढील काळात भूदानयात्रेसाठी जे कार्यकर्ते त्यांनी निर्माण केले, त्याची मुळे आपणास या विद्यार्थी मंडळात दिसतात.

प्रखर देशभक्तीमुळेच विनायक या मंडळासाठी सर्वस्व ओतून काम करताना दिसतो. या कालखंडात त्याचा राजकीय पिंड लोकमान्य टिळकांच्या 'केसरी'ने पोसलेला दिसतो. प्रखर वैराग्याबरोबरच प्रचंड अभ्यासाची जोड त्याने आपल्या या हायस्कुलातील अध्ययनात दिलेली आढळते. या काळात त्याने ५ ते १० हजार कविता पाठ केल्या होत्या. याबद्दलची आठवण त्यांनी पुढील काळात प्रसिद्ध केली.[४०] ज्ञानेश्वर, रामदास, तुकाराम, मोरोपंत इत्यादी संत-पंत साहित्याचे अध्ययनही या विद्यार्थ्याने याच वयात केले. पुढेही आयुष्यभर जो अध्ययनशील व अध्यापनशील स्वभाव कायम टिकला, त्याचे मूळ बडोद्यातील विद्यार्थिदशेतील या धडपडीत दिसते.

गावातील कुणाही वडीलधाऱ्या राजकीय किंवा सामाजिक नेत्याचे मार्गदर्शन नसताना एवढ्या लहान वयात विनायकाने आपल्याभोवती **'रचुनी जमवी ऐसी भोवती बालसेना'**[४१] उभी केली, त्यात त्याचे संघटन कौशल्य व समुदायाचा

हव्यास दिसून येतो. विनोबांचे चरित्रकार शिवाजीराव भावे म्हणतात, 'यापुढील कार्यक्षेत्रात प्रवेश करण्याची ही पूर्वतयारी होती. यापुढे या विद्यार्थ्यांबरोबर जी मंडळी राहिली, त्यापैकी कित्येकांनी जरी विवाह केले तरी त्यांचे घर सुटले ते सुटलेच. या विद्यार्थ्यांची धाव थेट मोक्ष-साधनेपर्यंत भिडली, तेव्हा आसपास घर सुटून सेवाकर्माची काही ऊब मिळाली.'

विनायकाच्या या विद्यार्थिदशेतील इतर हालचालींतून दिसणारी विविध रूपेही न्याहाळणे योग्य होईल. संस्कृत भाषेचा त्याने घरच्या घरी मोठ्या चिकाटीने अभ्यास केलेला दिसतो. पुढील काळात विनोबांनी वेद-उपनिषदे, गीता या संस्कृत ग्रंथांवर पुस्तके लिहून आपले विचार व्यक्त केले, त्याचा उगम बालपणी केलेल्या या संस्कृतच्या अभ्यासात दिसतो. संस्कृत भाषेच्या अभ्यासाकडे वळण्यास विनायकाला आईनेच प्रेरणा दिल्याची एक आठवण प्रसिद्ध झाली आहे.[४२] एके दिवशी सकाळी विनायक वर्डस्वर्थची कविता वाचत होता. आई म्हणाली, 'विन्या, सकाळी सकाळी येस्-फॅस्!' 'ब्राह्मणाचा मुलगा आहे तर मी संस्कृत शिकून घेईन' असे विनायक उत्तरला व त्याने घरीच मित्र गोपाळ काळेच्या मदतीने संस्कृत शिकायला सुरुवात केली. म्हणजे शाळेत जरी त्याला संस्कृत शिकता आले नाही, तरी स्वयं-अध्ययनाने विनायकाने ती उणीव भरून काढलेली दिसते. विनोबांनी पुढे अनेक धर्मग्रंथांचे स्वतःच अध्ययन केले, त्याचा उगम आपणास त्यांच्या या विद्यार्थिदशेतील स्वयं-अध्ययनशील वृत्तीत दिसून येतो. स्वतः सतत शिकणे व इतरांनाही सतत शिकवित राहाणे हा जो पुढे त्यांच्या आचार्यपदाला शोभणारा त्यांच्या व्यक्तिमत्त्वातील स्थायिभाव दिसून येतो, त्याचे मूळ आपणास बडोद्यातील त्यांच्या या शालेय व महाविद्यालयीन जीवनातील विविध उपक्रमांत दिसून येते.

शालेय व महाविद्यालयीन जीवनात अभ्यास, विद्यार्थी मंडळ याव्यतिरिक्त बडोद्यात होणाऱ्या विविध व्याख्याने, प्रवचनांनाही विनायक हजर असल्याचे दिसते. त्यापैकी एक-दोन व्याख्यान-प्रवचनांचे प्रसंग स्वतः विनोबांनी भूदान पदयात्रेत सांगितल्याची नोंद कुंदर दिवाण यांनी केलेली आढळते.[४३] त्या नोंदीवरून असे दिसते की, बडोद्याला दादामहाराज दासबोध सांगत असत, त्यांच्या पारायणाला विनायक न चुकता जात असे. दादामहाराज दासबोधातील चाल समासातील वचनांशी संगती दाखवित असत. प्रवासात जाड पुरुष म्हणजे थोर पुरुष भेटतात असे जे समर्थांनी दासबोधात लिहिले आहे, ते स्वानुभवाने लिहिले आहे, असे दादामहाराजांचे मत होते.

कुंदर दिवाण यांना विनोबांनी ७/३/१९५८ ला भूदान पदयात्रेत सांगितलेला दुसरा प्रसंग म्हणजे, ब्रूक्स साहेबाचा बडोद्याला गीतेवर झालेल्या व्याख्यानाचा. या व्याख्यानाला मोठमोठ्या लोकांबरोबर विनायक भावेही गेला होता. सभेत तो मागे बसला होता. ब्रूक्स साहेबाचे व्याख्यान तो लक्षपूर्वक ऐकत होता, कारण तोही गीतेचा अभ्यासू विद्यार्थी होता. ब्रूक्स साहेबाने व्याख्यान देत असताना गीतेतील मूळ श्लोक दिले नाहीत, 'तस्मात् त्वं' याचा उच्चार त्याने 'टश्माट् टवम्' असा केला हे त्याच्या लगेच लक्षात आले. (कारण इंग्रजी भाषेत 'त' नाही).

याच वेळी पांगारकरांनी 'मुमुक्षू'मध्ये लिहिलेली व पुढे 'रामदासी बोवा' या नावाने पुस्तकरूपाने प्रसिद्ध झालेली लेखमाला त्याच्या वाचनात आल्याचा उल्लेख आढळतो.[४४] त्यामुळे आजन्म ब्रह्मचारी राहण्याच्या प्रतिज्ञेबरोबरच देशासाठी काहीतरी करावे, बंगालमधील क्रांतिकारक बॉंब टाकून इंग्रजांचा प्रतिकार करतात तसे काहीतरी सशस्त्र क्रांतिकारक कृत्य करावे असे त्याच्या मनात या वेळी घाटत होते असे दिसते. 'रामदासी बोवा'च्या वाचनाचाही परिणाम या सशस्त्र क्रांतिकारी वृत्तीला पुष्टी करणारा ठरला.

ल.रा. पांगारकरांनी 'मुमुक्षू' नावाचे साप्ताहिक १९०४ साली धुळ्यात सुरू केले होते. तेथे ते चालविणे शक्य न झाल्याने पांगारकर पुण्याला आले व १९०७ साली 'मुमुक्षू' पुण्यात सुरू केले. लोकमान्य टिळकांच्या राजकारणाचे ते अनुयायी होते. 'मुमुक्षू' पत्रात त्यांनी 'रामदासी बोवा' या नावाने एक लेखमाला लिहिली होती. यातील जहाल विचार व गुप्त कट-कारस्थानांची चर्चा इंग्रज सरकारास न रुचल्यामुळे त्यांनी ही लेखमाला आक्षेपार्ह ठरवून रामदासी बोवा जप्त केले (संदर्भ- अर्वाचीन मराठी वाङ्मय सेवक, संपादक- गं. दे. खानोलकर).

या दृष्टीने 'रामदासी बोवा' या लेखमालेतील काही वाक्ये पाहण्यासारखी आहेत[४५]-

- आधी लोककार्य करा आणि मग लोकमान्य व्हालच व्हाल.
- अगोदर मुकाट्याने टिमकी वाजवून घेतल्याशिवाय भराभर राष्ट्रजागृतीची व राष्ट्रहिताची कामे करा.
- प्रत्येकाने आपल्या प्रांताचा पूर्ण कब्जा घ्यावा. भगवद्-अर्पण बुद्धीने राष्ट्राची कामे करा. करणाऱ्याला दशदिशा मोकळ्या आहेत. कार्यकर्ते झटणारे मेहनती लोक पाहिजेत.
- 'राजकारण करावे। पण कळोच न द्यावे।।'

  या वाणीचे लोक परमार्थ साधून जाणाऱ्या लोकातच निघतील.

● परवा रावळपिंडीस एका गोऱ्या नराधमाने एका हिंदू अबलेवर जुलूम केला. तो नराधम न्यायाच्या कोर्टातून सुटला हे सद्य:स्थितीला अनुसरूनच झाले. पण असे जे अनन्वित प्रकार जागोजाग होतात ते घालविणे लोकांच्या हातात नाही का? ज्या पुरुषांना आपल्या बायका पोरांचे रक्षण करता येत नाही ते पुरुष कसले? आपल्या राष्ट्रात जेथे जेथे जुलूम होत असेल तेथे तेथे तरुणांच्या संघांनी ते अन्याय व जुलूम थांबवण्यासाठी प्रयत्न केले पाहिजेत. जुलमी लोकांच्या ढुंगणाला चाप बसायला लागले की जुलूम आपोआप नाहीसे होतील.

● ज्याप्रमाणे काही तरुण तपोबल वाढविण्याच्या मार्गास लागले पाहिजेत त्याप्रमाणे काही तरुण कंबर कसून अन्याय व जुलूम यावर मोहीम करायला निघाले पाहिजेत.

● तरुणांनी सर्वत्र संचार करून सर्व स्थळे अवलोकन करून यावे.

● भूगोल दोन आण्याच्या पुस्तकात शिकू नये, तर सारा भूगोल उलथून टाकावा.

● पिकल्यावाचून विकायला बाजारात काहीही आणू नका.

● शक्ती पाहिजे, युक्ती पाहिजे व भक्तीही पाहिजे. तीनही अंगी असतील तरच पुढारीपण अंगी बाणू शकेल.

'रामदासी बोवा' या पुस्तकात सातव्या प्रसंगामध्ये 'ब्रह्मचर्या'संबंधी विवेचन केलेले आढळते. अशा तऱ्हेचे सर्व उतारे पाहिले म्हणजे रामदासी बोवांनी आर्त पुत्राला देव व देश यांच्याविषयी केलेला उपदेशच होय असे जाणवते. यात राजकारण करणाऱ्या गुप्त मंडळांचे वर्णन आलेले आहे. प्रत्ययाचे ब्रह्मज्ञान प्राप्त करून घेतले पाहिजे यासाठी तरुण अविवाहित राहिले, तर फारच उत्तम, याविषयीचे विचार यात आलेले आहेत.

विनायकाने जरी स्वयंस्फूर्तीने आजन्म ब्रह्मचारी राहण्याची प्रतिज्ञा केली होती, तरी विद्यार्थी मंडळाची स्थापना करून त्याबरोबरच सशस्त्र क्रांतीचे विचार त्याच्या मनात पेरण्याची कामगिरी या 'रामदासी बोवाने केलेली असावी' असे वाटते. 'आपल्या डोक्यात त्या वेळी बंगालची क्रांती व हिमालयाची शांती होती' अशा आशयाचे विचार विनोबांनी पुढे अनेक वेळा व्यक्त केलेले आढळतात. विनायकाची बडोद्यातील जवळजवळ अकरा वर्षांच्या या वास्तव्यात अशीच आणखी काही रूपे आपल्यासमोर खालील हकिकतींवरून उभी राहातात.

काही वेळा विनायकाला असे वाटायचे की, योगाद्वारे सिद्धी प्राप्त करून इंग्रजांना भारताबाहेर कायमचे घालवावे. त्यासाठी त्याने योगाभ्यास केला. उन्हाळ्यात

नळाच्या पाण्याखाली पद्मासन घालून तो बसायचा. ब्रह्मरंध्रावर नळाचे पाणी पडू द्यायचा. निरनिराळी योगासनेही तो शिकला. त्या वेळी अरविंद घोष यांचे भाऊ बारींद्र घोष बडोद्याला आले होते. ते जमिनीपासून एक फूट उंच उठण्याचे आसन शिकवितात, असे विनायकाच्या कानावर आले. ते शिकण्याचा त्याने दोन महिने प्रयोग केला व असा निष्कर्ष काढला की, आसनाद्वारे जमिनीवरून एक फूट उंच उठणे शक्य नाही.[४६]

शिक्षकाने मुलांना अतिशय प्रेमाने शिकविले पाहिजे हा जो शिक्षणविषयक विचार विनोबांनी पुढील आयुष्यात व्यक्त केला,[४७] त्याचे बीज आपणास त्यांच्या शालेय जीवनातील एका प्रसंगात आढळते. त्यांच्या शाळेतील एका शिक्षकाला मुलांना छडीने मारण्याची सवय होती. त्यासाठी कुलूपबंद कपाटात ते शिक्षक छडी ठेवायचे. एखाद्या मुलाला शिक्षा द्यायची असेल, तर कपाटातून छडी बाहेर निघायची. छडीने मारण्याचा व शिक्षणाचा काय संबंध? अशा तऱ्हेचा विचार विनायकाच्या मनात आला. त्याने छडी ठेवलेल्या कपाटाची दुसरी चावी मिळविली आणि कुलूप उघडून छडी फेकून दिली. हा प्रकार जेव्हा ४-५ वेळा घडला, तेव्हा विनायकाचा खोडकरपणा शिक्षकाच्या लक्षात येऊन पाचशे बैठका काढण्याची शिक्षा त्यांनी त्याला दिली. १२३ बैठका झाल्याबरोबर शिक्षकाने पुरे असे म्हटले. विनायक म्हणाला,

"सर, एकशे तेवीसच बैठका काढून झाल्या आहेत."

शिक्षकाने खुलासा केला, "पाचशे म्हणजे शंभर अधिक पाच. या हिशोबाने अठरा जास्तच झाल्या."[४८]

या वयातील वैराग्यशील वृत्ती ठसठशीतपणे व्यक्त करणारा एक प्रसंग विनोबांनी पुढील आयुष्यात सांगितल्याची नोंद आढळते. साधारणपणे सिनेमा आजच्याप्रमाणेच ८०-९० वर्षांपूर्वीही मुलांना व तरुणांना आवडायचा. एकदा विनायक आपल्या काही मित्रांबरोबर केवळ मित्रप्रेमापोटी सिनेमाला गेला. जाताना त्याने आपल्याबरोबर एक पथारीही नेली होती. सिनेमा सुरू झाल्याबरोबर जमिनीवर पथारी टाकून तो जो झोपला, तो सिनेमा संपल्यानंतर मित्रांनी उठविल्यानंतरच जागा झाला.

महाविद्यालयात आल्यानंतर त्याचे आणखी एक रूप आपणास पाहावयास मिळते. गणिती विनायक म्हणून त्याचे प्राथमिक रूप दाखविणारा एक प्रसंग याच सुमारास घडला. त्याच्या गणिताच्या प्राध्यापकांना त्याने गणित शिकताना एक शंका विचारली. त्या शंकेचे उत्तर प्राध्यापक महाशय इतक्या वर्षांचा गणित

शिकविण्याचा अनुभव असूनही देऊ शकले नाहीत.

ज्ञानेश्वरी, गीता, संतांचे ग्रंथ हे तर अंगात पचविण्याच्या दृष्टीने वाचण्यास सुरुवात केली होतीच, पण आवडता विषय गणित म्हणून गणितात तासन्‌तास गढून जात असे. आपल्या मित्रांना अडणारी गणिते तो सहजच सोडवून द्यायचा. गणिताचे प्राध्यापक वर्गात शिकवित असताना जर त्यात काही लक्ष देण्यासारखे विनायकाला आढळले नाही, तर तो आपल्या गणित सोडविण्याच्या कामात गर्क असायचा. एकदा प्राध्यापक गणिताविषयी टीका-टिप्पणी लिहून देत होते, विनायक ते काही लिहून घेत नव्हता. हे बघून प्राध्यापक म्हणाले, 'विनायक, मी सांगितलेले वाचून दाखव.' विनायकाने वहीत लिहून घेतले नव्हते, तरीसुद्धा वहीत पाहिल्यासारखे करून सर्व नोट्‌स जशाच्या तशा वाचून दाखविल्या.[४९]

अशा प्रकारे अलौकिक ग्रहणशक्तीने युक्त असलेल्या 'गणिती' विनायकाचे विद्यार्थिदशेतले हे एक रूप आपणास आढळून येते. त्याच्या डोक्यात बंगालची क्रांती घुसण्यास त्या वेळच्या देशातील वातावरणाप्रमाणेच बडोद्याचे तत्कालीन वातावरण पोषक ठरले असावे, असे वाटते. या काळात बडोद्याला बॅरिस्टर केशवराव देशपांडे व खासेराव जाधव यांच्यासारख्या सयाजीराव महाराजांच्या अत्युच्च अधिकाऱ्यांनी क्रांतिकारकांना साहाय्य करण्याच्या घटना घडत होत्या. याबद्दलचे वर्णन दाजी नागेश आपटे यांनी लिहिलेल्या 'सयाजीमहाराज तिसरे यांचे चरित्र- खंड तिसरा', पान क्र.७९२-९३ यामध्ये आलेले आहे. त्यावरून असे समजते की, बडोदे संस्थानात मेहसाणा जिल्ह्यातील 'शिक्षक' नावाच्या छापखान्यातून श्री. अरविंद घोष यांच्या काही लेखांचे भाषांतर प्रसिद्ध केल्याचा संशय ब्रिटिश सरकारास आला होता. १९११ साली त्याच छापखान्यातून 'मुक्तीकोन पथे' या आक्षिप्त बंगाली पुस्तकाचे गुजराथी भाषांतरही प्रसिद्ध झाल्याचे ब्रिटिश सरकारच्या लक्षात आले होते, त्यामुळे केशवराव देशपांडे यांची बदली न्याय खात्यात करण्यात आली. पुढे केशवरावांनी राजीनामा दिला. बडोद्याच्या त्या वेळच्या रेसिडेंटच्या मताप्रमाणे जवळजवळ एक चतुर्थांश ते एक तृतीयांशपर्यंत बडोद्याची प्रजा राजद्रोही होती. राजद्रोही म्हणजे इंग्रज सरकारविरुद्ध होती. अशा वातावरणात केसरीच्या वाचनामुळे निर्माण झालेले देशभक्तीचे विचार बळकट न झाले असते तरच आश्चर्य!

विनायकाची ही विविध रूपे व त्याने घेतलेली आजन्म ब्रह्मचारी राहण्याची प्रतिज्ञा हे सर्व पाहिले म्हणजे तो लवकरच गृहत्याग करणार असे अंधुकसे वाटू लागते. 'गृहत्याग' करण्यापूर्वी आपल्या कच्च्या मडक्याला घर सोडल्यानंतर कोणी

हसू नये यासाठी विनायकाने आपल्या शरीराची खूप कसोटी घेतलेली दिसते. ब्रह्मचर्याबद्दल त्याच्या वाचनात मनूची काही वचने आलेली दिसतात. त्यापैकी 'ब्रह्मचाऱ्याने पायात जोडा घालू नये व डोक्यावर छत्री वापरू नये' **(वर्जयेत् उपानच्छात्रधारणम्)** या वाक्याचा विनायकावर परिणाम झालेला दिसतो. म्हणून पायात जोडे न घालता बडोद्याच्या त्या डांबरी रस्त्यांवरून कडक उन्हाळ्यात तासन्तास विनायक भटकताना दिसतो. यामुळे त्याच्या डोळ्यांवर जो दुष्परिणाम झाला, तो त्याने सहन केला. हे झाले शारीरिक तप!

मनाला जिंकण्याच्या दृष्टीने विनायकाने एक प्रयोग केला. त्याच्या घराशेजारी एक कुंभार राहत होता. त्या कुंभाराकडे एक गाढव होते. ज्या वेळी रात्री विनायक अध्ययनाला बसत असे, त्याच वेळी ते गाढव जोरात ओरडायचे. त्यामुळे त्याला आपले वाचन तेवढ्या वेळेपुरता बंद करावे लागे. यावर काय इलाज करावा? अशा विचारात असतानाच एके दिवशी पाश्चात्त्य संगीत ऐकण्याचा प्रसंग अनायसे त्याला लाभला. ते संगीत त्याला अतिशय कर्णकटू वाटल्यामुळे तो तेथून उठून गेला, पण बाकीच्यांना आवडल्याने ते थांबून राहिल्याचे त्याने पाहिले. यावरून त्याने असा अर्थ काढला की, जी गोष्ट आपणास कर्णकटू वाटते, ती काही लोकांना मधुर वाटते. त्यामुळे त्या गाढवाच्या ओरडण्याकडे तो आता एका नवीन दृष्टीने पाहू लागला. ते गाढव ओरडले की हाही त्याच्याशी समरस होण्यासाठी त्याच्यासारखा आवाज काढायचा. या प्रयोगातून त्याने असा निष्कर्ष काढला की, त्या गाढवाच्या रात्रीच्या ओरडण्यात करुणा होती. म्हणून पुढे त्याच्या ओरडण्याचा विनायकाला त्रास झाला नाही. त्या गाढवाला त्याने गर्दभराज पदवी दिली[५०] आणि त्याच्या ओरडण्याला गर्दभराग म्हटले.

मनाला जिंकण्यासाठी त्याने केलेला दुसरा प्रयोग म्हणजे, केलेली कविता अग्निला अर्पण करण्याचा हा होय. विनायकाला त्या वेळी कविता करण्याचा छंद होता. कविता करायची, मोठ्याने म्हणायची व जमली असे वाटले की अग्निला अर्पण करायची.[५१] अनासक्ती आपल्या अंगात पूर्ण मुरवून घ्यायची होती हेच या प्रयोगातून दिसते. कोणत्या कविता जाळल्या याची माहिती जरी कोणाकडूनही उपलब्ध झाली नाही, तरी विनोबांच्या कवित्वाचा प्रारंभ याच वयात झाला आहे हे आपणास समजते.

गौतम बुद्धाच्या गृहत्यागाचे उदाहरण विनायकापुढे असावे असे वाटते. बडोद्याला शाही उद्यानात (ज्युबिली गार्डन) गौतम बुद्धाची मूर्ती होती. वेळ मिळाला की तो त्या उद्यानात जात असे व ध्यानस्थ बुद्धाशी एकरूप होत असे, कारण

त्याच्याही मनात गृहत्यागाचा विचार होता. आद्य शंकराचार्य, समर्थ रामदास आणि गौतम बुद्ध यांच्या ब्रह्मजिज्ञासेपोटी झालेल्या गृहत्यागांचा विनायकावर झालेला परिणाम अशा प्रसंगांतून दिसून येतो. गृहत्याग करताना कुठलाही मोह बाकी राहू नये म्हणून त्याने आपली मॅट्रिकची व इतर प्रमाणपत्रेसुद्धा जाळून टाकली.

आईने विचारले, "अरे, हे काय करतो आहेस?"

विनायक म्हणाला, "ही प्रमाणपत्रे, शिफारसपत्रे जाळतो आहे."

आईने विचारले, "का?"

विनायक म्हणाला, "मला त्यांचा काय उपयोग आहे?"

आई म्हणाली, "नसला उपयोग तर राहतील पडून. तुला त्यांचे ओझे तर नाही ना होत?"

विनायक काही बोलला नाही आणि प्रमाणपत्रे जाळणेही त्याने थांबवले नाही! सूर्याजीची दोर कापून टाकण्याची युक्ती लहानपणीच त्याने अवगत केली होती.[५२]

या विद्यार्थिदशेमध्ये सामान्य शिष्टाचार ज्याला म्हणतात, तोही विनायकात नव्हता, असे वसंतराव नारगोलकर यांनी म्हटले आहे.[५३] त्याबद्दल त्यांनी बडोद्यातील उन्हाळ्यात वाचनालयात वाचत असताना उकाड्यामुळे आपल्या अंगातील शर्ट विनायक कसा काढून ठेवत असे याबाबतचा प्रसंग उद्धृत केला आहे. पण खरे तर विनायकाने उन्हाळ्यात उकडल्यामुळे शर्ट काढून ठेवला, हाच खरा शिष्टाचार होता. बसायला खुर्ची न देणाऱ्या ग्रंथालय प्रमुखाला जशी त्याने त्या वेळी सभ्यता शिकविली, तशीच भारतीय सभ्यता कशी असते याची पुढील आयुष्यात आठवण सांगताना विनोबा म्हणाले, 'आमच्या देशासारख्या उष्ण देशात निदान उन्हाळ्यात तरी फारसे कपडे न घालणे आरोग्यदायक व सोयीचे आहे. शिवाय आमच्यात ते शिष्टसंमतही आहे.' तेव्हा या प्रसंगातून विनायकाला सामान्य शिष्टाचार म्हणजे काय हे माहीत नव्हते, हा जो निष्कर्ष नारगोलकरांनी काढला तो बरोबर वाटत नाही, कारण हाच प्रसंग उद्धृत करून विनोबांना महाविद्यालयीन जीवनातसुद्धा कसा वस्त्रविवेक होता हे मीरा भट्ट यांनी 'विनोबा के जीवन प्रसंग' या पुस्तकात दाखवून दिले आहे.[५४] इंग्रज ग्रंथपालाच्या दृष्टीने हे वर्तन जंगली असेल, पण भारतीय ऋतुमानाचा विचार केला, तर विनायकाने उन्हाळ्यात उकाड्यामुळे ग्रंथालयात शर्ट काढून ठेवला यात विशेष असे काही नाही; फक्त ग्रंथालयासारख्या सार्वजनिक जागेत असे वर्तन घडल्यामुळे नारगोलकरांप्रमाणेच इतरांना ते शिष्टसंमत वाटणार नाही.

वैराग्य, देशभक्ती या गुणांबरोबरच ज्ञानाची अपार तहान विनायकाला या विद्यार्थिदशेत लागलेली दिसते.[५५] बडोद्यातील ग्रंथालयाचा वर जो उल्लेख आलेला आहे, त्यातील सर्व चरित्र ग्रंथ त्याचे वाचून झाले होते. मोठमोठे ग्रंथ तर विनायक दहा-पंधरा मिनिटांत पाहून घ्यायचा. मासिके व पत्रिकांमधील गोष्ट किंवा कविता न वाचता त्यातील ऐतिहासिक माहिती, थोर लोकांच्या जीवनातील माहिती व विज्ञानासंबंधी माहिती तो चांगल्या तऱ्हेने लक्ष देऊन वाचत असे. लोकमान्य टिळकांचे 'गीतारहस्य' विनायकाने शनिवारी ग्रंथालयातून वाचायला आणले व सोमवारी परत केले. म्हणजे तासाला २५ पाने याप्रमाणे ३२ तासांत पुस्तक संपविले.

मराठी, संस्कृत, हिंदी, गुजराथी, इंग्रजी व फ्रेंच या सहा भाषांशी तो या वेळेपर्यंत परिचित झाला होता. तुलसीरामायण व त्याचे मराठी भाषांतर त्याने वाचून संपविलेले दिसते.[५६] आधीच्या विवेचनात सांगितल्याप्रमाणे संस्कृतचा विशेष अभ्यास नव्हता, पण गीतेचे वाचन झाले होते. या वेळी विशेषकरून त्याच्या वाचनात ज्ञानेश्वर, नामदेव, तुकाराम, एकनाथ व रामदास या संतांचे ग्रंथ बहुसंख्येने आलेले दिसतात. या संतांच्या ५-१० हजार कविता (अभंग, ओव्या) त्याला मुखोद्गत होत्या. संस्कृत भाषेतील कादंबरी, काव्ये किंवा नाटके वाचले नाहीत, केवळ 'उत्तररामचरितम्' हे एकमेव नाटक वाचले.

अशा प्रकारे अध्ययन, अध्यापन आणि ज्ञानतृष्णा याला जो या विद्यार्थिदशेत एक विशेष बहर आलेला दिसतो, तो पुढील आयुष्यात शेवटपर्यंत टिकला. मॅट्रिक झाल्यावर १९१३ नंतर विनायक कॉलेजात गेला, परंतु एकूणच त्या वेळचे विद्यापीठीय शिक्षण पाहून नाराज झाला. अधूनमधून विनायकाचे इंग्रजीचे तास होत नसत. 'प्रकृतिअस्वास्थ्यामुळे प्राचार्य तास घेणार नाहीत' अशी नोटीस लागल्याबरोबर वर्गातील एक विद्यार्थी उठला आणि 'आज भावे तास घेईल' असे म्हणाला. त्याप्रमाणे विनायक उठला व त्याने इंग्रजी कवितेचा तास घेतला. कविता बिलकूल मामुली होती. व्हाईट फूट, लाईट फूट असे काहीसे शब्द कवितेत होते. वर्ग संपल्यावर विनायक म्हणाला, 'बोला देता की नाही मला प्रिन्सिपॉलचा पगार?' प्रिन्सिपॉलला तेव्हा १२०० रुपये पगार होता,[५७] पण शिकविण्याची ही असली तऱ्हा! त्यामुळे कॉलेजात त्याचे मन रमत नव्हते.

त्या वेळी 'युनिव्हर्सिटीचा भ्रमाचा भोपळा दरवर्षी फुटतो आणि त्यातून शेकडो बिया (बी.ए.ज्) बाहेर पडतात',[५८] हे वाक्य तो नेहमी म्हणत असे. हिंदुस्थानातील विद्यापीठांतून मिळणाऱ्या पुस्तकी ज्ञानाचा राष्ट्राच्या गरजांशी व सामान्य माणसाच्या जीवनाशी प्रत्यक्ष संबंध नसतो हे त्याला समजून चुकले होते. त्यामुळे

अखेरीस एक दिवस त्याने विद्यापीठीय शिक्षणाला रामराम ठोकण्याचे निश्चित केले.[५९]

ब्रह्मजिज्ञासा, ज्ञानाची तहान व मातृभूमीसाठी काहीतरी करण्याची तीव्र इच्छा या तीन गोष्टींचे बीज त्याच्या मनात पक्के रोवले गेलेले दिसते. सर्वसामान्य शालेय व महाविद्यालयीन विद्यार्थ्यांपेक्षा विनायक एका वेगळ्याच दुनियेत वावरताना दिसतो. खऱ्या ज्ञानाच्या शोधार्थ त्याला निघायचे होते. हिमालयाची हाक त्याच्या कानात घुमत होती. प्रवास केल्याशिवाय शिक्षणाला पूर्णत्व येत नाही, असे त्याला त्या वेळी सारखे वाटत असे.[६०] प्राचीन काळापासून काशीक्षेत्र म्हणजे संस्कृत आणि इतर शास्त्रांच्या ज्ञानाचे भांडार मानले जात होते, तेथे जाऊन शास्त्रांचे अध्ययन करण्याचे त्याच्या मनात होते. दुसरे म्हणजे ज्या हिमालयाचे आणि बंगालचे त्याला आकर्षण होते, तो हिमालय आणि बंगाल काशीपासून जवळच होते.[६१]

ब्रह्मजिज्ञासेसाठी आवश्यक असलेले साधन चतुष्टय गृहत्यागापूर्वी किती मोठया प्रमाणावर त्याने कमविले होते, हे आतापर्यंतच्या वर्णनातून दिसून येते. आपल्या मित्रांशीही विनायकाने या गृहत्यागाची चर्चा केलेली दिसते, पण मित्रांनी गृहत्यागाचा त्याचा हा बेत कोणालाही कळू दिला नाही. युवा विनायक गृहत्यागाच्या दिवसाची आतुरतेने वाट पाहू लागला, आणि २५ मार्च १९१६ चा दिवस उजाडला. ठरल्याप्रमाणे शंकर तगारे एक दिवस आधीच काशीला निघून गेला. विनायक इंटरमिजिएटच्या परीक्षेसाठी बडोद्याहून सुरतमार्गे मुंबईला जाणार होता. रात्री नऊची गाडी बडोद्याहून मुंबईकडे जात होती.गोपाळने (काळे) दोन सुरतेची व एक मुंबईचे अशी तीन तिकिटे काढून आणली. नरहरपंत भाव्यांना संशय येऊ नये म्हणून मुंबईचे तिकीट विनायकाजवळ दिले. बेडेकर, गोपाळ व विनायक हे तिघे बडोदा स्टेशनवर आले. निरोप देण्यासाठी नरहरपंत भावे व लहान भाऊ स्टेशनवर आले होते. रात्री नऊला गाडीने शिट्टी दिली व एका नव्या जीवनाच्या प्रवासाकडे विनायकाची पावले पडली.

गोपाळ सुरतमार्गे थेट मुंबईत आला. त्याच्याजवळ परीक्षा झाल्यावर वडिलांना टाकण्यासाठी विनायकाने एक पत्र दिले होते. सुरतेला गोपाळचा निरोप घेऊन, गाडी बदलून भुसावळ व पुढे तेथून काशीला जायचा आपला बेत विनायकाने मित्रांना सांगितला; आणि 'अथातो ब्रह्मजिज्ञासा' म्हणजे 'ब्रह्म काय आहे?' हे शोधून काढायला निघालो आहे, या शब्दांत आपल्या आंतरिक ओढीचे वर्णन करून तो काशीला आला. 'परीक्षा झाल्यानंतर प्रवासासाठी जात आहे, प्रवासाशिवाय खरे

शिक्षण नाही.’ अशा आशयाचे विनायकाचे एक पत्र वडिलांना मिळाले. त्यांना त्याचा काहीही बोध झाला नाही.[६२] परीक्षेसाठी गेलेले बडोद्याचे सर्व विद्यार्थी परीक्षेनंतर सहलीला गेले असतील, अशी त्यांची कल्पना झाली. पण १०-१५ दिवस उलटून गेल्यानंतरही जेव्हा विनायक व बेडेकर परत बडोद्याला आले नाहीत, तेव्हा ‘हा विनायकाचा गृहत्याग असावा’ अशी वडिलांनी समजूत करून घेतली. बेडेकरच्या घरी आई व धाकटा भाऊ होते, तेही चिंताग्रस्त झाले. काशीच्या पोलिसांचे या त्रिकुटाबद्दल जेव्हा बडोद्याच्या आनंदराव फौजदाराला पत्र आले, तेव्हाच त्यांचा ‘काशीवास’ बडोद्याला त्यांच्या घरी समजला. वडिलांचा स्वभाव गंभीर असल्याने त्यांच्या मनावर विशेष परिणाम झाला नाही, आईला मात्र फार वाईट वाटले.

काशीला विनायक, तगारे आणि बेडेकर हे तिन्ही मित्र, तात्या टोपेंच्या बहिणीच्या वाड्यात राहत असत. विनायक भल्या पहाटे तीनला उठायचा व गंगेच्या किनारी जायचा. जर कविता स्फुरली, तर ती लगेच गंगार्पण करायचा. याच ठिकाणी त्याला स्फुरलेली, परंतु गंगार्पण न झालेली एक कविता पुढीलप्रमाणे[६३]-

घेऊनी वामनरूप भृंग तो ।
येतसे लुटाया मजला धावुनी ।।
परि हृदयाचे बलिदान देउनी ।
जिंकिला कोंडिला केला गुंग तो ।।
मी समर्पणाचे गाणे गातसे ।
गा गा रे सखया तूही गा तसे।।

वरील कवितेत म्हटल्याप्रमाणे आता समर्पणाचे गीत गाण्याची क्रिया विनायकाच्या हृदयात सुरू झाली होती. काव्याबरोबर गणिताची पुस्तकेही गंगार्पण केली. गृहासक्तीबरोबर गणितासक्तीचेही वरीलप्रमाणे विसर्जन करण्यात आले. कोठेतरी दुपारचे जेवण करावे; संध्याकाळी पैशाची रताळी व दही घेऊन खावे आणि दिवसभर अध्यात्म चिंतनात, ग्रंथवाचनात, गंगेकाठी ध्यान करण्यात अथवा काव्य रचण्यात मग्न असावे, असा विनायकाचा कार्यक्रम असे. कधीतरी वर्तमानपत्रेही वाचत असे. १२-१२ वर्षे शब्दजालाच्या महारण्यात आंधळ्या हत्तीप्रमाणे भ्रमण करणाऱ्या पंडितांच्या अर्थशून्य वादविवादात या त्रिकुटाला रस नसायचा. असेच एकदा एके ठिकाणी पंडितांमध्ये द्वैत-अद्वैतावर वाद चालला असताना ब्रह्मनिष्ठ विनायकाने, ‘निदान अद्वैताचे तरी कोणाशीच भांडण नको!’ अशा आशयाची एक-दोन वाक्ये सांगितली. ती ऐकून उभयपक्षांना समाधान वाटले.[६४]

रेवातीरे तपः कुर्यात्, मरणं जाह्नवीतीरे।

अशा तऱ्हेचा सर्व भारतात तीर्थक्षेत्रांविषयी एक संकेत असल्यामुळे इतर तीर्थक्षेत्रांप्रमाणेच काशीलाही गलिच्छपणा व ओंगळपणाने कायमची वस्ती केलेली असे. परक्या माणसाने जर येथे प्रकृतीची नीट काळजी घेतली नाही, तर फार भीती असे. घराबाहेर राहण्याची या तिघा तरुणांची ही पहिलीच वेळ होती. खाण्यापिण्याचे हाल झाल्याने, शिवाय आजारातही औषधपाणी व विश्रांती इत्यादी खबरदारीचे उपाय न केल्याने, या तरुणांची तब्येत ढासळू लागली. अन्न मुळीच पचेना. बेडेकरास ४०-४० वेळा शौच्यास होऊ लागले, त्यातच शेवटी त्याचा अंत झाला. बेडेकरच्या इच्छेप्रमाणे त्याच्या दुःखद निधनाची बातमी त्याच्या आईला तारेने कळविण्यात आली. या तारेपूर्वी विनायकाने आणखी एक कार्ड घरी लिहिले होते. त्यात ब्रह्मजिज्ञासेसाठी संसार सोडल्याचे स्पष्ट कळविले होते. काही दिवसांनी शंकर तगारेही बडोद्यास निघून गेला व नंतर पूर्ववत कॉलेजमध्ये शिकून संसारात प्रविष्ट झाला. विनायक मात्र २६ मार्च १९१६ ते ६ जून १९१६ पर्यंत काशीमध्ये वास्तव्यास होता.

४ फेब्रुवारी १९१६ रोजी काशी विश्वविद्यालयाची म्हणजे बनारस हिंदू युनिव्हर्सिटीची स्थापना झाली. त्यासाठी पं. मदनमोहन मालवीय यांनी म. गांधींना बोलावले होते. कार्यक्रमाला ॲनी बेझंट, व्हाईसरॉय, बडे बडे श्रीमंत लोक, राजे-महाराजे आले होते. किरकोळ देह असलेल्या साध्या पोशाखाच्या देशभक्त गांधींनी आपल्या भाषणात श्रीमंतांना व संस्थानिकांना असा उपदेश केला की, ''गरिबांच्या सेवेसाठी आपल्या अंगावरील जडजवाहीर खाली उतरवून ठेवा.'' एवढेच नव्हे तर परक्या सरकारला उद्देशून गांधीजी म्हणाले, ''इंग्लिश लोक हिंदुस्थान सोडून गेल्याशिवाय या देशाचा कधीही उद्धार व्हायचा नाही, त्यांना घालवून दिले पाहिजे; अशी जर माझी खात्री झाली तर तुम्ही चालते व्हा, असे त्यांना उघडपणे सांगण्यास मी कधीही मागेपुढे पाहाणार नाही.''[६५] गांधीजींचे हे परखड राजकीय वक्तव्य बेझंट बाईंना साहजिकच आवडले नाही व त्या सभा सोडून निघून गेल्या. ही बातमी जेव्हा विनायकाने वाचली, तेव्हा त्याला फार आनंद झाला. विशेषतः गांधीजींच्या भाषणातील निर्भयता, अहिंसक प्रतिकार आणि आध्यात्मिक सामर्थ्य यांचे उल्लेख त्याला फार आवडले.

जनसेवेद्वारा ईश्वरी साक्षात्कार करून घेण्याच्या आध्यात्मिक ओढीचा गांधींच्या नेतृत्वात समावेश झालेला आढळल्याने, हा सुयोग्य नेता आहे असे विनायकाला वाटले. त्याने ताबडतोब गांधीजींना एक पत्र टाकले. गांधीजींनी त्याला उत्तर धाडले. विनायकाने आणखी थोडा पत्रव्यवहार केला. पत्रात आपल्या काही शंका व अडचणी

मांडल्या. गांधीजींनी या तरुण पत्रलेखकाला प्रत्यक्ष चर्चा करण्यासाठी त्या वेळी नुकत्याच स्थापन झालेल्या कोचरब आश्रमात बोलाविले. त्याप्रमाणे विनायक ७ जून १९१६ रोजी कोचरब आश्रमात गेला.[६६]

विनायकाला गांधीजींचे या वेळी एवढे आकर्षण का वाटावे याविषयी नरहर कुरुंदकरांनी शंका उपस्थित केली आहे, कारण त्यांच्या मताप्रमाणे गांधी अजून 'महात्मा' म्हणूनही प्रसिद्ध झाले नव्हते. विनायकासारखी प्रखर पांडित्याची हौस व मोक्षाची जिज्ञासाही गांधींना नव्हती. वैराग्याच्या आणि तपाच्या ज्या अवस्थेत विनायक होता त्या अवस्थेला आकर्षण वाटावे, असे तेजोवलय त्या काळी गांधीजींजवळ नव्हते, तरीही विनायक गांधीजींचा शिष्य झाला.[६७]

कुरुंदकरांच्या शंकेला नारगोलकरांनी दिलेले उत्तर वर नोंदवलेलेच आहे, पण या संदर्भात शिवाजीराव भाव्यांनीही म्हटले आहे की, 'महात्माजींकडून उत्तर आल्यानंतर विनायकाने एकदम काशीहून मथुरा, वृंदावन वगैरे करीत कोचरब येथील आश्रमाकडे प्रयाण केले.' तेथे हिमालयाचा खरा अर्थ लक्षात आला. चित्ताची स्थिर वृत्ती हाच खरा हिमालय आणि स्थिरवृत्तीच्या या उत्तुंग शिखरावर चढून सर्व हिंदुस्थानी जनतेचे विविध दर्शन येथेच गांधीजींच्या ठिकाणी त्यास झाले. खरोखरच, आधी वडिलांच्या नोकरीच्या निमित्ताने मोहनदासाला प्रिय असणाऱ्या गुजरातेत बडोद्याला वास्तव्य होणे; आणि पुढे त्याचे काशीला जाणे व गांधीजींचे भाषण तेथे वाचायला मिळणे, यात काहीएक योगायोग असावा असे वाटते, कारण...

पूर्वजांच्या पुण्यकोटी।संग्रह असिल्या गाठी।
तरीच ऐसीयाच्या भेटी। होय जनासी।।

(दासबोध : १४-७-१७)

या ओवीप्रमाणे विनायकाची गांधीजींशी भेट म्हणजे अनेक जन्मातील पूर्वपुण्याईच म्हणावी लागेल. त्याला गांधींच्या ठिकाणी हिमालयाची शांती व बंगालची क्रांती आढळल्यामुळे तो त्यांच्याकडे कायमचा ओढला गेला. जणू काही त्याचा हा एक नवा जन्मच!

'मनुष्यत्वं', 'मुमुक्षुत्वं', 'महापुरुषसंश्रय:' या तिन्ही गोष्टींचा संगम या त्याच्या नव्या जन्मात झाल्यामुळे, आता त्याची वाटचाल त्याने ठरविलेल्या ध्येयाप्रमाणे कशी होत गेली, हे आपण पुढील प्रकरणात पाहू या.

■

प्रकरण दुसरे

गांधीजींच्या सहवासातील विनोबा

महात्मा गांधींनी दक्षिण आफ्रिकेत असताना 'टॉलस्टॉय फार्म' नावाचा एक आश्रम चालविला होता.[१] इंद्रिय संयमनाद्वारे ब्रह्मचर्य-पालनासाठी विविध प्रयोग स्वत:वर म. गांधींनी या टॉलस्टॉय फार्ममध्ये केले होते. त्यासाठी दूध व कडधान्यांचा त्याग करणे, उपवास करणे यासारखे आहाराचे प्रयोगही त्यांनी तेथे केले. या टॉलस्टॉय फार्ममध्ये द.आफ्रिकेतील सत्याग्रही कैद्यांच्या सर्वधर्मीय कुटुंबीयांचे वास्तव्य असे. त्यांच्या मुलामुलींसाठी शिक्षण व धंदेशिक्षण याची सोयही म. गांधींनी सहकाऱ्यांच्या साहाय्याने केली होती. साधकांसाठी येथे नियमावली होती. तेथे नोकर नसत. पायखाना सफाई ते स्वयंपाकापर्यंतची सर्व कामे शिक्षक व विद्यार्थी करत. या सर्व गोष्टींचे सविस्तर वर्णन म. गांधी-चरित्रात आलेले आहे.

१९१५ साली दक्षिण आफ्रिकेतून भारतात आल्यानंतर सुरुवातीला ते शांतीनिकेतनमध्ये काही दिवस राहिले. नंतर अहमदाबादजवळ साबरमतीच्या तीरावर त्यांनी कोचरब आश्रम २९ मे १९१५ रोजी स्थापन केला.[२] कोचरब येथील हा आश्रम म्हणजे द. आफ्रिकेतील 'टॉलस्टॉय फार्म'ची सुधारित अस्सल स्वदेशी आवृत्ती म्हणायला काही हरकत नाही.काकासाहेब कालेलकरांनी 'उत्तर की दीवारें' नावाच्या आपल्या पुस्तकात[३] या कोचरब आश्रमाच्या अवतीभोवतीच्या वातावरणाचे वर्णन केले आहे. त्यावरून असे समजते की, या आश्रमातून साबरमतीच्या तुरुंगाच्या भिंती दिसायच्या, तसेच तेथून पलीकडे असलेले स्मशानही दिसायचे. लांबवर असलेल्या अहमदाबादच्या गिरण्यांच्या धूर ओकणाऱ्या चिमण्याही दिसायच्या. या कोचरब आश्रमालाच गांधीजींनी 'सत्याग्रह-आश्रम' असे नाव दिले.

विनायक ज्या वेळी या आश्रमात आला त्या वेळी गांधीजी भाजी चिरत होते. जणू त्या दिवशीच त्यांनी त्याला कामाची दीक्षा दिली. नंतर जो संवाद झाला

त्यात गांधीजींनी विनायकाची सर्व प्राथमिक माहिती विचारून घेतली व निर्विकार पुरुष शरीरानेदेखील निरोगी असला पाहिजे ही आपली श्रद्धा गांधीजींनी दर्शविली, ती ताबडतोब विनायकाच्या गळी उतरली.[४]

गांधीजींच्या पहिल्या भेटीचा विनायकावर खूपच परिणाम झालेला दिसतो. तात्काळ तेथील जीवनाशी तो समरस झाला. आश्रमातील शिस्त, साधेपणा, परिश्रम इत्यादी गुण त्याच्या अंगी आधीच पुरेपूर मुरले होते. त्यामुळे तेथे राहाणे त्याला कठीण गेले नाही, उलट पाण्यात मासा शिरावा तसे सुखाचे झाले. विनायकाचे हे खरे 'उपनयन' झाले! खरे 'द्विजत्व' त्याला आता प्राप्त झाले आणि या दुसऱ्या जन्माचे नवे नाव होते- 'विनोबा'!

विनोबा आश्रमातील सर्व नियमांचे पालन धर्मबुद्धीने करू लागले. याबाबत शिवाजीराव भावे लिहितात, 'आश्रमातील त्या वेळचे नियमही कडक असत. जेवणात मीठही नसायचे, तर इतर चवीच्या मसाल्यांचा प्रश्नच नाही. दूध-तूपही वर्ज्यच असे, तेलही नाहीच. आपले शरीर हे केवळ एक 'टेस्ट-ट्यूब'आहे, इतक्या निर्विकार मनाने महात्माजी स्वतःच्या शरीरावर प्रयोग करीत.'[५] परंतु विनोबांनी गृहत्यागापूर्वी आपल्या अंगात वैराग्य आणण्याच्या दृष्टीने शरीरावर केलेल्या प्रयोगांचे व मनाला कुठलीही आसक्ती वाटू नये म्हणून केलेल्या अनासक्तीच्या विविध प्रयोगांचे वर्णन, त्यांच्या बडोद्यातील वास्तव्याच्या वर्णनात यापूर्वी आलेले आहे. गृहत्यागानंतर जे आश्रमीय वातावरण पाहिजे होते, ते विनोबांना सत्याग्रहाश्रमात पूर्णपणे मिळाले.

ज्या ब्रह्मजिज्ञासेची त्यांना तीव्र तहान लागली होती, ती आता भागणार होती. सत्य, अहिंसा, अस्तेय, ब्रह्मचर्य इत्यादी भूषणे अंगावर अंतर्बाह्य धारण करण्यासाठी जी साधना त्यांनी गृहत्यागापूर्वी केली होती; तिला आता येथे अनुकूल भूमी मिळाली. 'का भूमीचे मार्दव। सांगे कोंभाची लवलव'(ज्ञा.:१३-१८०) याप्रमाणे आश्रमातील वातावरण पाहून बापूजींच्या महान व्यक्तित्वरूपी हिमालयातील सत्य-प्रेम-अहिंसारूपी गौरीशिखरावरच आपण जणू काही आलो आहोत, असे विनोबांना वाटले. युगायुगांची साधना या ठिकाणी पूर्ण होण्याची खात्री विनोबांना बापूजींच्या भेटीत वाटली असावी. दोन महान आत्म्यांच्या या भेटीतून भारतातीलच नव्हे; तर जगाच्या कानाकोपऱ्यातील अंधार, सत्य-प्रेम-अहिंसेच्या दिवाळीने दूर होणार आहे याची कल्पना त्या वेळी कुणालाही आली नसेल. फक्त भारतीय स्वातंत्र्याच्या दृष्टीने नव्हे, तर विश्वमैत्री व विश्वशांतीच्या दृष्टीनेही परमेश्वराने या दोन मुक्तात्म्यांची भेट घडवून आणून एक महान भविष्य

रेखाटले आहे, याचा पुसटसा अंदाजही कुणाला त्या वेळी आला नसेल! वेगवेगळ्या कारणांसाठी हजारो-शेकडो लोक गृहत्याग करतात; काही पुन्हा घरी येतात, काही वैतागातच आपले आयुष्य घालवितात, तर काहींच्या आयुष्याला वेडेवाकडे वळणही लागू शकते. येथे बापूजींशी जी भेट झाली आहे ती 'भावस्थिराणि जननान्तरसौहृदानि'ची आठवण करून देणारी ठरली.

जणू काही या भेटीने विनोबांसारख्या २१ वर्षांच्या युवकाला परमेश्वराकडे जाणाऱ्या राजमार्गावरचा आणून ठेवले. आधीच साधनेने साधलेले वैराग्य; त्यात सत्य, ब्रह्मचर्य व अहिंसा हे गुण आश्रमीय वातावरणातील खतपाण्याने व बापूजींच्या सान्निध्याने उजळून निघाले. 'ज्ञाने मौनम्' या वृत्तीला साजेसे असे वर्तन विनोबांनी ठेवले. शेकडो प्रकारच्या इसमांची आश्रमात जा-ये राहायची, परंतु आता आलेला हा २१ वर्षांचा युवा-साधक या सर्वांपेक्षा वेगळा आहे, हे बापूजींच्याही काही कालावधी नंतर लक्षात आले. आश्रमरूपी तपोवनात रुजविले गेलेले हे चंदनाचे रोप पुढे वृक्ष होऊन कर्तृत्वरूपी शांत व शीतल सुगंधाने अवघे जग पुढे सुगंधित करणार आहे याची कल्पना बापूजींशिवाय इतरांना येणे अशक्यच होते.

एखाद्या जमिनीत तरतऱ्हेची रोपे लावली तरी त्या सर्वांनाच काही ती जमीन मानवत नाही. काही अंकुरतात, काहींना अंकुर न फुटता तेथेच मरण येते, तर काही मात्र अल्पावधीतच फोफावतात. युवा विनोबांचे तसेच झाले. युगप्रवर्तक 'मोहना'चा हा युवा वि'नायक' होणार आहे, याची पुसटशीही जाणीव कोणाला त्या वेळी झाली नसेल. हे बीज अंकुरल्यानंतर त्यातून जगाच्या सुखशांतीसाठी फळाफुलांनी डवरलेला महान वृक्ष निर्माण होणार आहे, याची कल्पनाही कुणाला आली नसावी. बापूंची मर्जी या तरुणाने थोड्याच अवधीत जिंकल्यामुळे आता तो सर्वांगाने फुलणार होता.

आश्रमात प्रार्थनेपासून संडास-सफाईपर्यंतची सर्व श्रमांची कामे विनोबांनी धर्मबुद्धीने केली. शिखरे गुरुजींनी म्हटल्याप्रमाणे तेथील सर्व कार्यक्रम विनोबा भक्तिभावाने पार पाडू लागले. सूतकताई त्यांना प्रिय झाली, प्रार्थनेवर त्यांची आधीपासूनच श्रद्धा होती. दळणे-कांडणे इत्यादी कष्टांत त्यांना कधीही कमीपणा वाटला नाही. भाजी चिरणे, स्वयंपाक करणे, सफाई करणे ही जी बायकांची कामे मानली जातात; ती त्या आश्रमात पुरुषही करत, गांधीजीही करत तसेच विनोबाही. कामांच्या बाबतीत स्त्री-पुरुष असा कोणताही भेदभाव तेथे नव्हता. कामाकामांमध्ये किंवा माणसामाणसांमध्ये उच्च-नीच भाव मानला जात नसे. 'वकील

व न्हावी या दोघांचीही कामे समान योग्यतेची’ हे रस्किनचे तत्त्व येथे पूर्णपणे अमलात आणले गेले. विनोबा रोज आठ आठ तास काम करू लागले.[६]

सुरुवातीचे सहा महिने मूक वृत्तीने ते राहिले. कारणाशिवाय ते गांधीजींशी वा इतरांशीही बोलायचे नाही, म्हणून हा कुणीतरी वेडा मनुष्य आहे असे इतरांना वाटायचे. वास्तविक विनोबांना एवढी शारीरिक कामे करण्याची सवय नव्हती, तरीसुद्धा गांधीजींवरील श्रद्धेपोटी त्यांनी आश्रमातील सर्व कष्टमय कामे मन:पूर्वक केली. जी गोष्ट शारीरिक श्रमाबद्दल तीच गोष्ट आहाराबद्दल.

‘आहारशुद्धौ सत्त्वशुद्धि:’(छान्दोग्य उपनिषद : ७।२६।२), ‘सत्त्वात् संजायते ज्ञानम्’ (भगवद्‌गीता : १४-१७) या गोष्टी त्यांनी वाचल्या होत्या, पण प्रत्यक्ष तसा सात्त्विक आहार गांधीजींच्या मार्गदर्शनाखाली त्यांनी मोठ्या आनंदाने स्वीकारलेला दिसतो. अहिंसा-सत्य-ब्रह्मचर्य इत्यादी एकादश व्रते त्यांनी स्वीकारलेली दिसतात. याबद्दलच्या शिखरे गुरुजींनी दोन आठवणी लिहिलेल्या आहेत. त्यापैकी एक म्हणजे, एकदा सकाळच्या वेळी विनोबा मंत्र म्हणत रस्त्याने चालत होते, तेव्हा त्यांच्या कानावर रडण्याचा सूर आला. रस्त्याच्या कडेला एक बालक रडत होते. त्याच्या डोक्यावर मैल्याची बादली होती, ती जड बादली त्याला उचलवत नव्हती. ती घेऊन चालणे त्याला जड वाटत होते, म्हणून ते रडत होते. त्याचे ते आक्रंदन विनोबांच्या हृदयाला जाऊन भिडले. ते लगेचच त्याच्याकडे धावत गेले व त्यांनी ती बादली स्वत: आपल्या हातात उचलून घेतली.

शिखरे गुरुजींनी विनोबांच्या साबरमती आश्रमातील अशा सर्व कामांना समान मानण्याच्या वृत्तीविषयी सांगितलेली दुसरी गोष्ट अशी की, एकदा ते संडास-सफाईचे काम करून आश्रमाच्या स्वयंपाकघरात आले होते. त्यांना तसे स्वयंपाकघरात बसलेले पाहून ‘अब्रह्मण्यम्’ म्हणून कुजबुज सुरू झाली. विनोबांनी भूतदयेच्या आड येणारे जानवे काढले व अग्निनारायणाला अर्पण केले.[७]

अशा तऱ्हेने युवा विनोबा मूक सेवक बनून काम करीत होते. त्यांच्या या मूकसेवेचे वर्णन करताना शिवाजीराव भावे लिहितात, ‘शरीर अतिकृश, डोळ्यांनी दिसायचे नाही, एका कानाने नीट ऐकू येत नसे, सदोदित कामात असायचे. कोणाशी काहीही बोलणे नाही. त्या कोचरब आश्रमात पुष्कळांची समजूत, हा एक अर्धवट वेडा मनुष्य असावा, अशासारखी झाली होती. निदान येथे ‘शाब्दे परे च निष्णात:’ अशी भूमिका स्वयंसिद्धपणे विराजमान झालेली आहे, याची तर कोणासच कल्पना नसे.५’’[८]

या पहिल्या सहा महिन्यांत विनोबांनी हातात पुस्तक धरले नाही अथवा

वर्तमानपत्रे वाचली नाहीत. सदोदित एकच गोष्ट - कर्म, कर्म आणि कर्म. 'सेवाधर्मः परमगहनो योगिनामपि दुर्लभः' असे म्हणतात, पण युवा विनोबांनी योग्यांना दुर्लभ असलेला सेवाधर्म या सहा महिन्यांत पूर्णपणे अंगात बाणविलेला दिसतो. विशेष म्हणजे 'पायखाना साफ करणे' तेही एका ब्राह्मणाच्या मुलाने, ही गोष्ट त्या वेळी अनेकांना खटकलेली असावी; पण गांधीजींचे केवळ 'सर्व धर्मो समानत्व' हेच तत्त्व नव्हते, तर 'सर्व कर्मो समानत्व' ही त्यांची वृत्ती होती. प्रार्थनेइतकेच श्रमाला महत्त्व होते. 'जेथे श्रमाला महत्त्व तो आश्रम' ही व्याख्या कोचरब आश्रमाला तंतोतंत लागू पडत होती. त्यामुळेच तिथे 'धर्मजानि कुसुमानि' फुललीत. ती फुलविण्यात युवा विनोबा अग्रभागी होते. या पहिल्या सहा महिन्यांत गांधीजींविषयी जो पूज्यभाव त्यांच्या मनात ठसला व जी आज्ञाधारक वृत्ती त्यांच्याबाबत युवा विनोबांनी स्वीकारली; ती आज्ञाधारक वृत्ती व मूकसेवक वृत्ती पुढे आयुष्याच्या अंतापर्यंत टिकली.

सामान्य मनुष्य करतो कणभर आणि त्याबद्दल बोलतो मात्र मणभर! येथे मात्र, डाव्या हाताने केलेले सत्कृत्य उजव्या हातालाही न कळविण्याची मूकसेवा वृत्ती पूर्णपणे मुरली गेली होती. कुठेही तृष्णेची, कामनेची पुसटशी रेषासुद्धा दिसत नव्हती. त्यांची ही आश्रमातील मूकवृत्तीने सतत कर्मात रमून जाण्याची वर्तनपद्धती पाहिली म्हणजे पुढे १९३० मध्ये 'गीताई'मध्ये लिहिलेल्या,

कामना अंतरांतील सर्व सोडूनि जो स्वये
आत्म्यात चि असे तुष्ट तो स्थित-प्रज्ञ बोलिला' (गीताई : २-५५)

या ओळीत सांगितलेले जीवन या वेळी ते जगत होते असे दिसून येते. 'आधी केले मग सांगितले' ही उक्तीही अशा वेळी आपणास आठवते.

विनोबांनी महात्माजींचे शिष्यत्व स्वीकारले, पण ते शिष्यत्वसुद्धा एका अर्थी अलौकिक आणि आगळेच होते. पूर्वीच्या शिष्यांमध्ये नम्रतेबरोबर स्वतंत्र वृत्ती क्वचितच आढळून येई. मात्र विनोबांमध्ये या दोन्ही गुणांचा संगम झाला होता. असा संगम आधुनिक काळात तरी इतर कोणत्याही आध्यात्मिक नेत्याच्या महान शिष्यात आढळून आला नाही.[१]

घर सोडल्यानंतर गुरू म्हणून गांधीजींचा जो हा लाभ झाला त्याबद्दल पुढील आयुष्यात विनोबांनी अनेक वेळा स्वतःला याबाबतीत भाग्यवान म्हटल्याचे आढळते. असेच एका ठिकाणी ते म्हणतात, 'I often recollect Shankaracharya's saying that the greatest boone a man may have are three- being born in human form, a craving for mukti and patronage of a great man. Thinking of this utterance of Shankaracharya, my heart leaps with joy. I am indeed blessed that I was born a man, was bitten by the bug of mukti and was privileged to enjoy the company of so great a man as Gandhi. It is one thing to read in books the words of saints and mahatmas and quite another to live in companionship with them, to work under their guidance, to watch their life. It was my great good fortune that this was granted to me.'

आश्रमात आल्यानंतर गांधीजींमुळे विनोबा कसे बदलले याविषयी ते लिहितात- 'In 1916 when I went to him, I was a stripling of twenty-one. I went as a boy eager to learn. All those close to me know that, at the time I was sadly lacking in what is called manners or polite behaviour. I have been by nature a sort of wild animal. It was Bapu who put down the flames of anger and lust that raged in me. His benedictions continuously rained on me. Whatever I am today, I owe to Bapu. He turned an uncouth person like me into a servant of the people.'[10]

सत्याग्रहाश्रमाकडून आपण काय शिकलो याविषयी विनोबा लिहितात- "What I saw of the mode of life at the Ashram taught me a great many things. I realized that life is one and indivisible."[11]

अशा प्रकारे विनोबांच्या मनात ज्याप्रमाणे गांधीजी आणि त्यांचा आश्रम याविषयी खूप प्रेम होते, त्याचप्रमाणे गांधीजींच्या मनातही विनोबांविषयी नितांत आदर होता, हेही पुढे वेळोवेळी दिसून येते.

सहा महिन्यांनंतर तपस्या फळाला आली. गांधीजींच्या कसोटीला ते उतरले. बापूजींनी एके दिवशी त्यांना बोलावून स्वत:बरोबर संध्याकाळी फिरायला नेले व संतुष्ट होऊन म्हणाले, 'माझे तुमच्याकडे प्रथमपासून पूर्ण लक्ष असून, तुमच्या विस्मयकारक भूमिकेमुळे मला फार आनंद झाला आहे.' वरील वर्णनावर भाष्य करताना शिवाजीराव भावे आपल्या 'विनोबा जीवन दर्शन' पुस्तकात म्हणतात, 'कर्मयोगाची कसोटी येथे लागली. आध्यात्मिक प्रश्नोत्तराला येथून तोंड फुटले. जन्मजन्मांतरीची ओळखच जणू इथे सिद्ध झाली.'

वास्तविक अध्यात्म विचारांच्या भक्तीने विनोबा गृहत्यागाला सामोरे होऊन आले होते. येथे काही ते कायम राहण्याच्या विचाराने आलेले नव्हते. त्यांच्या मनातील आध्यात्मिक उंचीचा हिमालय गांधींच्या रूपाने भेटला. त्यामुळे ते आश्रमात स्थिरावले.

मुसीबत भी आफत भी जुल्मो का सितार है।
तेरे वास्ते सबकुछ गँवाना वतन है।

यात सांगितलेली सर्वस्व समर्पणाची वृत्ती प्रकर्षाने या वेळी जी अंगीकारली, ती पुढे अधिक विकसित होऊन 'आत्मार्थे पृथिवीं त्यजेत्' या उच्च विचारांच्या गौरीशंकरावर जाऊन आरूढ झाली. महात्माजींच्या सत्य-अहिंसा-अस्तेय इत्यादी एकादश व्रतांच्या प्रयोगशाळेतील 'कुशल आचार्य' ही पदवी अल्पावधीतच त्यांनी मिळवली. एक चूक मात्र अजून दुरुस्त करायची होती. विनोबांनी वडिलांना न कळविता केलेला गृहत्याग, ही गोष्ट बापूजींच्या सत्यवृत्तीला व सत्त्ववृत्तीला खटकत होती. एवं दोषो वर्धते हे पटत होते. सत्याला कुठल्याही प्रकारे लांच्छन नको, म्हणून ती चूक दुरुस्त करायचे ठरले. गृहत्यागानंतर विनोबा साबरमती येथील कोचरब सत्याग्रहाश्रमात आहेत, ही बातमी विनोबांच्या वडिलांना कशी समजली याबद्दल दोन मते आहेत - विनोबांचे काशीस निघत्यावेळचे पत्र व त्यानंतर संसार सोडल्याबद्दल काशीहून लिहिलेले पत्र; या दोन पत्रांव्यतिरिक्त त्यांच्या वडिलांना त्यांनी काहीच कळविले नव्हते. त्यामुळे विनोबांचा ठावठिकाणा त्यांच्या वडिलांना माहीत नव्हता. शिखरे गुरुजींनी म्हटल्याप्रमाणे तो नरहरपंतांना अकल्पितपणे कळला. एकदा एका वर्तमानपत्रात गांधींचा फोटो छापून आला होता, त्यात विनोबांचे चित्र सहज आले होते. ते पाहून नरहरपंतांना कळले की विनायक गांधीजींच्याजवळ आहे.[१२]

साने गुरुजींच्या मताप्रमाणे विनोबा गांधींच्या सत्याग्रहाश्रमात आहेत, हे गांधीजींनीच नरहरपंतांना पत्र लिहून पुढीलप्रमाणे कळविले. 'तुमचा विनोबा माझ्याजवळ आहे. इतक्या लहान वयात तुमच्या मुलाने इतकी तेजस्विता, इतके वैराग्य मिळविले आहे की, तसे वैराग्य अंगी येण्यासाठी मला कित्येक वर्षे धडपडावे लागेल.'[१३] शिवाजीराव भावेंनी याबाबतीत दिलेली हकिकत अशी की; घरी न कळवता, काशीला निघून जाण्यात सत्य तत्त्वाला बाध येत होता. फार मोठ्या उदात्त हेतूने अल्प जरी वक्रवृत्ती घडली, तरी ताबडतोब तिची निष्कृती केली पाहिजे, म्हणून घरी परत जाऊन आपले विचार स्वच्छपणे मांडून नंतर पुन्हा आश्रमात येणे आवश्यक झाले. महात्माजींनीही तसाच सल्ला दिला.[१४]

१/१/१९१७ रोजी 'सत्याग्रहाश्रम' साबरमतीहून विनोबांनी वडिलांना एक पद्यमय पत्र दिले होते. त्यातील काही ओळी पुढीलप्रमाणे-

तुमच्या आशीर्वादे कृपाकटाक्षे तसा प्रभूच्या हि
कुशली नांदत असे हा सुत तुमचा आश्रमी तसा गेही।[१५]

यानंतर आश्रमात काही दिवस राहिल्यानंतर, स्वास्थ्य सुधारण्यासाठी वाईला जाण्याची परवानगी विनोबांनी गांधीजींजवळ मागितलेली दिसते. तशी परवानगी मिळाल्यानंतर वाईला जाण्यापूर्वी ते बडोद्याला घरी आले. गृहत्याग करते वेळी जी रात्री ९.३० ची वेळ होती, त्याच वेळी घरी परत आले. त्यांना पाहिल्याबरोबर त्यांच्या आईची काय स्थिती झाली असेल? जवळजवळ रात्री बारापर्यंत आई-वडिलांशी अनेक प्रश्नांबाबत बोलली. स्वतःची 'जीवनदृष्टी' स्पष्ट केली. आता त्यांच्यात अंतर्बाह्य परिवर्तन झाले होते.

गुडघ्यापर्यंत पंचा, अंगावर उपरणे, हातात दंड हे पोशाखाचे बाह्य परिवर्तन अगदी किरकोळ परिवर्तन होते. वरील पोशाखात बडोद्याच्या रस्त्यावरील बोडक्याने फिरणे पाहून "विनायक मॅड झालेला आहे की काय?" अशी शंका काहींनी त्यांच्या मित्रांजवळ व्यक्त केली होती. त्या वेळी त्यांचे मित्र मोघे यांनी असे उत्तर दिले की, "नुसतेच वेडे झाले नाहीत, तर दुसऱ्यांनाही असेच वेड लावणार आहेत ते! त्यांच्याजवळ थोडे दिवस राहून पाहा म्हणजे समजेल!'[१६]

पण हे वेड साधे नसून उच्च कोटीतील आहे हे त्यांच्या विद्यार्थी मंडळातील मित्रांनी ओळखले. तेही या वेडाने भारावले. त्यांनी युवा-तपस्वी विनोबांची काही जाहीर प्रवचने-व्याख्याने बडोद्यात घडवून आणली. नरहरपंत भावे व माता रुक्मिणीबाईंनीही काही प्रवचने-व्याख्याने ऐकली. 'डोके फिरलेला मुलगा', 'शाळा सोडून पळून गेलेला मूर्ख पोर' अशी ज्यांची भावना झाली होती; त्यांनी उघडपणे 'पळून गेल्याचे सार्थक केले' असे धन्यतेचे उद्‌गार काढले.[१७]

विद्यार्थी मंडळातील त्यांच्या बालमित्रांवरही या परिवर्तनाचा परिणाम झालेला दिसतो. आता आपणासही काहीतरी मार्ग काढला पाहिजे' अशी ओढ त्यांच्या मनात निर्माण झाली. मधला भाऊ बाळकृष्ण व धाकटा शिवाजी यांच्यावर तर या परिवर्तनाचा-आध्यात्मिक उंचीचा- फारच परिणाम झालेला दिसतो. पुढे त्यांनीही मोठ्या भावाच्या पावलांवर पाऊल ठेवले.

'यद् यद् आचरति श्रेष्ठः तत् तत् एव इतरः जनः।'(भगवद्‌गीता :३-२१)

हे गीतावचन त्यांनी आपल्या वडीलबंधूंचे अनुकरण करून सार्थ केले. अशा तऱ्हेने कुटुंबातील तिघाही भावांनी 'वसुधैव कुटुंबकम्' वृत्तीचे बनून, गृहत्याग करून, निष्काम कर्मयोगाचे आचरण केल्याचे उदाहरण अभावानेच आढळते. एकाच कुटुंबात, एकामागून एक तिन्ही मुलांना आध्यात्मिक हिमालयाची ओढ लागावी व त्यांनी सर्व गृहपाश, मायापाश आपल्या दृढ निश्चयाने तोडून; शुकासारखे

पूर्ण वैराग्य धारण करून त्यातून आपल्या जीवनाचे कैलास लेणे बनवावे व ते जगाच्या कल्याणासाठी अर्पण करावे, ही काही सामान्य गोष्ट नव्हे!

मधले भाऊ बाळकृष्ण यांनी गायन-वादन-चित्रकला या कलांची साधना केली होती. थोरल्या भावाप्रमाणे त्यांनाही आपल्या जीवनाचे सार्थक करायचे होते म्हणून ते गांधीजींच्या आश्रमात आले, रामामागून जाणाऱ्या भरताप्रमाणे! आश्रमात काही दिवस राहून युवा विनोबांच्या व गांधीजींच्या मार्गदर्शनाप्रमाणे त्यांना नाइलाजाने पुन्हा बडोद्याला परत यावे लागले, पण डोक्यातून 'मोठ्या भावाप्रमाणे व्हावे' हे वेड काही गेले नाही. घरी परत आल्यानंतरसुद्धा 'गांधीजींच्या आश्रमात राहायचे' या मूळ विचाराने पुन्हा उचल खाल्ली व परत गांधीजींच्या आश्रमात आले. तेच शिवाजी या त्यांच्या भावाने केले. तेही घरी न विचारता निघाले आणि त्यांनीही वडीलभावाने स्वीकारलेला मार्गच अनुसरला.[१८]

असे नैष्ठिक ब्रह्मचर्य, अशी निष्काम कर्मयोगाची वृत्ती व असे निष्कलंक चारित्र्य या युगात एकाच कुटुंबातील मुलांमध्ये आढळणे दुर्लभच! पुढे या बाळकृष्ण ऊर्फ बाळकोबांनी कॅन्सरला तोंड देत ब्रह्मसूत्रांचा अभ्यास केला, गांधीजींच्या सहवासात राहून गोसेवेचे व निसर्गोपचाराचे व्रत घेतले. आपली सर्व कर्मेंद्रिये वडीलभावाच्या व गांधीजींच्या मार्गदर्शनाप्रमाणे राबवून त्यातून जीवन-संगीत निर्माण केले.पुणे जिल्ह्यातील उरुळीकांचन येथील त्यांच्या वास्तव्यामुळे अवघा परिसर पुनीत झाला. त्यांनी ब्रह्मसूत्रांचा केवळ अभ्यास केला नाही, तर त्याप्रमाणे ते जीवनही जगले. आपले दीर्घायुष्य लोकसेवेसाठी वेचले. बाळकोबांना स्त्री-आश्रमवासी प्रेमाने 'तात्याजी' म्हणत. विनोबांच्या अगोदर ते गेले, पण जाताना कीर्तिसुगंध ठेवून गेले.[१९]

शिवाजीरावांनी 'गीताई'चा प्रचार केला, झेंडा सत्याग्रहात भाग घेतला व नंतर चक्रवर्ती राजगोपालाचारी यांचे सेवक बनून भारतभर भ्रमण केले. 'ध्यानोपासना', 'गीताई नीतिकथा', 'ज्ञानेश्वरीतील कठीण शब्दांचा अर्थ' इत्यादी मौलिक ग्रंथ रचले. दीर्घकाळ धुळ्यात महादेवभाई स्मृती मंदिरात वास्तव्य करून तेथील व आसमंतातील सर्व परिसर न बोलता आचरणाने घडविला.[२०] अशा तऱ्हेने विनोबांनी आपणासारिखे करिती तात्काळ। नाही काळ वेळ तयालागी।। हे बोल आपल्या भावांच्या बाबतीत सार्थ केले.

नरहरपंत भाव्यांनी या परिवर्तनामुळे त्यांच्यावर झालेला परिणाम, आपल्याला मुलगा झालाच नाही या खंबीरवृत्तीने पचविला; पण मातेला कदाचित हे मानवले नसेल. खरोखरच ती माता महान धार्मिक व पवित्र आचरणाची होती. विनोबांना

घडविण्यात तिचाही महत्त्वाचा वाटा आहे. १९१८ साली सर्वांत लहान मुलगा दत्तात्रेय याच्या मृत्यूनंतर तिनेही या जगाचा कायमचा निरोप घेतला. तत्पूर्वी १९१७ ते १९१८ असे एक वर्ष विनोबा गांधीजींची परवानगी घेऊन वाईला राहिले. १४ जानेवारी १९१७ रोजी आश्रमातून वाईस जाण्यासाठी गाडी गाठली.[२१]

शरीरस्वास्थ्य सुधारण्यासाठी ते वाईला आले होते, तरी सर्व आहारविहार त्यांनी सत्याग्रहाश्रमाप्रमाणेच ठेवला होता. वाईला नारायणशास्त्री मराठे यांच्याकडे त्यांनी उपनिषदांचा अधिक अभ्यास केला. तेथेही दळणाचा प्रयोग करून ग्रंथालय काढले. वाईच्या वास्तव्यात काय काय केले याचे वर्णन करणारे पत्र १/३/ १९१७ ला गोपाळराव काळे यांना व १०/२/१९१८ ला गांधीजींना पाठविले.[२२]

त्या पत्रांवरून वाईला केलेली साधना स्पष्ट होते. साधारणपणे कोणाची देखरेख असली, तर मनुष्य त्या त्या वेळी त्या त्या ठिकाणचे नियम पाळतो, आणि एकटा राहण्यास त्याने सुरुवात केली की त्याचे खरे स्वरूप प्रकट होते. पण विनोबा इतरांसारखे सामान्य नव्हते, हे वाईतील त्यांच्या कामगिरीतून दिसून येते. ते जेथे गेले तेथील जागेला त्यांनी आपल्या पवित्र आचरणाने, कठोर परिश्रमाने, समदृष्टीने आणि संयमाने आश्रमाचे स्वरूप दिले. ते पाहून-

जळापरी मन निर्मळ ज्यांचे
गेले तेथे मिळले हो।
चराचराचें होउनि जीवन
स्नेहासम पाजळले हो ।। (कविवर्य : बा.भ.बोरकर)
या ओळी आठवतात.

आश्रमामुळे विनोबांना पावित्र्य लाभले नव्हते, तर विनोबांमुळेच वाईची ख्याती वाढली, आश्रमाची ख्याती झाली. 'साधारण भूषण भूष्य भावः' अशीच त्यांची तेथील वागणूक व कार्य पाहून म्हणता येईल. क्षेत्रस्थानातील जड विद्वत्तेला त्यांनी भक्तीच्या ओलाव्याची, कठोर परिश्रमाची व संयत वर्तनाची जणू रेशमी झालर लावली! साधारण मनुष्य एखाद्या विद्यापीठात किंवा प्राचीन गुरुकुलात शिकायला गेला की, तेथील जड भौतिक परंपरेत तो बदलून जातो. विनोबांनी मात्र त्या जड परंपरेलाच आपल्या आंतरिक वृत्तीमुळे बदलून टाकले. दळणकांडणाची गिरणी काढून वाचनालयाची स्थापना केली, समुदाय जमविला. सहा महिन्यांच्या वास्तव्यात ब्रह्मसूत्रे, पातंजल योग इत्यादी प्राचीन ग्रंथांचा अभ्यास करून त्यातील सार ग्रहण केले. काशीच्या पंडितांच्या म्हणण्याप्रमाणे ज्या अभ्यासाला १२-१२ वर्षांचा काळ लागत असे, तो अभ्यास त्यांनी केवळ सहा महिन्यांत

करून आपले 'प्रत्युत्पन्नमतित्व' सिद्ध केले. वेळेचे गणित बसवून कमीत कमी वेळात जास्तीत जास्त काम करून दाखविले. त्यांचे वाईतील अल्पावधीतील हे प्रचंड कार्य बघून बापूजी थक्क झाले आणि त्यांनी 'गोरखने मछिंदरको हराया, भीम है भीम!' असे उद्‌गार काढले.[२३]

विनोबांनी बापूजींना पत्र लिहून आपल्या वाईतील सहा महिन्यांच्या वास्तव्याचा व नंतर सहा महिने केलेल्या भ्रमंतीचा असा एक वर्षाचा हिशोब पुढीलप्रमाणे दिला आहे.[४]

१) वाईच्या नारायणशास्त्री मराठे यांच्याकडे उपनिषद, गीता, मनुस्मृती, शांकरभाष्य इत्यादी ग्रंथांचा अभ्यास.

२) आरोग्य सुधारण्यासाठी प्रथम १०-१२ मैल भटकणे, नंतर ६ ते ८ शेर धान्य स्वत: दळण्याचा उपक्रम, दररोज ३०० सूर्यनमस्कार, भटकणे, फिरणे हा नित्य कार्यक्रम ठरविला.

३) आहारात पहिल्या सहा महिन्यांपर्यंत मिठाचा उपयोग केला, परंतु ते नंतर सोडून दिले. आजन्म मीठ व मसाला न खाण्याचे व्रत घेतले. प्रयोगाने असे सिद्ध झाले की दुधाशिवाय आरोग्य नीट राहणार नाही. (तरीही दूध सोडता आले तर सोडण्याची इच्छा आहे.)

एक महिना फक्त केळे व लिंबावर गुजराण केली.[२५] खूप अशक्तपणा आला म्हणून खालीलप्रमाणे दैनंदिन आहार योजना केली-

दूध १॥ शेर (६० तोळे), दोन ज्वारीच्या भाकऱ्या (२० तोळे), ४-५ केळी व मिळाला तर एक लिंबू. तरीही हा आहार श्रीमंती थाटाचा वाटला. रोजचा खर्च एकूण १२ आणे.

कार्य :

१) गीतेचा वर्ग चालवून ६ विद्यार्थ्यांना सार्थ गीता शिकविली.

२) चार विद्यार्थ्यांना ज्ञानेश्वरीचे सहा अध्याय शिकविले.

३) दोन विद्यार्थ्यांना नऊ उपनिषदे शिकविली.

४) हिंदी फारसे चांगले येत नसतानाही विद्यार्थ्यांना हिंदी दैनिके वाचून दाखविली.

५) दळणातून जे पैसे येतील, त्यातून ४०० ग्रंथ जमवून वाचनालयाची स्थापना केली.

अशा रीतीने वाईतील सहा महिन्यांच्या वास्तव्यात विनोबांनी प्रचंड कार्य केलेले दिसून येते. या प्रत्येक कामाबरोबर स्वाध्याय व प्रवचन या दोन गोष्टी सतत

जोडून दिलेल्या दिसतात. पुढेही आयुष्यभर प्रत्येक कामाशी त्यांनी स्वाध्याय व प्रवचन जोडून दिलेले दिसतात.[२६] या दृष्टीने ते खऱ्या आचार्यपदाला २३ व्या वर्षीच पोहोचलेले दिसतात. 'परमेश्वर माझ्याकडून सेवा घेईल काय?'[२७] हीच तळमळ या सर्व कामांच्या पाठीशी होती.

नंतरचे सहा महिने विनोबांनी भ्रमणात घालविले. महाराष्ट्रातील पाच जिल्ह्यांत जवळजवळ ४०० मैलांचा प्रवास त्यांनी केला. अर्थात या भटकण्यामागे किल्ले पाहाणे, संतांच्या स्थानांना भेटी देणे, चांगल्या लोकांना भेटणे व लोकांच्या स्थितिगतीचे निरीक्षण करणे' हे हेतू होते! कोणाच्या घरी आध्यात्मिक ग्रंथ असतील, तर विनोबा त्या ग्रंथांचा विशेष आस्थेने शोध घेत असत.

'रिघावे पोटात। पायां पडूनि घ्यावा अंत' अशा नम्र वृत्तीने ते लोकांशी संपर्क साधून त्यांच्या मनातील गोष्टी काढून घेत. या भटकण्याला स्वाध्याय व प्रवचनांची जोड होतीच. ठिकठिकाणी गीतेवर प्रवचने देण्याचे कार्य सुरूच होते. अशाच भटकंतीत संकेश्वरच्या शंकराचार्यांची भेट झाली. 'वासरू जर गाईकडे येत नसेल तर गाईने वासराकडे गेले पाहिजे' अशी चिठ्ठी लिहून शंकराचार्यांनी त्यांना भेटीस बोलाविले.[२८] विनोबांवर त्या चिठ्ठीतील मजकुराचा खूप परिणाम झाला व त्यांनी लगेच शंकराचार्यांची भेट घेतली. गीतेवर त्यांची जी प्रवचने व्हायची ती जीव ओतून व्हायची! या अभ्यासातून व गीता भक्तीतूनच पुढे 'गीताई' आणि 'गीता-प्रवचनां'चा जन्म झाला.

प्रवासात दिलेल्या प्रवचनांचा परिणाम होऊन कोल्हापूरचे मेथे मास्तर विनोबांना कायमचे येऊन मिळाले.ते सुतारकामात निष्णात होते. पुढे आश्रमात विनोबा त्यांना'येशू ख्रिस्त' असे म्हणत, 'ख्रिस्तही ब्रह्मचारी व सुतार आणि मेथे मास्तरही ब्रह्मचारी व सुतार!'[२९]

लोकांमध्ये राहून त्यांच्यात चांगली भावना निर्माण करण्याचे कार्य त्यांच्या या पायी भटकण्यातून नकळत झाले. शाळेत असताना त्यांचे वक्तृत्व बघून 'तुझ्या तोंडातच फक्त जोर आहे' असे काही विद्यार्थी म्हणत, पण पायांतही जोर आहे हे त्यांनी या वेळी दाखवून दिले. त्यांची ही भटकंती म्हणजे भूदान आंदोलनानिमित्त होणाऱ्या पुढील पदयात्रेच्या जणू पाऊलखुणाच! भटकताना तासगाव येथे त्यांना सात दिवस मुक्काम करावा लागला. वास्तविक तीन दिवसांपेक्षा अधिक दिवस ते कोठेही थांबत नसत; पण पायी चालून चालून त्यांच्या पायाला फोड आल्यामुळे, त्यावर इलाजासाठी त्यांना थांबावे लागले, काही दिवस बैलगाडीतून प्रवास करावा लागला. विनोबांच्या पायाला जणू काही चक्रच होते. अगदी लहानपणापासून ते

भटकत होते. व्यापक आत्मदर्शनाची बाळगलेली तहान तृप्त होईपर्यंत विनोबांची ही भटकंती सुरू राहिली.

ज्या गावाला मुक्काम असेल त्या गावातील तरुणांशी संपर्क साधून त्यांना पदयात्रेचे निमंत्रण द्यायचे. कोणी तरुण बरोबर आला, तर नेहमी जोरदार चर्चा चालायची व एकटे असले तर चिंतन चालायचे. सकाळी १० ते ११ पर्यंत भटकायचे. तोंडाने नव्हे तर अभ्यास, वैराग्य, व्रतनिष्ठा व पदयात्रेद्वारा निष्काम जनसंपर्क या आचरणाने गांधींच्या सत्याग्रहाश्रमाचा प्रचार त्यांनी केला.[३०]

वाईला जाण्यापूर्वी लोकमान्य टिळकांशी त्यांचा थोडाफार संवाद झाला होता. काही मोठ्या म्हणविणाऱ्या सार्वजनिक संस्थांचा 'पोकळ डौल' त्यांच्या लक्षात आला होता. अशा पोकळ डौलाच्या नादी न लागता भरीव कार्याच्या पाठी ते लागलेले दिसतात. पुढील आयुष्यात केलेल्या भूदान-यात्रेची ही छोटीशी झलक म्हणायला काही हरकत नाही. 'एका वर्षानंतर परत येईन' असा शब्द गांधींना दिला होता त्याप्रमाणे बरोबर एका वर्षाने ते आश्रमात परतले.

६ महिने वाईला वास्तव्य व ६ महिन्यांची भ्रमंती एवढी तपश्चर्या करून आत्मतेजाने झळकत ते आश्रमात परत आले. विनोबांनी वाईहून पाठविलेल्या तेथील वास्तव्यातील हिशोब देणाऱ्या पत्राने गांधीजी थक्क झाले होते. त्या वेळी त्यांनी काढलेले उद्‌गार विनोबांनी पुढील आयुष्यातही खरे करून दाखविले. एका वर्षानंतर सत्याग्रहाश्रमात परत जाण्यापूर्वी ते बडोद्याला आले, तेव्हा त्यांच्याबरोबर इंग्रजी शिकण्यासाठी वाईहून तर्कतीर्थ लक्ष्मणशास्त्री जोशी आले होते.[३१]

कोचरब आश्रमात आल्यानंतर या कालखंडात बऱ्याच घटना घडल्या. त्यातूनही विनोबांच्या व्यक्तिमत्त्वावर प्रकाश पडतो. कोचरबहून ते अधूनमधून बडोद्याला यायचे. अशाच एका फेरीत त्यांनी स्वत: स्थापन केलेल्या 'विद्यार्थी मंडळा'ची समाप्ती केली व त्या संस्थेचा सर्व ग्रंथसंभार कोचरब (साबरमती) आश्रमाला दिला.[३२]

याच सुमारास बडोद्याला इन्फ्लुएंझाची साथ मोठ्या प्रमाणात पसरली. त्यात त्यांच्या आईचा व लहान भाऊ दत्तात्रेयचा बळी गेला. आईच्या आजारपणाची बातमी समजताच विनोबांनी गांधीजींच्या आज्ञेप्रमाणे बडोद्याला प्रयाण केले व आईची शुश्रूषा केली. आईचे त्यांच्या जीवनात अनन्यसाधारण स्थान होते; तिच्याविषयी उत्कट भक्ती होती व ही भक्ती अंत:करणात खूप खोलवर पोहोचली होती. आपल्या आईविषयी त्यांनी पुढील आयुष्यात असे उद्‌गार काढले की, 'मी हजारो ग्रंथ वाचले,

पण त्यांचे ज्ञान एकीकडे व आईने दिलेले ज्ञान-भक्ती दुसरीकडे ठेवले, तर आईने दिलेले ज्ञान ग्रंथांनी दिलेल्या ज्ञानापेक्षा श्रेष्ठच वाटते.' विनोबांची आपल्या माणसांवर प्रेम करण्याची रीतच काही वेगळी दिसते. प्रेमाच्या माणसांच्या शारीरिक संगतीत राहण्यापेक्षा मानसिक संगतीत सदैव राहणे ते पसंत करत. प्रेमाच्या बाह्य कर्मकांडावर त्यांचे मुक्त मन आईच्या मृत्यूप्रसंगी ते स्मशानात गेले नाहीत, कारण ब्राह्मणाकडून आईची अंत्यक्रिया होणे त्यांना मान्य नव्हते, ते स्वत: अंत्यक्रिया करणार होते. इतर मंडळींनी ते मान्य केले नाही म्हणून ते स्मशानात गेले नाहीत.[३३]

हे वाचून सर्वसामान्य माणसांना विनोबांचा राग येईल. त्या वेळीही अनेकांनी त्यांच्या या वर्तनाबद्दल त्यांची कठोर निंदा केली, पण विनोबांच्या मनावर त्याचा काहीही परिणाम झाला नाही. त्यांच्या मनाची जडणघडण इतकी वैराग्यशील व द्वंद्वातीत झाली होती की मृत्यूनंतर देहाची काय किंमत आहे, त्यासाठी किती रडायचे हे ते जाणून होते.

'ज्ञानी मनुष्य मृत्यूचा शोक करीत नाही' हे गीतावचन ते त्या वेळी प्रत्यक्ष जगले व पुढेही आयुष्यभर जगले. वयाच्या अवघ्या २३ व्या वर्षी प्रत्यक्ष गीता जगून दाखविण्याचा महान निश्चय पाहून, त्यांच्या या व्यक्तिमत्त्वाने आपण भारावून जातो. आपण गीता वाचतो, पण प्रत्यक्ष गीतेच्या तत्त्वज्ञानाप्रमाणे वागण्याची वेळ आली की डळमळतो! विनोबा याबाबतीत मात्र अलौकिक आहेत. पुढेही ते 'देह मर्त्य-आत्मा अमर आहे' या वृत्तीनेच वागताना दिसतात.

खालील घटना त्यांच्या याच वृत्तीवर प्रकाश टाकणारी आहे :

एकदा साबरमती नदीवर गेले असताना पाय घसरून पाण्याच्या प्रवाहात पडले व प्रवाहाबरोबर पुढे पुढे जाऊ लागले. त्या वेळी हात उंचावून ते ओरडले, 'आत्मा अमर आहे. विनोबांचा गांधींना प्रणाम सांगा.' नंतर एका खडकाचा आधार त्यांना लाभल्यामुळे ते वाचले.[३४] देहाविषयीची आसक्ती त्यांनी किती समूळ नष्ट केली होती व 'न जायते म्रियते वा' (भगवद्गीता : २-२०) हे आत्म्याविषयी असलेले तत्त्वज्ञान किती सखोल रीतीने पचविले होते, हे या घटनेवरून आपणास दिसून येते.

आश्रमात आल्यापासून आपला देह त्यांनी पूज्य बापूजींच्या हवाली केला होता व मन गीता माउलीच्या चरणी अर्पण केले होते. वाईहून आश्रमात परत येण्यापूर्वीच त्यांच्याविषयी गांधीजींच्या मनात फार मोठे स्थान निर्माण झाले होते. १९१७ मध्ये दीनबंधू ॲण्ड्रयूज यांना महात्माजींनी विनोबांविषयी असे सांगितले होते की, 'ते आश्रमात काही घेण्यासाठी आले नाहीत, तर देण्यासाठी आले आहेत.

आश्रमातील दुर्लभ रत्नांपैकी ते एक आहेत.'[३५]

कोचरब आश्रमात विनोबांची सर्वसाधारणपणे दिनचर्या कशी होती याविषयी वल्लभस्वामींनी नोंद केलेली दिसते. वल्लभस्वामी हे विनोबांचे प्रथम विद्यार्थी. त्यांनी 'मैत्री' मासिकात 'शिक्षक विनोबा' असा एक लेख लिहिलेला आढळतो.[३६] वाईहून कोचरब येथे परत आल्यानंतर त्यांनी केलेल्या एकूण कार्यावर व व्यक्तिमत्त्वावर प्रकाश टाकणारा असा तो वल्लभस्वामींचा लेख आहे. वल्लभस्वामींच्या दृष्टीने साबरमतीचे सर्व वातावरण नवीन होते. विनोबा कोचरब आश्रमातील मुलांना संस्कृत आणि गणित हे दोन विषय शिकवित असत. आश्रमाच्या शाळेत विनोबांव्यतिरिक्त नारायणशास्त्री खरे, किशोरलालभाई मश्रूवाला, नरहरीभाई परिख, काकासाहेब कालेलकर आणि अप्पासाहेब पटवर्धन असे इतर शिक्षक होते. त्या वेळी विनोबांनी डोक्यावर जटा वाढविल्या होत्या. डोके नेहमी उघडेच असायचे. कधीतरी डोक्यावरून चादर ओढून घ्यायचे. व्याख्यानासाठी बाहेरगावी जायचे असेल तर जाड खादीचा सदरा घालून जायचे. स्वत:साठी, स्वत:च्या हातांनी शेगडीवर गव्हाची चपाती (रोटी) करायचे. वेळ वाचविण्यासाठी एक चपाती झाल्याबरोबर पुढची चपाती होईपर्यंत लगेच खायला सुरुवात करायचे. चपातीबरोबर थोडा गूळ किंवा खजूर घ्यायचे. सकाळी लवकर उठण्याची सवय त्यांना त्या वेळेपासूनच होती. सर्वांअगोदर विनोबा प्रात:काळी ३॥-४ ला उठायचे, स्नान करून प्रार्थनेत सामील व्हायचे. विद्यार्थ्यांकडून नदीच्या थंड पाण्यात स्नान करवून घ्यायचे.

स्वत: आसन व सूर्यनमस्कार घालायचे आणि विद्यार्थ्यांनाही तसा व्यायाम करायला सांगायचे. संध्याकाळी मोकळ्या मैदानात आट्यापाट्यांचा खेळ खेळायचे आणि प्रार्थनेनंतर नेहमी प्रवचन करायचे. विनोबांनी आश्रमशाळेत फार कडक शिस्त ठेवली होती, तरीही ते विद्यार्थ्यांना प्रिय होते. विद्यार्थ्यांना रविवार व इतर सुट्टी द्यायला नकोत असे विनोबांचे मत होते. ते म्हणायचे, 'खायला सुट्टी नाही, खेळायला सुट्टी नाही, मग अभ्यासालाच सुट्टी कशासाठी?' त्यांच्या या शैक्षणिक विचारांचा विद्यार्थ्यांवर फार परिणाम व्हायचा, कारण सुट्टीविषयी झालेल्या चर्चेमध्ये आम्हाला सुट्टी नको असे विद्यार्थ्यांनी व्यवस्थापकाला सांगितलेले दिसते.

शिक्षक विनोबांची शिस्त जरी अतिशय कडक व स्वभाव उग्र होता, तरी जर एखादा विद्यार्थी आजारी पडला, तर मात्र ते लगेच त्याच्या सेवेसाठी धावून जायचे. प्रभुदास गांधींच्या टायफॉईडच्या आजारात विनोबांनी त्यांची सेवा करून विद्यार्थ्यांवरील आपले प्रेम कृतीतून व्यक्त केलेले दिसते.

आश्रमशाळेला रविवारी सुट्टी असायची, तरीपण विद्यार्थी व्यस्त असत. त्यांना थोडा वेळही आपण रिकामे आहोत असे वाटत नसे, कारण विनोबा अशा सुट्टीच्या दिवसांमध्ये विद्यार्थ्यांना आपल्याबरोबर घेऊन आजूबाजूच्या खेड्यांमध्ये जात. 'बलवान् बाल:' हे त्यांचे आवडते सूत्र होते. त्यामुळे विद्यार्थ्यांसमोर ते नेहमी उच्च ध्येय ठेवायचे.

एके दिवशी वल्लभस्वामींना ते म्हणाले, 'भारतमातेच्या पायात गुलामीच्या बेड्या आहेत. जन्माला आलेल्या प्रत्येक मुलाकडे पाहून तिला वाटते की, हा बालक माझ्या पायातील बेडी तोडण्यासाठी आपले जीवन खर्च करील काय?' एकदा शिकवत असताना विद्यार्थ्यांना 'तुम्ही पुढील जीवनात कोण होणार?' असे त्यांनी विचारले होते.

खाण्यापिण्याबाबत जर तक्रारी केल्या किंवा एखादा पदार्थ चांगला झाल्याबद्दल विद्यार्थ्यांनी अभिप्राय व्यक्त केला, तर ते म्हणायचे, 'अरे! गेल्या जन्मी तुम्ही स्वयंपाकी होता काय?' अशा रीतीने नेहमी प्रत्येक क्षणी विद्यार्थ्यांच्या भावनांचे ते उन्नयन करायचे! शिकविण्यातसुद्धा त्यांची एक विशिष्ट प्रकारची दृष्टी होती. विद्यार्थ्यांना संस्कृत शिकविण्यासाठी मनुस्मृतीतील दोनशे-सव्वादोनशे श्लोक निवडून त्यांनी एक हस्तलिखित तयार केले होते. उपनिषदांमधील काही सुलभ संस्कृत श्लोकांचीही त्यांनी निवड केली होती. संस्कृत भाषेबरोबरच, संस्कृतातील प्राचीन साहित्याचीही ओळख विद्यार्थ्यांना झाली पाहिजे, या दृष्टीने ते सतत जागरूक असत.

त्यांच्या शैक्षणिक विचारांना इथेच चालना मिळालेली दिसते. 'उद्योग आणि ज्ञान यांच्यात विरोध नाही, उलट ते अभिन्न आहेत' अशीच शिक्षक विनोबांची शैक्षणिक दृष्टी होती. गांधीजींच्या प्रेरणेमुळे ही आश्रमशाळा स्थापन झाल्यामुळे प्रत्येक विद्यार्थ्याला ज्ञान आणि शिक्षण देणारा एखादा उद्योग एक-दोन तास परंतु विनोबांच्या प्रेरणेमुळे एक विद्यार्थी जास्त वेळ म्हणजे रोज ४-५ तास विणकाम करायचा. विनोबांची दृष्टी केवळ 'शिकविण्या'ची नव्हती, तर 'घडविण्या'ची होती.

वर्ध्याचे जमनालाल बजाज हे गांधीजींचे मानसपुत्र![३७] त्यांच्या आग्रहावरून प्रथम रमणिकलाल मोदी यांना वर्ध्याला पाठवून गांधीजींनी सत्याग्रहाश्रमाची एक शाखा तेथे उघडली. पुढे काही दिवसांनी मोदींनी बापूजींना एक पत्र लिहून त्या जबाबदारीतून आपली मुक्तता करून घेतली.[३८] त्यांच्या जागी चार विद्यार्थ्यांसह विनोबांची ८ एप्रिल १९२१ रोजी वर्ध्यास रवानगी झाली. या चार विद्यार्थ्यांत पुढे वल्लभस्वामी म्हणून प्रसिद्धीला आलेले विनोबा-भक्त वल्लभ होते.[३९] १९१८ ते

१९२१ पर्यंत कोचरबहून वर्ध्याला जाण्यापूर्वी विनोबांनी गांधीजींच्या सर्व विधायक कार्यक्रमांत स्वत:ला तन-मन-धनाने झोकून दिले होते. १९१६ मध्ये कपड्यांसाठी लागणारे सूत गिरणीत तयार व्हायचे. गिरणीत तयार होणाऱ्या सुतापासून व कपड्यांपासून भारताचा काहीही फायदा होणार नाही हे बापूजींनी ओळखून चरख्यावरील सूतकताईला प्राधान्य दिले. आश्रमात विणकाम शिकणाऱ्या गांधीजींच्या पहिल्या शिष्यांपैकी विनोबा एक होते. सूतकताई व विणकाम यात त्यांनी प्रावीण्य मिळविले होते. विणकाम व सूतकताई ही कामे ते दररोज नऊ तास करू लागले. कातताना दोन तास ते अध्यापनाकडे देत. 'चिंतनातून प्रयोग व प्रयोगातून चिंतन' हे सूत्र धरून सर्व कार्यक्रम राबवित असत.

त्यांचा दिवस जणू एकूण २६ तासांचा होता असे म्हणता येईल. विणकाम व सूतकताई यासाठी नऊ तास, दोन तास कातणे व शिकविणे ही कामे एकाच वेळी चालायची. चार-पाच तास पत्रलेखनात जायचे. १० तास देहाच्या क्रियेसाठी जायचे, त्यात निद्रेचाही समावेश होता.

विनोबांची अर्थशास्त्रीय दृष्टी :

सूतकताईच्या मजुरीतूच रोजगार लाभून जीवन जगता आले पाहिजे, या गोष्टीचा प्रयोग विनोबांनी वर्ध्याच्या सत्याग्रहाश्रमात केला. स्वयंरोजगाराचा प्रयोग करून त्यांनी दाखवून दिले की, आठ तास चरख्यावर काम करूनही आवश्यक असणारी मजुरी कातणाऱ्याला मिळत नाही. त्यामुळे बापूजींना ही गोष्ट समजताच, त्यांच्या शिफारशीवरून चरखा संघाने सुताच्या गुंड्यांची किंमत थोडीशी वाढवून दिली.

दुसरा कालखंड :

१९२१ ते १९५१ हा विनोबांचा वर्ध्यातील वास्तव्याचा जवळजवळ ३० वर्षांचा कालखंड आहे. त्यांच्या आयुष्यातील हा दुसरा महत्त्वाचा कालखंड होय. या कालखंडात ते स्वतंत्रपणे वर्ध्याला राहिले, तरी 'बापूंचा एक नम्र शिपाई' या बाण्यानेच! बापूंपासून दूर असूनही बापूंच्या कार्यात ते रमले आणि त्यांच्याच मार्गदर्शनाप्रमाणे वागले.

या तीस वर्षांच्या कालखंडात तुरुंगवासाचा काही काळ सोडला, तर विनोबांचा बहुतेक वेळ सत्याग्रहाश्रमातील कातणे, विणणे, संडास-सफाई करणे, मिळालेल्या मजुरीतूनच निर्वाह करण्याचा प्रयोग करणे, सत्य-अहिंसा इत्यादी एकादश व्रतांचा संग्रह करणे यात गेलेला आढळतो. एकांतवासाचा हा कालखंड! त्यामुळे चिंतन करण्यास त्यांना भरपूर वाव मिळाला.

गांधीजींच्या आदेशावरून ते वेळोवेळी सत्याग्रह करून तुरुंगात गेले. त्याही ठिकाणी आपल्या कारुण्यमय व्रतनिष्ठेने त्यांनी कारागृहाला आश्रमाचे स्वरूप दिले. जीवनातील सर्वोत्तम शिक्षण, योग साधण्याचे शिक्षण खऱ्या अर्थाने तुरुंगातच मिळते असे त्यांनी आपल्या वर्तनाने सिद्ध केले. १९२५ पर्यंत ते काँग्रेसचे सदस्य होते, त्यानंतर त्यातून ते मुक्त झाले, कारण काँग्रेसच्या समिती-सदस्यांच्या ज्या बैठका व्हायच्या, त्यातील वातावरण विनोबांना मानवणारे नव्हते. सभेसाठी जमणारे हे लोक माणुसकीकडे लक्ष देऊन काम करीत नाहीत, तर कायद्याकडे व नियमांकडे लक्ष देऊन काम करतात. त्यामुळे त्या कामात शुष्कता व निरसता निर्माण होते असे त्यांना वाटायचे. म्हणून नेहमीच्या अर्थाने १९२५ नंतर ते राजकारणात नव्हते. बापूंनी सांगावे व विनोबांनी ऐकावे असे घडत असे. देशसेवेच्या वेदीवर एखादे हिंसक असे क्रांतिकारक कृत्य करून बलिदान करावे व प्रतिष्ठा प्राप्त करावी ही त्यांची खूप जुनी इच्छा होती, परंतु बापूजींनी हा 'वेडा विचार' त्यांच्या मनातून काढून टाकला. त्यांना सतत विधायक कार्यात व वेळप्रसंगी सत्याग्रहात अडकवून ठेवले.

१९२५ च्या सुमारास केरळातील वैकम येथे मंदिर प्रवेशासाठी सत्याग्रह सुरू होता. हरिजनांना तेथे मंदिर-प्रवेश नव्हता. त्या सत्याग्रहाचे निरीक्षण करण्यासाठी, त्यात सुधारणेला काही वाव आहे काय हे पाहण्यासाठी; हरिजनांना मंदिरात प्रवेश मिळावा म्हणून हिंदू पंडितांशी चर्चा करण्यासाठी बापूंनी त्यांना तिकडे रवाना केले. सत्याग्रह पद्धतीबद्दल विशेष ज्ञान नसतानाही केवळ बापूंवर श्रद्धा ठेवून विनोबा तिकडे गेले. पंडितांशी संस्कृतमध्ये चर्चा केली, परंतु हरिजनांना मंदिरात प्रवेश देण्याबाबतीत ते त्यांचे हृदय-परिवर्तन काही करू शकले नाहीत. 'शुद्ध दृष्टीने सत्याग्रह केला तर त्याचा नक्कीच परिणाम होतो' या निष्कर्षापर्यंत विनोबा पोहोचले. त्यांनी तो बापूंना सादर केला. त्यापूर्वीही टिळक फंडासाठी एक करोड काँग्रेस सदस्य बनविण्याच्या गांधीजींच्या कार्यक्रमात १९२१ मध्ये ते सामील झाले होते. रोज पाच-सहा तास काम करूनही केवळ ५-१० सदस्यांची नोंदणी विनोबा करू शकत, पण दुसरे लोक मात्र एक-दोन तासांत १५०-२०० सदस्य करून घ्यायचे. ही दुसरी माणसे गिरणीच्या किंवा प्रेसिंग जिनिंग फॅक्टरीच्या मालकाकडून ५० ते २०० रुपये घेऊन त्यातील मजुरांचे नाव सदस्य म्हणून नोंदवून घ्यायचे. विनोबांना हे मानवले नाही म्हणून ते काँग्रेसच्या बाहेर, पण बापूंच्या आज्ञेत राहिले.

१९३५ च्या सुमारास विनोबांच्या आयुष्याची चाळीस वर्षे पूर्ण होत आली होती. घर सोडून वीस वर्षे झाली होती. त्यांच्या दीर्घायुष्याच्या मानाने त्या वेळचे त्यांचे चाळीस वर्षांचे वय म्हणजे खूप काही नव्हते; तरीही त्यांचा हा पहिला वीस

वर्षांचा कालखंड स्थूलमानाने ज्ञानसंग्रह व चिंतन करण्यात गेला, तर दुसरा वीस वर्षांचा कालखंड (१९३५ पर्यंत) व्रतसंग्रह करण्यात गेला. त्यापुढील कालखंड प्रेमसंग्रह करण्यात गेला असे म्हणता येईल. विनोबांच्या व्रतनिष्ठ वृत्तीबद्दल महादेवभाई देसाईंनी असे लिहिले आहे की, 'गांधीजींच्या अनुयायांमध्ये विनोबांनी सत्याग्रहाश्रमात व बाहेरही सत्य-अहिंसेचे पुजारी-सैनिक जेवढे तयार केले तेवढे कुणीच तयार केले नाहीत.' हा अभिप्राय विनोबांच्या या कालखंडातील मूकसेवेवर प्रकाश टाकणारा आहे. साबरमती आश्रमात असताना विनोबा स्नानानंतर व्यायामासाठी सूर्यनमस्कार घालीत. नंतर मात्र स्वतंत्र अशा अनुत्पादक व्यायामास त्यांनी वेळ दिला नाही. 'उत्पादक श्रम हाच खरा व्यायाम' हे त्यांनी स्वत:च्या श्रमनिष्ठेच्या उदाहरणाने सिद्ध केले. सूतकताई, सफाई, भंगीकाम यात प्रयोग करण्यासारखे काय आहे, असे आपणास वाटेल, पण त्या कामांचाही विनोबांनी बारकाईने अभ्यास केला. 'मळ टाकून घाण करणाऱ्यापेक्षा, ती घाण स्वच्छ करणारा अधिक श्रेष्ठ' अशी दृष्टी त्यांनी आश्रमवासीयांना दिली.

मळ खतासाठी व खत पिकासाठी उपयुक्त म्हणून त्याचीही गणना त्यांनी राष्ट्रीय संपत्तीत केली. 'प्रभाते करदर्शनम्'च्याऐवजी 'प्रभाते मलदर्शनम्' अशी जीवनदृष्टी आश्रमवासीयांबरोबरच देशातील जनतेला संडास-सफाईच्या विधायक कामगिरीवरून दिली. मैला रस्त्यावर उघडा राहिल्यास घाण वास पसरतो, रोगराई होण्याची भीती असते, म्हणून खड्डा खणून त्यात मैला टाकून खड्डा बुजविणेच अधिक चांगले हे लोकांना पटवून दिले. अस्वच्छतेशी विधायक वृत्तीने कसे लढावे व सर्व कामे समान दृष्टीने कशी करावी याचे उदाहरण स्वत: फावड्याने काम करून अनुयायांपुढे ठेवले.[४०] ९ मार्च १९६३ रोजी मराठी 'हरिजन' पत्रात लिहिलेल्या एका लेखात विनोबा म्हणतात, 'मळावर माती टाकण्याची योजना पाहिजे. मळ उघडा टाकणे हे सहावे पातक आहे. हे सोनखत नीट रीतीने वापरले गेल्यास गावोगावी एक सोन्याची खाणच लाभेल.' विनोबा अशा रीतीने या कालखंडात एकाच ठिकाणी स्थिर राहून विधायक कार्यात रमलेले दिसतात.

बापूजींच्या आज्ञेवरून झेंडा सत्याग्रह[४१], वैयक्तिक सत्याग्रह[४२] व बेचाळीसच्या आंदोलनात भाग घेतल्यामुळे जेवढा काळ तुरुंगात गेला तेवढा सोडला, तर ज्याला गीतेत 'अकर्म अवस्था' म्हणतात, त्या अवस्थेत त्यांचा वरील कालखंड व्यतीत झाला.

पवनार आश्रमात वास्तव्य :

१९३८ मध्ये प्रकृतिस्वास्थ्यासाठी त्यांनी पवनारला जमनालालजी बजाजांच्या

लाल बंगलीत वास्तव्य केले. त्या ठिकाणी औषधे न घेता दररोज थोडी थोडी जमीन खणण्याचे काम करून त्यांनी आपली प्रकृती दुरुस्त केली.

भारताचे 'पहिले वैयक्तिक सत्याग्रही' म्हणून याच वेळी बापूजींनी त्यांची निवड केली आणि सर्व देशाला ते परिचित झाले. वैयक्तिक सत्याग्रहातून सुटून आल्यानंतर त्यांनी आपला मुक्काम नालवाडी येथे ठेवला. बापूजी तेथून जवळच दोन-तीन मैलांच्या अंतरावर सेवाग्राम येथे असायचे, पण बोलावल्याशिवाय विनोबा तेथे जात नसत. प्रार्थना, सूतकताई, विणणे, स्वत: स्वयंपाक करणे, संडास साफ करणे, ही कामे अविरत चालायची. याला स्वाध्याय, प्रवचनांची जोड होतीच. साबरमतीच्या सत्याग्रहाश्रमापेक्षा विनोबांच्या नेतृत्वाखाली सुरू झालेल्या वर्ध्याच्या सत्याग्रहाश्रमाची साधना अधिक कठोर होती असे आपले मत कमलनयन बजाज यांनी एका आठवणीत नोंदवून ठेवले आहे.[४३] भास्कर व वल्लभसारखे विद्यार्थी तर या आश्रमातून महत्पदाला चढलेच, पण कमलनयन बजाजांसारखे कुबेरपुत्रही या आश्रमाने घडविले.

'कठोर साधनेशिवाय राष्ट्राचा उद्धार होणार नाही' या प्रेरणेने आश्रमातील खडतर साधनेत विनोबा नेहमी अग्रभागी असत. सहजीवन, सहभोजन, सहविवाह यांच्यापेक्षा सहभावना महत्त्वाची आहे आणि ती सहभावना फक्त प्रार्थनेच्या वेळी व सूतकताईच्या वेळी निर्माण होते. त्या सहभावनेमुळेच राष्ट्रीय ऐक्याला मदत होईल अशी यथार्थ भावना या कार्यक्रमाच्या मागे विनोबांची होती[४४], हे त्यांनी विविध प्रयोगांनी लोकांच्या निदर्शनास आणले.

दुर्दैवाने संडास-सफाईच्या कामाचे महत्त्व लोकांना न पटल्यामुळे रोगराई वाढून आज कृत्रिम खतांवरच आम्हाला अवलंबून राहावे लागते. त्यामागील आर्थिक, राष्ट्रीय व सामाजिक दृष्टी समजावून घेण्याचा प्रयत्न सामान्य लोकांनी कधी केला नाही. राजकारणी लोक तर सत्तेच्या धुंदीत! राजकारण व देशभक्तीच्या कार्यात या विधायक कार्यक्रमांची जोड आम्ही दिली नाही.

विनोबांचा वरील तीस वर्षांचा कार्यक्रम म्हणजे देशाची व पर्यायाने देवाचीच पूजा होती. ब्रह्मजिज्ञासेने वेडावून गेलेल्या विनोबांना गांधीजींसारख्या आध्यात्मिक हिमालयाच्या मार्गदर्शनामुळे व सत्याग्रहाश्रमातील कठोर साधनेमुळे ब्रह्म जनतेतच आहे, सेवा हे परमेश्वराच्या भक्तीचे साधन व जनता म्हणजे स्वामी हे लवकरच समजले. ते या ब्रह्मजिज्ञासा तृप्तीच्या भावनेने आयुष्याच्या अंतापर्यंत जनसेवेत गढून गेले. जनसेवा करता करताच त्यांना ब्रह्माचा साक्षात्कार झाला, कारण 'ब्रह्मविचार म्हणजे मूलभूत जीवनदृष्टी' या निष्कर्षाप्रत ते आले होते. सेवेत 'जनी जनार्दन' अशी

त्यांची निरहंकार व व्यापक दृष्टी होती.

अशा रीतीने कोचरब येथील सत्याग्रहाश्रमातून वर्ध्याला आल्यानंतर, ८ एप्रिल १९२१ ते ७ मार्च १९५१ पर्यंतचा हा कालखंड विनोबांच्या जीवनविकासाच्या व जनसेवेच्या कार्याच्या दृष्टीने महत्त्वाचा होता.

वर्ध्याच्या आठवणी :

वर्धा व पवनार येथील त्यांच्या आश्रमजीवनाबद्दलची माहिती ज्या बजाज कुटुंबाचे ते कुलगुरू होते, त्या बजाज कुटुंबातील व्यक्तींनी दिलेली आढळते. त्यापैकी जानकीदेवी बजाज विनोबांच्या आठवणी सांगताना लिहितात की[४५], ''विनोबा कमी बोलायचे. गीतेचा एक वर्ग ते घ्यायचे. त्या वर्गाला स्त्रियाही जायच्या, त्यात मीही जायची. ज्याला शिकायला यायचे असेल त्याला विनोबा प्रथम गीताईच्या नवव्या अध्यायातील नववा श्लोक म्हणायला सांगायचे. गीतेच्या वर्गाला उशिरा येणाऱ्याला वर्गात बसण्याची परवानगी नव्हती.'

याच कालखंडातील दुसरी आठवण सांगताना जानकीदेवी लिहितात की, ''विनोबांच्या विद्वत्तेचा आमच्या सर्व कुटुंबावर प्रभाव होता. मला असे वाटायचे की माझ्या मुलांनी विनोबांप्रमाणेच व्हावे. त्यामुळे जमनालालजींनी एके दिवशी मला विचारले, 'तू आपल्या मुलांना काय बनवू इच्छितेस?' तेव्हा मी विनोबांप्रमाणेच आपल्या मुलांना फकीर बनवू इच्छिते असे सांगितले. याच भावनेने पुढे मी आमच्या मुलामुलींना विनोबांच्या ताब्यात दिले.' विनोबांच्या दृष्टीने मुले व मुली यात काहीही भेदभाव नव्हता. आपले पती जमनालाल यांच्या मृत्यूनंतर व गांधीजींच्या हत्येनंतर जानकीदेवी विनोबांच्या पदयात्रेत सामील झालेल्या दिसतात. विनोबांनी सांगितलेल्या कांचनमुक्तीच्या प्रयोगाबद्दल याच पदयात्रेत आलेला अनुभव नोंदविताना जानकीदेवी लिहितात की, '१२ सप्टेंबर १९५२ ला विनोबांच्या भूदान-यात्रेने बिहारात प्रवेश केल्यानंतर, भूदानाबरोबर त्यांनी संपत्तीदानही मागायला सुरुवात केली.'[४६] जानकीदेवींनी महिलांजवळ आपले दागिने दान करण्याची मागणी केली, त्याप्रमाणे भराभर दागिने गोळा होऊ लागले. एका भगिनीने आपले मंगळसूत्र दान केले, ते जानकीदेवींनी विनोबांच्या गळ्यात अडकविले. 'भगिनींनी हे दागिने इतक्या प्रेमाने दिल्यामुळे त्यांचा उपयोग विहिरी खणण्याकडे करावा' असे विनोबा म्हणाले. यावरून असे दिसते की, पवनारला सुरू केलेला हा कांचनमुक्तीचा प्रयोग पुढे भूदान-यात्रेत विनोबांनी सुरू ठेवला.

वर्धा, पवनार येथील विनोबांच्या सहवासातील आठवणी कमलनयन बजाज यांनी प्रसिद्ध केल्या आहेत.[४७] त्यावरून असे दिसते की, या कालखंडातील

आश्रमीय जीवनात विनोबा बाहेरून कठोर व उग्र वाटायचे, पण त्यांचे हृदय आरशासारखे आहे हे कमलनयन बजाज यांना जाणवले. त्यामुळेच लोकांचे दु:ख विनोबांमध्ये तीव्रतेने प्रकट व्हायचे. वर्ध्याहून नागपूरकडे जाणाऱ्या रस्त्यावर पश्चिमोत्तर दिशेला धाम नदीच्या किनाऱ्यावर वसलेल्या पवनार गावाजवळ १९३८ च्या सुमारास विनोबा तब्येत सुधारण्यासाठी आले होते. १९४१ च्या वैयक्तिक सत्याग्रहानंतर ते येथेच राहू लागले. तेव्हापासून ही जागा 'परंधाम आश्रम पवनार' या नावाने प्रसिद्ध झाली.

स्वावलंबी शेती, खादी, गो-पालन आणि लोकनागरी लिपीचे अनेक प्रयोग येथे झाले आहेत. वर्ध्याहून पवनारला येत असताना वाटेत नालवाडी नावाची एक हरिजन वस्ती लागते. १९३३ पासून काही वर्षे विनोबा तेथे राहिले होते. वर्धा जिल्ह्यातील गावांची सेवा करण्याचे कार्य तेथून सुरू झाले. तेथे ग्रामसेवा मंडळाची स्थापनाही झाली. गो-सेवा चर्मालयाचे संचालन झाले. गो-सेवा व सरंजाम कार्यालय सुरू झाल्यानंतर गोपुरीची नवी वस्ती अस्तित्वात आली. महारोगी सेवा मंडळ चालू झाले. महारोग्यांच्या सेवा साहाय्यासाठी दत्तपूर नावाच्या आदर्श सेवा संस्थेची स्थापना आणि विकास येथूनच झाला. १९४१ मध्ये सत्याग्रह आंदोलनाचा शुभारंभही 'पहिला व्यक्तिगत सत्याग्रही' या नात्याने येथूनच केला.

या कालखंडात मगनवाडी (वर्धा), नालवाडी व पवनार अशा क्रमाने त्यांच्या वास्तव्याची स्थित्यंतरे झाली. सूतकताई, कांचनमुक्ती, दोन आण्यांत उपजीविका, स्वावलंबन, स्वच्छता, ग्रामसफाई व ग्रामस्वावलंबन यांचे अनेक प्रयोग त्यांनी परमेश्वराची भक्ती समजून याच आश्रमीय जीवनाच्या कालखंडात केले.

विनोबांनी म्हटले आहे की जमिनीचा व अध्यात्माचा फार जवळचा संबंध आहे. जमिनीची स्वत:च्या हाताने मशागत करताना ईश्वर साक्षात्काराचा जो उत्कट अनुभव येतो, तो दुसऱ्या कुठल्याही कामात येत नाही. म्हणून 'ऋषी-कृषी' शेतीचा प्रयोग त्यांनी केला. 'करणांपेक्षा उपकरणे श्रेष्ठ ठरू नये' अशी याबाबतची विनोबांची विचारसरणी आहे. आजच्या यांत्रिक युगात बैलांचेही महत्त्व कमी झालेले आहे, तर स्वत:च्या हातांचे महत्त्व कोणाला वाटणार? यंत्रांनाच आम्ही आमचे हात समजतो व त्यांच्या ताब्यात सदैव राहतो. ते यंत्ररूपी हात काही कारणांमुळे बंद पडले, तर आमचे कामही बंद पडते. त्यात परावलंबित्वाची भावना असून, माणूसही यांत्रिक होतो. भारतासारख्या गरीब देशाला हे परवडणारे नाही. तरीसुद्धा ऋषी-कृषी शेती, बैलाच्या मदतीने शेती व आवश्यक तेथे यंत्राने पाणी उपसून यंत्राच्या मदतीने शेती,

असेही प्रयोग त्यांनी केले.

स्वावलंबनाचे आर्थिक तत्त्वज्ञान विनोबांनी कृतीत आणून सर्वांपुढे ठेवले, तेही याच कालखंडात! देशाच्या कृषिव्यवस्थेला व परावलंबी अर्थशास्त्राला त्यांनी दिलेला हा फार मोठा धक्का होता. देशासाठी तुरुंगात जाऊन त्याला स्वतंत्र करण्याच्या प्रयत्नांपेक्षा, मूकसेवावृत्तीने देशाच्या समृद्धीसाठी व स्वावलंबनासाठी केलेले हे विधायक प्रयत्न माझ्या दृष्टीने अधिक महत्त्वाचे आहेत; कारण या देशात बेकार हात अधिक आहेत. त्यामुळे बेकारीची व लोकसंख्येची प्रचंड समस्या आमच्यापुढे उभी आहे. विनोबांनी दाखविलेल्या मार्गाने ती दूर केली नाही, तर ती आमच्या स्वातंत्र्याचा केव्हा घास घेईल व केव्हा हिंसेच्या खाईत देशाला लोटेल याचा भरवसा नाही. 'आर्थिक स्वावलंबन व व्रतनिष्ठ जीवन याशिवाय देशाच्या स्वराज्याचे सुराज्यात रूपांतर होणार नाही अशी मूलभूत धारणा गांधी-विनोबांची होती. त्या दृष्टीनेच विनोबांच्या तीस वर्षांच्या या मूक व विधायक सेवेकडे पाहिले पाहिजे.

या कालखंडात विनोबांकडून 'विचारपोथी', 'उपनिषदांचा अभ्यास', 'गीताई', 'गीता-प्रवचने' इत्यादी ग्रंथलेखन झाले. याच कालखंडात 'महाराष्ट्र-धर्म' लोकांपर्यंत अधिक प्रमाणात सुरू करून उपनिषदांतील विचार वाचकवर्गापर्यंत पोहोचविले. गांधीजींनी १९४० मध्ये त्यांची वैयक्तिक सत्याग्रहासाठी निवड केली नसती, तर अशा विधायक कार्यात जन्मभर अप्रसिद्ध अवस्थेत रमून गेले असते. अर्थात प्रचंड कार्याने ते प्रसिद्ध झाले असतेच, कारण आचार हेच प्रचाराचे खरे साधन अशी त्यांची वागण्याची पद्धत होती. ज्ञाने मौनम् हा विनोबांचा स्वभाव, खोल चिंतनाने व सेवाभावी वृत्तीने घडविला होता. गांधींनी वैयक्तिक सत्याग्रह करण्याची त्यांना आज्ञा केली. या निवडीने त्यांच्या या थोड्याथोडक्या नव्हे, तर तीस वर्षे केलेल्या कठोर आश्रमीय साधनेला गांधीजींनी प्रशस्तीपत्र दिले, असे म्हणावे लागेल. देशसेवेच्या व पर्यायाने परमेश्वर सेवेच्या या परीक्षेत विनोबा भारतात प्रथम क्रमांकाने उत्तीर्ण झाले व त्यामुळे त्यांचे नाव सर्वतोमुखी झाले.

तब्बल तीस वर्षे विनोबांनी केलेल्या सत्य-अहिंसा-जनसेवेच्या या विधायक कार्यातून, सत्तेपेक्षा सेवेला, शस्त्रापेक्षा अहिंसेला व संपत्तीपेक्षा शरीरश्रमाला अधिक महत्त्व देणारा समाजच स्वातंत्र्य मिळविण्याला व ते मिळवून चिरकाल टिकविण्याला लायक होतो हे गांधीजींना सर्व जगापुढे ठेवायचे होते. चळवळ करून तुरुंगात जाणाऱ्या जवाहरलालजींसारख्या परंपरागत राजकारणी माणसाची गांधीजींनी या सत्याग्रहात दुसऱ्या क्रमांकाने निवड केली. त्यामुळे विधायक कार्याची व परंपरागत

राजकारण करणाऱ्यांची जागा देशसेवेत गांधीजींच्या विशाल दृष्टीने कोणती व कुठे आहे हे सर्व जगाला समजले.

वैयक्तिक सत्याग्रहातून तुरुंगाची शिक्षा भोगून आल्यानंतर विनोबांनी सर्व सेवा-संस्थांमधून मुक्त होण्याची इच्छा व्यक्त केली. 'सर्व सेवा संस्थांमधून मुक्त म्हणजे पदाधिकारी म्हणून मुक्त, सेवेतून नव्हे' अशी गांधींनी व्याख्या करून विनोबांना मुक्त केले. झेंडा सत्याग्रह, वैयक्तिक सत्याग्रह, बेचाळीसचे आंदोलन या आंदोलनांमुळे ७-८ वर्षांचा जो कालखंड तुरुंगात गेला, तोही त्यांचे आंतरिक जीवन व समाजाचे जीवन समृद्ध करण्यात गेला. शिवणी तुरुंगात त्यांना एकांतवासात ठेवले होते. तेथील कैद्यांना नातेवाइकांशिवाय कुणालाच पत्र लिहिण्याची परवानगी नव्हती. विनोबांनी तीन वर्षे कोणालाही पत्र लिहिले नाही. वेलूरच्या तुरुंगात 'खतरनाक कैदी' समजून त्यांची दूर दक्षिणेत रवानगी झाली. त्याही कालखंडात दक्षिणेकडील चार भाषा त्यांनी तुलनात्मक अध्ययन करून शिकून घेतल्या.

धुळ्याच्या तुरुंगात 'बी' क्लास नाकारून 'सी' क्लास स्वीकारला. स्वत: चक्कीवर धान्य दळण्याचे काम करून 'सी' क्लासच्या कैद्यांशी समरस झाले. येथेच 'गीता-प्रवचनां'चा जन्म झाला. दोन आणे मजुरीपैकी एका आण्याची गीताई खरेदी, एक आणा गीता-प्रवचनांबद्दल दक्षिणा अशी वाटणी धुळ्याच्या कैद्यांनी केली होती. ज्या ज्या तुरुंगात विनोबा गेले, तेथे तेथे त्यांनी आपल्या व्रतनिष्ठ व मूकसेवेच्या वृत्तीने तुरुंगाला आश्रमाचे स्वरूप दिले. सत्याग्रही कैदी व तुरुंगाधिकाऱ्यांमध्ये सद्‌भावना निर्माण केली; कारण तुरुंगातील वातावरण विनोबांच्या मते सर्कशीच्या उलट! सर्कशीत माणसांच्या हाताखाली जनावरे असतात, तर तुरुंगात जनावरांच्या हाताखाली माणसे असतात. परंतु आपल्या नम्रतेने, शुद्ध अंत:करणाने विनोबांनी सत्याग्रही कैदी व जेल अधिकाऱ्यांमध्ये मानसिक परिवर्तन घडवून आणले. त्या ठिकाणी होणारा क्षोभ टाळला. अशा तऱ्हेने तुरुंगात शांततामय क्रांतीचा प्रयोग विनोबांच्या हातून परमेश्वराने घडविला. 'क्रांती म्हणजे केवळ बदल नव्हे, तर शांततामय बदल' अशी विनोबांची क्रांतीची व्याख्या आहे. तो बदल घडवून आणण्याचे कार्य या कालखंडात प्रामुख्याने झाले.

आश्रमात असताना दौऱ्यानिमित्त गांधीजींच्या सूचनेवरून विनोबा बाहेरगावीही जात. सत्याग्रहाश्रमाच्या धर्तीवर खानदेशात कासारे व नावरानावरी येथे त्यांनी आश्रमांची स्थापना केली. त्यांच्या या सुवर्ण स्पर्शामुळे विधायक कार्यकर्त्यांचे एक मोहोळ त्यांच्याभोवती जमले. कुष्ठरोग्यांच्या सेवेला वाहून घेणारे मनोहर दिवाण,

चर्मोद्योगाला सर्वस्व अर्पण करणारे गोपाळराव वाळुंजकर, भंगीमुक्तीचा प्रयोग आयुष्यभर करणारे अप्पा पटवर्धन, सुतारकामात कौशल्य स्थापन करणारे मेथे गुरुजी, विचारांच्या गौरीशिखरावर पोहोचविणारे दादा धर्माधिकारी, गो-सेवेला वाहून घेणारे राधाकृष्ण बजाज, गीताईचा प्रचार करणारे शिवाजीराव भावे असे शेकडो कार्यकर्ते विनोबांच्या या आश्रमीय कामातून तयार झाले. या कार्यकर्त्यांद्वारेच वर्ध्यातील सत्याग्रहाश्रमरूपी सेवेचा वृक्ष व त्याची मुळे खेड्यापाड्यांपर्यंत जाऊ शकली व रुजली.

शुकासारखे कडकडीत वैराग्य धारण करून एकांतात राहणाऱ्यांची व शिष्यांसहित आश्रम करून राहणाऱ्या ऋषिमुनींची हजारो वर्षांची परंपरा या देशाला लाभली आहे. गांधीजींप्रमाणेच स्वामी श्रद्धानंद, रवींद्रनाथ टागोर, योगी अरविंद यांनीही ती प्राचीन आश्रमव्यवस्था पुनरुज्जीवित केली. पण गांधीजींनी स्थापन केलेल्या आश्रमांचा जनतेशी प्रत्यक्ष संबंध ठेवून जो कार्यक्रम जगापुढे आला व त्याने अविरोधी असे विश्वहित साधण्याचा जो अहिंसामय मार्ग जगापुढे ठेवला, तसा इतर कुठल्याही आश्रमाकडून ठेवला गेला नाही.(जरी त्यांचे कार्य खूप चांगले झालेले असले तरी!)

बडोद्याच्या रस्त्यांवरून रात्री-अपरात्री निर्हेतुक धावत जाणाऱ्या विनोबांचे पाय या तीस वर्षात गांधीजींच्या मार्गदर्शनामुळे एकाच ठिकाणी स्थिर झालेले दिसतात. 'मी वर्ध्याला राहिलो नाही, तर तुमच्या आज्ञेतच राहिलो' असे विनोबांनी गांधीजींना एका पत्रात कळविले आहे. कृतीने, चिंतनाने, स्वाध्याय-प्रवचनाने व गीताईच्या रूपाने अप्रत्यक्षरीत्या मात्र ते खूप धावलेले दिसतात.

'इवलेसे रोप लाविले द्वारी।
त्याचा वेल गेला गगनावरी'
(श्रीज्ञानदेवमहाराजांची गाथा : आवटे प्रत)

अशी त्यांच्या व्यक्तिमत्त्वाची स्थिती झाली. त्यांच्या वैराग्यशील कठोर वृत्तीचे रूपांतर मधुर भक्तीत झाले.

आश्रमात बहुधा मौनवृत्तीने राहणारे विनोबा, तुरुंगात मात्र सर्व कैद्यांच्या सुखदुःखात सामील होत. तुरुंगातील वास्तव्य सुसह्य कसे करावे हे ते वर्तनाने दाखवून देत. तकली म्हणजे आपले सर्वांचे विश्रांतिस्थान आहे. एक तकली बाकी सब तकलीफ असे त्यांनी कृतीने सिद्ध केले. तुरुंगाच्या बाहेरही एका ठिकाणी वर्ध्याजवळ Power House प्रमाणे स्थिर राहून, आपल्या कार्यकर्त्यांद्वारे आजूबाजूच्या प्रदेशात-खेड्यांमध्ये या आश्रमातील एकादश व्रतांचा सेवामय

विधायक कार्यक्रमाचा प्रकाश पोहोचवून, तेथील अज्ञानरूपी अंधार त्यांनी नष्ट केला.

गांधीं-विनोबांच्या मते त्यांचे आश्रम म्हणजे जीवनाची प्रयोगशाळा होती. प्रयोगशाळेत जसे शास्त्रज्ञ प्रयोग करतो व त्यातून शुद्ध विज्ञानाचा शोध लागतो आणि नंतर व्यवहारात लोक त्याचा उपयोग करतात; तसेच आश्रमातील या प्रयोगशाळेत अहिंसेचे, सेवेचे, सहभावना निर्माण करण्याचे व एकूणच मानवी जीवनाला संपूर्ण विकारांच्या दास्यातून मुक्त करून त्याला पुरुषार्थी बनविण्याचे सतत प्रयोग झाले. त्या प्रयोगांतून लाभलेल्या शोधांचा प्रत्यक्ष जीवनात, व्यवहार्य जगात प्रयोग करण्यात आला. त्यातूनच चरखा संघ, ग्रामोद्योग, चर्मोद्योग संघ, गो-सेवा संघ, हरिजन सेवक संघ इत्यादी प्रचंड कार्ये उभी राहिलेली दिसतात.

प्राचीन आश्रमांपेक्षा या उपरोक्त आश्रमांचे आणखी एक वैशिष्ट्य विनोबांनी आपल्या व्यक्तिमत्त्वाने व गीतेच्या अध्ययनाने जगापुढे ठेवले, ते म्हणजे पुरुषांच्या बरोबरीनेच सामान्य स्त्रियांनाही गुणविकास करून घेण्याची संधी देणे. 'स्त्री-शक्ती' कल्पनेची बीजे येथे दिसून येतात. येथेही मातृभक्ती काम करताना दिसते. स्त्रीला 'अबला' न म्हणता 'महिला' म्हणावे असे विनोबा म्हणायचे. 'His Story नव्हे Her Story' असे त्यामुळेच आचार्य दादा धर्माधिकारी यांनी म्हटले आहे.[४८]

वर्ध्याला प्रारंभी कन्या विद्यालयाची स्थापना होऊन नंतर त्याचे रूपांतर कन्याश्रमात झाले. 'स्त्री म्हणजे अबला, स्त्री म्हणजे भीरूता' असा स्त्री-जीवनविषयक दृष्टिकोन अद्यापही व्यवहारात रूढ झालेला आहे. अर्धा-पाऊण शतकापूर्वी तर तो अधिकच बुरसटलेला होता. पण एकादश व्रतांची दीक्षा कन्याश्रमातील स्त्रियांपुढे, मुलींपुढे विनोबांनी ठेवली होती. कारण गीतेत भगवंतांनी;

'स्मृतिर्मेधा धृतिः क्षमा' (भगवद्गीता :१०-३४)

म्हणजेच स्त्री असे म्हटले आहे. स्त्री म्हणजे साक्षात धैर्याची मूर्ती, पण विषयवासनेने आपण तिचे अवमूल्यन करतो. त्यामुळे तिच्यातील शक्ती प्रकट होऊ शकत नाही. तिनेही ब्रह्मचर्य पाळून आपल्या धैर्याचा आविष्कार करावा व जगाचा तोल सावरावा, अशी रास्त अपेक्षा गांधी-विनोबा यांच्या उपरोक्त कालखंडापासून सुरू झाली. पुरुषांमध्ये शंकराचार्य झाले तर स्त्रियांमध्ये का होऊ नयेत? अशा तऱ्हेचे चिंतन याच कालखंडात विनोबांनी केले. त्यातूनच पुढे २५ मार्च १९५९ रोजी पवनार येथे ब्रह्मविद्यामंदिराची स्थापना झाली. पुरुष बिघडले तर स्त्रिया त्यांना सावरू शकतील, पण स्त्री बिघडली, तर वर्णसंकर होऊन या जगाचा सर्वनाश

होईल, असा इशारा भगवान श्रीकृष्णांनी गीतेत दिला आहे. त्याकडे मन:पूर्वक लक्ष देऊन विनोबांनी व्रती व सेवाभावी स्त्री घडविण्याकडे लक्ष देऊन, स्त्रियांच्या पुढे गुणविकासाचे व आत्मविकासाचे आव्हान ठेवले आणि 'य: क्रियावान् स पण्डित:' हे सिद्ध केले.

इतकेच नव्हे, तर विनोबांच्या महानिर्वाणानंतर पवनार येथे स्त्रीच्या हातून त्यांच्यावर अग्निसंस्कार झाल्याची जी घटना आहे, ती म्हणजे स्त्रियांच्या विकासाच्या दृष्टीने पडलेले फार मोठे ऐतिहासिक पाऊल म्हणावे लागेल. अबला यत्र प्रबला या श्लोकात रंगविलेली महिलेची हीन प्रतिमा नष्ट केली व ब्रह्मविद्यामंदिराची स्थापना करून ती अधिक उन्नत केली.

काही कामे श्रेष्ठ, तर काही कनिष्ठ अशी समजूत हजारो वर्षांपासून या देशात चालत आल्यामुळे सामाजिक विषमतेने भयानक स्वरूप धारण केले होते, ते अद्यापही पूर्णत: कमी झालेले नाही. भंग्याचे काम, जमीन कसणाऱ्या शेतकऱ्याचे काम, खडी फोडणाऱ्या मजुराचे काम, विणकाम करण्याऱ्या विणकऱ्याचे काम; ही सर्व खरोखर अतिशय उपयुक्त कामे होत. या कामांमुळेच समाजाचा गाडा चालू शकतो.पण यात शरीरश्रम असल्यामुळे आम्ही या अत्यंत उपयुक्त कामांना कनिष्ठ प्रतीचे ठरविले व ते करणाऱ्यांना कमी प्रतीचे लेखू लागलो. त्यांना सामाजिकदृष्ट्या बहिष्कृत ठरविले आणि अस्पृश्यतेची एक फार मोठी समस्या निर्माण करून ठेवली. स्वातंत्र्यापूर्वी ती फार मोठ्या प्रमाणात होती. स्वातंत्र्यानंतर ही समस्या पूर्ण नष्ट झाली आहे, हे म्हणणे धाडसाचे ठरेल. गांधी-विनोबा यांच्यामुळे या समस्येकडे सर्वांचे लक्ष जाऊन तिची गुंतागुंत सुटण्यास पुष्कळ मदत झाली हे मात्र खरे! प्रचंड लोकसंख्येचा हा देश! यात विविध भाषा बोलणारे, विविध जातिधर्मांचे, तरतऱ्हेचे पोशाख व खानपान करणारे लोक. त्यामुळे राष्ट्रीय एकात्मतेत

'अविभक्तं विभक्तेषु'(भगवद्गीता : १८-२०)

असे एकात्म वैचित्र्य नाही. भेदभाव, सामाजिक दरी निर्माण होऊन त्यातून फार अशांतता माजली होती. गांधी-विनोबांच्या या कालखंडातील कार्यक्रमांमुळे लोकांमध्ये, या समस्यांचे निराकरण झाल्याशिवाय राष्ट्राला तरणोपाय नाही, ही भावना निर्माण झाली. अर्थात हरिजन सेवा, सर्वधर्मसमभाव, ग्रामोद्योग, खादी विणणे, ग्रामसफाई, स्वाध्याय-प्रवचन असे कार्यक्रमांचे स्वतंत्र भाग पाडून विनोबांनी ते कार्य केले नाही; तर एका दिनचर्येतच जनी जनार्दन पाहण्याच्या त्यांच्या जीवनात व विधायक कामात, उपरोक्त सर्व कार्यक्रम येऊन जातात. प्रारंभी याच कालखंडात सामान्य माणसाने हरिजनाबरोबर कोणत्या मर्यादेपर्यंत समतेने वागावे की जेणेकरून

लोकक्षोभ होणार नाही, अशा तऱ्हेचे प्रश्न त्या वेळचे सामाजिक कार्यकर्ते शंकर श्रीकृष्ण देव यांच्यासारख्यांच्या मनात निर्माण होत. परंतु विनोबांनी तुकारामांची लोक जैसा ओक धरिता धरवेना ही उक्ती डोळ्यांसमोर ठेवली. नालवाडीच्या वास्तव्यात विनोबा संडास-सफाईचे काम करतात म्हणून तेथील हरिजनांनीही त्यांच्यावर प्रारंभी बहिष्कार टाकला होता. विनोबांनी नेहमी सर्वधर्मीय लोक व हरिजनांसोबत मंदिर प्रवेश केला. जेथे हरिजनांना प्रवेश नाही त्या मंदिरात ते कधीही गेले नाहीत. विनोबांच्या प्रेरणेने जमनालालजींनी आपले वर्धा येथील लक्ष्मीनारायण मंदिर हरिजनांसह सर्वांना खुले केले.

विनोबांनी या सर्व समस्यांविरुद्ध संघर्ष केला, पण तो शांततामय अहिंसक मार्गाने! मूल्यपरिवर्तन झाल्याशिवाय लोकांना खरे सुख लाभणार नाही. ही त्यांची धारणा होती. त्यासाठी हृदय-परिवर्तनाची गरज असते आणि हे काम दोन-चार वर्षांत नव्हे, तर मुंगीच्या गतीने होणार होते. उथळ परिवर्तनापेक्षा मूलभूत व शाश्वत परिवर्तन लोकांच्या मनात व्हावे याची एक 'जीवनदृष्टी' विनोबांनी लोकांना दिली. 'मी जन्मभर मजूरच राहिलो आहे' असे त्यांनी एका ठिकाणी म्हटले आहे.

या कालखंडात विनोबांनी अरबी भाषा शिकून कुराणाचा अभ्यास केला. अरबीचे त्यांचे शुद्ध उच्चार मुल्ला-मौलवींच्या उच्चारांना लाजविणारे होते. एखादी गोष्ट शिकायची म्हणजे ती मुळापासून व यथासांग हा विनोबांचा स्वभाव होता. अभ्यासात लांबी-रुंदीपेक्षा खोलीला (Depth) जास्त महत्त्व आहे, हा त्यांचा विचार त्यांनी प्रथम कृतीत आणला म्हणूनच ते खरे आचार्य! (आचारवान् इति आचार्यः). कुराणाच्या अभ्यासाच्या वेळी त्यांचा नालवाडी व पवनार गावातील काही मुसलमानाशीही संबंध आला. राष्ट्रीय ऐक्यालाच नव्हे, तर विश्वैक्यालाही सर्वधर्मसमभाव आवश्यक आहे, हे आता विज्ञानयुगामुळे आपल्या दैनंदिन जीवनात अनुभवाला येत आहे. पुढे भूदान आंदोलनातही या अभ्यासाचा खूप उपयोग झाला.

याच कालखंडात फैजपूर येथे काँग्रेसचे अधिवेशन झाले. ते यशस्वी करण्यासाठी विनोबांनी स्वयंसेवकांची फौजच्या फौज निर्माण केली व त्यांच्याच हस्ते टिळकनगरची मुहूर्तमेढ झाली. फैजपूरचे फजितपूर होऊ नये म्हणून त्यांनी जिवाचे रान केले. अधिवेशनकाळात पाण्याची अडचण भासू नये म्हणून त्यांच्या मार्गदर्शनाखाली खणलेल्या विहिरीला इतके प्रचंड पाणी लागले की, कितीही उपसली तरी ती आटत नव्हती; म्हणून लोकांनी त्या विहिरीला 'सत्त्वशीला' असे नाव दिले.[४१]

पवनारच्या आश्रमात त्यांच्या हातून भरीव वाङ्मयीन कार्य घडले. नालवाडीला खूप धूळ असल्यामुळे हवापालट म्हणून केवळ श्रीमंतांना परवडणाऱ्या अशा

महागड्या थंड हवेच्या ठिकाणी न जाता, ते वर्ध्याजवळ असणाऱ्या पवनार या गावी जमनालालजीं बजाजांच्या शेतातील बंगल्यात वास्तव्य केले. येथे 'ज्ञानदेवाची भजने', 'गीताई चिंतनिका', 'उपनिषदांचा अभ्यास' इत्यादी ग्रंथरचना झाली, 'विचारपोथी'ही येथेच स्फुरली. पण केवळ 'वाङ्मयासाठी वाङ्मय' अशी दृष्टी त्यांच्या वाङ्मय-रचनेत नव्हती. (संदर्भ-सेवेसाठी वाङ्मय, 'अशी त्यांची दृष्टी होती'-प्रदक्षिणा, लेखक-वि.स.खांडेकर). लोकांच्या मनातील अज्ञानरूपी अंधार नष्ट व्हावा म्हणून त्यांनी वाङ्मय रचले. त्यांच्याच प्रेरणेने त्यांचे लहान बंधू शिवाजीराव यांनी १०-१२ वर्षे महाराष्ट्रभर हिंडून 'गीताई'च्या सुमारे एक लाख प्रती खपविल्या. भाकड धार्मिक वाङ्मयापेक्षा 'गीताई' भोळ्याभाळ्या जनतेला योग्य ते मार्गदर्शन करून पडता रडता कडेवर उचलून घेईल हा विनोबांचा विश्वास होता, म्हणूनच गीताईच्या प्रचाराची प्रेरणा त्यांनी दिली.[५०] तुरुंग, खादी भांडार, ग्रामोद्योग या केंद्रांद्वारे गीताई सर्वांपर्यंत पोहोचविण्याचे प्रयत्न झाले. 'गीताई'सारखा ग्रंथ रचतानाही-

प्रेरणा परमात्म्याची
महात्म्याची प्रसन्नता
वाणी संतकृपेची
विन्याची कृति-शून्यता

अशी निरहंकार वृत्ती होती. सर्व काही भगवद् भक्तिभावनेने करायचे व करूनही 'इदं न मम' असे वागायचे, अशी ही तीस वर्षे त्यांनी 'अकर्म' अवस्थेत घालविली. नाथांच्या भागवताच्या भाषेत हा 'अकर्तात्मयोग'च विनोबांनी साधलेला दिसतो. 'आपले शत्रू बाहेर नसून आपल्या आतच आहेत' हा जीवनमंत्र त्यांचाच! या तीस वर्षात हा जीवनमंत्र आचरणात आणून त्यांनी अंत:शुद्धीद्वारे समाजशुद्धी केली.

ऐक सदैवपणाचे लक्षण।
रिकामा जाऊ नेदी एक क्षण। (दासबोध : ११-३-२४)

ही उक्तीच जणू त्यांनी कृतीत आणली. प्रत्येक दिवशी १६-१६ लडी सूत कातण्याचे विक्रम केले. सतत तीन वर्षे ऊन-वारा-पाऊस यांची पर्वा न करता पवनारजवळील सुरगाव येथे भंगीकाम केले. दोन्ही प्रार्थना, दिवसभराचे काम आणि शेजारच्या गावाची सेवा, ही तीन अंगे तिपाईच्या तीन पायांसारखी त्यांना समान महत्त्वाची वाटायची. सुरगाव येथील भंगीमुक्तीच्या कामगिरीवर विनोबांनी त्यांचे पट्टशिष्य वल्लभस्वामी यांना नेमल्याचे आढळते. वल्लभस्वामींनी सुरगावला ग्रामसफाई, तेलघाणी, खादी यासारखे ग्रामोद्योग केल्याचे आढळते. 'अशा तऱ्हेची विधायक कामे म्हणजे अज्ञानावर केलेला हल्ला होता' असे उद्गार शिवाजीराव भावे यांनी 'विनोबा

जीवनदर्शन' या त्यांच्या पुस्तकात काढले आहेत. स्वातंत्र्यप्राप्तीपर्यंतचा तुरुंगात गेलेला काही काळ सोडला, तर विनोबा या विधायक कामातच गढलेले दिसतात. स्वातंत्र्योत्तरकाळातसुद्धा एकही दिवस आपण वाचल्याशिवाय, अभ्यासाशिवाय घालविला नाही असे विनोबांनी 'आचार्यकुल' या पुस्तकात म्हटले आहे.[५१]

१९४८ साली महात्माजींचा खून एका माथेफिरूने केला याचा विनोबांना फार मोठा धक्का बसला. 'आम्ही अद्याप सर्व लोकांच्या मनात अहिंसा निर्माण करू शकलो नाही'' असे दु:खोद्‌गार त्यांनी या प्रसंगी काढले.

या तीस वर्षांत ग्रामोद्योग, खादीकाम, तेलघाणी काढण्याचे काम, राष्ट्रभाषा प्रचार, सर्वधर्मसमभाव, हरिजनोद्धार इत्यादी कामे अहिंसामय सत्याग्रहीच्या नात्याने विनोबांनी केली, तरी ही कामे सर्व राष्ट्रांत विस्तारावी त्या प्रमाणात विस्तारली गेली नाही. विशेषकरून लोकांना 'अहिंसा' हे एकादश व्रतातील मुख्य व्रत अंगी बाणविता आले नाही, या विचाराने विनोबा व्यथित झाले.

याच कालखंडात पुष्कळांना असे वाटायचे की राजकारणात सत्य, अहिंसा कशाला पाहिजे? कारण परंपरागत राजकारण म्हणजे 'जशास तसे'! 'काट्याने काटा काढावा', 'कृते प्रतिकृतिं कुर्यात्' हीच वृत्ती! अहिंसा-सत्य ही व्रते साधू-संतांसाठी आहेत. पण विनोबांना असे वाटायचे की, 'वस्तुत: संतांपेक्षा आपल्यालाच सत्य, अहिंसा जास्त पाहिजे; कारण आपल्याला सत्य, न्याय, अहिंसा हे व्यवहारात आणायचे आहे. म्हणून गांधींचा प्रचारक असा विचार करील की, माझ्या उपदेशाचा ज्याअर्थी लोकांवर परिणाम होत नाही त्याअर्थी माझे कोठेतरी चुकत असले पाहिजे.'

याबाबतीतील त्यांचे विचार गांधीहत्येनंतर ३१/१/१९४८ ते १२/२/१९४८पर्यंत तेरा दिवसांत दिलेल्या त्यांच्या प्रवचनांत आढळतात. त्यांनी वरील कालखंडात दिलेल्या प्रवचनांत हिंसेबद्दल असे मत व्यक्त केलेले दिसते की, 'योग्य कार्यासाठी हिंसा मान्य होऊ शकते, ती धर्मही होऊ शकते, अशी धारणा जोपर्यंत आहे तोपर्यंत गांधीहत्येसारखी घृणा आणणारी कृत्ये होतच राहाणार. आपण जर आपली हृदये तपासली, तर त्यातही कदाचित आपल्याला, असे भाव दडून बसलेले आढळतील. आपल्या हृदयात जर हा दोष थोडासाही राहिला, तर सृष्टीत तो शतपट झालेला आढळून येईल. नुसते क्रोध आवरणे पुरेसे नाही, प्रेम करायला आम्ही शिकले पाहिजे. जीवनात आपण तसे परिवर्तन करायला पाहिजे. आजपर्यंत बापू होते ते आपणाला उघडे पडू देत नव्हते, पण आता आपण दुनियेसमोर आहोत. आता आपणाला जर कोणी झाकणार असेल तर तो आमचा सद्‌विचार आणि सदाचारच झाकील. आज तुलसीदासजींचे जे वचन आपण गायले त्यात सांगितले आहे की,

आम्हाला चंदन बनले पाहिजे. चंदनाला कुऱ्हाड तोडते, पण चंदन मात्र सुगंधच देते. अर्थात आम्ही क्रोध करू नये एवढे पुरे नाही; अहिंसेची निष्ठा वाढविणे, सत्याची निष्ठा वाढविणे, प्रेमभाव वाढविणे आवश्यक आहे.''[५२]

गांधीहत्येने सर्व गांधी-अनुयायांना व देशालाही जबर धक्का बसला. विनोबांच्या खंबीर मनाला वास्तवाची जाण मात्र पटकन आली. अशा या अवघड काळात, न डगमगता गांधींच्या मार्गाने व एकादश व्रतांवर अपार श्रद्धा ठेवून त्यांची पुढील वाटचाल सुरू झाली.

■

प्रकरण तिसरे

भूदान नेते विनोबा

महात्मा गांधीजींच्या महानिर्वाणानंतर विधायक कार्यकर्त्यांची हिंमत खचली, परंतु विनोबांनी आपल्या पावन वाणीने लोकांना धीर दिला. 'व्यक्ती मोठी होते ती त्याच्या विचाराने, म्हणून रूपापेक्षा त्या व्यक्तीचे विचारच महत्त्वाचे. त्या विचारांवरील भक्ती कायम ठेवून आपण कृती केली पाहिजे. गांधीजींची एकादश-व्रते म्हणजे आमचे चौकीदार आहेत.[१] गांधीजींच्या हत्येची जबाबदारी ही सामूहिक आहे.' अशा तऱ्हेचे विचार विनोबांनी आपल्या व्याख्यानांतून, प्रवचनांतून याप्रसंगी व्यक्त केले. गांधीजींच्या मृत्यूने त्यांना दुःख जरूर झाले, पण इतरांप्रमाणे ते डगमगून गेले नाहीत. 'या भूमीत सत्पुरुषांची हत्या होत नाही'[२] हा अहंकार गांधीजींच्या खुनाने नष्ट झाला, असा बोध त्यांनी या घटनेतून घेतला व ते परत कार्यरत झाले. दिल्लीला निर्वासितांची सेवा करण्यासाठी ते जवाहरलालजींच्या विनंतीवरून धावत गेले.

या कार्यासाठी विनोबांनी प्रयोग म्हणून सहा महिने दिले होते. त्या वेळी काही विधायक कार्यकर्त्यांनी विधायक कार्यासाठी सरकारच्या मदतीची अपेक्षा केली होती. मात्र विनोबांनी पंडितजींना सांगितले की, 'मी आपणाकडून कुठलीही मदत मागू इच्छित नाही; परंतु आपल्याला जर माझ्याकडून काही मदत पाहिजे असल्यास, ती करण्यात मला आनंद होईल.' या कालखंडात विनोबांनी दिल्लीमध्ये निर्वासितांचे पुनर्वसन करण्यासाठी राजस्थान व हरियाणात प्रवास केला होता. तेव्हा हिंदू-मुसलमानांमध्ये फार झगडे सुरू होते. अजमेरात मुसलमान समाज भयभीत झाला होता. विनोबा अजमेरला गेले, तेथे सात दिवस राहिले. झगडा न करण्याबद्दल विनोबांनी हिंदू व मुसलमानांना समजावून सांगितले, त्याचा चांगला परिणाम झाला. दर्ग्यात स्त्रीला प्रार्थनेसाठी येऊ दिले जात नाही असे

विनोबांना तेथे समजले. त्यावर ते म्हणाले, ‘ईश्वराच्या प्रार्थनेत स्त्री-पुरुष भेद मुसलमानांनी ठेवू नये.’[३]

या सुमारास वल्लभभाई पटेलांसारखे गांधीजींचे थोर शिष्यही एकदा व्याख्यानात असे म्हणाले की, ‘आता लोक खादीला मानत नाहीत, म्हणून आम्हाला असे उद्योग विकसित करायला पाहिजेत की ज्यातून युद्धबळ (War Potential) प्राप्त होईल.’ वल्लभभाईंच्या वरील मतावर विनोबा विचार करू लागले व चिंतनातून त्यांनी असा निष्कर्ष काढला की, ‘युद्धबळापेक्षा आम्हाला कितीतरी पटीने शांतिबळाची (Peace Potential) गरज आहे. त्यासाठी योग्य ते उद्योग व योग्य ती कामे आम्हाला उभी करावी लागतील.’ अर्थात या शांतिबळासाठी एकदा संपूर्ण भारताची पदयात्रा करावी लागेल असा निश्चय त्यांनी मनोमन केला! त्याची कुठेही जाहीर वाच्यता केली नाही.[४]

निर्वासितांची सेवा करताना, आयुष्यात केला नाही एवढा प्रवास या कालखंडात त्यांनी रेल्वेने केला. पंजाबातून आलेल्या निर्वासितांना, विशेषत: हरिजन निर्वासितांना जमीन देण्याचे आश्वासन केंद्रसरकारने दिले होते.[५] ते आश्वासन कृतीत आणण्याचे सरकार टाळत होते. त्यामुळे या अन्यायाविरुद्ध सत्याग्रह करण्याची इच्छा या निर्वासितांनी विनोबांजवळ व्यक्त केली असता, विनोबा म्हणाले[६] की, ‘ही वेळ सत्याग्रह करण्याची नाही. देशाची स्थिती गंभीर आहे. मी या बाबतीत आपणास काही मदत करू शकत नाही याबद्दल फार दु:ख होते.’ सरकार जमीन देण्याचे जाहीर वचन देते व नंतर ते तोडते हे विनोबांना खटकले; परंतु त्या वेळी निर्वासितांना सरकारकडून जमीन मिळवून देण्यास ते काही मदत करू शकले नाहीत. त्यांच्या मनात विचार सुरू झाले की, अशी काहीतरी एखादी युक्ती शोधून काढावी ज्यामुळे भूमिहीनांना कसायला भूमी मिळेल. १९४८ ते १९५१ पर्यंत विनोबांच्या कार्याचा केंद्रबिंदू पवनार येथे राहिला. या तीन वर्षात आपल्या स्वतंत्र प्रज्ञेने त्यांनी गांधीजींची एकादश व्रते आचरली.

एखाद्या प्रयोगशाळेतील शास्त्रज्ञाप्रमाणे त्यांनी आपल्या जीवनाच्या प्रयोगशाळेत सफाई, स्वावलंबन, सूत-कताई, ग्रामोद्योग, खादी प्रचार, राष्ट्रभाषा प्रचार, हरिजनोद्धार व सत्याग्रह इत्यादी विविध उपक्रम राबवून एकादश व्रतांचा प्रयोग केला. त्या प्रयोगांतून जी शक्ती साठविली गेली होती, त्या महान आत्मशक्तीचा प्रयोग आता व्यवहारात होणार होता. कुणाच्याही जन्माचा किंवा मृत्यूचा परिणाम विनोबांवर होत नव्हता इतके ते स्थितप्रज्ञ व अलिप्त होते पण उदासीन नव्हते. गांधीजींनी आखून दिलेल्या वाटेवरूनच १९५१ पर्यंत त्यांचा

प्रवास सुरू होता. त्यामुळे सेवाग्राम येथील लोकसेवा संघाच्या स्थापनेच्या कार्यक्रमात ते सामील झाले. त्यांच्या प्रेरणेने सर्वोदय समाजाची स्थापना झाली, पण सर्वोदय संमेलनाला विनोबा जात नव्हते. त्यांच्या पायाचे चक्र अजून फिरायचे होते. तीस वर्षांच्या प्रयोगांतून लाभलेल्या शांती, अहिंसा व आत्मदर्शन या शोधांचा प्रयोग लोकात होण्याची वेळ अद्याप आली नव्हती. ईश्वरकृपेने ती लवकरच आली.

तेलंगणात जमिनीच्या प्रश्नावरून कम्युनिस्टांनी रक्तपात घडवून आणला. ३००० खून करून दहशतीचे वातावरण निर्माण केले. तेलंगणात शिवरामपल्ली येथे सर्वोदय संमेलन घेण्याचे ठरले. विनोबा येणार नसतील तर संमेलनच रद्द करावे या निश्चयापर्यंत कार्यकर्ते आले. गांधीजींनंतर आता विनोबा हेच शांतिदूत म्हणून स्वराज्यात कार्य करू शकतील, असा कार्यकर्त्यांचा दृढ विश्वास होता. कार्यकर्त्यांच्या विनोबांवरील दृढ भक्तीला शेवटी यश आले. विनोबांनी शिवरामपल्ली येथील अधिवेशनाला जायचे ठरविले, पण पायीच! भूगोलाचे नकाशे चाळले गेले. सेवाग्राम ते शिवरामपल्ली ३०० मैलांचे अंतर! 'एकला चालो रे' 'निर्बल के बल राम' मंत्र गुणगुणत विनोबा बाहेर पडणार होते. येथून त्यांच्या आयुष्याचा तिसरा टप्पा सुरू होतो. त्यांच्यासारख्यांचा जन्म जगाच्या कल्याणासाठीच!

जगाच्या कल्याणा संतांच्या विभूती

(तुकारामांची गाथा)

या वचनाचा अनुभव लोकांना प्रत्यक्ष येणार होता.

भारताने यापूर्वी ईश्वरी अवतार झाल्याचे ग्रंथांमध्ये वाचले होते, ऐकले होतेपण-

धर्मस्थापनेचे नर। ते ईश्वराचे अवतार
झाले आहेत पुढे होणार। देणे ईश्वराचे।।

(दासबोध : १८-६-२०)

हे रामदासांचे वचन आता सार्थ होणार होते. पूर्वीच्या अवतारांपेक्षा हा अवतार अगदी आगळ्यावेगळ्या अशा स्वरूपात लोकांना प्रत्यक्ष दिसणार होता. हातात कुठल्याही शस्त्राविना हा अवतारी पुरुष पदयात्रा करणार होता!

पुढां स्नेह पाझरे। मागां चालती अक्षरे ।।

(ज्ञानेश्वरी : १३-२६२)

अशा कारुण्याने थबथबून त्यांच्या वाणीचा संथ व पवित्र ओघ, जगाचे 'आंध्य' व 'तापव्याप' फेडणार होता. तेलंगणाकडे मोर्चा वळविण्यापूर्वी पवनारला कांचनमुक्तीचा प्रयोग चालला होता, त्याचा प्रत्यक्ष प्रयोग म्हणून ही पदयात्रा! जिला कांचनाचा स्पर्श नाही! स्पर्श आहे तो करुणेचा व सत्याचा![७]

१५ एप्रिल १९५१ रोजी सर्वोदय संमेलन आटोपून विनोबा, हैदराबाद येथील तुरुंगात बंदिस्त असलेल्या कम्युनिस्ट कैद्यांना भेटण्यासाठी गेले. विनोबांना यापूर्वीही नागपूर तुरुंगात असताना 'कॅपिटल'मधील विचार एका साम्यवादी सहकैद्याने ऐकविले होते. त्याच वेळी विनोबांच्या लक्षात आले होते की, सर्वोदयाची खरी झुंज साम्यवादाशी होणार आहे. साम्यवाद व साम्ययोग किंवा सर्वोदय यात विनोबांनी फरक केला आहे. साम्यवाद हे एक श्वास न घेणारे शव आहे, तर साम्ययोग हे श्वासोच्छ्वास करणारे शरीर आहे.

जमिनीची, भुकेची समस्या सर्व जगात आहे; त्याचा दोष मार्क्सने भांडवलशाहीवर ठेवला आहे. साम्यवाद्यांना सर्व जगात दुधा-तुपाच्या नद्या निर्माण करायच्या आहेत, पण आधी 'रक्ताच्या नद्या, मग दुधा-तुपाच्या नद्या' हा त्यांचा मार्ग आहे. त्या मार्गाशी अहिंसा, करुणा व बंधुभावाने ओथंबून निघालेल्या सर्वोदयाला सामना करायचा होता. सर्वांनी एकत्र मजुरी करायची व ती सर्वांनी वाटून खायची, हा प्रयोग पवनारला होऊन गेला होता, तोच आता विनोबांना पुन्हा करायचा होता. 'एक तीळ सात भावांनी वाटून खाण्याचे व्रत' लोक विसरले होते, त्याची उजळणी व्हायची होती. 'स्वराज्याचे पार्सल' फक्त दिल्लीतच पोहोचले होते, ते आता गावोगावी पोहोचवायचे होते. ग्रामोद्योगप्रधान, शोषणरहित असा नि:पक्ष, निर्वैर व निर्भय समाज निर्माण करायचा होता.

जुने राज्य गेले होते; परंतु रंगभेद, वर्णभेद, जातिभेद, पंथभेद, धर्मभेद इत्यादि अमंगल भेदाभेद नष्ट झाले नव्हते. ते नष्ट करून 'विष्णुमय जग' निर्माण करायचे होते. जुन्याचा आधार आपल्या कार्यात मिळाला, तर तो विनोबांनी वेळोवेळी घेतलेला दिसतोच; पण अहिंसा, करुणा व परिश्रमाचा एक नवीन रंग त्यात मिसळल्याने त्याचे अक्षरश: सोने झाले.

'दानं संविभागं'- दान म्हणजे समान वाटणी असे मनूचे वचन त्यांनी वाचले होते. पण लोकांच्या वागण्यात व दानधर्मात त्याचा अनुभव येत नव्हता. 'दान' शब्दाचा रूढ व सोईस्कर अर्थ समाजात प्रचलित होता. 'वसुधैव कुटुंबकम्' हे शब्द फक्त शब्दकोशात शोभून दिसत होते. जो तो स्वत:च्या बिऱ्हाडापुरते पाहत होता. 'सेवा-त्याग-प्रेम' हे गुण फक्त आपापल्या कुटुंबापुरते मर्यादित झाल्यामुळे त्या गुणांचे तेज बाहेर फाकत नव्हते. स्वातंत्र्यपूर्व काळात लोकांमध्ये असलेली 'त्याग' वृत्ती लोपून त्या ठिकाणी 'योग' वृत्ती बळावत होती. 'देना बँक बंद होऊन लेना बँक सुरू झाली होती.'(इति - एस.एम.जोशी) साम्यवाद्यांसाठी ही पर्वणीच होती. भुकेच्या अग्नीवर हिंसेचे तेल-तूप ओतून साम्यवादाची पोळी पिकविण्याची संधी ते शोधत

होते. स्वराज्य नुकतेच प्राप्त झाले होते, पण तेलंगणात हिंसक वातावरण निर्माण करून त्या स्वराज्याला त्यांनी मोठे भगदाड पाडले होते. हृदय परिवर्तनावर साम्यवाद्यांचा विश्वास नव्हता व नाही, पण विनोबांचा होता म्हणून त्यांनी तुरुंगात साम्यवाद्यांची भेट घेतली व त्यांच्याशी चर्चा केली.

विनोबांच्या भेटीमुळे साम्यवादी कैदी प्रभावित झाले. तेथून नंतर विनोबा नलगोंडा जिल्ह्यातील पोचमपल्ली या गावी १८ एप्रिल १९५१ रोजी आले. साम्यवाद्यांच्या भयाने व खुनाखुनीच्या वातावरणामुळे तेथील जमीनदार हादरून गेले होते. 'एकीकडून सरकारचे जमीनविषयक कडक कायदे व दुसरीकडून कम्युनिस्टांचा हिंसक दणका' या पेच प्रसंगात ते सापडले होते. नेहमीप्रमाणे विनोबांनी त्या गावात सभा घेतली. सभेनंतर काही हरिजन कुटुंबे त्यांना म्हणाली, "आम्हाला जमीन द्या, ती कसून आम्ही आमची उपजीविका करू." विनोबांनी त्यांना तसा एक अर्ज शासनाकडे करायला सांगितला; पण लगेच त्या सभेतील लोकांना उद्देशून ते म्हणाले की, "जर शासनाने या हरिजन बांधवांना जमीन दिली नाही, तर तुमच्यापैकी कुणी आपली जमीन यांना द्यायला तयार आहे का?" खांबातून नृसिंह निघावा तसा चमत्कार घडला! रामचंद्र रेड्डी नावाचा नृसिंह, खांबासारख्या (स्थाणवत्) जड झालेल्या या समाजातून अवतीर्ण झाला. त्यांनी आपली १०० एकर जमीन त्या हरिजनांना दिल्याचे जाहीर केले व तसे दानपत्र लिहून दिले. हीच भूदान यशाची गंगोत्री ठरली! जणू ईश्वरानेच रामचंद्र रेड्डींच्या रूपाने त्यांना मदत केली. 'आता तू पुढे हो; तुझ्या अहिंसा, करुणेची आता कसोटी आहे' असेच जणू काही परमेश्वराने या घटनेतून त्यांना सुचविले असे विनोबांना जाणवले.[८] 'मागा म्हणजे मिळेल, ठोठवा म्हणजे उघडेल' याची प्रचिती आली. 'वाचासिद्धी'चा एक अभिनव प्रयोग सुरू झाला. मग हजारो वर्षांपासून गतिशून्य झालेले धर्मचक्र पुन्हा सुरू झाले, नव्हे जोरात फिरू लागले.

धर्मचक्र फिरले, पडता एकाकी पावले।

असा साक्षात्कार झाला.

विनोबा २७ जून १९५१ रोजी पवनारला परत आले, तोपर्यंत जवळ-जवळ १२ हजार एकर जमिनीचे दान प्राप्त झाले होते. साम्यवादी हिंसेने लुटू पाहत होते मात्र जमीनदारांनी त्यांना लुटू दिले नाही; पण विनोबांनी त्याच जमीनदारांना प्रेमाने भरपूर लुटले-राजरोस, निर्भयपणे व तेही सर्वांदेखत! प्रेमभक्तिभावरूपी या काकड आरतीने 'जनता जनार्दन' प्रसन्न झाला.

याच सुमारास देशाच्या विकासासाठी पंचवार्षिक योजना आखली जात

होती. पंतप्रधान पंडित जवाहरलालजींच्या निमंत्रणावरून दुःखी लोकांचे दुःख समजावून घेत घेत विनोबा पवनारहून पदयात्रेने १२ सप्टेंबर १९५१ रोजी दिल्लीला पोहोचले. 'योजना वरून खाली न येता, खालून गावाकडून वर दिल्लीला गेल्या पाहिजेत' असा विचार विनोबांनी तेथे मांडला. पंचवार्षिक योजनेच्या खात्यात विनोबा बैठकीला पायी आले म्हणून टी.ए.डी.ए. दाखल एकही पै खर्ची पडली नाही. आधुनिक अर्थशास्त्रज्ञांना विनोबांनी कृतीने दिलेली ती एक प्रेमळ चपराक होती. त्यातील करुणस्पर्श अर्थशास्त्रज्ञांना न जाणवल्यानेच अर्थशास्त्राला आता अनर्थशास्त्राचे भयानक स्वरूप प्राप्त झाले आहे.

सर्व समस्यांचे मूळ म्हणजे जमिनीची समस्या आहे, हे फक्त विनोबांनीच ओळखले. देशातील एकूण पाच करोड जमिनीचे दान मिळून जर तिचे वाटप झाले, तर देशातील विषम, बेकारीची व अशांतीची स्थिती पालटेल, असे प्रखर चिंतनाने त्यांना उमगले. 'स्वामित्वा'च्या भावनेमुळे संपत्तीची, जमिनीची समस्या उभी राहिली आहे. त्यामुळे समाजात 'आहे रे' आणि 'नाही रे' असे स्पष्ट दोन वर्ग पडले आहेत. साम्यवाद्यांना ही समस्या हिंसेने सोडवायची होती, तर विनोबांना मात्र प्रेमाने, हृदयाला हृदय जोडून ही गुंतागुंत दूर करायची होती. शासन जमिनीचे प्रश्न कायद्याने सोडवित होते, पण व्हावे तसे काम किंवा परिणाम होत नव्हता. कायद्याने हृदयात कटुता मात्र निर्माण होते, हे कूळ कायद्याने दाखवून दिले आहे.

जोपर्यंत स्वामित्वाची भावना व संकुचित मनोवृत्ती आहे आणि दुसऱ्याविषयी करुणायुक्त ममता नाही, तोपर्यंत जमिनीची म्हणजे पर्यायाने त्यामुळे निर्माण झालेली कुठलीही समस्या सुटणार नाही. 'करुणा' शब्दात 'कृ' धातू आहे, दयेपेक्षा त्या धातूत जास्त अर्थ आहे. 'कृ' म्हणजे करणे. दुसऱ्यासाठी काहीतरी त्यागमय कृती करणे म्हणजे करुणा. ही करुणा प्रत्येकाच्या हृदयात त्या करुणासागराने अनादि काळापासून भरून ठेवली आहे, पण काळाच्या ओघात ती लोकांच्या हृदयातून जणू आटली होती. त्या अदृश्य भासणाऱ्या परंतु प्रत्यक्षात हृदयात असणाऱ्या करुणेला विनोबांनी आवाहन करायचे ठरविले. कत्ल, कानून व करुणा या तीन गोष्टींनी परिवर्तन घडून येते, पण करुणेने केलेले मूल्य परिवर्तन हे विनोबांनी महत्त्वाचे मानले. त्यामुळेच लोकांना त्यांनी आवाहन केले की, 'सब भूमी गोपाल की। हवा, पाणी व प्रकाश यांच्याप्रमाणेच जमिनीचा खरा मालक परमेश्वर!

सहयज्ञाः प्रजाः सृष्ट्वा पुरोवाच प्रजापतिः। (भगवद्गीता-३-१०)

देतो तो देव व राखतो तो राक्षस! वेदातील ऋषींनी इशारा देऊन ठेवला

आहे की,

मोघम् अन्नं विन्दते अप्रेचतसः। सत्यं ब्रवीमि वध इत् स तस्य।।

(तू अन्नाचा, जमिनीचा साठा करून ठेवू नकोस! कारण अन्न किंवा जमीन केवळ स्वत:साठी साठविणे म्हणजे स्वत:च्या मृत्यूचीच साठवण आहे!)

लोक फार वेळ ही भूक किंवा बेकारी सहन करू शकत नाहीत. तुम्ही खुशीने जमीन दान दिली नाही, तुमच्या उपाशी भावाची करुणा जर तुम्हाला आली नाही; तर साम्यवाद्यांनी पेटविलेल्या हिंसक क्रांतीत तुम्ही भस्म व्हाल.' 'स्वामित्वा'च्या भावनेला थोडा धक्का देण्यासाठी विनोबा म्हणतात, 'मला तुमच्या कुटुंबातील एक मुलगा समजून माझ्या वाट्याची जमीन दान द्या.' विज्ञानयुगात जमिनीचे, भाषेचे, देशाचे व पंथाचे क्षुद्र अहंकार टिकणार नाहीत; अध्यात्मच तारील. विज्ञान व क्षुद्रपंथीय अहंकार एकत्र आले, तर सर्वनाश हा अटळ. याउलट विज्ञान व अध्यात्म एकत्र आले, तर सर्वोदय ठरलेला! विज्ञान गती देईल व अध्यात्म त्या गतीला योग्य ती दिशा दाखवेल! असे प्रेमाचे, बंधुभावाचे व करुणा-शांतीचे तत्त्वज्ञान हृदयात अथांग भरून, 'हे विश्वचि माझे घर' समजून, विनोबा भूदान यज्ञासाठी पवनार आश्रमाबाहेर पडले.

दांडीयात्रेची लोकांना आठवण झाली, पण दांडीयात्रेपेक्षा हा भूदान-यज्ञ अधिक प्रज्वलित होता. **'सुरम्य शांती के लिए जमीन दो, जमीन दो।', 'महान क्रांति के लिए जमीन दो, जमीन दो।'** म्हणत म्हणत ही यात्रा निघाली. काश्मीरपासून ते कन्याकुमारीपर्यंत! द्वारकेपासून ते दिब्रुगडपर्यंत! तेरा वर्षे, तीन महिने आणि तीन दिवस ही भूदान पदयात्रा अखंड चालली होती. दामोदरदास मुंदडा, शंकरराव देव, बाळूभाई, केलप्पन, नभकृष्ण चौधरीपासून ते थेट जयप्रकाशजींपर्यंत सर्व थोर व्यक्ती या यात्रेचे बिनीचे वीर बनले! भूदान-गंगेमुळे लोकांची मने धुऊन निघत होती. नको असलेली पक्षीय, धार्मिक, जातीय, पंथीय व प्रांतीय जळमटे या भूदान-यज्ञाने लोकांच्या मनातून नष्ट केली.

नंतर ग्रामदान, संपत्तीदान व जीवनदान अशा चढत्या क्रमाने या भूदान-यज्ञाने चळवळीचे स्वरूप धारण केले. अण्णासाहेब सहस्रबुद्धेसारखा थोर विधायक कार्यकर्ता ओरिसातील 'कोरापुट' येथे राहून दानपत्राने मिळालेल्या जमिनींची भूमिहीनांना वाटणी करण्यात गर्क झाला होता. पहाटे ४ ला ही भूदान-यात्रा निघायची **'जागीये रघुनाथ कुँवर । पंछी बन बोले'** म्हणत!

दुपारी थोडी विश्रांती, नंतर ग्रामसभा व रात्रीच्या विश्रांतीनंतर पुन्हा पुढच्या गावी! दररोज नवीन गाव. मी दररोज नवीन घरात राहातो, असे विनोबा

म्हणत,[१] कारण ते आता स्वत:चे राहिले नव्हते, सर्व विश्वाचे झाले होते! म्हणूनच 'जय जगत्' चा नारा घुमला! पूर्व पाकिस्तानातही त्यांचे स्वागत झाले. तिथे दान मिळालेल्या जमिनीचे लगोलग तिथेच भूमिहीनांना दान केले. देश, धर्म, जाती, पक्ष इत्यादींच्या सीमा विनोबांनी केव्हाच ओलांडल्या होत्या.

जिकडे जावे तिकडे माझी भावंडे आहेत
सर्वत्र खुणा माझ्या घरच्या मजला दिसताहेत.

(कवी केशवसुत)

असाच अनुभव विनोबांना या यात्रेत आला! त्यामुळे थंडी, ऊन, वारा, डोंगर, टेकड्या, नद्यांचे पूर यांना तोंड देत देत ते हिंडले! त्यांना केवळ जमीन दानात मिळवायची नव्हती; तर जाती, धर्म, पैसा, पक्ष, प्रांत इत्यादी सीमांमुळे एकमेकांपासून दूर गेलेला माणूस माणसाशी जोडून त्याच्या हृदय परिवर्तनाने त्यांना मूल्य परिवर्तन घडवून आणायचे होते. 'मी माझ्या आयुष्यात माणसे जोडण्याचेच काम केले' असे त्यांनी त्यामुळेच म्हटले आहे. कुठल्या एक विशिष्ट जातीचे, प्रांताचे, धर्माचे किंवा पक्षाचे हित त्यांना करायचे नव्हते, तर आता त्यांना विश्वातच शांततामय क्रांती करायची होती.

विश्वाचे आर्त माझ्या मनी प्रकाशले। अवघेचि जाले देहब्रह्म।।

(श्रीज्ञानदेवमहाराजांची गाथा : आवटे प्रत)

अशी ज्ञानदेवांप्रमाणेच त्यांची वैश्विक मनोवृत्ती झाली होती! त्यामुळे शस्त्रापेक्षा शांतिसेनेला त्यांनी महत्त्व दिले. एक लाख शांतिसैनिक तयार झाले, तर शांतता दूर नाही, असे विनोबांचे ठाम मत होते. आपल्या या पदयात्रेत भूदानाबरोबरच त्यांनी इतरही अनेक कार्यक्रम राबविले.

आचार्य म्हणजे या देशातील एक मोठी शक्ती! 'आचार्यदेवो भव।'असे श्रुतींनी गौरविलेले आचार्य! हे आचार्य पगार घेतल्यामुळे सरकारचे नोकर होऊन आपले तेज, प्रतिष्ठा गमावून प्रभावहीन झाले आहेत. न्यायाधीश सरकारी नोकर! पण सरकारी पगार घेऊनसुद्धा सरकारवर ते प्रसंगी निर्भयपणे टीका करू शकतात. न्यायसंस्थेप्रमाणेच शिक्षक व शिक्षणसंस्थासुद्धा शासनाने स्वतंत्र ठेवल्या पाहिजेत, असे विनोबांनी सांगितले. यासाठी आचार्य संस्थेचे तेज फाकावे म्हणून त्यांनी 'आचार्यकुला'ची कल्पना मांडली. मामा क्षीरसागरांसारख्यांनी तिचा प्रचार केला. एक आहे 'अशांतिशमन' विभाग व दुसरा आहे 'अशांतिदमन' विभाग. आचार्य अशांतिशमनाचे काम करतील, तर अशांतिदमन विभागाची (पोलिसांची) जरूर राहाणार नाही.

स्वातंत्र्यानंतरही पददलित राहिलेल्या स्त्रियांकडे विनोबांनी आदराने, करुणेने

दृष्टी वळवून त्यांच्या उद्धारासाठी १९५९ मध्ये ब्रह्मविद्यामंदिराची स्थापना केली. ‘‘माझी **‘स्मृतिर्मेधा धृतिः क्षमा’** (भगवद्‌गीता : १०-३४)

म्हणजे स्त्री असे भगवंतांनी म्हटल्याचे विनोबांनी लोकांना स्मरण करून दिले. स्त्री एक उपभोग्य वस्तू नसून ती एक शक्ती आहे. त्या शक्तीच्या हातात जगाचा कारभार दिला, तर जगातील सर्व झगडे मिटतील, असे त्यांनी प्रतिपादले!

इतिहासकालीन एका साध्वीचा-अहल्याबाई होळकरांचा, विनोबांवर खूप प्रभाव होता. म्हणून आपल्या या भूदान यात्रेत सर्वांत जास्त मुक्काम त्यांनी अहल्याबाईंच्या इंदूरला केला. इंदूरला सर्वोदय नगरीचे स्वरूप देण्याचे त्यांनी ठरविले. अस्वच्छता व सिनेमांच्या पोस्टरवर स्त्रियांची गलिच्छ चित्रे पाहून विनोबा व्यथित झाले. त्यांनी भगिनींना आवाहन केले की, अशा तऱ्हेची विटंबना करणारी व पर्यायाने गृहस्थाश्रमाचा पाया उखडणारी सिनेपोस्टरे त्यांनी जाळून नष्ट करावी, सिनेमा मालकांनी अशी पोस्टरे लावू नयेत म्हणून विनोबांनी त्यांना विनविले. या त्यांच्या आवाहनाला इंदुरमध्ये चांगला प्रतिसाद लाभला. दुसरी गोष्ट घाणीची व अस्वच्छतेची! आम्ही तोंडाने विज्ञानाची स्तुती करतो, परंतु वागतो मात्र सर्वथा अवैज्ञानिक! आमची शहरे म्हणजे घाणीचे प्रचंड ढीग. घाण आम्ही करायची आणि ती दुसऱ्या कोणीतरी स्वच्छ करावी, अशी अपेक्षाही करायची! लोकांची ही विपरीत अपेक्षा दूर करण्यासाठी, ‘स्वच्छ इंदूर, सुंदर इंदूर, सर्वोदयी इंदूर’ असे एक अभियान विनोबांनी सुरू केले. पायात चप्पल न घालता, भर पावसात संडास-सफाई व मैला वाहण्याचे काम केले. मल, मूत्र व पाणी यांच्यामध्ये त्यांना सत्त्व, रज व तमाचे दर्शन घडले. याप्रसंगी त्यांनी असे सांगितले की, भंग्याला किंवा दुसऱ्याला आपला मैला वाहून नेण्याची वेळच येणार नाही, अशी काहीतरी व्यवस्था किंवा युक्ती आपण शोधून काढली पाहिजे. या भूदान-यात्रेदरम्यान इंदूरच्या वास्तव्यात याच ठिकाणी कस्तुरबाग्रामाची स्थापना करण्यात आली.

यात्रा अखंड चालू होती. भूदानाबरोबरच अनेक मूलभूत कामे होत होती. सर्वोदयपात्र व सर्वांसह-सर्वधर्मीयांसह मंदिर-प्रवेश हे मूल्य परिवर्तनाचे दोन कार्यक्रम परमेश्वराने विनोबांच्या हातून घडविले! विनोबांची अशी मूलभूत श्रद्धा होती की, ‘आहे रे’ (have) व ‘नाही रे’ (have not) असे दोन वर्ग जगात नाहीत, तर सर्वच ‘आहे रे’ (have) या वर्गात मोडतात. परमेश्वराने प्रत्येकाला काही ना काही शक्ती दिलेली आहे. श्रद्धा, श्रम, बुद्धी, संपत्ती, जमीन, शक्ती इत्यादी कितीतरी गोष्टींपैकी प्रत्येकाला काहीतरी दिले आहेच. ते त्याने थोडेसे व्यापक बनून समाजाला द्यावे,

म्हणजे समाजाची ताकद वाढून येथे कुठल्याही समस्या राहाणार नाहीत.

प्रारंभी त्यांनी जमिनीचे थोडेसे दान मागितले, नंतर जमिनीचा सहावा हिस्सा मागितला. त्यानंतर ग्रामदान, संपत्तीदान व जीवनदान मागितले! पूर्वीच्या काळी, केलेल्या दानधर्मामुळे दुसऱ्याला थोडे सुख मिळायचे. त्याचे दुःख थोडे दूर व्हायचे, पण दुःख समूळ नष्ट होत नव्हते. म्हणून भूदानाने, संपत्तीदानाने, श्रमदानाने व ग्रामदानाने विनोबांना लोकांचे दुःख समूळ नष्ट करायचे होते. स्वराज्याचे रूपांतर ग्राम-स्वराज्यात झाल्याशिवाय ही भूदान-यात्रा थांबणार नाही अशी प्रतिज्ञा त्यांनी कन्याकुमारीच्या सागरतीरी मनोमन केली! प्रत्येकाला जमीन नाही, पण मूठभर धान्य देण्यासारखे कृत्य करणे सहज शक्य आहे म्हणून 'सर्वोदय-पात्रा'ची कल्पना त्यांनी मांडली.

'प्रत्येक घरात लहान मुलाच्या मुठीने सर्वोदय पात्रात मूठभर अन्नधान्य टाकले जाईल' ही कल्पना ज्या दिवशी विनोबांना सुचली, त्या दिवशी मानवी कल्पनेचा सर्वांत भव्य विकास झाला! आपण जणू काही 'ऋषी' झालो आहोत असे विनोबांना वाटले. मुलाच्याच मुठीने का? तर 'दुसऱ्यासाठी काहीतरी देण्याचे' बाळकडू मुलांना लहानपणी आईच्या मार्गदर्शनाखाली घरातच मिळेल! लोकमान्य टिळकांच्या वेळच्या पैसा फंडाची आठवण काहींना या ठिकाणी येईल. प्रत्येक भारतवासीयाने हे 'सर्वोदय-पात्र' पिढ्यान्‌पिढ्या आपल्या घरात भरायचे व्रत घेतले, तर ही भूमी खऱ्या अर्थाने संतांची-देवांची भूमी होईल व येथे काही झगडे न राहता प्रेमाचा सुकाळ होईल हे निश्चित!

आमच्या सामाजिक व राष्ट्रीय जीवनात मंदिरांना व तीर्थस्थानांना फार महत्त्वाचे स्थान आहे, कारण तेथे महापुरुषांनी कठोर तपश्चर्या केली आहे! चित्तशुद्धीची ही सर्व ठिकाणे आहेत.

तीर्थी धोंडा पाणी। देव रोकडा सज्जनी ।।

(तुकारामांची गाथा)

असे तुकारामांनी म्हटले ते खरेच आहे. देवस्वरूप अशा या संत सज्जनांनी तीर्थक्षेत्री वास्तव्य केल्यामुळे या स्थानांना पावित्र्य प्राप्त झाले आहे. विनोबांच्या मताने देव सर्वत्र भरलेला आहे! प्रत्येक गावात! प्रत्येकाच्या हृदयात!

सर्वस्य चाहं हृदि सन्निविष्टः। (भगवद्‌गीता : १५-१५)

परंतु त्या देवाला आम्ही विसरल्यामुळे आम्ही आपापल्या धर्माच्या व धर्ममंदिरांच्या बाबतीतसुद्धा संकुचित बनलेलो आहोत! परस्परांच्या धर्ममंदिरांत परस्परांना जायला बंदी, हे विनोबांना खटकत होते. केरळात गुरुवायूर हे मोठे मंदिर. 'आपल्याबरोबर आलेल्या सर्वधर्मीयांसह आपणास त्या मंदिरात प्रवेश मिळणार

असेल तरच आपण येऊ' असे विनोबांनी पुजाऱ्याला सांगितले, पण पुजाऱ्यांनी त्यास मनाई केली. एक- दोन वर्तमानपत्रे सोडली, तर बाकीच्या वीस-बावीस वर्तमानपत्रांनी विनोबांना सर्वधर्मीयांसह मंदिरात प्रवेश नाकारल्याबद्दल पुजाऱ्यावर कठोर टीका केली होती. त्यामुळे लोकमतही त्या मंदिराविरुद्ध गेले. त्यांच्या या कार्यक्रमालाही मोठे यश मिळाले.

आजच्या विज्ञानयुगात माणसामाणसांमध्ये भेद निर्माण करणाऱ्या क्षुद्र व संकुचित धर्मभावना टिकणार नाहीत, हे विनोबांनी सांगितले होते. प्रत्येकाच्या हृदयातील राम जर जागृत असेल, तर तो आपल्या मंदिरात, आपल्या प्रार्थनास्थळात, आपल्या गुरुद्वारात दुसऱ्या धर्मीयाला किंवा पंथीयालाही मोकळ्या मनाने येऊ देईल. तेवढ्याने काही त्याच्या मंदिराचे किंवा प्रार्थनास्थळाचे पावित्र्य नष्ट होत नाही, उलट संकुचित धर्मभावनेमुळे त्या त्या मंदिराचे पावित्र्य नष्ट होते! स्वातंत्र्यपूर्व काळात संकुचित धार्मिक भावनेवरून व कडव्या द्वेषावर आधारलेल्या कट्टर धार्मिकतेतून अनेक दंगे भारतात झाले होते, त्याची पुनरावृत्ती व्हायला नको होती. 'आम्ही सर्व भारतवासीय एक आहोत' ही भावना रक्तात भिनायला हवी होती, पण एवढ्याने भागण्यासारखे नव्हते. आता फक्त 'जय हिंद' किंवा 'जय भारत' म्हणून चालणार नव्हते; 'आम्ही सर्व विश्वमानव असून आम्ही विश्वबंधू आहोत, विश्वाचे रहिवासी आहोत' या व्यापक भावनेने 'जय जगत्' या घोषणेत रूपांतर व्हायला पाहिजे होते.

विज्ञानाने जग जवळ यायला लागले आहे. जरा कुठे खट् वाजले, तर त्याचा परिणाम सर्व जगावर होतो. भगवान बुद्ध ५० वर्षे बिहारात हिंडले, पण त्यांनी केलेल्या धर्मप्रचाराची माहिती बाहेर यायला बराच काळ गेला, कारण त्या वेळी विज्ञानाची प्रगती झाली नव्हती. भारतातीलच प्रदेश परस्परांपासून खूप दूर वाटायचे! आता मात्र तसे नाही. म्हणून या विज्ञानयुगाला अनुकूल अशी वैश्विक मनोवृत्ती अध्यात्माच्या पायावर आपण निर्माण करायला हवी, असे विनोबांना 'सर्वधर्मसमभाव' या तत्त्वाला अनुसरून वाटायचे. गोकर्ण, महाबळेश्वर आणि पंढरपूर येथील देवालयांत; समवेत असलेल्या शीख, बौद्ध, जैन, मुसलमान व ख्रिश्चन या सर्वधर्मीय अनुयायांसह विनोबांनी भेटी दिल्या. या सर्वधर्मीय अनुयायांत मुसलमान भगिनी फातमा, जर्मन ख्रिश्चन हेमा, पारशी गुलबेन मेहता इत्यादिंचा समावेश होता. विनोबांबरोबर त्या सर्वांचेही या देवालयांत स्वागत झाले. पंढरपूरची विठ्ठलमूर्ती पाहून विनोबांच्या डोळ्यांतून झरझर अश्रुधारा वाहू लागल्या! 'मी आयुष्यभर पंढरपुरातच होतो' असे ते म्हणाले.

विष्णुमय जग वैष्णवांचा धर्म। भेदाभेद भ्रम अमंगळ।।

(तुकारामांची गाथा)

या तुकोबांच्या म्हणण्याप्रमाणे त्यांनी भू, ग्राम, संपत्ती इत्यादी दानांच्या कार्यक्रमांद्वारे जणू काही या पांडुरंगाची महापूजा बांधली होती.

मात्र उत्तर भारतात वैद्यनाथ धाम मंदिरात दक्षिणेतील गुरुवायूरच्या मंदिरापेक्षाही भयानक अनुभव विनोबांना आला होता. 'आमच्या देवालयात तुमच्या सर्वधर्मीय अनुयायांसह या' असे विनोबांना त्या देवालयाच्या पुजाऱ्याने आमंत्रित केले व त्याप्रमाणे विनोबा तेथे गेले असता, त्यांच्यासह त्यांच्या अनुयायांवर हल्ला करण्यात आला. त्यांचा एक कान या हल्ल्यामुळे कायमचा जायबंदी झाला; पण सहकाऱ्यांनी सारा मार सहन करून विनोबांना वाचविले व बाहेर आणले. विनोबा सुखरूप मुक्कामी परतले, मात्र काही सहकाऱ्यांना हॉस्पिटलमध्ये उपचारांसाठी पोहोचविण्यात आले. २५ वर्षांपूर्वी याच ठिकाणी गांधीजींवर दगडफेक झाली होती, ते आठवून विनोबा म्हणाले, 'मी ज्यांच्या चरणांचा दास आहे, त्यांना मिळालेले भाग्य मलाही लाभले, याची मला धन्यता वाटते.'

आपल्या भूदान-यात्रेत आपल्यापुढे राम, कृष्ण, ज्ञानदेव, तुकाराम व रामदास हे चालतात, असा अनुभव त्यांना यायचा. आपण एकटे नाही, आपल्यापुढे हे सर्व संत चालत असून ते आपणास मार्ग दाखवित आहेत; त्यामुळे आपण अवघेच सुखरूप आहोत, असे त्यांना वाटायचे.

जेथे जातो तेथे। तू माझा सांगाती ।।

(तुकारामांची गाथा)

याचीच ही सुधारून वाढविलेली आवृत्ती होती. त्यामुळे ठिकठिकाणी भूदान-यज्ञ प्रज्वलित होऊन त्यात जमिनीच्या दानाची आहुती पडत होती. संपूर्ण ग्रामदानाने त्या भूदान-यज्ञाची पूर्णाहुती होणार होती, हे एक अभूतपूर्व दृश्य होते. लोकांना ही एक 'विजययात्रा' वाटायची, पण विनोबांना विजय किंवा पराजय हे शब्द स्पर्श करू शकत नव्हते. बिहारात प्रचंड भूदान झाले, तर ओरिसात प्रचंड प्रमाणात ग्रामदान झाले. पण दक्षिणेत तामिळनाडूमधील सेऊल जिल्ह्यात ३३ दिवसांत केवळ साडेचार एकर एवढेच भूदान प्राप्त झाले. विनोबांची वृत्ती मात्र याबाबतीत अनासक्त होती.

सर्वत्र जो अनासक्त बरे वाईट लाभता
न उल्लासे न संतापे त्याची प्रज्ञा स्थिरावली

(गीताई : २-५७)

हे लिहिण्यापूर्वी त्यांनी सर्वांगाने ते पचविले होते. म्हणून ते म्हणायचे, 'भूदानाला लोकमान्यता मिळाली, आता ते लोकप्रिय व्हायला पाहिजे.' यात विजय झाला तर तो लोकांचा समजला जाईल व पराजय झाला तरी तो लोकांचाच समजला जाईल. त्यामुळे कमी-जास्त दानपत्रांची त्यांना अजिबात खंत नव्हती. अण्णासाहेब सहस्त्रबुद्धे यांनी आपल्या 'माझी घडण' या आत्मकथेत म्हटल्याप्रमाणे, भूदान ही केवळ आर्थिक किंवा सामाजिक क्रांतीची चळवळ नव्हती, तर खोल आध्यात्मिक संस्कार करणारी एक अभिनव क्रांती होती. 'एक गाव-एक परिवार' ही भावना त्यातून जोपासायची होती. त्यामुळेच कोट्यवधी रुपये खर्च करून जे आमच्या शासनाला करता आले नाही, ते विनोबांनी करून दाखविले. जवळ-जवळ ५० लाख एकर जमीन दानात प्राप्त होऊन, विनोबा जगातील सर्वांत मोठे 'जमीनदार' झाले. दानात मिळालेल्या जमिनीचे भूमिहीनांना वाटप करण्यासाठी,

अणुरेणुया थोकडा। तुका आकाशाएवढा ।।

(तुकारामांची गाथा)

अशी वृत्ती विनोबांची झाली होती. कुठलीही आर्थिक किंवा राजकीय ताकद या कार्यक्रमाच्या पाठीशी नव्हती. सुरुवातीला चार वर्षांपर्यंत गांधी सेवा संघाकडून काही आर्थिक मदत मिळायची, म्हणून वेतन घेऊन कार्य करणारे काही कार्यकर्ते भूदान प्रचाराचे काम करायचे! नंतर ती मदत विनोबांनी नाकारली. त्यामुळे दोन्ही दृष्टींनी परिणाम झाला. वेतन घेऊन काम करणारे दूर झाले, पण वेतन न घेता काम करणाऱ्यांची संख्या वाढली.

सर्व भारतातील प्रत्येक जिल्ह्यात भूदान-यज्ञ समिती असायची, तीही पुढे विनोबांनी बरखास्त केली. 'भूदान ही आता लोकांची चळवळ आहे, लोकांनीच ती आता स्वेच्छेने पुढे न्यायला हवी' या निष्कर्षाप्रत ते आले. एकाच माणसाने 'दान द्या, जमीन दान द्या' असे सतत किती वर्षे सांगायचे? लोकांनीही आता विचार करायला हवा. नेहमी दुसऱ्याला सांगणे, उपदेश करणे, म्हणजेही एक प्रकारची 'परपीडा'आहे असे त्यांना वाटू लागले.

तेरा वर्षे, तीन महिने व तीन दिवसांच्या पदयात्रेनंतर व चार वर्षांच्या 'तुफान' यात्रेनंतर ७ जून १९६६ रोजी विनोबा 'सूक्ष्मा'त गेले.

■

प्रकरण चौथे

सूक्ष्मात गेलेले विनोबा

स्थूलपेक्षा सूक्ष्म अस्तित्वाचा लोकांवर अधिक परिणाम होतो असे विनोबांचे मत होते. ७ जून १९१६ रोजी ते गांधीजींच्या सहवासात आले, त्याला आता पन्नास वर्षे होत आली होती. म्हणून 'सूक्ष्मा'त जाण्यासाठी त्यांनी ७ जून १९६६ हा दिवस निवडला! आता कोणी काही विचारायला आले तरच बोलायचे, त्यांना सल्ला द्यायचा पण लोकांकडे पूर्वीप्रमाणे स्वत:हून जायचे नाही. तो सल्लासुद्धा आरोग्य व शिक्षणविषयकच! राजकारणाबद्दल त्यात चर्चा होणार नाही. कुंभाराचे चाक जसे त्यावर मातीचे भांडे घडविल्यानंतर व ते काढून घेतल्यानंतरसुद्धा बराच वेळ फिरत रहाते तशी ही 'सूक्ष्मकर्म योगावस्था' होती.

भूदानाचा जन्म पाहिला होता, आता त्याचे पुढे काय होते, हेही तटस्थ राहून पाहायचे होते. सर्व भारतभर भ्रमण झाले होते. त्या त्या प्रांतात त्या त्या प्रांतातील धर्मग्रंथांचा व धर्मभाषांचा अभ्यास करून तेथील प्रवचनांमध्ये त्यांचाच आधार देण्यात आला होता. 'जेवढी परमेश्वराची भक्ती केली, त्यापेक्षाही अधिक प्रेम त्याने दिले' या अनुभवाने हा अमृताचा पुत्र 'धन्योऽहं धन्योऽहं' असे नम्रतेने मनोमनी म्हणत होता. मैत्री आश्रम (आसाम), ब्रह्मविद्या-मंदिर (पवनार), विसर्जन आश्रम (इंदूर), समन्वय आश्रम (बोधगया), प्रस्थान आश्रम (पठाणकोट), वल्लभ-निकेतन (बेंगलोर) या सहा आश्रमांची स्थापना भारताच्या सहा कोपऱ्यांमध्ये केली होती. आता हा आधुनिक शंकराचार्य क्षेत्रसंन्यासी झाला होता. महान कर्मयोगाचे सूक्ष्मरूपात परिवर्तन झाले होते! वयाची सत्तरी ओलांडली होती. तब्बल ५० वर्षे गांधीजींच्या 'आज्ञे'त राहिले होते. गुरूच्या आज्ञेत इतक्या दीर्घकाळापर्यंत राहाणारा शिष्य भारताच्याच काय, पण जगाच्या इतिहासात आढळणे कठीण आहे!

विनोबांनी स्वीकारलेल्या या चळवळीला किती यश प्राप्त झाले? असा

प्रश्न काही जाणती मंडळी उपस्थित करतात. स्वातंत्र्यापूर्वी इंग्रजांविरुद्ध अहिंसक मार्गाने कसे लढायचे हे गांधीजींनी सांगितले, पण आपल्याच लोकांशी अहिंसक व शांततेच्या मार्गाने लढण्याचे, महान कार्य विनोबांनी करून दाखविले. एक अभिनव क्रांती, एक नवा माणूस घडविण्याचा प्रयत्न म्हणून या चळवळीला स्वातंत्र्यानंतर फार मोठे यश आले. ४२ हजार ग्रामदाने व ५० लाख एकर जमीन भूदानात मिळणे या आकड्यांमध्ये ते यश नाही, तर माणसाचे किती परिवर्तन झाले याला महत्त्व आहे. 'माणूस' हा क्रांतीचा केंद्रबिंदू समजून सर्वोदय विचार-प्रचाराचे कार्य विनोबांनी अखंडपणे केले. 'सत्य, प्रेम, करुणा, सहकार यांनी युक्त निर्वैर व निर्भय असा नवा माणूस घडविला गेला, म्हणजे त्यातून शोषणरहित व शासनरहित अशी शांततामय समाजरचना होईल' असे भव्य स्वप्न विनोबांच्या मनात होते. म्हणून त्यांनी व त्यांच्याभोवतीच्या कार्यकर्त्यांनी सर्वोदय विचार प्रचाराचे काम केले व ते अजूनही चालू आहे.

विकास करून घेण्याचे त्यांनी जनतेवरच सोपविले. ते म्हणाले होते, 'माझी स्थिती त्या महाभारतातल्या अभिमन्यूसारखी आहे व समाजातील स्थिती आज महाभारतातील त्या चक्रव्यूहाप्रमाणे झाली आहे. ते तोडण्यासाठी मी आणि माझे सहकारी, आम्ही आत प्रवेश केला आहे. आमचीही स्थिती ते चक्र भेदताना अभिमन्यूप्रमाणे होईल. त्या चक्रव्यूहाच्या बाहेर राहणारे लोक नुसती आमची गंमत पाहाणार, कदाचित आमच्या त्यागाची स्तुतीही करणार.' खरोखर सामाजिक व आर्थिक विषमतेने, जातीपातींच्या गुंत्याने, धर्माधर्मांच्या झगड्याने युक्त हे अशांततामय चक्रव्यूह भेदण्याचे काम विनोबांनी प्राण पणाला लावून केले.

वास्तविक विनोबांचे विश्वात्मक मन कोणीही समजून घेतले नाही. त्यामुळे त्यांच्या चळवळीचे आकलनही आधुनिक अर्थशास्त्रज्ञांना होऊ शकले नाही. 'सर्वभूतहिते रता:' असा त्यांचा सर्वोदयवाद व सत्य-करुणेने ओथंबून निघालेले त्यांचे मन, टीकाकारांनाही समजले नाही आणि ते समजून घेण्याचा त्यांनी कधी प्रयत्नही केला नाही. समाजात संग्रह वाढल्यामुळेच चोर-दरोडेखोर निर्माण होतात, याचे प्रत्यंतर आज आपणास येत आहे. विनोबांची पदयात्रा मध्य भारतातून जाणार होती. "तुम्ही आता चोर-दरोडेखोरांच्या प्रांतातून जाणार" असे काही लोक त्यांना म्हणाले. त्यावर विनोबांनी उत्तर दिले, "कोण चोर व कोण दरोडेखोर हे एका परमेश्वरालाच माहीत. मी सज्जनांच्या मुलखातून जात आहे, जाणार आहे." आणि त्या चोर-दरोडेखोरांनी धुमाकूळ घातलेल्या प्रांताला त्यांनी धर्मक्षेत्रे भिण्डक्षेत्रे असे म्हटले.[१] प्रेमाने व प्रवचनांनी त्यांनी डाकूंचे जीवन

धुऊन टाकले. बंदुकांना न जुमानणारे डाकू त्यांना शरण आले. विनोबा म्हणाले, 'नऊ वर्षांपासून माझी पदयात्रा चालली आहे, हे तुम्हाला ठाऊक आहे. आता तुमच्या भागात आलो आहे. परमेश्वराच्या कृपेने ही माणसे ज्यांना डाकू म्हणतात, पण ज्यांच्या हृदयात परमात्म्याची ज्योत तेवत आहे, ती आपल्या कर्मांबद्दल पश्चात्ताप करीत आहेत. ते प्रेमाने आपली हत्यारे हवाली करीत आहेत, ही फार मोठी वस्तू आहे.'

स्थिर मेरूचे पूत विनोबा नवपवनाचे दूत तुम्ही।
संसाराचे सार झोकुनी अनासक्त अवधूत तुम्ही।।
मातीहुनि तुम्हि माती असुनी हिमालयाहुनि भव्य तुम्ही।
तुम्हि गवताचे पाते असुनी गगनदिव्याहुनि दिव्य तुम्ही ।।

(कविवर्य : वसंत बापट)

असे जे कवीने त्यांच्याविषयी म्हटले आहे, ते त्यांनी आपल्या निर्भय, निर्वैर, नि:पक्ष व साम्ययोगी वर्तनाने सिद्ध केले.

विनोबांचे हे कार्य पाण्याप्रमाणे होते. पाणी जिथे खड्डा असतो, उतार असतो, तिकडे वाहत जाते व तिथले खाचखळगे भरून त्यांना समपातळीवर आणते. धनंजयराव गाडगिळांसारख्या थोर अर्थशास्त्रज्ञांना अर्थशास्त्रीय दृष्टिकोनातून विनोबांचे भूदान आंदोलन मान्य नव्हते; पण जिद्दीने, चिकाटीने कार्यकर्ते भू-समस्येवर तुटून पडत आहेत याबद्दल त्यांना समाधान वाटायचे. त्यामुळे त्यांनी अण्णासाहेब सहस्त्रबुद्धेंच्या कोरापुट येथील ग्रामदानाच्या व्यवस्थेत सक्रिय मार्गदर्शन केले, असे अण्णासाहेब सहस्त्रबुद्धे यांनी 'माझी घडण' या आपल्या आत्मकथनात म्हटले आहे. विनोबांच्या पुष्कळ कल्पनांच्या आपण विरुद्ध होतो, असे अण्णासाहेबांनी लिहिले आहे. अण्णासाहेबांनी व धनंजयराव गाडगीळ यांनी मिळून बनविलेला 'वर्धा प्लॅन' विनोबांनी वाचूनसुद्धा पाहिला नाही, मग त्याला त्यांची मान्यता मिळणे तर दूरच!

अण्णासाहेबांना वाटायचे की भूदान चळवळीबरोबरच आपण वेठबिगार, सावकारशाही, बेकारी यांच्यासारख्या अन्यायांविरुद्ध गांधीमार्गाने लढे उभारले असते, तर भूदान चळवळ अधिक भरीव व व्यापक झाली असती. पण त्याबद्दलचा ठपका ते विनोबांना देत नाहीत, कारण त्यांनी विनोबांना चांगले ओळखले होते. १९१८-१९२८ या दशकात ते विनोबांना नुसते दुरूनच पाहत होते. त्या वेळी 'एक क्रोधी, माणूसघाणा व कृतिशून्य माणूस' असे विनोबांविषयी त्यांनी आपले मत बनविले होते. पुढे विनोबांची 'कृतिशूरता' व 'कृतिशून्यता' कोणत्या दर्जाची

आहे, हे त्यांच्या लक्षात आल्यानंतर ते विनोबांचे चाहते बनले. त्यांच्या मते विनोबा संघर्ष व संघटना यांच्याविरुद्ध आहेत. या गोष्टींमुळे चळवळींवर मर्यादा पडतात, असे विनोबांचे मत होते. त्यामुळे शासनाच्या पंचवार्षिक योजनांवर सर्वांत जास्त कडक टीका जरी विनोबांनी केलेली असली, तरी त्यांनी शासनाशी प्रत्यक्ष संघर्ष केला नव्हता. नुकतेच महान प्रयत्नांनी मिळविलेले स्वराज्य, संघर्षाने अधिक कमकुवत होईल, असे विनोबांचे म्हणणे होते.''

परंतु त्यांचे हे मत टीकाकारांनी समजून घेतले नाही. त्यांची सर्वोदयाच्या दिशेने चाललेली पावले कुणा टीकाकारांना दिसलीच नाहीत. आम्ही आमच्या संकुचित चष्म्यातून विनोबांकडे पाहिले व आमच्या संकुचित मनाला जे वाटले ते बेधडक लिहून टाकले. भाषावार प्रांतरचनेमागे गांधीजींची जी विशाल दृष्टी होती, तिच्याकडे दुर्लक्ष करून 'भाषा म्हणजे आपापसात लढण्याचे एक ज्वलंत क्षेत्र' अशी स्थिती करून आम्ही संयुक्त महाराष्ट्र, संयुक्त गुजरात, संयुक्त कर्नाटक असे, हिंसक लढे उभारून आमचीच हानी करून घेतली. वास्तविक अहिंसेच्या व शांततेच्या मार्गाने एकभाषिक राज्य होऊन जर भारतात भाषावार प्रांतरचना झाली असती, तर विनोबांना त्यात अधिक आनंद झाला असता. केवळ विखुरलेला एकभाषिक प्रदेश भौगोलिकदृष्ट्या संयुक्त करून भाषावार प्रांतरचना यशस्वी होणे कधीही शक्य नाही, तर दोन हृदये संयुक्तरीत्या जोडली गेली पाहिजेत, यावर विनोबांचा अधिक भर होता.

प्राध्यापक डॉ.य.दि.फडके यांनी 'संयुक्त महाराष्ट्राची मागणी' या लेखात[२] म्हटल्याप्रमाणे लोकमान्य टिळक, न.चिं.केळकर, डॉ.केतकर त्याचप्रमाणे मराठी भाषिकांचे विभाग एकत्र करण्याची कल्पना उघड मांडणारे विठ्ठल वामन ताम्हनकर यांच्याप्रमाणेच पूज्य विनोबा भावेंचादेखील महाराष्ट्र एकीकरणाला पाठिंबा होता असे दिसते. फडक्यांच्या वरील लेखात पुढे असे म्हटले आहे की, विनोबा भावे यांनी 'महाराष्ट्र-धर्म' या जर्नलमध्ये आपले मत व्यक्त करताना महाराष्ट्र २५ जिल्ह्यांत समाविष्ट व्हावा अशी मागणी केली होती. यात चरखा संघातर्फे ओळखल्या जाणाऱ्या मुंबई सी.पी. आणि बेरारच्या १८ जिल्ह्यांबरोबरच हैदराबादच्या पाच मराठवाडा जिल्ह्यांचा तसेच इतर दोन जिल्ह्यांतील मराठी राजघराण्यांचा समावेश होता. तसेच मुंबई शहर, विदर्भाचा सीमाभाग, बेळगाव, बालाघाट आणि बैतुलचाही यात अंतर्भाव होता. विनोबांनी यात गोव्याचा उल्लेख केला नसला, तरी त्यात बडोद्याची राजेशाही व इंदूरच्या राजांचा समावेश होता. म्हणजेच विनोबा 'संयुक्त महाराष्ट्रा'च्या विरुद्ध नव्हते; फक्त तो हिंसक मार्गाने,

मने दुखावून होऊ नये, असे त्यांना वाटत होते.

संयुक्त महाराष्ट्रापेक्षा 'जय जगत्'कडे 'कविः क्रान्तदर्शी' अशा त्यांच्या विशाल कविमनाने लोकांचे लक्ष वेधले. पण सामान्य अज्ञ माणसांप्रमाणेच, भले भले 'जाडे विद्वान'ही भावनाविवश होऊन या भाषिक आंदोलनात वाहून गेले. २३ मार्च १९५८ रोजी महाराष्ट्रात खडकेवाडा येथे विनोबांचा प्रवेश झाला.[३] प्रवेशाच्या दिवशी विनोबा म्हणाले, "आज मी ज्ञानोबारायांच्या चरणी उपस्थित आहे. माझी दुनिया वेगळी आहे, माझ्यापाशी विचार आहे आणि प्रेम आहे. विचारांची देवघेव असते, विचार हे मोकळे असतात, दुसऱ्यांचे विचार घेता येतात, दुसऱ्यांना आपले विचार देता येतात. अशा रीतीने विचारांची वाढ होत जाते. कुणीही मला विचार पटवून द्यावा आणि कुणीही माझा विचार पटवून घ्यावा. माझ्यापाशी प्रेम आहे. प्रेमात आणि विचारात जी शक्ती आहे, ती दुसरी कशातही नाही. जगावर विचारांचीच सत्ता चालते. प्रत्येक क्रांतीच्या मुळाशी विचार देणारे ऋषी आणि त्यांचे विचार होते. तेव्हा माझ्याकडून तुम्ही बांधीव मतांची अपेक्षा करू नका. माझे मित्र बागल पुष्कळांच्या मनातील भावना बोलले. येथे महाराष्ट्रात अनेक सज्जनांच्या मनात अशा अनेक गोष्टी माझ्यापासून जाणण्याची इच्छा असेल आणि ती योग्य आहे, पण मी एक दुसऱ्याच दुनियेतील माणूस आहे, हे तुम्ही ओळखावे. मी येथे निरूपाधिक होऊन आलो आहे. मुलगा आपल्या घरी आला, म्हणजे तो 'मला भूक लागली आहे' असे म्हणत नाही.

"आतापर्यंत मी मागतच आलो. यापुढे मात्र न मागण्याचा प्रयोग मी करणार आहे. कन्याकुमारीच्या समुद्राच्या पाण्याशी बसून, सूर्याला साक्षी ठेवून व भारतमातेचे स्मरण करून मी बोलून चुकलोय की, जोपर्यंत भारतात ग्रामस्वराज्याची स्थापना होत नाही, तोपर्यंत हा देह फिरत राहील.

"महाराष्ट्रात मला हृदयप्रवेश हवा आहे. या महाराष्ट्रात तुम्ही मला खूप बदला. जो आकार मला देण्याची इच्छा आहे तो देण्याचा प्रयत्न करा; आणि माझाच आकार तुम्हाला लागू झाला, तर त्यात वाईट वाटून घेऊ नका.

"आज सर्व जगात भय पसरलेले आहे. एका देशाला दुसऱ्या देशाचे भय वाटते. मानव प्रवाहपतित होऊन शस्त्रे वाढवित राहिला आहे. जगाची ही जी कोंडी झाली आहे ती फोडली पाहिजे. मॅक ऑर्थर म्हणाला त्याप्रमाणेच गांधीजी जे शिकवित होते, ते अमलात आणल्याशिवाय जगाची सुटका नाही. विज्ञानयुगात जर आपण संकुचित बुद्धी ठेवली, तर जगाचे काही शिल्लकच राहाणार नाही. म्हणून आपण 'जय हिंद', 'जय महाराष्ट्र' न म्हणता 'जय जगत्'म्हणावे.

"कुणी म्हणेल द्विभाषिक चांगले, तर कुणी म्हणेल संयुक्त महाराष्ट्र चांगला. पण आपल्यात परस्परांत इतके प्रेम असावे की या सगळ्या वादांच्या लाटा समुद्राच्या लाटांप्रमाणे उसळतील व समुद्रतटी शांत होतील. मुळात प्रेम असेल तर भांडणात गोडी येते. माझी कसोटी ही आहे की तुम्ही तत्त्वविचारासाठी भांडता हे मी तेव्हा समजेन, जेव्हा तुम्ही भांडाल पण एकमेकांना प्रेमाने आलिंगन द्याल आणि तरीही भांडत राहाल तरच तुमचे भांडण खरे असे मी मानेन.

"रवीन्द्रनाथ ठाकूर म्हणायचे की हे लोक 'वंदे मातरम्' म्हणतात, पण 'वंदे भारतम्' म्हणत नाहीत. भाऊ भाऊ आपापसात भांडतील, तर ते आईला बरे वाटेल काय?"

पण एवढी भूमिका स्पष्ट केल्यानंतरही कोल्हापूरच्या सभेत दहा-पाच लोकांनी विनोबांची सभा उधळण्याचा प्रयत्न केला. 'स्वामीला सेवा नको' असे समजून विनोबांनी त्या दिवशी जनतेला नमस्कार केला आणि न बोलता ते परतले. भारतयात्रेतील ही पहिलीच घटना.[४]

याच यात्रेत पत्रकारांनी विनोबांशी चर्चा केलेली दिसते. पत्रकारांनी भूदानविषयक इतर प्रश्न विचारून झाल्यानंतर, संयुक्त महाराष्ट्राविषयी आपले काय मत आहे, हे त्यांना विचारले. त्यावर उत्तर देताना विनोबा म्हणाले, "सामान्यत: एका भाषेचा गट एका ठिकाणी आला, तर व्यवहारात सोय होईल आणि जनतेच्या भाषेत कारभार चालला म्हणजे जनतेला स्वराज्याचा अनुभव येईल. पण दोन सबंध भाषा एकत्र आल्या, तर त्यात मौलिक अन्याय होऊ शकत नाही, कारण प्रांतात जावे लागते म्हणून केरळ, कर्नाटक, महाराष्ट्र, गुजरात हे दोन दोन प्रांत प्रेमाने व संतोषाने एकत्र आले, तर भाषेच्या मूलभूत विचाराला धक्का पोहोचणार नाही. अर्थात हा विचार सर्वांनाच पटला पाहिजे व पटविला पाहिजे, असा अट्टहास मी करीत नाही."[५]

पण विनोबांचे हे भव्य विचार समजून न घेता, त्यांच्यावर काही पत्रकारांनी लेख लिहून टीका केलेली दिसते. त्याचप्रमाणे चाळीसगावलाही त्यांच्यापुढे निदर्शने केल्याची घटना आढळते. आचार्य अत्रे हे श्रेष्ठ साहित्यिक. त्यांनी यापूर्वी विनोबांवर खूप चांगले लिहिले होते, मात्र संयुक्त महाराष्ट्र चळवळीच्या वेळी भावनाविवश होऊन 'विनोबा की वानरोबा' नावाचा भडक लेख त्यांनी लिहिला. नंतर चूक लक्षात येताच पवनारला जाऊन त्यांनी विनोबांची क्षमा मागितली. पण टीकेने नाराज किंवा स्तुतीने हुरळून जाण्याइतके विनोबा कच्चे नव्हते. त्यांनी कोणावरही राग धरला नाही. त्यांचा स्वत:चा असा करुणेवर

आधारित भूदान-यात्रेचा कार्यक्रम होता. साहित्यिक व पत्रकार यांना महाराष्ट्रातील पदयात्रेत ते भेटले, पण भूदानाचे काम त्यांनी करावे, अशी अपेक्षा त्यांच्याकडून केली नाही.

'आचार हेच प्रचाराचे साधन' समजून 'सर्वेषां अविरोधेन' त्यांचे कार्य चालू होते. एक जमिनीचा प्रश्न सुटला की, सर्वच प्रश्न सुटतील, या दृष्टीने जे करण्यासारखे होते ते त्यांनी केलेले दिसते. परंतु कुमारप्पांसारख्या गांधीवादी अर्थशास्त्रज्ञाकडूनसुद्धा विनोबांच्या भूदानावर टीका झालेली दिसते. कुमारप्पांच्या मते भूदान आंदोलनामुळे जमिनीचे आणखी तुकडे होऊन अनर्थ होईल. पण भारतात ७६ टक्के शेतकरी ५ एकरांच्या खाली जमीन असणारे आहेत, असे अण्णासाहेब सहस्त्रबुद्धेंनी आपल्या 'माझी घडण' या पुस्तकात म्हटले आहे. जमिनींच्या तुकड्यांपेक्षा हृदयांचे जे तुकडे तुकडे झालेले विनोबांना आढळले, ते जोडण्याकडे त्यांनी अधिक लक्ष दिले. इस्त्रायल व चीनमध्ये छोट्या छोट्या तुकड्यांची शेती यशस्वी झाल्याचे अण्णासाहेब सहस्त्रबुद्धेंनी म्हटले आहे, त्यामुळे कुमारप्पांच्या आक्षेपात तथ्य वाटत नाही. १९५७-५८ च्या सुमारास एका माथेफिरूने असे उद्‌गार काढले की, एकाने देशाचे तुकडे केले म्हणून आम्ही त्याला नाहीसे केले; आता तुम्ही जमिनीचे तुकडे करीत आहात म्हणून तुमचेही तुकडे करू! परंतु या किंवा कुठल्याही टीकेला विनोबांनी उत्तर न देता आपली शांती ढळू दिली नाही.

'समः शत्रौ च मित्रे च तथा मानापमानयोः।'

(भगवद्‌गीता : १२-१८)

अशी त्यांची वृत्ती घडली गेली होती. एकनाथी भागवतात वैराग्याची व शांतीची पुढीलप्रमाणे व्याख्या दिली आहे :

'शांति म्हणिजे ते ऐशी। सागरी अक्षोभ्यता जैसी।
चढ वोहट नाही तिसी। सर्वदेशी सर्वदा ।।'

(अध्याय : ७, ओवी क्र.१३६)

'जरी प्राणान्त केला अपकार। तरी न म्हणे हा 'दुष्ट' नर।'
अपकाऱ्या करी अतिउपकार। प्रशांतिप्रकार या नांव।।

(अध्याय : २६, ओवी क्र.३२३)

अशा तऱ्हेची शांती व वैराग्याची लेणी पूज्य विनोबांच्या अंगप्रत्यंगातून फुलत होती, म्हणून त्यांनी कुणाच्याही टीकेला उत्तर दिले नाही.

त्यांच्या सूक्ष्म कर्मयोगाबद्दलसुद्धा काही गैरसमज झालेला दिसतो. त्याचाही खुलासा करणे आवश्यक आहे. सूक्ष्मात जाण्यापूर्वी त्यांनी जे कार्य केले, तो त्यांचा

तीव्र कर्मयोग होता. झालेली सेवा हरिसेवा समजून ते आता सूक्ष्मात गेले होते. सूक्ष्मात जाणे म्हणजे मरणाच्या आधीच मरण्याचा हा प्रयोग होता. परमेश्वराचे ज्या दिवशी आमंत्रण येते त्या दिवशी माणसाला सूक्ष्मात जावेच लागते, परंतु त्याचा परिणाम सूक्ष्म शरीरात प्रवेश करणे एवढाच होईल, असे त्यांना वाटले. सूक्ष्मात जाण्यापूर्वी मात्र ते खूप बोलले होते. विनोबांचा पत्रव्यवहारही खूप मोठा होता. पत्रव्यवहारासाठी त्यांनी हिंदुस्थानचे सात विभाग केले होते. आठवड्याचे सात वार या सात विभागांत पत्रव्यवहार करण्यासाठी पुढीलप्रमाणे योजले होते. ओरिसा, आसाम व बंगाल यांच्यासाठी रविवार; बिहारसाठी सोमवार. उत्तर प्रदेश व मध्य प्रदेश यांसाठी मंगळवार; दिल्ली, राजस्थान व पंजाबसाठी बुधवार. महाराष्ट्र व गुजरातसाठी गुरुवार; कर्नाटक व केरळसाठी शुक्रवार, तर तामिळनाडू व आंध्रसाठी शनिवार.[६] असा हा भला मोठा साप्ताहिक पत्रव्यवहार त्यांनी आतापर्यंत नियमितपणे केला होता. मात्र आता सूक्ष्मात गेल्यामुळे त्यांनी पत्रव्यवहार व लेखन बंद केले. व्यक्तिनिष्ठ निर्णय घेण्यापेक्षा सामूहिक निर्णय घेण्यासाठी सहकाऱ्यांना प्रेरणा दिली. आरोग्य व शिक्षण या विषयांव्यतिरिक्त दुसऱ्या कोणत्याही विषयावर बोलायचे नाही असे ठरविले. कुणी विचारले तरच सांगायचे, अशी संदर्भग्रंथासारखी वृत्ती धारण केली. त्याला ध्यान, भक्ती किंवा ज्ञान इत्यादी नावे न देता 'सूक्ष्मकर्मयोग' असे नाव दिले. सूक्ष्मकर्मयोगाचा हा विचार नवा नाही, जुनाच आहे असे त्यांना वाटले. त्या विचारांवर अंमल करून ते स्वतःला 'शून्यवत' बनवू लागले. विनोबांचा असा विश्वास होता की, अशा तऱ्हेने सूक्ष्मात गेल्याने, सूक्ष्मरूपाने खूप कामे होऊ शकतात. आपली वासना निःशेष करून जे परमात्म्यात आणि परमात्म्याच्या सृष्टीमध्ये लीन झालेले आहेत, ते सूक्ष्मरूपाने फार मदत करू शकतात, असे त्यांना वाटायचे.

सूक्ष्म कर्मयोगात दम-दया-दान असा त्रिविध कार्यक्रम होता. विलासप्रियता आणि कामवासना यांच्याविरुद्ध दम, क्रोधाच्या विरुद्ध दया आणि लोभाच्या विरुद्ध दान अशी प्रक्रिया त्यांच्या अंतःकरणात चालू होती. म्हणून जेव्हा बिहारमध्ये १९६६च्या सुमारास त्यांची मोटारीतून 'तुफान'यात्रा सुरू होती, तेव्हा पत्रव्यवहार मात्र अजिबात बंद होता. बोलणे खूप कमी झाले होते. सूक्ष्मापासून सूक्ष्मात जाण्याचे चिंतन सुरू होते.

'काम नाही काम नाही। झालो पाही रिकामा।।'

(तुकारामांची गाथा)

हा संतांना आलेला उच्च कोटीचा अनुभव त्यांना येत असल्याचा दिसतो, पण लोकांना मात्र ते रिकामे बसले आहेत असे वाटायचे. म्हणून त्यांच्या सूक्ष्म

कर्मयोगाचा काहींकडून उपहासही झाला. परंतु हे रिकामेपण, शून्यावस्था कोणत्या दर्जाची होती हे नाथांच्या पुढील शब्दांनी स्पष्ट होईल :

जागापरी निजला दिसे। कर्म करी स्फुरण नसे ॥१॥
सकळ शरीराचा गोळा। होये आळसाचा मोदळा॥२॥
संकल्प विकल्पाची ख्याति। उपजेचि ना सदा चित्ती ॥३॥
यापरी जनी असोनी वेगळा। एकाजनार्दनी पाहे डोळां ॥४॥

(श्रीएकनाथमहाराजांची गाथा : आवटे प्रत)

नाथांनी वर्णन केलेली ही उच्चावस्था! या अवस्थेत विनोबा वावरत होते. सामान्यांनाच काय पण भल्याभल्यांनाही त्यांची ही उच्चावस्था समजली नाही. कारण प्रवृत्ती व निवृत्ती या शब्दांविषयी समाजात काही व्याख्या रूढ झालेल्या आहेत, पण विनोबांचे याबाबतीत स्वतंत्र चिंतन आहे. ते म्हणतात, 'प्रवृत्ती-निवृत्ती' या एकाच वस्तूच्या होकारात्मक व नकारात्मक बाजू आहेत. निवृत्ती म्हणजे 'अप्रवृत्ती' नाही. निवृत्ती ही एक वेगळी वस्तू आहे. चित्ताला समाजापासून वेगळे काढून चैतन्याशी एकरूप करणे, चित्ताला चैतन्य बनविणे म्हणजे निवृत्ती. हा एक फार मोठा कार्यक्रम आहे, तोच सध्या माझ्या मनात आहे. पण माझी अशी अपेक्षा आहे की, चित्त पूर्ण चैतन्यात विलीन झाल्यानंतर कर्मयोग क्षीण होणार नाही. तो सूक्ष्मरूपाने कार्य करून अधिक वीर्यवत्तर होणार. मी सूत्रांमध्ये लिहिलेच आहे, क्रियोपरमे वीर्यवत्तरम्.

याप्रमाणे विनोबांचा सूक्ष्मकर्मयोग चाललेला होता. चर्चा करण्यासाठी येण्याची मुभा मात्र सर्वांना होती. कोणी समक्ष आले, तर विनोबा त्याच्याशी चर्चा करायचे, विचारविनिमय करायचे. आता मी 'चेंबर प्रॅक्टिस' करतो असे गमतीने ते म्हणायचे.[७]

१९५१ ते १९६६ अशी एकूण सतरा वर्षे ते सारखे बोलत होते. याच्यापुढेही असेच बोलत राहाणे बरे नाही असे त्यांना वाटले आणि म्हणून कार्यकर्त्यांशी आंतरिक अनुसंधान राखण्याचे त्यांनी ठरविले. भारतातील सर्व भूदान कार्यकर्त्यांची एक यादी त्यांनी तयार करून घेतली. त्या यादीचे ध्यान करून ते आता कार्यकर्त्यांशी आंतरिक अनुसंधान राखणार होते. आंतरिक अनुसंधानामध्ये एक शक्ती आहे, जी लोकांना ओळखता येत नाही, असे त्यांना वाटायचे. आंतरिक अनुसंधानामध्ये स्वत:ला पूर्ण विसरून शून्यवत बनायचे असते. या दृष्टीने एक घटना पाहण्यासारखी आहे- महादेव अनंत मोघे ऊर्फ बाबाजी मोघे हे विनोबांचे बालमित्र. १९६८ मध्ये बाबाजी मोघे बिहारमधील भूदान-यात्रेमध्ये

विनोबांना भेटायला आले होते, त्या वेळी विनोबांनी त्यांना विचारले "तुम्हाला किती मुले आहेत?" बाबाजी मोघ्यांना आश्चर्य वाटून ते उद्‌गारले की, "५६ वर्षांपासून मी तुमच्याबरोबर आहे. याच्यापूर्वी तुम्ही असा प्रश्न मला कधी विचारला नाही. आताच असा प्रश्न विचारण्याची प्रेरणा आपल्याला कशी काय झाली?" त्यावर विनोबा म्हणाले की, "मी व्यक्तिगत प्रश्न विचारल्याबद्दल तुम्हाला आश्चर्य वाटले असेल, परंतु आता मी सूक्ष्मात गेलो आहे. याच्याआधी स्थूलकार्यात होतो; त्यामुळे कार्य होते किंवा नाही याकडेच लक्ष देत होतो. आता मात्र जवळपासच्या कार्यकर्त्यांकडे लक्ष देतो. त्यामुळे जयदेवला झोप मिळाली की नाही? बाळची तब्येत बरी नाही तेव्हा तो गरम पाणी पितो की नाही? याकडे मी लक्ष देतो. हे कार्यकर्ते म्हणजे आमची हत्यारे आहेत." एवढे करूनही बाबा विनोबा आता स्वत:ला 'निर्वैयक्तिक' (Impersonal)' समजत. शून्यात गेल्यानंतर हीसुद्धा कटकट राहणार नाही असे त्यांना वाटायचे. अशा तऱ्हेचे संकल्प भगवंताच्या आंतरिक इच्छेनेच पार पडतात.[८]

या सूक्ष्मतर अवस्थेतच 'आचार्यकुला'ची स्थापना झाली. 'सर्व जगच विश्वविद्यालय समजून निर्भय, निर्वैर आणि नि:पक्ष बनून कार्यरत राहा' असे मार्गदर्शन त्यांनी आचार्यांच्या परिषदेला केले. सतत ५० वर्षे गांधीजींच्या आज्ञेत राहिल्यानंतर आता सूक्ष्मात जाण्यास हरकत नाही, या भावनेने त्यांनी सूक्ष्मात जाण्याचा निर्णय घेतला आणि त्यांचा सूक्ष्मतर कर्मयोग सुरू झाला.

त्यांची ही अवस्था समजून घ्यायला कार्यकर्त्यांना वेळ नव्हता. त्यामुळे त्यांच्याविषयी राजकीय पक्षाच्या कार्यकर्त्यांनी आणीबाणीच्या काळात विनाकारण गैरसमज प्रसृत केले. राजकारणात काय किंवा समाजकारणात काय, आपण नेहमी तात्कालिक फायद्यांकडे पाहत असतो. दूरचे 'दिव्य जीवन' आपणास दिसत नाही, मात्र विनोबांसारख्या महापुरुषांना ते दिसते. म्हणून सत्ताधारी नेत्यांपेक्षा व उपभोगप्रधान सामान्य माणसापेक्षा त्यांचे वर्तन आरंभापासून अंतापर्यंत वेगळेच घडले. विनोबांकडे पाहण्याचा लोकांचा दृष्टिकोन चुकला.[९] शिवाय आणीबाणीतील त्यांचे वर्तन तपासून पाहण्यापूर्वी आणीबाणीविषयीच्या एकूण वातावरणाचाच खोल अभ्यास केला पाहिजे.[१०] जनी जनार्दन पाहणाऱ्या त्यांच्या काया वाचा मन निश्चल राखी। या संतवृत्तीला प्रस्थापित संघर्षाचा, हिंसेचा व जेणेकरून जुने प्रश्न नाहीसे होऊन पुन्हा नवीन प्रश्न निर्माण करणारा द्वेषाचा मार्ग कधीही मानवला नाही. तथापि ज्यांना अशा संघर्षाच्या मार्गाने जायचे होते, त्यांना विनोबांनी कधी आडकाठी केली नाही. लोकांच्या किंवा राजकीय नेत्यांच्या चळवळ

करणाच्या स्वातंत्र्याच्या आड विनोबा कधीही आले नाहीत.

लोकांना 'स्वधर्म' काय असावा हे सूचकपणे त्यांनी सुचविले असेल, पण प्रत्यक्ष चळवळीसंदर्भात कोणताच आग्रह किंवा दुराग्रह त्यांनी कधीही धरला नाही. आणीबाणीच्या काळात विनोबा विनोबांना शोभेल असेच वागले. सत्य, प्रेम व अहिंसेचे ते उपासक होते. 'एक गाव, एक परिवार बनून सर्वत्र गोकुळ नांदावे', 'मा कश्चित् दुःखमाप्नुयात्' अशी त्यांची जीवनदृष्टी होती. सर्वत्र ब्रह्म पाहणाऱ्या त्यांच्या मनाला सर्वत्र भगवंताचेच दर्शन व्हायचे, मग विरोधी किंवा संघर्षाची भूमिका त्यातून कशी निर्माण होणार?

संत जेणे व्हावे। जग बोलणे सोसावे

या कसोटीला ते आणीबाणीतही उतरले!

त्यांनी जन्मभर संघर्ष केला तो स्वतःशी! हृदयात षड्रिपूंची आणीबाणी निर्माण झाली असली, तरी ती बाहेर येऊ नये म्हणून स्वतः लढलेच पण लोकांच्या हृदयातूनही ती नष्ट करण्यासाठी ते आयुष्यभर लढले. त्या लढ्यातून 'गीताई', 'गीता-प्रवचने' यासारखी रत्ने बाहेर पडली. सहनशीलतेची ढाल पुढे ठेवून लोकांनी आणीबाणीला तोंड दिले, हे धैर्य लोकांच्या मनात राजकीय पक्षांनी थोडेच निर्माण केले होते?

एखादे महान कार्य उभे करायचे म्हणजे कुणाला तरी पायाचा दगड बनावे लागते. अशा पायाच्या दगडाकडे सहसा कोणाचे लक्ष जात नाही, मंदिर उभारणाऱ्यांनाच तो दिसतो. लोकांची मनोभूमिका तयार करून जे राष्ट्ररूपी मंदिराच्या पायाचे निरहंकारी चिरे बनले, त्यांचे कार्य कोणाला दिसत नाही. म्हणून विनोबा आणीबाणीत राजकीय पक्षाच्या कार्यकर्त्यांप्रमाणे वागले नाहीत, कारण ते सूक्ष्मतर अवस्थेत गेले होते. सूक्ष्मतर अवस्थेत असताना यापुढे कसे वागायचे हे त्यांनी निश्चित केले होते, त्या कार्यक्रमाप्रमाणे ते वागले. टीकाकारांनी त्यांच्या वयाकडेही दुर्लक्ष केले. अप्रत्यक्ष रीतीने महापुरुष कार्य करीतच असतात. स्थूल कार्यापेक्षा त्यांच्या सूक्ष्म-सूक्ष्मतर कर्मयोगाचा लोकांवर अधिक चिरस्थायी परिणाम होतो. शून्यवत राहून शून्याकडे या वेळी विनोबांचा प्रवास सुरू होता. आणीबाणीमुळे त्या प्रवासाला अडथळा येणार नव्हता. 'शून्यात जाणे म्हणजे सर्वांमध्ये विलीन होऊन जाणे' अशी त्यांची धारणा होती. निरिच्छ ऋषिमुनींप्रमाणे ते जीवन व्यतीत करीत होते. शंकराचार्य, ज्ञानेश्वर, तुकाराम इत्यादी महापुरुष मृत्यूनंतर याच अर्थाने शून्यात गेले, असे विनोबांचे मत होते. जिवंत असताना महापुरुषांचा समाजावर जो प्रभाव पडतो, त्यापेक्षा अधिक प्रभाव त्यांच्या मृत्यूनंतर

पडतो. म्हणून त्याच मार्गाने ते गेले. शून्यवत राहून जगाकडे पाहण्याचा अनुभव ते घेत होते.

'मरण माझे मरोन गेले। मज केले अमर ॥'

(तुकारामांची गाथा)

या स्थितीपर्यंत ते आले होते. अशा वेळी त्यांची ही भूमिका समजावून न घेता, त्यांच्याकडून प्रत्यक्ष लढ्याची किंवा आणीबाणीविरुद्ध बोलण्याची अपेक्षा करणे गैर आहे.

आणीबाणी लादणाऱ्यांना पत्रक काढून लेखी पाठिंबा दिला किंवा दिल्लीला जाऊन धावपळ केली, असे काहीही त्यांच्याकडून झाले नव्हते. पवनारच्या 'मैत्री' मासिकावर जप्ती येऊन या मासिकाचे ४२०० अंक जप्त झाले होते. यावरून विनोबा किती स्वतंत्र व पक्षमुक्त होते, हेच दिसून येते. ते जप्तीच्याविरुद्ध बोलले नाहीत, की तिचे समर्थनही केले नाही. आपण ठरविलेल्या मार्गाने जाण्यास विनोबा स्वतंत्र होते. 'विनोबांनी काय करावे, काय बोलावे, हे ठरविणारे राजकीय पक्षाचे नेते कोण?' असे त्यांचे कनिष्ठ बंधू शिवाजीराव भावे यांनी माझ्याजवळ उद्‌गार काढले होते. त्यावर आधारित एक लेख 'आणीबाणी व विनोबा' या नावाने आणीबाणीनंतर मी स्थानिक दैनिकात लिहिला होता.[११]

योगी पावन मनाचा। साहे अपराध जनाचा

या वृत्तीत राहून या वेळी आणीबाणीत विनोबांनी एक वर्षाचे मौन, २५ डिसेंबर १९७४ (मार्गशीर्ष शुद्ध एकादशी-गीताजयंती) ते २५ डिसेंबर १९७५ पर्यंत धारण केले. त्यांच्या या मौनाचा अर्थ समजावून घेण्यासाठी थोर विधायक कार्यकर्ते अण्णासाहेब सहस्रबुद्धे यांनी पवनारला दोन-तीन वेळा जाऊन त्यांच्याशी संपर्क साधण्याचा प्रयत्न केला होता, पण त्यात ते यशस्वी झाले नाहीत.[१२]

आणीबाणी आणणारे आपलेच लोक व सहन करणारेही आपलेच लोक. आपले दात, आपलेच ओठ! विनोबा कोणाकोणाला समजावून सांगणार होते? त्यांचा सर्वांवर विश्वास होता. इंदिराजी, जयप्रकाशजी, एस.एम. जोशी, हेमवतीनंदन बहुगुणा, भुट्टो इत्यादी साऱ्यांवरच. 'आपल्याशी कोणी अविश्वासाने वागत असले, तर आपण अधिक विश्वासाने त्याच्याशी वागले पाहिजे. डोकी भलेही अलग अलग असू द्या, पण सर्वांचे मन एकच असू द्या' असे त्यांनी सर्व सेवा संघाच्या कार्यकर्त्यांना सांगितले. 'ज्ञाने मौनम्' या नियमाप्रमाणे त्यांनी मौन धारण केले. परिस्थितीला भिऊन पलायनवादी 'मुकेपणा' त्यात नव्हता, तर ती एक उच्च स्थिती होती.

पण 'आंधळ्याशी जन अवघेचि आंधळे' अशी स्थिती विनोबांच्या या मौनावर टीका करणाऱ्यांची झाली. दैनंदिन संघर्षात या उच्च स्थितीचे त्यांना भान नव्हते, आठवण नव्हती. गांधीजींप्रमाणे विनोबांनी लढे द्यावे असेच त्यांना वाटत होते. पण सर्व जीवन 'कृष्णार्पण' करून वागणाऱ्या संत-हृदयावर अशा वयात टीका करणे योग्य नव्हते. हिमालयाला लहानसहान टेकड्यांनी 'उंची'बाबत शहाणपण शिकविण्यासारखे होते.

तसे पाहिले तर स्वत:हून विनोबांनी कुठेही संघर्षमय लढे उभारले नव्हते! गांधीजींची आज्ञा म्हणून त्यांनी वेळोवेळी सत्याग्रह करून तुरुंगवास भोगला. तेथेही आत गेल्यावर करुणेवर आधारित विधायक काम करून सर्वांमध्ये प्रेम निर्माण करण्याचा प्रयत्न केला. १९७२ च्या फेब्रुवारीमध्ये त्यांना श्रीमन्नारायण अग्रवाल यांनी विचारले होते, "या सूक्ष्म प्रयोगाची, सूक्ष्मात जाण्याच्या प्रयोगाची फलश्रुती काय आहे?" विनोबा म्हणाले, "सूक्ष्मात जाण्याच्या प्रयोगाचे फळ हेच की, बाबा दिवसेंदिवस आळशी होत चालला आहे. देशाच्या परिस्थितीबद्दल विचार करणे आता बाबाने सोडून दिले आहे. ती जबाबदारी आता परमेश्वरावर सोपवून दिली आहे."

तुज वाटे आता ते करी अनंता। तुका म्हणे संता लाज माझी।।

(तुकारामांची गाथा)

श्रीमन्नारायण - "आपल्या (भूदान-ग्रामदान) आंदोलनाचे या सूक्ष्मात जाण्यामुळे पुढे काय होणार?"

विनोबा- "आमच्या कार्याचे भविष्य अत्यंत उज्ज्वल आहे, कार्यकर्ते गुणी आणि निर्दोष आहेत म्हणून नव्हे; तर या कार्यक्रमांशिवाय भारताला दुसरा तरणोपाय नाही. भारताला आपल्या कार्यक्रमांची अत्यंत गरज आहे. तेव्हा आमच्या हातून जरी भूदान, ग्रामदान, गोहत्याबंदी व देवनागरी लिपी ही कामे झाली नाहीत, तरी दुसऱ्या कोणाकडून तरी ती होतीलच होतील"

त्याआधीही त्यांनी ही कामे केली होती. लोक त्या कामांकडे एक 'आर्थिक व सामाजिक आंदोलन' म्हणून पाहत होते, परंतु तो एक आध्यात्मिक कार्यक्रम होता. हृदय जोडण्याचा, माणूस जोडण्याचा! भारत-बांगलादेश-पाकिस्तान यांच्यात परस्पर सामंजस्य निर्माण होत नाही तोपर्यंत अहिंसेवर आधारितसुद्धा एखादे आंदोलन आपल्या देशात करायला नको. त्यामुळे देशाला फार मोठा धोका निर्माण होईल; फक्त शांततेवर आधारित विधायक कामे आम्ही करायला हवीत असे विनोबांचे स्पष्ट मत होते.

त्यांच्या सूक्ष्मकर्मयोगात त्यांचे सफाईचे काम पवनार आश्रमातही चालू होते. याच कालखंडात एका बंधूने एका प्रसंगी त्यांना विचारले, ''जगात आणि देशात हे काय काम (सफाईचे-सूक्ष्मकर्मयोगाचे) करीत आहात?'' त्या वेळी विनोबांनी दिलेले उत्तर त्यांच्या जीवन्मुक्त अवस्थेला शोभण्यासारखे होते. विनोबा म्हणाले, ''बाबा जो कचरा कार्टमधून उचलेल त्यातून थोडा आपण घ्या आणि एका बाटलीत बंद करून त्यावर 'मूर्ख बाबा'अशी अक्षरे लिहा!'' हे सफाईचे काम म्हणजे ग्रामविकास प्रखंडाचेच काम होते! सफाई म्हणजे एक प्रकारची उपासनाच आहे, अशी विनोबांची गाढ श्रद्धा होती; पण 'स्थूल'उपासनेची व्याख्या ज्यांच्यासमोर आहे त्यांची, वर उदाहरण दिलेल्या बंधूसारखी फसगत होते.

विनोबांनी आपल्या सूक्ष्म व सूक्ष्मतर कर्मयोगाची भूमिका लोकांसमोर वेळोवेळी मांडली आहे. अशा तऱ्हेने सूक्ष्म-सूक्ष्मतर कर्मयोग आचरणारे व्यक्तिमत्त्व अर्वाचीन इतिहासात दुर्लभच! सूक्ष्म-सूक्ष्मतर कर्मयोगाचा आदेश त्यांना परमेश्वराकडूनच मिळाला! मौन-उपवास-आतला आवाज या गोष्टींबद्दल काहींना गूढ वाटेल, काहींना ते कर्मकांड वाटेल, तर काहींना ते थोतांड वाटून ते त्याची टर उडवतील; पण पूज्य विनोबांचे सर्व जीवन म्हणजे ईश्वरी आदेशाने झालेले आचरण! भूदान-यात्रेत, उपोषणांत अनेक वेळा त्यांना परमेश्वराचा साक्षात्कार झाला व 'चालविसी हाती धरूनिया' अशी अनुभूतीही आली. 'साक्षात्कार' ही बुद्धिगम्य व श्रद्धागम्य अनुभूती आहे आणि भारतीय परंपरेत तिला निश्चितच श्रेष्ठ स्थान आहे याबद्दल दुमत होऊ नये, असे मला वाटते.

■

प्रकरण पाचवे (अखेरचा कालखंड)

जिंकुनी मरणाला जीव कुडीतून गेला

सप्टेंबर १९७० ते नोव्हेंबर १९८२ हा विनोबांच्या जीवनाचा अखेरचा कालखंड. ७ ऑक्टोबर १९७० रोजी त्यांनी आपण स्थानकवासी झालो, असे म्हणून आपला 'क्षेत्रसंन्यास' जाहीर केला. आधुनिक भाषेत विनोबांनी त्याला 'डिटेंशन' असे म्हटले. आतापर्यंत जे करायचे ते सर्व महान कार्य प्रभुकृपेने झाले होते. 'गीताई', 'गीताप्रवचने', 'ऋग्वेदसार', 'अभंग व्रते' इत्यादी विविध ग्रंथांची रचना त्यांनी केली होती. जवळजवळ वीस भाषांचा अभ्यास करून बहुभाषिकत्व त्यांनी संपादले होते. प्राचीनच काय पण अलीकडच्या इतिहासातही त्यांच्या अध्ययनशीलतेला व बहुभाषिकत्वाला तोड नाही. मात्र आता १६ मार्च १९७२ रोजी त्यांनी ग्रंथमुक्ती जाहीर केली.

चाळीस वर्षांपूर्वी ७ ऑक्टोबर रोजी त्यांनी 'गीताई' लेखनाला प्रारंभ केला होता. म्हणून ७ ऑक्टोबर हा त्यांच्या दृष्टीने विशेष महत्त्वाचा दिवस होता. अशा तऱ्हेने मनुष्य ज्या वेळी 'क्षेत्रसंन्यासी' होतो, त्या वेळी सर्वांची सोय होते. आता ते ब्रह्मविद्या मंदिरातून दुसरीकडे जाणार नव्हते, तर पुढचा आदेश येईपर्यंत तेथेच राहाणार होते.

६ ऑक्टोबर १९७० रोजी त्यांनी 'सेवाग्राम'चा निरोप घेतला. 'आता पुन्हा येथे येणे नाही. तुम्हाला काही विचारायचे असेल तर या; पण सहज मैत्रीसाठी, बुद्धिबळ खेळण्यासाठी या' असे त्यांनी सेवाग्राम येथील आश्रमवासीयांना सांगितले.

विनोबांचे मन 'मौना'कडे झुकू लागले होते. शरीर खूप अशक्त झाले होते. त्यांना असे वाटायचे की, परमेश्वराने आता आपल्याला उचलून न्यावे, पण परमेश्वराची दुसरीच इच्छा होती. कोणाच्या मृत्यूची बातमी आली, तर तो त्यांना शुभ समाचार वाटायचा. हे वाचून आपणास अतिशय आश्चर्य वाटेल, कदाचित

कोणाला दु:खही होईल; कारण आपले सर्व प्रेम आपल्या देहावर! 'हा देह माझा आहे' असे गूढ ममत्व आपल्याजवळ असते. पण-

'आत्म्यात चि असे तुष्ट तो स्थित-प्रज्ञ बोलिला।'

(गीताई : २-५५)

हे ज्यांनी पचविले आहे त्या विनोबांची,

'जे देही उदास ऐसे तुम्ही संत।'

ही वृत्ती आपण समजून घेतली पाहिजे. हे जग हेच आपले खरे घर असे आपणास वाटते, पण त्यात तथ्य नाही. ज्या परमेश्वराच्या घरून आपण येतो तेच खरे आपले घर!

आम्ही जगताचे पाहुणे। गुरुपदी आम्हा राहणे।।

हीच विनोबांची वृत्ती होती. मृत्यूमुळे मनुष्य आपल्या स्वत:च्या घरी जात असल्यामुळे त्याला वास्तविक आनंदच व्हायला हवा. 'हरिदूता का विन्मुख व्हावे' या भावनेने त्याने मृत्यूचे स्वागत केले पाहिजे व त्याच्या चाहत्यांमध्येही अशीच वृत्ती असली पाहिजे. 'मरण म्हणजे माहेरी जाणे' या साने गुरुजींच्या उक्तीचे या ठिकाणी आपणास सहज स्मरण होते. 'मरणं प्रकृति: शरीरिणां' ही तर आमची परंपरागत विचारधारा! म्हणून विनोबांचे मृत्यूविषयीचे विचार एका जीवन्मुक्ताचेच विचार आहेत, हे आपणास पटते.

स्वत:च्या कार्याविषयी ते आता सर्व काही विसरले होते. 'बाबा'शब्दातील 'बी' हे इंग्रजी आद्याक्षर घेऊन, बी म्हणजेच बोगस असा अर्थ घेऊन ते म्हणायचे, 'बाबाने बोगस काम केले आहे!'

'जीवन त्यांना कळले हो
मीपण ज्यांचे पक्व फळापरि
सहजपणाने गळले हो'

(कविवर्य - बा.भ.बोरकर)

असेच उद्गार त्यांची पूर्ण निरहंकार अशी ही वृत्ती पाहून आपल्या तोंडून निघतात.

खरे म्हणजे या वेळी लौकिक दृष्टीने ते कीर्तीच्या उच्च शिखरावर होते. त्यांच्या अमृतमहोत्सवानिमित्त 'एक करोड रुपयां'चा 'ग्राम-स्वराज्य निधी' गोळा करण्यात आला होता. लोकांच्या मनात त्यांच्याविषयी खूप आदर होता. एक अनासक्त थोर ज्ञानयोगी, महान कर्मयोगी, महान ऋषी, गांधीजींचा सर्वश्रेष्ठ आध्यात्मिक उत्तराधिकारी, करुणेचा सागर अशा विविधांगी प्रतिमा त्यांच्याविषयी लोकांच्या मनात निर्माण झाल्या होत्या, पण लौकिक स्तुती-निंदेच्या ते पार गेलेले

दिसतात. 'स्तुती' नावाची कन्या अद्यापि त्यांच्याबाबतीत अविवाहितच राहिली होती! B stands for bogus असेच स्वत:विषयी ते म्हणायचे. यात त्यांचे आंतरिक चारित्र्य दिसून येते; ते सर्वसाधारण लोकांना समजण्यासारखे नव्हते आणि नाही! म्हणूनच स्वत:विषयी त्यांनी काढलेले उद्‌गार काहींना गूढ वाटतील, तर काहींना विक्षिप्त वाटतील. सूक्ष्मतर कर्मयोगामुळे ते आता आकाशाएवढे व्यापक झाले होते व अणूपेक्षाही लहान झाले होते.

क्षेत्रसंन्यास हा तसा प्राचीन विचार आहे. आत्मोन्नतीसाठी आणि ध्यानासाठी क्षेत्रसंन्यासी होण्याची प्रथा भारतात चालत आलेली आहे. परंतु विनोबांचा क्षेत्रसंन्यास परंपरागत नव्हता! 'समूहाचे ध्यान' करीत करीत विनोबांनी सूक्ष्मतरामध्ये प्रवेश केला होता. त्यांचा असा विश्वास होता की, केवळ बाहेरील हालचालींमुळे कर्म होत नाही. 'क्रिया जसजशी सूक्ष्म होत जाते, तसतसे कर्म वाढत जाते' असा त्यांचा सिद्धान्त होता. पाच वर्षांपूर्वीच म्हणजे १९६६ मध्ये ते सूक्ष्मामध्ये गेले होते.

'प्रवाहपतितं कर्म कुर्वन् नाप्नोति किल्बिषम्।'

अशा वृत्तीने मागील पाच वर्षांपासून कार्य होत आले होते.

दानाचे कार्य विशिष्ट मर्यादेपर्यंत झाले होते. आता त्यांचे इतर अनुयायी ते काम पूर्ण करीत होते. जयप्रकाशजींसारखे जीवनवीर या कामासाठी प्राणार्पण वृत्तीने काम करीत होते, म्हणूनच विनोबा भारताच्या मध्यभागी असलेल्या पवनारला येऊन बसलेले होते.

'सूक्ष्मतर' चा अर्थ काय? असे लोकांनी विचारल्यानंतर विनोबांनी उत्तर दिले, 'भुवनाकारम्'. सृष्टीला समोर ठेवून तिच्यात ईश्वरी स्वरूपाचे ध्यान करणे, सर्व लोकांना अभिमुख करून अंतरात्म्यात लीन होऊन जाणे! जी व्यक्ती हा प्रयोग करील, ती शून्य-शून्यतरात जाईल. समाजासाठी मात्र अपेक्षित परिणाम हा होईल की, अणुशक्तीप्रमाणे कर्म सूक्ष्म होईल आणि त्याचा परिणाम स्थूल कर्मापेक्षा अधिक होईल. जसे आण्विक शक्तीत, तसेच हे सूक्ष्मकर्मात! शब्दात याचे स्थूल स्पष्टीकरण होऊ शकत नाही.

'मी होऊन क्षेत्रसंन्यासी' असे म्हणत जणू काही 'भरतराम' त्यांच्या अंगणात आला होता, म्हणून ते फक्त 'सफाई'च करीत होते. आता तर ग्रंथमुक्ती, अध्ययनमुक्ती व अध्यापनमुक्तीही क्रमाक्रमाने झालेली. अशा चार तऱ्हेच्या मुक्ती त्यांनी साधल्या होत्या.

'नारायण हरि नारायण हरि। भुक्ति मुक्ति चारी घरी त्यांच्या।।'

(ज्ञानदेवांचे हरिपाठ)

या ओळींची आठवण येथे आपणास होते.

अनेक ग्रंथ प्रकाशित झाले. १९११ पासून अनेकांना शिकवले. आता या सर्वांतून मुक्त होऊन एखाद्या संदर्भग्रंथाप्रमाणे पूज्य विनोबा राहत होते. कचरा उचलता उचलता नामस्मरण होत आहे. जो बाहेरील कचरा सहन करीत नाही, तो आतील कचरा कसा काय सहन करणार? 'देह देवाचे देऊळ आत बाहेरी निर्मळ', अशी वृत्ती साधली होती. प्रत्येकालाच ती साधेल असे नाही, पण ती प्रयत्नसाध्य मात्र आहे. आता फक्त ईश्वराचे चिंतन आतून सुरू आहे. त्याशिवाय दुसरे कुठलेही चिंतन नाही.

'देव पाहायला गेलो । देव होऊनिया ठेलो।।'

अशीच त्यांची अंतरावस्था झालेली दिसते. परंतु चारही बाजूला जे काही चालले आहे त्याकडेही 'ध्यान' आहे. एखाद्या 'डिक्शनरी'प्रमाणे त्यांनी स्वत:ची स्थिती केली होती. ज्याला अडचण आली त्याने तिच्यात 'संदर्भ' पाहून घ्यावा व आपली अडचण सोडवून घ्यावी. कार्यकर्त्यांविषयीही जे मानसिक चिंतन चालू आहे, त्यांना ते पोहोचते.

काही लोकांना वाटले की आता विनोबांनी आत्मकथा लिहावी. परंतु याबाबतीत त्यांनी यापूर्वी गांधीजींचेसुद्धा ऐकले नव्हते. गांधीजींनी त्यांना दैनंदिनी लिहिण्याबद्दल सांगितले होते, पण ते त्यांनी मान्य केले नव्हते. आत्म्याची कधी कथा होऊ शकत नाही, ती 'देहकथा' होईल, असे त्यांचे ठाम मत होते. आता तर ते सर्व काही विसरून गेले आहेत. प्राचीन ऋषींचा त्यांच्यावर याबाबतीत वरदहस्त आहे! त्यात ऋषींनी म्हटले आहे-

अतीताननुसंधानं भविष्यदविचारणम्
औदासीन्यमपि प्राप्ते जीवन्मुक्तस्य लक्षणम्।

आता सत्याचे प्रयोग होणार नसून विस्मरणाचे प्रयोग होणार आहेत. जगाची आठवण काढायची म्हणजे स्वत:चीच आठवण काढायची, ही वृत्ती. तिच्यातून आता विनोबांकडून शुभसंकल्प-शुभाशीर्वाद पाठविले जाणार होते.

आद्य शंकराचार्यांनी पंचायतन पूजा केली, तिला 'शंनारगदे' असे म्हणतात. विनोबांचीही आता मुक्त मनाने पंचायतन पूजा चालू आहे. सकाळी उठून फिरतात तेव्हा शुक्राचा तारा दिसतो, वृक्ष दिसतात, लोक इकडेतिकडे जाताना दिसतात. त्या सर्वांना पाहून मुक्त मनाच्या विनोबांना आनंद आणि केवळ आनंदच होतो! ज्या वेळी लोकांशी चर्चा होते त्या वेळी त्यांची 'बुद्धी' काम करीत असते, पण 'मन' कार्य करीत नाही. अशा तऱ्हेने पंचायतन पूजेत राहून त्यांचे

दिवस चालले आहेत. 'शं' म्हणजे शंकर-सर्वांचे कल्याण करणारा तो शंकर! ब्रह्मविद्येशिवाय आमचे कधीही कल्याण होणार नाही. कोणाला जर वाटत असेल की विनोबांनी सुरू केलेले भूदान, ग्रामदान आंदोलन हे आर्थिक व सामाजिक आहे, तर त्याचा तो दृष्टिकोन एकांगी होईल. त्याला ते आंदोलन समजलेच नाही असे म्हणावे लागेल.

विनोबांचे आंदोलन हे आध्यात्मिक व ब्रह्मविद्येचे आंदोलन आहे. आतून चित्तशुद्धी व बाहेरून समाजपरिवर्तन असे ते आंदोलन आहे. म्हणून ध्यान, प्रार्थना, चिंतन, मनन, आत्मपरीक्षण व चित्तशुद्धीचे प्रयत्न हे 'सर्व काही' आता निरंतर होत राहिले पाहिजे. ब्रह्मविद्या ही अभिध्यानाचा पहिला विषय. दुसरा विषय 'ना' म्हणजे नारायण. नारायण समूहांची देवता म्हणून ग्रामस्वराज्य अभिध्यानाचा दुसरा विषय. तिसरा विषय 'र' म्हणजे रवि. सूर्य म्हणजे बाबांच्या दृष्टीने शांतिसेनाच! सूर्याची किरणे ज्यप्रमाणे जगात सगळीकडे पसरतात, त्यप्रमाणे शांतिसेना भारतात सगळीकडे फैलो! अभिध्यानाचा चौथा विषय 'ग' म्हणजे गणपती. विनोबांचा गणपती म्हणजे आचार्यकुल, त्याचीही पूजा सतत व्हायला हवी; आणि अभिध्यानाचा पाचवा विषय आहे 'दे' म्हणजे देवनागरी लिपी. या पंचायतनाची पूजा सहकाऱ्यांकडून कशी केली जाते, त्यात काही अडचणी आहेत काय, यातच आता विनोबांना रस आहे.

११ ही त्यांची जन्मतारीख व २५ ही गृहत्यागाची तारीख म्हणून १९७३ मध्ये या दोन्ही तारखांना अर्धा अर्धा दिवस उपवास करण्याचे प्रयोग केले. दोन्हीही दिवस चिंतनाच्या दृष्टीने त्यांना चांगले वाटले. उपवासामुळे जी काही रु.३६/-ची बचत झाली, ती रक्कम सर्व सेवा संघाच्या कामाला दिली. त्यांना असे वाटले की जे सर्वोदय विचारांवर श्रद्धा ठेवतात, त्या कार्यकर्त्यांनी व सहकाऱ्यांनी जर महिन्यातून एकदा उपवास करून बचत झालेली रक्कम सर्व सेवा संघाला दिली, तर ते 'शुद्ध दान' होईल. आजपर्यंत जनसेवेसाठी सर्व प्रकारचे 'दान' विनोबांनी स्वीकारले, ती सर्व ब्रह्माचीच उपासना होती. आता 'शुद्ध' ब्रह्माची उपासना व्हायला हवी असे त्यांना वाटले. 'शुद्ध दान' घेतले पाहिजे. उपवासात 'शुद्धी' असल्यामुळे त्यातून मिळालेले हे 'शुद्ध दान'आहे.

विनोबांनी 'ग्रंथमुक्ती' जाहीर केल्यामुळे सर्व ग्रंथ दूर केले व फक्त 'विष्णुसहस्त्रनाम'जवळ ठेवले. काही नवीन पुस्तके 'भेट' म्हणून त्यांना दिली जातात, त्यांच्यावरूनही पाच-दहा मिनिटांत दृष्टी फिरवून घेतात. वर्तमानपत्रातील काही मजकुरावर सहकारी खुणा करून देतात, तो वाचण्यात पाच-दहा मिनिटे जातात. रामकृष्ण परमहंस तर वर्तमानपत्रांना स्पर्शसुद्धा करायचे नाहीत, कारण

त्यात 'सर्व संसार भरलेला आहे' असे त्यांना वाटायचे. अजून त्या स्थितीपर्यंत विनोबा गेलेले नाहीत. त्यामुळे थोडेफार वर्तमानपत्र चाळतात. आहारात फलाहार घेत नाहीत, तर फक्त गूळ व दूध घेतात. महावीरांची २५०० वी जयंती जवळ येत होती. 'जैन धर्माचे सर्वसामान्य सार' समोर ठेवणारा ग्रंथ तयार व्हावा, अशी विनोबांनी इच्छा व्यक्त केली, कारण भारताला उत्तम मार्गदर्शन करणाऱ्या चार-पाच उत्तम महापुरुषांमध्ये त्यांनी महावीरांची गणना केली होती. याच सुमारास देवनागरी लिपीचे कार्यही चालू होते. 'सर्व भारतातील भाषा देवनागरीत लिहिण्याचे कार्य जर झाले, तर ते हजारो वर्षे या देशात टिकेल, चालू राहील. आमची इतर कामे कदाचित लोक विसरून जातील, पण हे काम विसरले जाणार नाही. अर्थात प्रत्येक भाषेची आपली एक स्वतंत्र लिपी असेलच', अशी त्यांची विचारधारा होती.

आतापर्यंत जेवढी कामे झाली ती हृदय जोडण्याचीच. 'सत्य', 'अहिंसा' या व्रतांबरोबर विनोबांनी 'संयम' व्रत जोडले. संयम म्हणजे विरोधी न बोलणे. बोलायचे असेल तर गुणपर, गुणग्राहकपर असेच बोलायचे. एक हृदय होऊन आपापल्या रुचीप्रमाणे सर्वांनी काम करावे, ही सदिच्छा त्यांनी वेळोवेळी कार्यकर्त्यांपुढे व्यक्त केली होती.

अशा तऱ्हेने १९७४ साली एक वर्ष 'मौना'मध्ये जाण्यापूर्वी त्यांची स्थिती काय होती? आणि ती स्थिती 'निजस्थिती' कशी होती, याचे धावते दर्शन घडविण्यात आले आहे.

या निजस्थितीचे वर्णन एकनाथांनी आपल्या एकनाथी भागवतात पुढीलप्रमाणे केले आहे :

भागवतधर्माची निजस्थिती। मन बुध्दि चित्त अहंकृती ।
आदिकरूनि इंद्रियवृत्ती। भगवंती अर्पिती ते ऐक ।।[१]
जेउते जेउते चालवी पाये। तो तो मार्गु देवोचि होये ।
मग पाउलापाउली पाहे। निजभजन होये ब्रह्मार्पणेंशी ।।[२]
सर्वां भूतीं भगवंत। भूते भगवंती वर्तत।
भूती भूतात्मा तोचि समस्त। मी म्हणणे तेथे मीपणा न ये।।[३]
तो भक्तांमाजीं अतिश्रेष्ठ। तो भागवतांमाजी वरिष्ठ।
त्यासी उत्तमत्वाचा पट। अवतार श्रेष्ठ मानिती।।[४]
तो योगियांमाजी अग्रगणी। तो ज्ञानियांचा शिरोमणी।
तो सिद्धांमाजी मुगुटमणी। हे चक्रपाणी बोलिला ।।[५]

स्वत: भगवंत निरपेक्ष आहे! म्हणून उत्तम भक्तही तोच की जो निरपेक्ष

असतो. 'आपणासह सर्व देहांमध्ये भक्त व भगवंत यावाचून त्याला काही दिसत नाही' म्हणून त्याच्या ठिकाणी शांती स्वानंदाने नि:शंकपणे राहाते. विनोबांची अशीच शांत अवस्था सुरू होती. त्यांच्याकडे दररोज सर्व धर्मांचे, सर्व पक्षांचे लोक येत-जात होते, पण 'न देखे पारकेपणाची वार्ता' या उच्च स्थितीला ते पोहोचले होते. त्यामुळे ही उच्च स्थिती पंडितांना कळली नव्हती, कदाचित कळूनही मानवली नसावी. 'फाळणीच्या वेळी १९४८ साली महात्माजींचीही अशीच उच्च स्थिती झाली होती; पण ती उच्च स्थिती सत्ताधारी व सामान्य व्यवहारी जगालाही मानवली नाही, कळली नाही' असे उद्‌गार नरहर कुरुंदकर यांनी काढले आहेत.

त्यामुळे गांधीजींविषयी जसे फाळणीच्या वेळी गैरसमज वाढत गेले, तसे विनोबांविषयीसुद्धा आणीबाणीतील 'मौना'बद्दल गैरसमज वाढत गेले. वर वर्णन केलेली 'निजस्थिती'च त्यांच्या मौनामागे होती, पण 'मौनं संमतिदर्शकं' असा त्याचा अर्थ बहुतेक राजकीय पक्षांनी व काही विधायक कार्यकर्त्यांनी लावला. तो अर्थ कसा फसगत करणारा होता, हे नाथांनी दिलेल्या उत्तम भागवत-भक्ताच्या उपरोक्त वर्णनावरून दिसून येईल.

स्वत: विनोबांची या 'मौना'मागे पुढीलप्रमाणे भूमिका होती :

''मौन म्हणजे ही माधवभक्ती आहे. प्राचीन काळापासून या देशात एका एकेका अक्षरावर चिंतन करण्याची प्रथा चालत आलेली आहे. माधव शब्दात तीन अक्षरे आहेत. 'मा' म्हणजे मौन, 'ध' म्हणजे ध्यान व 'व' म्हणजे ब्रह्मविद्या.'' अशा माधवभक्तीने युक्त अशा मौनाचे जे पुढील कार्यक्रम निश्चित केलेले असतात ते पूर्ण होतील का? 'त्या कार्यक्रमांचे काय?' यावर विनोबांनी असे विचार मांडले की, ''आध्यात्मिक निर्णय असे सर्व संग तोडल्यावाचून होत नाहीत. अमुक काम समाप्त करू आणि मग मौन धारण करू अशा पद्धतीने आध्यात्मिक निर्णय होत नाहीत.'' म्हणजे हा त्यांचा निर्णय लोक समजतात तसा राजकीय नसून, आध्यात्मिक होता, हे आपण समजून घेतले पाहिजे.

पूर्वी विनोबा बोलत होते, पण बोलत असतानाही ते मौनावस्थेत होते. आता मौनात आहेत तरी बोलले जात आहे. हे मौन आक्रमक होते. सूर्य ज्याप्रमाणे दरवाजा बंद असेल, तर आपली किरणे देऊन दरवाजाच्या बाहेर उभा राहील, त्याप्रमाणे हे मौन नाही. गांधीजीही 'मौनधारणा' करायचे, पण आवश्यक वाटल्यास ते पाटीवर लिहून मनोगत व्यक्त करायचे. विनोबांच्या या मौनात मात्र बोलण्याप्रमाणेच लिहिणेही वर्ज्य होते.

जोपर्यंत अधिक सूक्ष्मात प्रवेश होत नाही तोपर्यंत सूक्ष्म अभिध्यानातील

शक्ती प्रकट होणार नाही, म्हणून बोलणे-लिहिणे बंद. एका कानाने अजिबात ऐकू येत नव्हते, डोळे अजून बंद केले नव्हते. त्याऐवजी हाताने लिहिणे बंद करून जणू हात तोडून टाकलेले आहेत. डोळे अशासाठी खुले ठेवलेले आहेत की, महिना-पंधरा दिवसांतून जे मित्र पत्र लिहितात ते वाचून त्यांच्यावर अभिध्यान करायचे. ज्यांच्याजवळ ग्रहणयंत्र (Receiving Set) आहे त्यांच्यापर्यंत ते अभिध्यान पोहोचणार. असा हा प्रयोग गेल्या ८-९ वर्षांपासून चालला आहे. एकच वर्षाचे मौन का? तर विनोबांना वाटायचे की, अनुभवाच्या आधारावरच अशा आध्यात्मिक कामात पुढे सरकायचे असते.

दुसरा गैरसमज 'अनुशासन' या शब्दाविषयी झाला आहे. हा शब्द उपनिषदात आला आहे. १२ वर्षे गुरुगृही राहून आपला अभ्यास पूर्ण करून ज्या वेळी शिष्य स्वत:च्या घरी जायला निघतो, त्या वेळी गुरू त्याला उपदेश करतात :

'सत्यं वद। धर्मं चर।' (तैत्तिरीयोपनिषद : १।११।१)

'यानि अनवद्यानि कर्माणि। तानि सेवितव्यानि। नो इतराणि।
यानि अस्माकम् सुचरितानि। तानि त्वयोपास्यानि। नो इतराणि।'
(तैत्तिरीयोपनिषद : १।११।२)

शेवटी शिष्याला म्हणतात,
' एतद् अनुशासनम्। एवं उपासितव्यम्।'
(तैत्तिरीयोपनिषद : १।११।४)

आचार्यांनी केलेला हा उपदेश म्हणजेच 'अनुशासन'. आचार्यांचे असते ते अनुशासन व सत्ताधाऱ्यांचे असते ते शासन. सत्ताधाऱ्यांच्या शासनात समस्यांचा उकल होईलही, पण त्यातून नवीन समस्या निर्माण होतील. त्यातून कधीही जनतेला 'समाधान' मिळणार नाही. सगळीकडे 'फोडा-झोडा' ही वृत्ती जगातील शासनसंस्थांनी निर्माण केलेली आहे. त्यामुळे सर्वत्र अशांतता निर्माण झाली आहे. आचार्यांनी सांगितलेल्या अनुशासनाप्रमाणे मात्र जग निश्चितच नीट चालेल, शांतता नांदेल. निर्भय, नि:पक्ष व निर्वैर अशा आचार्यांनी केलेल्या मार्गदर्शनाला शासनाने जर विरोध केला, तर त्याच्याविरुद्ध सत्याग्रह होईल; पण असा विरोध शासन करणार नाही, असा विनोबांचा विश्वास होता. ही त्यांची भूमिका समजावून न घेता 'शिस्तपर्व' शब्दाची उगाचच हाकाटी झाली.

'आचार हेच प्रचाराचे साधन' असल्यामुळे विनोबांनी कुठल्याही टीकेला उत्तर दिले नाही, पण ही त्यांची वृत्ती लक्षात न घेता त्यांचे काही चाहतेही नाराज झाले. ते 'सरकारी संत' आहेत, असा प्रचार झाला. वस्तुतः १९६६ मध्येच विनोबा

कर्ममुक्त झाले होते. तेव्हापासूनच ‘राजकारणावर अजिबात चर्चा नाही व बोलायचे तर फक्त आरोग्य व विज्ञानविषयकच’ ही त्यांची स्पष्ट भूमिका तत्कालीन टीकाकार विसरले. जयप्रकाशजींनी लढा दिला हे चांगले झाले, पण विनोबा आणीबाणीबाबत निर्लेप होते; न कुणाला पाठिंबा न कुणाला विरोध.

१९७६ च्या फेब्रुवारीत त्यांनी ‘त्यजेद्ग्रन्थमशेषत:।’ ही उपनिषदांची आज्ञा पूर्ण केली. आता येथून पुढे ‘विष्णुसहस्रनाम’ही वाचायचे नाही. आता फक्त ‘राम-हरी’चा जप सुरू राहील.

श्वास-श्वास पर राम कहो। वृथा श्वास मत खोय।।

या दिशेने त्यांचा आध्यात्मिक प्रवास सुरू झाला. पाच वर्षांत भूदानाची रजत जयंती व त्यांची आई रुक्मिणीबाई यांची जन्मशताब्दी आली होती. भूदान रजत जयंतीच्या प्रसंगी एका वर्षाचे मौन सुटल्यानंतर ते म्हणाले, ‘‘मी पदयात्रा केली आहे असे वाटतच नाही, कोणीतरी ती करवून घेतली आहे असेच वाटते. या पदयात्रेमुळे किती जमिनीचे वाटप झाले ही भावना, हा हिशोब माझ्या मनाला स्पर्श करीत नाही; तर पदयात्रेमुळे लोकांच्या मनात ‘मैत्रीची भावना’ किती वृद्धिंगत झाली हाच मुख्य विचार मनात येतो. हिंदुस्थानातील सर्व भाषा शिकण्याची संधी या पदयात्रेमुळे मिळाली. त्या त्या भाषांतील सर्वोत्तम आध्यात्मिक वाङ्मयाचे पठण-चिंतन करायला मिळाले, हे फार मोठे भाग्य! हजारो लोकांच्या मैत्रीचा लाभ झाला.’’ यावरून त्यांनी स्वत:च्या कार्याचे मूल्यमापन कसे केले आहे, हे समजते. सत्ताधारी व राजकीय पक्ष यांनी केलेले भूदानाचे मूल्यमापन एवढे उच्च दर्जाचे असणारच नाही.

आईच्या जन्मशताब्दी निमित्ताने त्यांनी ‘गोरक्षे’कडे अधिक लक्ष दिले. आईचे विस्मरण त्यांना कधीही झाले नाही. काही खाण्यापूर्वी प्रथम तुळशीला पाणी द्यायचे, नंतर गाईला खायला द्यायचे व मग स्वत: जेवायचे, हा प्रबळ संस्कार त्यांच्यावर बालपणी त्यांच्या आईने केला होता. म्हणून आता आयुष्याचे जितके दिवस उरले आहेत तितके गाईच्या बचावासाठी द्यायचे, असा निश्चय त्यांनी केला. गाय वाचेल तर देशाला त्याचा खूप लाभ होईल, असा त्यांचा यामागे विधायक विचार होता.

‘गाय एक उपयुक्त पशू’ अशी गाईकडे बघण्याची त्यांची उपयोगीवादी दृष्टी नव्हती, तर ‘गाय-माय’ अशी आध्यात्मिक दृष्टी होती. भारतात लाखो गाई कापल्या जात होत्या. चांडेमहाराजांसारखे अनेक गो-सेवक आपापल्या परीने गो-सेवा कार्यक्रम करीत होते. मात्र गो-बचाव कार्यक्रम जेवढ्या व्यापक व अहिंसक पद्धतीने विनोबांनी

राबविला, तेवढा तो भारतात इतर कुणीही राबविलेला दिसत नाही. आचार्यांनी गोरक्षेचे काम करावे, अशी अपेक्षा २५ एप्रिल १९७६ मध्ये पवनार येथे झालेल्या आचार्यकुल संमेलनात विनोबांनी व्यक्त केली. १७ मे १९७६ मध्ये महाराष्ट्राचे मुख्यमंत्री श्री. शंकरराव चव्हाण विनोबांना भेटायला आले. त्या वेळी त्यांच्याशी चर्चा करताना विनोबांनी भारताच्या विकासाच्या दृष्टीने गोहत्या बंदीवर फार जोर दिला आणि हे कार्य होणार नसेल, तर मला आमरण उपवास करावा लागेल असे त्यांना सांगितले.

याच सुमारास काही कार्यकर्त्यांशी चर्चा करताना विनोबांनी सांगितले की ११ सप्टेंबर हा माझा वाढदिवस. जर देशात गोवध बंदी झाली नाही, तर त्या दिवसापासून मी आमरण उपोषण करीन. आपल्या उपोषणामुळे आपल्याला मृत्यू आला पण गाय वाचली तर आपल्याला आनंद होईल; आणि मृत्यू येऊनही गाय वाचली नाही, तर आपण आपले कर्तव्य केले असेच वाटेल, कारण आता गाईला वाचविणे ईश्वराच्या कृपेवरच अवलंबून आहे. अशा तऱ्हेचे चिंतन त्यांच्या मनात चालू होते. विनोबांच्या उपोषणाचा निर्णय 'मैत्री' मासिकात प्रसिद्ध झाल्याबरोबर या मासिकाचे ४,२०० अंक सरकारने जप्त केले. हे दृश्य पाहून विनोबांनी उभे राहून टाळ्या वाजविल्या व 'जय जगत्' असे म्हटले. फक्त 'युगधर्म', 'गावकरी', 'भूमिपुत्र' व 'धरतीमाता' याच वृत्तपत्रांनी उपोषणवार्ता छापण्याची हिंमत दाखविली. यावरून आणीबाणीच्या काळात वृत्तपत्रांची किती मुस्कटदाबी चालायची, हे दिसून येते.

गोरक्षेसाठी विनोबांनी पुन्हा २२ एप्रिल १९७९ मध्ये उपोषण करण्याचा निश्चय केला होता. त्यानंतर त्यांना शासनाकडून केरळ व बंगाल सोडून अन्यत्र गोहत्या होणार नाही, असे आश्वासन दिले गेले होते. देशात कुठेही कत्तलखान्यात कोणत्याही वयाच्या गाई-बैलांची कत्तल होऊ नये म्हणून २४ डिसेंबर १९८१ मध्ये त्यांनी आपल्या अनुयायांना सत्याग्रह करण्याची आज्ञा केली. (तो सौम्य सत्याग्रह अद्यापही चालू आहे).

गोरक्षा आंदोलन विनोबांच्या दृष्टीने 'Non violence assistance in right thinking' होते, कारण विनोबांचा सर्वांवर विश्वास होता. शासनाला विचार करण्यात मदत व्हावी म्हणून, ही अहिंसक मदत होती. गाईंचे रक्षण भगवंत करणार, पण त्यांच्या दृष्टीने ही 'गो-सेवा' होती. राजकीय पक्ष करतात तसे हे आंदोलन नव्हते, कारण 'राजकारण माणसाला तोडते, तर अध्यात्म माणसाला जोडते', अशी त्यांची विचारसरणी होती.

गोहत्या बंदीबद्दल जे जे आश्वासन शासनाने वेळोवेळी दिले त्यावर त्यांनी विश्वास ठेवला, कारण 'देहाला जशी श्वासाची गरज आहे, तशी समाजाला विश्वासाची गरज आहे' हा विचार त्यांनी मांडला व तो स्वत: आचरणात आणला. गोहत्या बंदी करण्यात जे काही यश मिळाले त्याचे श्रेय त्यांनी परमेश्वर, माता रुक्मिणी, गांधीजी व इंदिराजी यांना दिले. यावरून त्यांची निरहंकार वृत्ती दिसून येते.

'राजनीति राक्षसर शास्त्र' (राजनीती हे राक्षसांचे शास्त्र आहे), हे आसामचे महापुरुष शंकरदेव यांचे वचन ते पुन: पुन्हा आपल्या अनुयायांना सांगायचे. राजनीतीत रमण्यापेक्षा विधायक कार्यात रमा. गोबरगॅस, ग्रामोद्योग व शांतिसेना यात आपली शक्ती खर्च करा; देशाला त्याचा उपयोग होईल, असे वारंवार सांगायचे. 'विनोबा संप्रदाय बनवू नका' असे अनुयायांना सांगितले, कारण आपण केवळ हिंदू धर्माचा अभ्यास केला नाही, तर सर्वच धर्मांचा अभ्यास केला आहे, तेव्हा आपण सर्वांचेच आहोत. जो कोणी आपल्यामागे आपला शिष्य ठेवून जातो त्याचा संप्रदाय बनतो. आपण असा कोणी शिष्य ठेवलेला नाही, फक्त सामूहिक निर्णयावर चालणारे आश्रम चालविले आहेत. 'मला तुम्ही विसरा', 'मी होऊन गेलो' हेही विसरा, 'माझ्या जन्मदिनी जसे आनंदात राहाता; तसेच मृत्युदिनीही रहा', अशा आशयाचे विचार ते भेटणाऱ्यांशी व्यक्त करायचे!

'२५ डिसेंबर १९७६ पासून आपण कुठल्याच संस्थेचे संरक्षक वगैरे राहाणार नाही' असे जाहीर करून ते पूर्ण कर्ममुक्त झाले. 'आता माझे कर्तव्य संपले, तुमचे सुरू झाले' असे त्यांनी आपल्या पुस्तकावर लिहिले. आता फक्त अध्यात्म, शारीरिक आरोग्याशी संबंधित व विज्ञानावरच चर्चा व्यक्तिगत स्तरावर होईल; एकांतात चर्चा होणार नाही. अध्यात्मावर चर्चा म्हणजे 'जीव-माया-ब्रह्म' यावर चर्चा नाही, तर 'हृदयग्रन्थिविच्छेदकरं अध्यात्मम्' अशा अध्यात्मावर चर्चा होईल. हृदयाच्या ग्रंथींचा जेणेकरून छेद होऊन चित्तशुद्धी होईल, अशा अध्यात्मावरच चर्चा होईल. कोणी पत्र लिहिले तर आता त्याचे उत्तर नाही, तर केवळ 'पोच' देण्याची व्यवस्था केली जात असे. त्या पोचवर विनोबांचे अभिध्यान असल्यामुळे ज्याने पत्र लिहिले त्याला शुभसंदेश अनायसेच मिळायचा.

२५ मार्च १९७८ मध्ये ब्रह्मविद्या मंदिराला १९ वर्षे पूर्ण झाली. विनोबांना विश्वास वाटायचा की, येथील साधक जर 'एकत्वनिश्चितमनोभि:' वृत्तीने राहतील, तर ब्रह्मविद्येच्या प्रचारासाठी त्यांना कुठेही जावे लागणार नाही. येथे बसल्या बसल्याच त्यांच्या एकत्व मनोवृत्तीने ब्रह्मविद्येचा प्रचार सर्व जगात होईल.

ब्रह्मचर्य, ऐच्छिक दारिद्र्य व आज्ञाधारकता या तीन गोष्टी सर्वसाधारणपणे

आश्रम म्हटला की त्यात चालतात. मात्र विनोबांनी स्थापन केलेल्या आश्रमात आज्ञाधारकता किंवा आज्ञा नाही, तर श्रमनिष्ठा आहे व Free to obey असे वातावरण आहे. या ब्रह्मविद्या मंदिरात प्रत्येक साधक 'पूर्ण मुक्त आहे व नंतर आज्ञाधारक बनला' यातच खरी शोभा आहे.

विनोबांना १९७८ मध्ये ८४ वे वर्ष लागले होते. त्यांनी आपला आहार कमी केला होता. खरेतर 'कम खाओ और ज्यादा जिओ' हा त्यांच्या आईने दिलेला संदेश त्यांनी आयुष्यभर पाळलाच, पण आता आणखी तीव्रतेने तो अमलात आणला. ८४ व्या वर्षी, ६८ तोळे दूध व १६ तोळे गूळ असा एकूण ८४ तोळे आहार ठेवला.

विनोबांनी गीता-प्रवचनात लिहिले आहे 'मृतिस्मृति शुद्धये', त्याप्रमाणेच ते आता मृत्यूचे स्मरण करीत आहेत. १९१६ मध्ये ज्या वेळी त्यांनी घर सोडले, त्या वेळी त्यांच्यापुढे 'एकांतात ध्यानधारणा करणे' हे ध्येय होते. परंतु गांधीजींच्या सहवासात आले व त्यांच्या आज्ञेत तब्बल ५० वर्षे काम केले. आता केवळ मृत्यूची वाट पाहणे हेच ध्येय ठेवले आहे. ज्यांच्या ज्यांच्याशी संबंध ठेवला, आला; त्या १००० व्यक्तींच्या नावांची आठवण काढणे, स्मरण करणे म्हणजे अभिध्यान. या अभिध्यानामुळे त्यांचे कामक्रोधादि विकार कमी व्हावेत, असा प्रयत्न विनोबांकडून सुरू होता, त्याचा परिणामही स्मृत व्यक्तींवर व्हायचा.

विनोबा प्रार्थना करीत आहेत, देवा! मला विसरून जा! 'विनोबांना विसरा- गीताईची आठवण ठेवा' असे त्यांनी सर्वांना सांगितले. फक्त 'राम-हरी' चा जप सुरू होता. 'राम' म्हणून बाहेरची स्वच्छ हवा आत घ्यायची व 'हरी' म्हणून ती बाहेर सोडून द्यायची. त्यामुळे आतील सर्व दुःखांचे हरण होते, अशा श्रद्धेने 'राम-हरी' चा जप चालला होता.

११ सप्टेंबर १९८२! त्यांचा ८७ वा जन्मदिवस; पण विनोबा म्हणाले, 'बाबाची जयंती नाही, बाबाच्या देहाची जयंती आहे.' सर्व भूतकाळ विसरून, सर्व वेदनांपासून चित्त काढून ते आता फक्त परमेश्वराशी एकरूप करून, जिवंतपणीच समाधीत जाण्याचा प्रयोग चालू होता. निद्रा म्हणजे मृत्यूचा एक छोटासा प्रयोगच! मौन प्रार्थना करून निद्रेचा स्वीकार केला जात होता. 'होता होईल तेवढी गरिबांची सेवा करा' असा संदेश भेटणाऱ्यांना दिला जात होता. एकीकडे 'जय जगत्' म्हणा व दुसरीकडे 'जय ग्रामदान' म्हणा असे मार्गदर्शन कार्यकर्त्यांना मिळत होते. सर्व चित्त आता परमेश्वराशी लीन झाले होते. याबाबतीत गांधीजींचा आदर्श त्यांच्यापुढे

होता.

एवढा प्रचंड निष्काम कर्मयोग किंवा अनासक्त कर्मयोग आचरूनही गांधीजी सर्व भूतकाळ मनाने विसरले होते. फक्त परमेश्वराचे अखंड स्मरण त्यांनी ठेवले, म्हणून अंत:काळीसुद्धा त्यांच्या मुखातून 'हरे राम'असे शब्द निघाले. अंत:काळी परमेश्वराचे तसेच सहज स्मरण राहावे, अशी विनोबांनी आरंभापासून आपल्या मनाला सवय लावली होती. त्यांची सेवामय व करुणामय स्वकर्म पुष्पे, त्यांनी ईश्वर पूजेतच अर्पण केली होती. ईश्वराने दिलेला एकेक दिवस त्यांनी देहाने लोकसेवेत व मनाने ईश्वरभक्तीत घालविला. अल्सर, मॅलिग्नंट फिव्हर असे गंभीर आजार जणू काही देहाला आहेत, 'आत्म्या'ला नाहीतच अशा भावनेने त्यांनी दूर हटविले. 'योगी हा रोगी असू शकत नाही' हे आपले चिंतन आचरणात आणून सार्थ केले. गीताईच्या अकराव्या अध्यायातील गीतेचा सारभूत श्लोक त्यांच्या बाबतीत सार्थ ठरत होता.

'माझ्या कर्मात जो मग्न भक्तीने भरला असे
जगी नि:संग निर्वैर मिळे तो मज मत्पर।'
(गीताई : ११-५५)

असा क्षण लवकरच साधला जाणार होता याची कुणालाही कल्पना नव्हती. तशी त्यांची प्रकृती निकोप होती. १९८१ साली रायपूर साहित्य संमेलनाहून परत येताना पवनारला उतरून त्यांना मी भेटलो होतो. त्यांची ती तप:पूत, निर्वैर, निर्भय, नि:पक्ष व स्मितहास्य मूर्ती पाहून मी फारच प्रभावित झालो. त्यांचे आरक्त, तेज:पूत तळवे पाहून नाथांच्या रुक्मिणी स्वयंवरातील -

'अतिसुरंग चरणतळें। उपमे कठीण रातोत्पले।
बाल सूर्याचेनि उजाळे। तैसी कवळे टाचांची ।।'

या ओळी मला आठवल्या. थंडीचे दिवस! आमच्या अंगावर चादरी, पण पूज्य विनोबांचा नेहमीचाच पेहराव! भेटीला आलेल्या सर्वांशी सहज हास्यविनोद करून आतील मुक्तवृत्ती बाहेर ओसंडून वाहत होती. 'गीताई' डोक्यावर घेऊन तिच्यावर 'राम-हरी' असे लिहून आम्हाला दिली. जवळ शिवाजीराव भावे होते. त्या वेळी त्यांचा एक पाय अपघातामुळे चांगलाच जायबंदी झाला होता. त्याआधी ऑगस्ट १९८१ मध्ये बाळकोबांचे देहावसान झाले होते, परंतु विनोबांच्या चेहऱ्यावरील स्मित ढळले नव्हते. 'आत्म्यात चि असे तुष्ट' असे आम्ही वाचले होते, पण त्या दिवशी प्रत्यक्ष पाहायला मिळाले. ठरावीक व्यायामही त्यांनी गोविंदनूच्या मार्गदर्शनाखाली घेतला. हालचाली मंद पण चैतन्यमय व प्रेरक वाटत होत्या. बरोबर एका वर्षाने

ते या जगाला रामराम करून स्वगृही जातील, अशी कल्पनाही त्या वेळी आली नाही. ही झाली आमची दृष्टी. त्यांच्या मनात काय चालले आहे, हे इतरांना कसे कळणार? ११ सप्टेंबर १९८२ मध्ये त्यांनी संदेश दिला होता.

'जय जगत् जय जगत् जय जगत् पुकारे जा।
सबके हितके वासते अपना सुख बिसारे जा।।'

या संदेशात सूचकता होती का? कुणाच्याच लक्षात ती आली नाही. 'मैं आपकी परीक्षा नही कर सकता हूँ !' असे जिथे गांधीजींनी त्यांच्या बाबतीत लिहिले, तेथे इतरांची काय कथा?

संपूर्ण गीता माउलीचा परिणाम त्यांच्या आयुष्यावर झालेला दिसून येतो; पण त्यातील आठव्या अध्यायात सांगितलेले आचरण या शेवटच्या टप्प्यात त्यांच्याकडून विशेषकरून होत होते. आतापर्यंतच्या आयुष्यात २४ तास जितक्या क्रिया त्यांनी केल्या, त्या सर्व क्रिया म्हणजे केलेली सामाजिक सेवा होय, असा अनुभव त्यांना आला होता. 'ज्याचा सर्वसाधारण जनतेशी संबंध येत नाही, तो ईश्वराच्या एका मोठ्या साक्षात्काराला मुकला' असे त्यांचे मत होते. ईश्वराचे तीन साक्षात्कार पुढीलप्रमाणे त्यांनी मानले होते. सर्वसाधारण जनतेच्या रूपात, विशाल निसर्गाच्या रूपात व अंतर्यामीच्या रूपात. हे तिन्ही साक्षात्कार त्यांनी अनुभवले होते. शिवालयात, पंढरपूरला विठोबाला भेटताना व पहिले भूदान झाले त्या वेळी; अशा या तिन्ही वेळी त्यांना ईश्वरदर्शनाचा साक्षात्कार झाला होताच! पण आता,

'कर ले शृंगार चतुर अलबेली
साजन के घर जाना होगा।'

अशी प्रत्यक्ष परमेश्वर मिलनाची तयारी आतून चालली असेल, अशी पुसटशी कल्पनासुद्धा कोणाला आली नाही. पण विनोबा जिवंतपणीच मृत्यूचा खेळ पाहत होते. मृत्युलोकात मृत्यू सर्वांना अटळ! महापुरुषही त्याला अपवाद नाहीत. मृत्यूनंतर फक्त परमेश्वर व जग शिल्लक राहते. आयुष्यभर परमेश्वराचे चिंतन त्यांनी केले होते. त्यामुळे अंत:काळीही ते टिकून राहिले.

५ नोव्हेंबर १९८२ मध्ये विनोबांना थोडासा ताप आला. नाडी व श्वास जोरात होते. त्यांना थोडे अस्वस्थ वाटले. 'हार्ट अटॅक'असे डॉक्टरी निदान ठरले. ७ तारखेला 'प्रकृतीत सुधारणा आहे' असे डॉक्टरांनी जाहीर केले. ८ तारखेला रात्री ८.१५ वाजता औषधच काय, पण पाणी घेण्याचेही त्यांनी नाकारले. खूप थकवा आला होता, तरीही कुणी जवळ आल्यास त्याच्याशी एखाद-दुसरा शब्द बोलायचे!

शेवटपर्यंत हृदयात सर्वांसाठी करुणा होती. १५ नोव्हेंबर १९८२ सकाळी ९.३०. चेहऱ्यावर पूर्ण शांती. शेवटचा श्वास परमेश्वरचरणी अर्पण केला, पण पाय मात्र 'राम-हरी'चा ठेका देतच राहिले काही वेळ!

एवढ्या विवेचनातून विनोबांचे व्यक्तिमत्त्व स्पष्ट झाले आहे काय? किंबहुना बाहेरील सर्व हालचालींवरून एखाद्या व्यक्तीच्या समग्र व्यक्तिमत्त्वाचे इतरांना आकलन होईल काय? नाही! त्यांचे बंधू शिवाजीराव त्यांच्या सहवासात जन्मभर राहिले, पण त्यांनीही आपल्या 'विनोबा जीवन दर्शन' या विनोबांच्या मृत्यूनंतर प्रसिद्ध केलेल्या चरित्रात म्हटले आहे की, 'विनोबांच्या बाह्य क्रियेवरून त्यांचे आंतरिक चरित्र समजणार नाही. विनोबाही म्हणत की, माझे आंतरिक जीवन कोणीच जाणू शकणार नाही, ते मीच माझे जाणतो. 'जाणसी ते तुझे तू चि प्रत्यक्ष पुरुषोत्तमा।' (गीताई : १०-१५) हेच खरे.

खरोखर विनोबांचे जीवनदर्शन हे कमळाप्रमाणे अलिप्त, पवित्र आणि सर्वांगशुद्ध आहे, यात मात्र शंका नाही. ते सहस्त्रदल उत्फुल्ल, अम्लान कमळाप्रमाणे नित्य नूतन दरवळणारे आहे. पूज्य विनोबांचे जीवनदर्शन हे एक प्रकारे उत्तरोत्तर विजयच विजय मिळवित गेलेले महापुरुष-दर्शन आहे.'

एखाद्या व्यक्तीच्या कृतीवरून त्याचे खरे व्यक्तिमत्त्व दुसऱ्याला समजेलच असे नाही. खरे आत्मचरित्र किंवा चरित्र ज्या त्या व्यक्तीने लिहिले तरच त्यात पुष्कळशी तथ्यता असते. The biography must be written by himself only. 'मित्रा ते न कळे न गूढ मजला माझे मलाहि तसे' असे याही पुढे जाऊन गोविंदाग्रजांनी म्हटले आहे. म्हणून आतापर्यंत केलेल्या विवेचनावरून विनोबांच्या व्यक्तिमत्त्वाचा फार तर थोडासा भास होईल, असे मला वाटते.

'तितीषुर्दुस्तरं मोहाद् उडुपेनास्मि सागरम्' अशीच माझी स्थिती झाली आहे. त्यांचे व्यक्तिमत्त्व हे 'आकाशा'प्रमाणे व्यापक आहे, 'जैसे वाऱ्याशी बिऱ्हाड नाही' असे सर्वगामी परंतु अनासक्त आहे. आचार्य दादा धर्माधिकारी यांच्या शब्दांत सांगायचे म्हणजे, तो एक 'भावे प्रयोग' आहे. 'ब्रह्मचर्य, ब्रह्मजिज्ञासा, ब्राह्मीस्थिती, ब्रह्मविहार, ब्रह्मविद्यामंदिर व ब्रह्मनिर्वाण' अशा टप्प्यांमधून जरी त्यांचा प्रवास झालेला दिसतो, तरी ते ब्रह्ममयच आहेत. असे प्रारंभापासून त्यांच्या हालचाली व बाह्य क्रिया पाहून वाटते. हा ब्रह्मभाव सतत गतिशील झालेला दिसतो. 'ब्रह्म सत्यं जगत् स्फूर्तिः जीवनं सत्यशोधनम्।'असा सिद्धान्त विनोबांनी मांडलेला आहे, त्याप्रमाणे ते वागलेले दिसतात. शंकराचार्य, ज्ञानेश्वर आणि म. गांधी यांनी त्यांचे जीवन, त्यांचे आंतरिक व बाह्य व्यक्तिमत्त्व कसे समृद्ध केले आहे, हे वरील

श्लोकातून जाणवते.

'मला आपला पुत्र माना' असे ज्या वेळी विनोबांनी गांधीजींना १९१६-१७ च्या सुमारास पत्रात लिहिले होते, त्या वेळी उत्तरादाखल गांधीजींनी म्हटले होते की, 'खरा पुत्र हा आपल्या वडिलांपेक्षा विशेष असे चरित्र आचरून दाखवितो.' विनोबा हे गांधीजींचे 'आध्यात्मिक उत्तराधिकारी' असे सर्वच मानतात. नरहर कुरुंदकर यांनी 'आकलन' या त्यांच्या पुस्तकात गांधीवाद्यांचे तीन गट सांगितलेले आहेत. एका गटाच्या दृष्टीने भारतीय परंपरेचे रक्षण, जनतेचे कल्याण व कम्युनिझमसारख्या भौतिकवादी भूमिकांचा यशस्वी प्रतिकार, हे गांधीवादाचे खरे रूप होते. गांधीवाद्यांचा दुसरा गट भारतीय जनतेच्या दारिद्र्याच्या प्रश्नाने सचिंत व व्यथित होता. त्यांच्यासाठी गांधीवाद हे भारतीय परिस्थिती व परंपरा यांच्याशी सुसंगत असणारे समाजवादाचे एक अधिक चांगले रूप होते. गांधीवाद्यांच्या तिसऱ्या गटातील माणसांचा सर्वांत महत्त्वाचा प्रश्न 'साधना' होता. परमार्थ मार्गाची साधना म्हणूनच त्यांना गांधीवादाचे अधिक आकर्षण वाटते. या गटातील मंडळी ऋषीच आहेत, फार तपस्वी व चिंतनशील आहेत. कुरुंदकरांच्या मते या गटाचे नेते विनोबा होत. विनोबांसारख्यांना समाजपरिवर्तन हवे आहे, दारिद्र्यनिवारण हवे आहे, लोक सुखी असावे यासाठी आपले जीवित उपयोगी पडावे असेही वाटते. पण सामाजिक प्रश्न सुटण्यापेक्षा साधना करणारा उपासक क्रमाक्रमाने चित्तशुद्धी होत, फलभोग वैराग्याच्या दिशेने विकसित कसा होईल, ही बाब विनोबांसाठी सर्वांत महत्त्वाची आहे असे कुरुंदकर म्हणतात. कुरुंदकर असेही म्हणतात की, विनोबांची आद्यप्रेरणा, जनतेला न्याय मिळवून देण्याचा प्रयत्न उपासकाच्या चित्तशुद्धीला उपायकारक ठरला पाहिजे, ही आहे.

'पारमार्थिक साधना' करणारे जगात अनेक साधू संत आहेत. एखाद्या गिरीकुहरात बसून 'सिद्धी'साठी ते कदाचित तपश्चर्या करीत असतील, पण विनोबांच्या व या साधू संतांच्या पारमार्थिक सेवेमध्ये पुष्कळच फरक आहे. 'स्वत:साठी मोक्ष मिळवणे ही भांडवलशाही आहे' असे विनोबा म्हणायचे. रामकृष्ण परमहंसाची समाधी अवस्था आठवून ते म्हणायचे की, 'आता सर्व समाजाला सामूहिक समाधी लागायला हवी आहे.' यावरून मूलभूत परिवर्तन झाले पाहिजे याकडे विनोबांचे आयुष्यभर कटाक्षाने लक्ष होते, हेच सिद्ध होते. व्यवहारवाद्यांना ही गोष्ट कठीण वाटली, तरी ती अशक्य नाही हे विनोबांनी आपल्या भूदान चळवळीने दाखवून दिले आहे.

अण्णासाहेब सहस्त्रबुद्धे या थोर कार्यकर्त्याने 'माझी घडण' या आपल्या

आत्मकथेत म्हटले आहे, 'भूदान क्रांतीद्वारे सामाजिक व आर्थिक क्रांतीच अभिप्रेत आहे. लाखोंनी यात भाग घेऊन व श्रमजीवी समाजाशी एकरूप बनून या चळवळीचे नेतृत्व करावे व त्याद्वारे जनशक्ती संघटितरीत्या प्रकट व्हावी, यावर या क्रांतीचे भवितव्य अवलंबून आहे. यात आमची पिढी नाहीशी होणार आहे. ही क्रांती पूर्ण करण्याची धुरा नवीन पिढीच घेईल. काळाची जी मागणी आहे, ती पूर्ण होईल, अशी श्रद्धा व निष्ठा माझ्या अंत:करणात आहे. हजारोंच्या अंत:करणात आज नवीन निष्ठा जागृत होत आहे. पुन्हा त्यागाकडे समाजाला नेण्याचे काम भूदानाची चळवळ अल्प प्रमाणात का होईना पण करीत आहे. नवीन क्रांती या देशात वाटचाल करीत आहे, ही मनाला अत्यंत स्फूर्ती देणारी गोष्ट आहे.'

विनोबांच्या स्वातंत्र्यानंतरच्या व्यक्तिमत्त्वावर वरील अभिप्रायाने पुष्कळसा प्रकाश पडतो. वेदान्त, विज्ञान व विश्वास याची जगाला फार गरज आहे, त्यातूनच जगात शांती व समृद्धी अवतरेल, अशी विनोबांची श्रद्धा होती. ती अमलात आणीत नाही तोपर्यंत एकविसाव्या शतकात जरी यांत्रिक शोधांनी गेल्यासारखे वाटले, तरी मनाने मात्र आम्ही राहाणार मध्ययुगातच!

विज्ञानाच्या साहाय्याने केवळ सुखोपभोग, तोही वैयक्तिक! एवढ्या टोकाला आमच्या व्यक्तिविकासाची व व्यक्तिस्वातंत्र्याची कल्पना गेलेली आहे. सतत हिंसात्मक संघर्ष होत आहेत. 'संघर्ष' हे तत्त्व टोकाला नेऊन स्वीकारल्यामुळे क्रांतीच्या नव्हे, तर पगारवाढीच्या चळवळी वाढल्या आहेत असे मत समाजवादी विचारवंतांनी वेळोवेळी व्यक्त केले आहे. रचनात्मक व संघर्षमय चळवळीत ज्यांनी सर्व आयुष्य काढले त्या एस.एम. जोशींनाही आता 'देना बँक बंद झाली आहे, फक्त लेना बँक सुरू आहे' असे खेदपूर्वक जाहीरपणे म्हणावे लागले.

आता राष्ट्राच्या किंवा व्यक्तीच्या समस्या या मर्यादित मानता येणार नाही. सर्व विश्वच एक कुटुंब मानून सर्व समस्या सोडविण्याचा हळूहळू अहिंसक व करुणेने युक्त होऊन प्रयत्न करायला पाहिजे, हा विनोबांच्या 'जय जगत्'चा अर्थ आहे. आम्ही गप्पा मारतो विज्ञानाच्या पण मनाने व्याकूळ होऊन मांडतो मात्र संकुचित व्यापारच! 'एकोऽहं बहुः स्याम्' हा विश्व साक्षात्कार करून घेण्याची आमची तयारी नाही. त्यामुळे स्वातंत्र्यानंतर निर्माण झालेल्या असत्य, हिंसा, जातीयवाद, द्वेष, मत्सर व स्वार्थ यांच्या चक्रव्यूहात एकटे विनोबा शिरले आणि त्यांना व त्यांच्या निष्ठावंत कार्यकर्त्यांना एकाकी लढताना आपण पाहत राहिलो. तो त्यांचा पराभव नाही, तर बघ्याची भूमिका घेणाऱ्या तुमचा-आमचा आहे.

'जिंकुनी मरणाला जीव कुडीतून गेला' अशा उच्च स्थितीत विनोबा गेले! पण गांधीजींच्या सत्य व अहिंसेला करुणेची झालर लावून गेले. आमचा परस्परांवर अविश्वास म्हणून आम्ही शांतिसेनेची उपेक्षा करून कोट्यवधी रुपये शस्त्रास्त्रांवर खर्च करतो. एवढे करून भय आहे ते आहेच.

विज्ञान+ अहिंसा = सर्वोदय

असे समीकरण विनोबांनी अनेक वेळा मांडून आचरणात आणले व

विज्ञान+ हिंसा = सर्वनाश

असा इशारा दिलेला आहे. पण त्या इशाऱ्याकडे सामान्य माणसांनी तसेच राजकीय पक्षांनीही दुर्लक्ष केले. विनोबांच्या कार्याविषयी सहानुभूती दाखविली तीदेखील वरवरची! प्रत्यक्ष सत्तेसाठीच राजकीय पक्षांनी स्वार्थी राजकारण केले व करीत आहेत. सेवेचे व करुणेचे राजकारण त्यांना अशक्य व असंभाव्य वाटते. अर्थशास्त्रज्ञांचे हिशोब दिवसेंदिवस चुकत असल्याचा प्रत्यय वाढत्या महागाईवरून व दैन्यावरून येत आहे. विनोबांचाच विचार त्यातून सर्वांना तारील.

स्वातंत्र्यपूर्व काळात व अगदी १९७५ पर्यंतच्या काळापर्यंत विनोबांच्या व्यक्तिमत्त्वाबद्दल राजकीय पक्षांनाही सर्वसामान्य माणसांप्रमाणेच आदर होता. पण आणीबाणीतील 'अनुशासन पर्व' शब्दाचा राग त्यांच्यावर काढला गेला. अण्णासाहेब सहस्त्रबुद्धे 'माझी घडण' या पुस्तकात लिहितात, 'इंदिराजींची पद्धत अशी नाही. आपल्याला काय करायचे ते त्यांचे आधीच ठरलेले असते. विरोधी मताबद्दल त्या विचार करीत नाहीत. त्यांना अनुकूल तोच जनतेचा आवाज; त्यांना प्रतिकूल ते सारे गुंड, राष्ट्रविरोधी असेच त्या मानतात म्हणून फारशी गुंतागुंत नसते. विनोबांचे आशीर्वादही मिळतात व सत्ता तर हातातच आहे. मग गुंतागुंत कसली? पंडितजी हा जसा गांधींचा weak point होता, तसा इंदिराजी विनोबांचा weak point होता. इंदिराजींच्या मनात विनोबांविषयी खूप आदर होता. इंदिराजींनी आशीर्वाद मागावा, विनोबांनी तो द्यावा. इंदिराजी त्यांना मुलीप्रमाणे होत्या, म्हणून त्यांचे रक्षण करणे ते आपले कर्तव्य मानीत.'

याच पुस्तकात परिशिष्टामध्ये आणीबाणी व अण्णासाहेब सहस्त्रबुद्धे यासंबंधी मजकूर आला आहे. त्यात विनोबांविषयी मजकूर पुढीलप्रमाणे आहे :

'श्री. प्रभाकर शर्मा हे त्या परिसरातील एक विधायक कार्यकर्ते. त्यांना आणीबाणी असह्य वाटेच, पण विनोबांचे मौन त्याहून असह्य वाटे. त्यांनी आणीबाणीच्या विरोधात आत्मदहन करण्याचे ठरविले.

प्रभाकर शर्मांनी आत्मदहनाचे एक आव्हानच स्वातंत्र्यसैनिकांना, विधायक कार्यकर्त्यांना, शासनमुक्त समाजाचे चित्र रंगविणाऱ्यांना दिले होते. 'मैत्री'च्या अंकांची जप्ती आणि प्रतिआचार्य संमेलनानंतर विनोबांची भूमिका बदलेल, अशी अण्णासाहेबांना आशा वाटत होती, पण ते घडले नाही.' पुढे याच परिशिष्टात पुढीलप्रमाणे मजकूर आला आहे. 'उपरी आणीबाणी संपली तरीही मूलभूत आणीबाणी कायमच होती. अन्याय, दास्य, विषमता, वैर आणि विद्वेष ही या देशातील मूलभूत आणीबाणी आहे. सर्वोदयींनी व संपूर्ण क्रांतीच्या पाइकांनी या मूलभूत निवारणासाठी झटले पाहिजे.'

विनोबांच्या मौनाचे अनेक अर्थ काढले गेले. ते तर 'आत्मवत् सर्वभूतेषु' म्हणून सर्वांनाच आशीर्वाद देत होते. 'जय जगत्'च्या रूपाने सर्व जगाला आशीर्वाद देत होते. अन्याय, जुलूम, शोषण इत्यादींनी केलेला संपत्ती, जमीन, बुद्धी व सत्तेचा संग्रह याविरुद्धच विनोबांची भू, ग्राम, संपत्ती, बुद्धी इत्यादी दानाची चळवळ होती. अन्यायाविरुद्ध विज्ञानयुगात कशा पद्धतीने लढावे, हे त्यांनी दाखवून दिले. त्याच पद्धतीने सर्वांनी जायला पाहिजे, असाही त्यांचा आग्रह नव्हता. त्यांच्या आशीर्वादाने त्यांच्याच आश्रमातून निघणाऱ्या 'मैत्री'चे ४२०० अंक जप्त होतात; त्यावरून विनोबांचा आशीर्वाद इंदिराजींना किंवा आणीबाणीला होता, असे कुणीही नि:पक्षपाती व विनोबांच्या वृत्तीला जाणणारा म्हणणार नाही. 'अर्थस्य दासा: वयं' अशी विनोबांची परिस्थिती नव्हती. अंक जप्त झाले त्या वेळी 'जय जगत्' म्हणून त्यांनी टाळ्या वाजविल्या. त्याचा अर्थच असा की, आणीबाणीचे सत्ताभिलाषेवर अधिष्ठित व एकंदर सर्व राजकारण विनोबांना विज्ञान युगात out dated वाटत होते. शिवाय Hate the sin and not the sinner अशी त्यांची साधुवृत्ती होती. विश्वाच्या नागरिकत्वाच्या सीमासुद्धा त्यांनी आता ओलांडल्या होत्या. त्यांच्या या वृत्तीचे आचार्य दादा धर्माधिकारी यांनी यथोचित वर्णन केले आहे. 'मेरी अल्पमती के अनुसार विनोबा सच्चे अर्थ में क्रांतिपरायण विश्वमानव है। उनके विभूति का मूल्य उनकी प्रयोग की सफलतापर या असफलतापर निर्भर नही है। उनके प्रयोगो में जो आध्यात्मिक लोकनिष्ठ क्रांतिकारी प्रतिमा अभिव्यक्त होती है, वही उनके व्यक्तित्वका सत्त्व है। विनोबा गांधी के उत्तराधिकारी अवश्य है, परंतु केवल पैतृक धन के उत्तराधिकारी के अर्थ में नही। गांधीजी से विनोबा ने भरपूर पाया, परंतु उसके बाद भी विनोबा विनोबा है।''

परंतु लोकांनी, गांधीजी असते तर आणीबाणीविरुद्ध त्यांनी निश्‍चित जनमत संघटित करून जनआंदोलन उभारले असते, असे मानले व गांधीजींचे जे उत्तराधिकारी

आहेत ते विनोबा मात्र या बिकट परिस्थितीत 'मौन' का राहत आहेत, असा प्रश्न उपस्थित केला. 'फिर भी विनोबा विनोबा हैं' हे ते विसरले. ७ जून १९६६ पासूनच ते गांधीजींच्या आज्ञेतून व स्थूलकर्मयोगातून मुक्त झाले होते. 'मौना'चा असा इतरांवर विरुद्ध परिणाम झाला, तसा इंदिराजींवरही नक्कीच झाला असेल. आणीबाणी उठविण्याच्या निर्णयाला कदाचित त्यामुळे अनुकूल पार्श्वभूमी मिळाली असेल! दुर्दैवाने इंदिराजींना हा लोक अकाली सोडून जावे लागल्यामुळे त्यांचे आत्मचरित्र प्रसिद्ध होऊ शकले नाही. तसे झाले असते तर कदाचित या 'मौना'वर काही प्रकाश पडला असता.

विनोबांचे लक्ष राजनीतीपेक्षा लोकनीतीकडे अधिक असे. शोषणरहितच नव्हे, तर शासनविरहित समाजाचे स्वप्न त्यांनी पाहिले होते. सत्ताधाऱ्यांच्या शासनापेक्षा आचार्यांच्या अनुशासनाची कल्पना त्यांनी मांडली होती. पण तात्कालिक फायद्यांकडे पाहून राजकीय पक्ष केवळ सत्ताबदलासाठी झगडत असतात. विनोबांसारखी दूरदृष्टी व लोककल्याणाची खरी तळमळ त्यात कधीही नसते.

विनोबांचे व्यक्तिमत्त्व सत्तेपेक्षा सेवेकडे व संघर्षपेक्षा रचनात्मक कार्याकडे एकरूप होणारे होते. आश्रमाचे दरवाजे सर्वांसाठी खुले होते. ते स्वत: मात्र कधी कुणा सत्ताधाऱ्याकडे गेले नाहीत.

'केवढे हे भाग्य माझे
माझे कोणाला ना ओझे
मात्र सर्व ओझेवाले
येती येथे माझ्या शेजे'

अशी त्यांची मन:स्थिती आश्रमात येणाऱ्यांबद्दल होती. आश्रमात जे येत, ते आश्रमातील वातावरणाप्रमाणे वागत. कोणासाठी आश्रमाचे वातावरण बदलले जात नसे.तत्कालीन पंतप्रधान इंदिराजी एकदा आश्रमात आल्या असताना विनोबांनी त्यांना विचारले, 'तू सत्ता सोडून संन्यास कधी घेणार?' इंदिरा गांधींना विचारण्याची ही एवढी हिंमत फक्त विनोबांमध्येच होती. कदाचित अशा प्रकारचाच आशीर्वाद इंदिराजींबद्दल विनोबांच्या मनात होता, असे वाटते.

विनोबा कधी राजकारणी नव्हते म्हणून त्यांच्याकडे राजकारणाच्या चष्म्यातून पाहाणे योग्य नाही. माणसे नेहमी गटांचा, पक्षांचा संकुचित विचार करून संकुचित भूमिकेतून टीका करतात. व्यापक, अलिप्त, विश्वव्यापी कल्याणाची भूमिका स्वीकारून, पक्षातीत भूमिका घेऊन टीका करणाऱ्यांचा वर्ग अजून निर्माण व्हायचा आहे.

'महाकवी थोर नदाप्रमाणे' (कवी विनायक)

ही उक्ती विनोबांच्या व्यक्तिमत्त्वाला लागू पडते. गृहत्यागापासून त्यांचे जीवन सतत प्रवाही, गतिशील व विकसनशील झालेले आढळते. त्यांचे हे व्यक्तिमत्त्व आपल्यासारख्या देहाच्या मर्यादेत आणि हुकमतीत वावरणाऱ्यांना समजणे कठीण!

'धाके न ओढा झुळझूळ वाहे। माझी तशी ही गुणगूण आहे!'

(कवी : विनायक)

विनोबांविषयी सांगताना किंवा लिहिताना अशी आपली अवस्था होते.

'मी देह नाही-आत्मा आहे' हे गृहत्यागानंतर अधिकाधिक विकसित झालेले त्यांच्या बाबतीत आढळून येते. म्हणून 'स्व'ला स्वतंत्र ठेवून त्यांनी देहाला,

'मना चंदनाचे परि त्वा झिजावे।
परि अंतरी सज्जना निववावे।'

(समर्थ रामदासांचे मनाचे श्लोक)

या वृत्तीने सतत झिजविले. 'मी देह नाही, आत्मा आहे' हे सतत सावधानपूर्वक त्यांनी ध्यानात ठेवले होते. त्यामुळे मृत्यूपूर्वी दीडतासासुद्धा सावध राहू शकले. देह या आत्म्याशी सहकार्य करीत होता, तोपर्यंतच त्यांनी देहाचे ओझे सांभाळले! देह स्वेच्छेने आत्म्याशी सहकार्य करीत नाही, हे त्यांनी पाहिले, तेव्हा 'इस तन धन की कौन बढाई' म्हणून देहाचे ओझे मृत्यूपूर्वी सात दिवस फेकून ते स्वतंत्र झाले. असे मरणे म्हणजे मुक्तात्म्यांची शाश्वत दिवाळी! ती या महापुरुषाने साजरी केली.

खरे तर १४ नोव्हेंबरलाच त्यांचे महानिर्वाण होणार अशी डॉक्टरांच्या पथकाची खात्री होती, पण ते गेले १५ नोव्हेंबरला अमावास्येला! त्यांना अमावास्येलाच जायचे होते अशी आश्रमवासीयांची समजूत होती, पण 'नाभिनन्देत मरणं नाभिनन्देत जीवितम्' अशी विनोबांची वृत्ती होती. मृत्यू प्रसंगाशी सामना देण्याचे काम विनोबांनी आयुष्यात वेळोवेळी 'रात्रंदिन आम्हा युद्धाचा प्रसंग' या तुकारामांच्या वृत्तीने केले आहे. बेडेकरांच्या मृत्यू प्रसंगी धैर्याने एकट्याने त्यांचा प्रेतसंस्कार काशीला केला. आईच्या मृत्यू प्रसंगी ते स्मशानात गेले नाहीत. वडील नरहरपंत भावेंचा मृत्यू त्यांनी समक्ष पाहिला. 'धर्म जागो निवृत्ती'चा म्हणून त्यांनी वडिलांच्या अस्थिविसर्जनाच्या ठिकाणी गांधी तत्त्वज्ञान मंदिर (धुळे) येथे वृंदावन बांधविले व त्यावर 'अवघे चि सुखी असावे' हे लिहवून घेतले. वडिलांची सर्व इस्टेट व ग्रंथ-संचित साहित्य दानात दिले. वयाच्या ८६ व्या वर्षी त्यांचे अनुज बाळकोबा यांचा मृत्यू पाहिला, तसेच त्यांचे एकनिष्ठ सहकारी बाळुभाई मेहतांचा मृत्यू पाहिला. पण

'अर्जुना स्थिती ही ब्राह्मी पावता न चळे पुन्हा।'

(गीताई : २-७२)

अशी ब्राह्मी स्थिती ते अखेरपर्यंत जगले व शेवटी ही समष्टी साधत विशाल ब्रह्मात विलीन झाले! 'महापुरुष शरीराच्या मोहाबाहेर राहून कार्य करतात, विशाल कर्मरूपाने कार्य करीत राहातात' हा त्यांचा आवडता सिद्धान्त ते जगले. 'विना दैन्येन जीवनम्। अनायासेन मरणम्।'ही उक्ती सार्थ केली.

'चंदनाचे हातपायही चंदन' या उक्तीप्रमाणे त्यांचे सर्व व्यक्तिमत्त्व गुणरूप आहे. त्याला अनेक पैलू आहेत; पण 'ब्राह्मी स्थिती'त राहाणे हा त्यांच्या व्यक्तिमत्त्वाचा मुख्य गाभा आहे, केंद्रबिंदू आहे. बाकीचे पैलू या एकाच मध्यवर्ती बिंदूभोवती फिरताना दिसतात. ज्या ब्रह्मजिज्ञासेच्या ध्येयाने ते बाहेर पडले, ती पूर्ण करून ते ब्रह्मज्ञानी झाले व 'जीवन्मुक्त' दशा प्राप्त करून घेतली. त्यामुळे सुख-दु:ख, शत्रू-मित्र, सहकारी-विरोधी, लहान-मोठा या द्वंद्वाच्या पलीकडे ते गेले होते. त्यामुळे वैद्यनाथ धाम येथील हल्ल्याच्या वेळी किंवा संयुक्त महाराष्ट्राच्या आंदोलनाच्या वेळी किंवा आणीबाणीतील टीका; कशामुळेही ते विचलित झाले नाहीत आणि मॅगसेसे पारितोषिक मिळाले म्हणून किंवा ५० लाख एकर भूदानात प्राप्त झाले म्हणून हुरळूनही गेले नाहीत. पूज्य विनोबांच्या महान कार्याने प्रभावित होऊन पाँडेचेरीच्या परमपूज्य माताजींनी त्यांच्याविषयी,

'You work for devine, you live for devine and your work is devine.'

हे सार्थ उद्‌गार काढले आहेत.

एकनाथी भागवतात म्हटले आहे की, ज्या वेळी तो दयाघन प्रभू भक्ताच्या अंत:करणात ठाण देऊन बसतो त्या वेळी जसा उंबरठ्यावर ठेवलेल्या दिव्याचा प्रकाश खिडकीच्या बाहेरही पडतो, त्याप्रमाणे त्याच्या अंत:करणात व्यक्त झालेल्या त्या परमेश्वराचा प्रकाश शरीरातील इंद्रियांत फैलावतो. त्यामुळे ती इंद्रिये जी जी कामे करतात ती सर्व परमेश्वराच्या पूजेसाठीच! अशी पूजा आपल्या सर्व कर्मेंद्रियांच्या व ज्ञानेंद्रियांच्याद्वारे पूज्य विनोबांनी आयुष्याच्या शेवटच्या क्षणापर्यंत केली.

त्यांचे हे कार्य पाहून त्यांना कोणी संत म्हटले, कोणी लोकशिक्षक म्हटले, कोणी शंकराचार्य म्हटले, तर कोणी विश्वशांतीचे अग्रदूत म्हटले. अनेकांनी अनेक दृष्टिकोनांतून त्यांच्याकडे पाहिले, तरी त्यांच्या संपूर्ण व्यक्तिमत्त्वाचे आकलन होईलच असे नाही.

'स्तवार्थ तुझिया तुझ्यासम कवी कधी जन्मती!'(कवी : मोरोपंत)

असेच त्यांच्याबद्दल लिहिताना सतत वाटत राहाते. त्यांच्या पवनार येथील अनुयायांना तर असे वाटते की, विनोबा अजूनही आपल्यातच आहेत, सूक्ष्मरूपाने!

'महापुरुष सूक्ष्मरूपाने अधिक कार्य करीत असतात' या विनोबांच्या वचनावर त्यांची पूर्ण श्रद्धा आहे. ही गोष्ट सर्वांनाच पटेल असे नाही.

विनोबांच्या व्यक्तिमत्त्वाचा एक अद्भुत पैलू मात्र सर्वांनाच मोहून टाकतो. तो पैलू म्हणजे त्यांचे बहुभाषिकत्व व त्यांनी स्त्रियांसाठी स्थापन केलेले ब्रह्मविद्यामंदिर! भारतातील बहुतेक व पाश्चात्त्य देशातील काही, अशा वीस-बावीस भाषा विनोबांनी अवगत करून घेतल्या होत्या, त्याही भाषेसाठी भाषा या प्रेरणेने नव्हे, तर त्यातील आध्यात्मिक भाग वाचण्याच्या ओढीने! त्यामुळेच 'जय जगत्' म्हणण्यापर्यंत त्यांचे व्यक्तिमत्त्व विशाल, उदार व विश्वव्यापी होऊ शकले. शिवाय हा भाषाभ्यास हाती घेतलेले काम करता करता झालेला आहे हे विशेष! त्यांचे हे कार्य सदैव सर्वांना स्फूर्ती देत राहील. प्राचीन किंवा अलीकडील महापुरुषांत या बाबतीत ते अग्रगण्य ठरतात आणि पुढेही कदाचित त्यांच्या बाबतीत 'अनामिका सार्थवती बभूव!' असेच म्हणण्याची वेळ येईल. म्हणूनच 'विनोबा म्हणजे एक जंगम विद्यापीठ आहे' असे म्हटले जात असे. हे जंगम विद्यापीठ या भारतात राहून सर्व विश्वाला मार्गदर्शन करीत होते, यावर विचार करताना मती गुंग होते.

आज स्त्रीमुक्तीचे गोडवे गायले जात आहेत. याबाबतीत 'न स्त्री स्वातंत्र्यं अर्हति' एवढेच मनूने किंवा परंपरेने सांगितलेले आहे, असे म्हटले जाते व पाश्चात्त्य देशातील आंदोलनांची याबाबतीत नेहमी चर्चा व तुलना केली जाते. पण 'एक तरी शंकराचार्य स्त्रियांमध्ये झाला पाहिजे' असा विचार मांडणारे विनोबा व त्यांनी त्यासाठी स्थापन केलेले ब्रह्मविद्यामंदिर याकडे स्त्रीमुक्ती आंदोलकांनी द्यावे तसे लक्ष दिले नाही. याचे कारण कदाचित विनोबांच्या व्यक्तिमत्त्वाची 'भूदान नेते' एवढीच एक ठळक प्रतिमा त्यांच्या मनावर उमटलेली असेल, हेच असावे.

टिळकयुगात स्त्रिया राजकारणात किंवा समाजकारणात भाग घेताना अपवाद सोडता जवळजवळ आढळत नाही; पण गांधीयुगाने जो स्वातंत्र्य चळवळीला धक्का दिला त्याचा एक फार मोठा भाग स्त्री जीवनालाही व्यापून गेला. अवंतिकाबाई गोखले, अनसूयाबाई काळे, सरोजिनी नायडू यांसारख्या स्त्रियांनी चळवळीचे नेतृत्व करून दाखविले. विनोबांनी त्यातही एक पुढचे पाऊल टाकले. ब्रह्मचारी स्त्रियांचे संघ काढून जैन व बौद्ध यांना काही प्रमाणात अपयश आले होते. त्यामुळे अशा तऱ्हेने ब्रह्मचारी स्त्रियांसाठी संघ काढण्याचे कुणी प्रयत्न केल्याचे अर्वाचीन काळात आढळत नाही.

विनोबांनी पवनार येथे अशा स्त्रियांसाठी १९५९ मध्ये ब्रह्मविद्या मंदिर

स्थापन केले. अर्थात येथील सर्व निर्णय सामुदायिक! बहुमताने नव्हे! ब्रह्मविद्या मंदिरातील असे वातावरण पाहून सर्व धर्मांच्या, सर्व प्रांतांच्या, फार काय काही परदेशांतील भगिनीदेखील या मंदिरात सामील झाल्या आहेत. प्रार्थना, श्रमनिष्ठा, भगवद्‌भक्ती व स्वावलंबन यांना प्राधान्य देऊन या मंदिराची वाटचाल आज पाव शतकाहून जास्त काळ चालू आहे. यापैकी पाच भगिनींनी विनोबांच्या प्रेरणेने एक तपभर भारतभ्रमण (भारतयात्रा) केले! 'मैत्री' मासिकाची जबाबदारी या ब्रह्मविद्या मंदिरातील स्त्रियांनीच उचलली आहे!

स्त्रीमुक्ती म्हणजे पुरुषद्वेष नव्हे, तर स्त्रीच्या आत्मविकासासाठी स्त्रीने टाकलेले एक पुढचे पाऊल! निर्भय, निःस्पृह, श्रमनिष्ठ व सत्याग्रही स्त्री-समाज तयार करण्याच्या दिशेने विनोबांनी स्त्रियांसाठी टाकलेले, हे एक फार मोठे पाऊल होते! परंपरागत आध्यात्मिक तत्त्वज्ञानात ही फार मोठी मोलाची भर आहे.

अशा रीतीने ब्रह्माचा शोध घेण्यासाठी बाहेर पडलेल्या विनोबांच्या व्यक्तिमत्त्वाचे अनेक अतुलनीय पैलू आपणास पाहावयास मिळतात. ते पाहिल्यावर,

'नर करणी करे, तो नर का नारायण बने।

या उक्तीची सत्यता पटते. महाविद्यालयात असताना विनोबांचे मित्र त्यांना म्हणत, 'तुझ्या फक्त तोंडातच जोर आहे', पण आपल्या पायांतही जोर आहे, हे विनोबांनी आपल्या अविश्रांत पदयात्रेने दाखवून दिले आहे. 'भक्ती म्हणजे सर्वभूतमात्रांमध्ये परमेश्वर पाहणे व त्यांच्यावर प्रेम करणे' हे भागवत धर्माचे तत्त्व त्यांनी आयुष्यभर पाळले. त्या दृष्टीने ते महाभागवत होते.

'कोणाही जीवाचा न घडो मत्सर। वर्म हे सर्वेश्वर पूजनाचे।।'

(तुकारामांची गाथा)

हे त्यांनी निंदकांशी व टीकाकारांशीही वागताना दाखवून दिले. गांधीजींप्रमाणेच चार आण्यांचा सभासद न होताही स्वातंत्र्योत्तर काळात काँग्रेसवर ते वर्चस्व राखू शकले असते, पण ते त्यापासून अलिप्त राहिले. म्हणून ते खरे सर्वोदयवादी ठरले! प्रचंड ग्रंथ लिहून, अनुवाद करून आपण 'अपूर्ववस्तुनिर्माणक्षम' आहोत हे साहित्यिकांमध्ये न मिरविताही त्यांनी जगाला दाखवून दिले. अनेक भाषा शिकून भाषापटुत्वातून विश्वबंधुत्वाकडे जाणारी भक्कम वाट त्यांनी तयार करून दिली. सूर्य, चंद्र, हवा व नद्या हे जसे सर्वांसाठी राबतात, तसे विनोबा या जगात सर्वांसाठी राबले. त्यांच्या व्यक्तिमत्त्वाचा आढावा खऱ्या अर्थाने आपण घेऊ शकत नाही, इतके ते उंच आहेत. त्यांच्या निर्वाणानंतर मु. द. छापेकर, जळगाव, यांनी शोकपर

पत्रात लिहिले,

विनोबा- शरीराने दधीची होते,
बुद्धीने ज्ञानेश्वर होते,
कार्याने अगस्त्य होते,
विचाराने वेदान्ती होते,
आचरणाने कर्मयोगी होते,
आणि सर्वतोपरी स्थितप्रज्ञ होते.

आद्य शंकराचार्यांचा 'ब्रह्म सत्यं जगन्मिथ्या' हा सिद्धान्त सर्व परिचित आहे. पण 'ब्रह्म सत्यं जगत् स्फूर्तिः जीवनं सत्यशोधनम्' असे विनोबांनी लिहून ठेवले व त्याप्रमाणे ते सदैव सत्याग्रही राहिले. म्हणूनच आचार्य अत्र्यांनी त्यांना 'आधुनिक शंकराचार्य' म्हटले आहे. कुठल्याही महाविद्यालयात किंवा विद्यापीठात न जाता, एक माणूस एवढे अध्ययन व भूदान-ग्रामदानासारखे प्रचंड काम करू शकतो, याबद्दल नरहर कुरुंदकरांसारखे समीक्षकसुद्धा थक्क होतात.

राष्ट्रकवी मैथिलीशरण यांनी त्यांच्या व्यक्तिमत्त्वाचा पुढील शब्दांत गौरव केला आहे-

'वाणी के वत्स विचक्षण आओ आओ।
हमको भी सुकृति सुलक्षण, तुम अपनाओ।
नवनव रस-सरसीके सर सिज
करो हमें अनुभूति-पात्र निज
हम उजडों का एक नया व्रज यहाँ बसाओ।
तुम हारों को यहाँ जिताते
जो अचेत है उन्हे चिताते
हम कैसे है जन्म बिताते देख दिखाओ।'

नरहर कुरुंदकरांनी 'एक ऋषितुल्य पवित्र माणूस, न पटणारा देव' या शब्दांत त्यांचा गौरव केलेला आहे. अर्थात विनोबा सर्वांना पूर्ण समजले असा दावा मात्र ठामपणे करता येणार नाही.

■

प्रकरण सहावे

विनोबांची साहित्य-दृष्टी

'एकनाथांची भजने' या पुस्तकाच्या प्रस्तावनेत[१] विनोबांनी म्हटले आहे की, 'माणसाचा शब्द किंवा त्याचे साहित्य हे त्याच्या जीवनापेक्षा किंवा चारित्र्यापेक्षा मोठे असते, असा सर्वसाधारणपणे अनुभव येतो. परंतु नाथांच्या बाबतीत हे उलट आहे, त्यांचे चरित्र त्यांच्या साहित्यापेक्षा श्रेष्ठ आहे.' पूज्य विनोबांनी लिहिलेले साहित्य व त्यांचे प्रत्यक्ष चरित्र पाहिल्यानंतर आपणांसही असा अनुभव येतो की, विनोबांचे चरित्र किंवा त्यांचे जीवन हे त्यांच्या शब्दांपेक्षा किंवा त्यांनी लिहिलेल्या साहित्यापेक्षा श्रेष्ठ आहे. त्यामुळे सर्वसामान्य माणसाला विनोबा परिचित आहेत ते 'भूदान-नेते' म्हणून! दानाची दीक्षा देणारा संत[२],परमाणू युगातील पहिला संत[३], प्रक्षुब्ध महासागरातील नंदादीप[४], म. गांधीजींचे आध्यात्मिक वारस अशा विविध भूमिकेतूनही लोकांना ते परिचित आहेत.

परंतु आचार्य विनोबा भावे हे मराठीतील श्रेष्ठ साहित्यिकांपैकी एक आहेत याची सर्वसामान्य माणसाला मात्र कल्पना नाही. फार काय, साहित्याच्या प्रांतात चिपळूणकर-युग, केळकर-युग अशी जी पराक्रमस्थाने किंवा त्या त्या साहित्यिकांची कर्तृत्वस्थाने आहेत; त्याप्रमाणे 'विनोबा-युग' म्हणून कोणी साहित्यात नोंदविताना किंवा म्हणताना आढळत नाही. त्याचे कारण प्रारंभी सांगितल्याप्रमाणे विनोबांचे जीवन हे त्यांच्या साहित्यापेक्षा लोकांना अधिक श्रेष्ठ जाणवले. शिवाय विनोबा स्वत:ला साहित्यिक मानत नाही, 'साहित्यसेवक' किंवा 'साहित्याचा चाहता' मानतात. साहित्यिकांशी त्यांनी पदयात्रेत पुष्कळ वेळा मोठ्या अगत्याने संपर्क साधलेला दिसतो, परंतु साहित्याच्या दरबारात किंवा साहित्यिकांच्या मेळाव्यात हिरिरीने भाग घेताना ते कधी आढळत नाहीत.

मराठी साहित्य संमेलनाचे अध्यक्षपद त्यांनी भूषवावे अशी जाहीर हाकाटीही कोणी केलेली आढळत नाही. दोन-चार पुस्तके लिहिणाऱ्या किंवा राजदरबारी

वावरणाऱ्या; परंतु साहित्याशी दुरान्वयेही संबंध नसणाऱ्या व्यक्तींना साहित्य संमेलनाच्या अध्यक्षपदाचा मान प्राप्त झालेला आढळतो.मात्र ज्यांनी जवळजवळ २२ भाषांचे अध्ययन करून मराठीच्या सर्व महान पुत्रांमध्ये भाषा शिकण्याच्या बाबतीतला विक्रम जगात प्रस्थापित केला, ज्यांच्या 'गीताई'चा खप १५ लाख म्हणजे सर्व मराठी पुस्तकांपेक्षा अधिक आहे, ज्यांच्या 'गीताप्रवचनां'चे भाषांतर जवळजवळ २२ भाषांमध्ये झालेले आहे, ज्यांच्या 'विचारपोथी'चे जर्मन भाषेलाही महत्त्व वाटले; त्यांच्यासाठी साहित्याच्या क्षेत्रात कुठे मानाचे पान आढळत नाही, ही खेदाची गोष्ट वाटते.

मराठीत खपाच्या दृष्टीने एवढा उच्चांक गाठल्यानंतर व
'हिचे पुत्र आम्ही हिचे पांग फेडू ... हिला बैसवू वैभवाच्या शिरी'
(कवी : माधव जूलियन)

ही ओळ अक्षरश: कृतीत आणल्यानंतरही, साहित्याच्या क्षेत्रात त्यांना मानाचा तुरा जाहीर रीतीने दिलेला आढळत नाही. त्यांच्या मृत्यूनंतर साहित्य पत्रिकेच्या अंकात त्यांना श्रद्धांजली वाहताना संपादकांनी म्हटले आहे की, 'साहित्य संमेलनाचे अध्यक्षपद त्यांनी स्वीकारावे म्हणून साहित्य परिषदेने प्रयत्न केले होते, परंतु हा महापुरुष अशा छोट्या गोष्टीत आम्हाला सापडू शकला नाही.' तेव्हा साहित्य पत्रिकेतील हा मजकूरसुद्धा प्रसिद्ध झालेला आहे, तो विनोबांच्या मृत्यूनंतर!

'एवढ्या थोर मराठी सारस्वताला साहित्य संमेलनाच्या अध्यक्षपदावर बिनविरोध बसवण्याचे प्रयत्न न करण्यात आमचे काहीतरी चुकले आहे' अशी खंत यदुनाथजी थत्ते यांच्याप्रमाणेच अनेक मराठी वाचकांना व साहित्यिकांना, विनोबांचे साहित्य व साहित्यविचार अभ्यासल्यानंतर वाटल्याशिवाय राहाणार नाही.

जनसेवेबरोबरच पूज्य विनोबांनी साहित्यसेवाही मोठ्या प्रमाणात केलेली आहे. अर्थात जनसेवेपुढे साहित्यसेवा त्यांना कमी प्रतीची वाटल्यामुळे व निराभिमानी वृत्तीमुळे 'मी साहित्यिक आहे' असे त्यांनी कुठेही स्वत:हून म्हटलेले नाही. साहित्य लेखनाबरोबरच विपुल साहित्य-विचारही त्यांनी मांडलेले आहेत. जीवनातील सर्वश्रेष्ठ मूल्ये स्वत: आचरणात आणून ज्याप्रमाणे एक नवीन जीवनदृष्टी लोकांना देण्याचे कार्य त्यांनी केले, त्याप्रमाणे विशिष्ट मूल्ये डोळ्यांपुढे ठेवून सामान्य वाचकांना एक साहित्य-दृष्टी देण्याचाही त्यांनी प्रयत्न केलेला दिसतो.

वास्तविक मराठीत 'शब्दार्थौ सहितौ काव्यम्' असे म्हणणाऱ्यांपासून, ते

'वाक्यं रसात्मकं काव्यम्' असे सांगणाऱ्या विश्वनाथापर्यंत असलेल्या साहित्य-विचारांची बरीच चर्चा झाली आहे. म्हणजे परंपरागत साहित्यशास्त्रातील साहित्यविचार मराठी साहित्यात, तर मांडला गेला आहेच; परंतु साहित्य, सारस्वत व वाङ्मय यातील शब्दांबद्दल, त्यांच्या व्याख्यांबद्दलही प्रा. डॉ. मा. गो. देशमुखांसारखे समीक्षक विचार करताना आढळतात. १९४७ नंतर मर्ढेकरांच्या सौंदर्यविचाराने आणि दि. के. बेडेकरांच्या साहित्यविचारानेही साहित्य रसिकांना एक साहित्य-दृष्टी व सौंदर्यदृष्टी देण्याचा प्रयत्न केलेला दिसतो. त्याच्याही पूर्वी विदग्ध वाङ्मय म्हणजे काय? याविषयी हरिभाऊ आपटे यांनी चर्चा केलेली दिसते. साहित्याची व्याख्या करणे किती कठीण असते याची जाणीव वाचकांस व जाणकार साहित्यिकांस, 'वाङ्मय म्हणजे काय?' या तात्यासाहेब न.चिं.केळकरांनी लिहिलेल्या लेखावरून होते. थोडक्यात असे म्हणता येईल की, संस्कृत साहित्यशास्त्रापासून ते मर्ढेकरांच्या सौंदर्यशास्त्रापर्यंत साहित्यविचारांची व साहित्य-दृष्टीची एक गौरवशाली वाटचाल मराठी साहित्यात झालेली आढळते.

समीक्षक म्हणून कुठेही मराठी साहित्यात विनोबांचा उल्लेख येत नाही. त्यांनी साहित्यासंबंधी वेळोवेळी व्यक्त केलेले विचार पाहिले की, त्यांना जीवन दृष्टीबरोबरच एक विशिष्ट साहित्य-दृष्टी आहे हे आपणास जाणवते व त्यांचे साहित्य वाचण्यापूर्वी त्यांचे जीवन व जीवनदृष्टी समजून घेणे जितके अगत्याचे वाटते, तितकेच त्यांची साहित्य-दृष्टी जाणून घेणेसुद्धा महत्त्वाचे वाटते. मराठी वाङ्मयाच्या इतिहासाचे अनेक खंड संपादित करून ख्यातनाम झालेल्या प्रा.डॉ. अ.ना. देशपांडे यांनी 'विनोबांची साहित्य-दृष्टी'[५] असा एक ग्रंथ संपादित केलेला आहे.

त्या ग्रंथाच्या प्रस्तावनेत त्यांनी मांडलेल्या विचारांचा आशय असा आहे की, 'वाङ्मय दोन प्रकारचे असते, विदग्ध आणि दग्ध. सांप्रत कथा, कविता, कादंबरी, नाटक इत्यादि नावांनी ओळखल्या जाणाऱ्या वाङ्मयाचा महापूर आलेला आहे. हे दग्ध वाङ्मय आहे, हे स्वत: जळते आणि जळता जळता असंख्य वाचकांची हृदयेही जाळून टाकते. काही भाबडी म्हणतात, आजच्या साहित्यात केवढा नवा प्रकाश पसरलेला आहे! हा प्रकाश नव्हे, अगणित हृदयांतून पेटलेल्या विकारांच्या आगीचा हा लोळ आहे. ही आग विझवायची आहे आणि विश्वप्रेमाच्या पुष्पांनी बहरून येणाऱ्या शांतीची रोपे हृदया हृदयांत लावावची आहे.' म्हणजे प्रा.डॉ. देशपांडे यांना विनोबांच्या साहित्य-दृष्टीचे अतिशय महत्त्व वाटते, हे त्यांचे विचार वाचल्यानंतर लक्षात येते.

आपले साहित्य वाचण्यापूर्वी आपली जीवनदृष्टी व साहित्य-दृष्टी समजून घ्यावी, असे विनोबांनाही वाटते. 'जीवन दृष्टी' या पुस्तकाच्या प्रस्तावनेत[६] विनोबा म्हणतात, "हे पुस्तक विद्यार्थिवर्गाच्या वाचनात येणार आहे. त्यांना व सर्वांनाच माझी अशी सूचना आहे की, त्यांनी जीवनदृष्टीने त्याच्याकडे पाहावे; केवळ साहित्य-दृष्टीने पाहू नये. त्यातील विचारांची बुद्धिपूर्वक छाननी करावी आणि जे ग्रहण होईल ते आचरणात आणण्याचा प्रयत्न करावा. 'साहित्याची दिशाभूल' हा लेख प्रथम वाचावा, नंतर इतर लेख व व्याख्याने वाचावी."

म्हणजे साहित्यातही जीवनदृष्टीलाच विनोबा महत्त्व देतात हे स्पष्ट आहे. साहित्य हा संपूर्ण जीवनाचा एक भाग आहे असे ते मानतात. साहित्याला ते कमी प्रतीचे समजत नाहीत. उलट वेदान्त, विज्ञान व साहित्य या जगातील तीन श्रेष्ठ शक्ती आहेत असे ते मानतात. केवळ मनोरंजन नव्हे, तर साहित्याने जीवनाचे परिवर्तन घडवून आणले पाहिजे, अशी अपेक्षा साहित्याकडून ठेवतात. केवळ रिकामा वेळ घालवण्यासाठी किंवा करमणुकीसाठी साहित्यासारख्या श्रेष्ठ शक्तीचा व्यय होऊ नये, अशी त्यांची दृष्टी आहे. भारतभर भूदानाच्या निमित्ताने हिंडत असताना, चंबळ खोऱ्यातील डाकूंच्या शरणागत समारंभाच्या प्रसंगी ते म्हणाले, 'परमेश्वराने मानवाला तीन महान देणग्या दिल्या आहेत. रामनाम घेण्याकरिता वाणी, सेवा करण्याकरिता हात अन् प्रेम करण्याकरिता सहानुभूतीने भरलेले हृदय.'

म्हणजे 'रामनामा'साठी वाणी खर्च करावी हे त्यांचे मत आधुनिक साहित्य-दृष्टीला धक्का देणारे आहे. याचे कारण असे की, भाषा जरी माणसाची असली तरी 'वाणी ही ईश्वराची देणगी आहे' असे विनोबांचे मत आहे. या वाणीने ज्या वेळी साहित्य नटविले जाते त्या वेळी साहित्याने वाचणाऱ्याला काहीतरी जन्माची सोबत ठरेल असे दिले पाहिजे, अशी त्यांची अपेक्षा आहे. म्हणून साहित्यशास्त्राची व्याख्या नीट झाली पाहिजे असे त्यांना वाटत असे. तशी व्याख्या न करणाऱ्या व भलतीच जीवनविन्मुख अशी साहित्य प्रस्तुती करणाऱ्या साहित्यकाराला त्यांनी 'साहित्याची दिशाभूल' या 'जीवनदृष्टी' पुस्तकातील लेखात 'चवचाल अथवा चवभ्रष्ट' साहित्यकार म्हटले आहे. वरील लेखात प्रारंभीच साहित्याने केलेल्या दिशाभुलीचा परामर्श घेताना विनोबा म्हणतात, 'खेड्यापाड्याच्या सर्वसामान्य शिकलेल्या लोकांच्या घरात मुद्रित वाङ्मय कोणते आढळून येते यासंबंधी मागे एकदा तपास काढला होता. परिणामी असे आढळून आले की, एकूण पाच प्रकारचे वाङ्मय प्राय: वाचले जाते :

१) वर्तमानपत्रे २) शालोपयोगी पुस्तके ३) नाटक, कादंबरी, गोष्टी इत्यादी ४) पौराणिक आणि प्राकृत धार्मिक ग्रंथ ५) वैद्यकीय चोपडी.

लोकांचे मन सुधारणे म्हणजे वरील पाच प्रकारचे वाङ्मय सुधारणे असा यातून अर्थ निष्पन्न होतो. यंदाच्या साहित्य संमेलनाच्या अध्यक्षांनी पहिल्या प्रकारचे, म्हणजे वर्तमानपत्री वाङ्मय मराठी भाषेत किती अधोगतीला पोहोचले आहे इकडे महाराष्ट्रातील विद्वानांचे आणि साहित्यिकांचे लक्ष वेधले आहे आणि तसे करण्यात त्यांनी मराठी भाषेची योग्य सेवा केली आहे, असे म्हटले पाहिजे.

गेल्या वर्षीची गोष्ट आहे. आमचे मित्र मला म्हणाले, 'मराठी भाषा किती उंच जाऊ शकते हे ज्ञानदेवांनी दाखविले; आणि ती किती खाली पडू शकते हे सांप्रतची वर्तमानपत्रे दाखवित आहेत!' पण यात दोष कुणाचा? याविषयी चर्चा करताना विनोबा याच लेखात पुढे म्हणतात, 'कोणी म्हणतात संपादकाचा, कोणी म्हणतात वाचकवर्गाचा, कोणी म्हणतात भांडवलदारांचा. तिघेही गुन्ह्यात सामील आहेत आणि प्राप्तीचा वाटा तिघांनाही मिळवायचा आहे, याबद्दल कोणालाच शंका नाही. पण माझ्या मते गुन्हा करणारे हे तिघे असले, तरी करवणारा वेगळाच आहे आणि तो या पापाचा मुख्य 'धनी' आहे. तो कोण? साहित्याची व्याख्या करणारा चवचाल अथवा चवभ्रष्ट साहित्यकार.'

विनोबांचे साहित्यासंबंधी विचार वाचले म्हणजे परंपरागत व अर्वाचीन साहित्य-दृष्टीत खरोखर काहीतरी बदल व्हायला पाहिजे, हे आपणास पटते. साहित्य ही जर सर्वश्रेष्ठ शक्तीपैकी एक महत्त्वाची शक्ती आहे, तर तिची व्याख्या व तिच्यामागचा हेतूही सर्वश्रेष्ठ असायला हवा. आपल्या मनाला विनोबांनी केलेली साहित्याची व्याख्या व सांगितलेले साहित्याचे हेतू पटतात. कुठलाही स्वार्थ न ठेवता, कुठल्याही कीर्तीची हाव न ठेवता, कुठल्याही पांडित्याचे प्रदर्शन न करता, निराभिमान व निरहंकारी होऊन, एका तपस्वी विभूतीला शोभेल, असे जीवन त्यांनी व्यतीत केले ते जगाच्या कल्याणासाठी!

अशा जीवन साधकाने जीवनावर, जीवनदृष्टी ठेवून जसा प्रकाश टाकला; तसा साहित्यावरही प्रकाश टाकून एक नवीन साहित्य-दृष्टी दिली, तर मराठी साहित्याच्या विकासाच्या व समृद्धीच्या दृष्टीने ती दृष्टी संजीवक व प्रेरक ठरेल. त्यामुळे वाणीचा व भाषेचा अपव्यय होऊन जे समाजजीवन गढूळ झाले आहे, ते पावन व स्वच्छ होण्यास मदत होईल. अर्थात अशी साहित्य-दृष्टी समोर ठेवताना ती स्वीकारलीच पाहिजे असा त्यांचा आग्रह नाही किंवा तीच एक खरी साहित्य-दृष्टी आहे असा त्यात त्यांचा अभिनिवेश दिसून येत नाही. त्याही बाबतीत ते 'अनासक्त' आहेत.

स्थिर बुद्धीच्या साहाय्याने त्यांनी साहित्याची व्याख्या केलेली असल्यामुळे

आज जरी काही लोकांना ती पटली नाही, तरी नंतर पुष्कळांना पटेल व काळाच्या ओघात ती टिकूनही राहील, कारण ही साहित्य-दृष्टी विनोबांनी मांडलेली आहे, ती वेद-उपनिषद-गीता-संत वाङ्मय या 'मायबापाहूनि बहु मायावंत' असलेल्या ग्रंथांच्या खांद्यावर उभे राहून! आपल्या पूर्वजांच्या खांद्यावर उभे राहून जो बघतो त्याला बरेच दूरचे दिसते. त्यामुळे त्याची साहित्य-दृष्टी संकुचित न होता आकाशाप्रमाणे समतोल, व्यापक, अनंतरूप दाखवणारी व अनंत आनंद देणारी असते.

म्हणूनच ती व्यापक व विशाल जनमनाला आवाहन करू शकते, आकर्षित करू शकते. विनोबांनी केलेली साहित्याची व्याख्या व ठरविलेले साहित्याचे हेतू वाचले म्हणजे मराठी साहित्यशास्त्रात त्यांनी एक अमोल भर टाकली आहे, असे नि:पक्षपाती व सहृदय मराठी अभ्यासकाला वाटल्याशिवाय राहाणार नाही.

साहित्याची व्याख्या :

भूदान-यज्ञाच्या निमित्ताने भारतभर हिंडत असताना ठिकठिकाणच्या साहित्यिकांशी विनोबांच्या भेटी होत. विनोबा स्वत:ला साहित्यिक समजत नाहीत. आपल्या दृष्टीने ते या युगातील श्रेष्ठ साहित्यिकांपैकी एक असले, तरी ते स्वत:ला 'साहित्य-भक्त' समजतात. साहित्यिकेत हा ईश्वराहून उंच मानतात.

'नसता कवींचा व्यापार । तरी कैंचा असता जगोद्धार।

म्हणोनि कवि हे आधार। सकळ सृष्टीशी।।' (दासबोध : १-७-२१) असे संत रामदासांप्रमाणे तेही मानतात. त्यामुळे बंगाल-बिहार-पाटणा या ठिकाणी निरनिराळ्या साहित्यिकांशी ते साहित्याविषयी बोलले. साहित्याची व्याख्या व साहित्यिकांचे मौलिक गुण त्यांनी सांगितले आहेत. त्यांच्या या विचारांचा परामर्श घेणारी एक पुस्तिका 'साहित्यिकोंसे' या नावाने हिंदीत सर्व सेवा संघाने प्रकाशित केली आहे. ग्रामसेवा मंडळ, परंधाम प्रकाशन, पवनारतर्फे त्याचे मराठी रूपांतर 'साहित्यिकांशी हितगुज' या नावाने २२ मार्च १९५७ रोजी प्रकाशित झाले. या पुस्तकातील विचार वाचले म्हणजे विनोबा साहित्य जगतातही किती उंच राहून लीलया संचार करू शकतात, हे आपणास दिसते. जीवन विचाराप्रमाणेच साहित्यासंबंधी असलेला विचारही त्यांनी विकसित केला. या सर्व साहित्यिकांना ते,

'आता वंदू कवीश्वर। जे शब्दसृष्टीचे ईश्वर' (दासबोध : १-७-१)

या श्रद्धेने भेटले. उपरोक्त पुस्तकात साहित्याची व्याख्या करताना ते म्हणतात, 'साहित्य हा शब्दच सांगतो की ती निरपेक्ष वस्तू नाही. ती कोणाच्या तरी सह जाणारी वस्तू आहे.'

याचा अर्थ 'साहित्य म्हणजे बरोबर काहीतरी घेऊन येणारे असे, जन्माचा

सोबती ठरेल असे काहीतरी देणारे.' जन्मल्याबरोबर 'हे' राहावे असे काहीतरी देणारे! जे काही देत नाही, त्याला विनोबा साहित्य मानत नाही. लिहिण्यासाठी लिहायचे, पण त्यातून दुसऱ्याला काही मिळत नसेल, तर त्या लिखाणाला विनोबा साहित्य म्हणायला तयार नाहीत. केवळ सौंदर्य किंवा आनंद देणारे 'साहित्य' हे त्यांच्या दृष्टीने साहित्य नाही. साहित्याची आणखी प्रमाणबद्ध व्याख्या करण्यात विनोबा वाकबगार आहेत.

प्रारंभी सांगितल्यप्रमाणे 'विनोबांची साहित्य-दृष्टी' या नावाचे प्रा.डॉ.अ.ना.देशपांडे यांच्या संपादकत्वाखाली परंधाम प्रकाशन, पवनारने १ मे १९७१ रोजी एक पुस्तक प्रकाशित केले आहे, त्यात विनोबांचे 'साहित्य-साहित्यिक' यासंबंधी मौलिक चिंतन आले आहे. विनोबांची साहित्य-दृष्टी समजून घेताना या पुस्तकाचा खूप उपयोग होतो. त्या पुस्तकात 'साहित्य म्हणजे अहिंसा' असा शीर्षक असलेला विनोबांचा एक लेख छापलेला आहे. त्या लेखात साहित्याची व्याख्या करताना विनोबा म्हणतात, "मला व्याख्या करण्याची हौस आहे. साहित्याची व्याख्या करायची तर 'साहित्य म्हणजे अहिंसा' अशी मी करतो. हे ऐकून लोक म्हणतील याला वेड लागले आहे, जेथे तेथे हा अहिंसा आणतो. परंतु साहित्यकारांनीही 'सर्वोत्तम साहित्य हे सूचक असते' अशीच व्याख्या केली आहे. सूचक साहित्याला सर्वोत्तम का मानले जाते? ऐकणाऱ्यांवर ते आक्रमण करीत नाही म्हणून! एखाद्यावर जर उपदेशाचा मारा होऊ लागला, तर तो उपदेश हितकर असूनही त्याचा स्पर्श सुखद होत नाही." म्हणजे अहिंसा ज्याप्रमाणे दुसऱ्यावर आक्रमण करीत नाही, त्याप्रमाणे 'सूचक अर्थ' (Suggested Sense) ही आक्रमण करीत नाही. त्यामुळे त्याचेही स्वरूप अहिंसात्मक आहे. म्हणून 'साहित्य म्हणजे अहिंसा' ही विनोबांनी केलेली व्याख्या अभिनव वाटली, तरी तिच्यात 'बोलणे सत्य न्यायाचे, प्रेमाने न खुपेलसे' हा गीतेचा दृष्टिकोन येतोच.

साहित्याच्या या व्याख्येमुळे 'राखावे पराचे अंतर' हेही अशा साहित्याकडून नकळत साधले जाईल. 'देहपूजेची दास्यभक्ती'[७] या लेखातही साहित्यविषयक विचार विनोबांनी प्रभावीपणे मांडले आहेत. 'मधुकर' या प्रकरणात याचा सविस्तर परामर्श घेतलेला असल्याने येथे त्याची पुनरुक्ती टाळावी लागेल. विनोबांचे त्यातील विचार सर्वांनाच पटतील, असे नाही, कारण, 'साहित्य हे शंकराचार्यांचे व्यासपीठ नाही, ते मयुरावर बसलेल्या वीणाधारी सरस्वतीचे सिंहासन आहे. कलेच्या मागे नीतीचा गुप्त हेतू नको' अशा तऱ्हेचे प्रा.ना.सी.फडके यांनी आपल्या 'प्रतिभासाधन'[८] या ग्रंथात विचार मांडून, पुष्कळ खळबळ उडवून दिली होती. त्यांच्या मताचेही

आज पुष्कळ आहेत.

राष्ट्राच्या प्रश्नांकडे 'मला काय त्याचे' अशा वृत्तीने पाठ फिरवून साहित्याच्या स्वायत्ततेच्या भलत्याच कल्पना रुजवून लेखन करणारे आजही पुष्कळ आहेत. त्यांनी विनोबांच्या वरील विचारावर जरूर चिंतन करावे, कारण आशयाचे स्वातंत्र्य विनोबा मान्य करतात, परंतु भाषा माणसाची असली, तरी वाणी ही ईश्वरी देणगी आहे; ती डुकरिणीप्रमाणे परनिंदेच्या किंवा पापचित्रणाच्या पाण्यात लोळताना दिसू नये, असे त्यांना वाटते. 'स वाग्विसर्गो जनताऽघविप्लवो' ही भागवत ग्रंथात आलेली साहित्याची व्याख्या ते मान्य करतात. जनतेचे पाप धुऊन काढण्यासाठी साहित्यिकांचा वाक्प्रवाह वाहता राहिला पाहिजे व साहित्याने जीवनाचे पोषण केले पाहिजे, असे त्यांना वाटते. 'जनतेचे पाप धुऊन टाकणारा वाक्समूह असेल, तरच तो साहित्य म्हणण्यास योग्य होईल' हे शुकमुनींचे वचन साहित्याची व्याख्या करताना विनोबा प्रमाण मानतात.

'समग्रतेशिवाय सौंदर्य नाही'[१] या लेखातही साहित्याच्या व्याख्येविषयी विचार करताना विनोबा सहज लिहून जातात, 'न दिसणे हे फारच मोठे असणे असते. दिसण्यात जे असते, प्रकट होते त्यापेक्षा न दिसण्यात जे असते ते फार मोठे असते. साहित्य दिसत नाही. त्याचे जितके सूक्ष्म चिंतन करू, तितके ते आपल्याला व्यापक दर्शन देईल आणि त्याची व्याख्या करणे जड जाईल, तरीपण ते साहस मी केले आहे. साहित्य म्हणजे तमाम सर्वांच्यासहित असेल ते साहित्य! सदासर्वदा आपल्याबरोबर ते असावे असे वाटले, तर ते फारच मोठे साहित्य होय, आणि असे थोडाही वेळ का होईना, ते आपल्याबरोबर असावे, असे लोकांना वाटले तर ते सहित म्हणजे साहित्य होय.'

म्हणजे श्रेष्ठ साहित्याचीही व्याख्या वर आलेली आहे. पण श्रेष्ठ साहित्य व नुसते साहित्य एवढेच साहित्याचे वर्गीकरण विनोबा करीत नाहीत, तर विदग्ध वाङ्मय व दग्ध वाङ्मय असेही आणखी वर्गीकरण करतात.

'विदग्ध वाङ्मय' या लेखात विनोबा म्हणतात, ''वाङ्मयाची मीमांसा करणारे साहित्यकार बोधाचा मारा करणाऱ्या वाङ्मयाला, जरी तो बोध समुचित असला, तरी गौण समजतात आणि सूचक साहित्याला प्रथम स्थान देतात. साहित्यकाराची ही एक अहिंसेची सूक्ष्म दृष्टी आहे, असे मी समजतो.

रोखीव, रेखीव किंवा आखीव बोधात ज्याप्रमाणे दुसऱ्यावर आक्रमण होते आणि म्हणून त्यात एक प्रकारची हिंसा होऊ पाहाते, त्याप्रमाणे सूचक बोधही अतिगूढात शिरला म्हणजे माणसांच्या बुद्धीला सतावल्याप्रमाणे होऊन

दुसऱ्या प्रकारची हिंसा होऊ पाहाते. म्हणून सुचवायचे पण डिवचायचे नाही अशी 'मध्यस्थ लिहिण्याची करणी' अहिंसेत मुरलेले सरस्वतीपूजक करीत असतात. असे उभय मर्यादा सांभाळून अवतरणारे ते विदग्ध वाङ्मय!''

दग्ध वाङ्मय : ''आजच्या घटकेला काव्य, नाटक, कादंबरी, लघुकथा इत्यादी प्रकारांची गणना विदग्ध वाङ्मयात केली जाते. पण केवळ अमुक एका आकारात वाङ्मय आले की तेवढ्याने ते विदग्ध होईल असे नाही. लेखनशैलीचे हे प्रकार अहिंसक सूचन पद्धतीला अनुकूल होऊ शकतात, म्हणून ते विदग्ध वाङ्मयात येऊ शकतात हे खरे. पण काव्य-नाटकादि साहित्य आपोआप विदग्ध होईलच असे नाही. काव्य, नाटक, कथा आदि कितीतरी साहित्य आज असे दाखवता येईल की, ज्याची गणनाच करायची तर दग्ध वाङ्मयात करावी लागेल. कोणते विदग्ध याची कसोटी दुसऱ्या कोणी न केली तरी काळ करीतच असतो. उदाहरणार्थ, रामायण आणि महाभारत ही विदग्ध वाङ्मयाची काळाच्या कसोटीवर उतरलेली उत्तम उदाहरणे आहेत. उलट बरीचशी पुराणे जरी कथाशैलीने युक्त असली, तरी आज दग्ध होऊन चुकली आहेत. लोकांना काव्य, नाटक, कथा आदि रोचक होऊ शकते, याचा लाभ घेऊन जे भाराभर साहित्य अनेक भाषांत लिहिले जात आहे ते सारे दग्ध साहित्य आहे. आज ना उद्या ते जळून जायचे आहे. जळून जाण्यापूर्वी अनेकांची हृदये ते जाळून घेत आहे, ही दुःखाची गोष्ट आहे.''

शेवटच्या परिच्छेदात विनोबांनी लिहिलेले 'जे जळून जाण्यापूर्वी अनेकांची हृदये जाळून घेत आहे' हे विधान अलीकडे निर्माण होणारे कथा-कादंबरी-नाटक इत्यादी साहित्य पाहिले की खरे वाटते. अशा लिखाणामध्ये सूचन तर नसतेच, पण प्रत्यक्ष मानवी जीवनाला वळण देण्याचे सामर्थ्यही नसते. विचारांची वाफ अनेक वर्षे हृदयात कोंडून घेऊन, वाणीवर मंगल संस्कार करून आम जनतेच्या कल्याणासाठी असे साहित्य अवतरत नाही, म्हणून त्याचा चटकन विसर पडतो. त्या क्षणजीवी साहित्याला विनोबांनी 'दग्ध' म्हटले ते योग्य वाटते.

अर्थात असे विदग्ध ऊर्फ अक्षर वाङ्मय निर्माण व्हायला पाहिजे असेच कुणालाही वाटेल. त्यासाठी असे साहित्य निर्माण करण्यासाठी काहीतरी गुण कवींच्या किंवा साहित्यकारांच्या अंगी असावे लागणार! ते गुण कोणते, साहित्यिक कोणाला म्हणावे, साहित्यकाराचे विनोबांच्या दृष्टीने जगात स्थान कोणते, या प्रश्नांची आपण चर्चा केली, तर आपणास विनोबांकडून सुयोग्य मार्गदर्शन लाभते.

साहित्यिक कोण, त्याच्या अंगी कोणते गुण असावे? तो कसा असावा?

साहित्यिकाच्या अंगी कोणते गुण असावेत याची चर्चा करण्यापूर्वी विनोबांच्या मते साहित्यिक किंवा कवी कोण? हे प्रथम स्पष्ट करू या. 'विज्ञान, आत्मज्ञान व साहित्य' या नावाचा एक निबंध 'विनोबांची साहित्य-दृष्टी'[१०] या पुस्तकात आहे. त्या निबंधात कवीची व्याख्या करताना त्यांनी म्हटले आहे की, दोन-चार कडवी लिहिणारा, अनुप्रास जमवणारा तो कवी नाही. कवी क्रांतदर्शी असतो. या वैभवशाली जगाहून कितीतरी अधिक संपन्न असे दुसरे जग आहे, या दुसऱ्या जगाचे दर्शन ज्याला घडते तो कवी. सृष्टीला आत्म्याचे पांघरूण घालू शकेल तो कवी, अशी ही कवीची त्यांनी व्याख्या केलेली आहे.

ईशावास्योपनिषदातील 'कविर्मनीषी: परिभू: स्वयंभू:। याथातथ्यतोऽर्थान् व्यदधाच्छाश्वतीभ्य: समाभ्य:॥' या मंत्रातील कवीची व्याख्या विनोबांना आवडते. विनोबांचे कवींबाबतचे विचार वाचताना आपणास,

'कांचेमधूनी दिसते जनांला
धोंड्यामधूनीहि दिसे कवीला'![११] (कवी : केशवसुत)

या सुप्रसिद्ध ओळी सहज आठवतात.

आपल्या 'मधुकर' या पुस्तकात 'कवीचे गुण'[१२] या नावाचा जो एक लेख विनोबांनी लिहिला आहे त्यात कवीच्या अंगी कोणकोणते गुण असावेत, याची चर्चा केलेली आढळते. त्याचा सविस्तर परामर्श 'मधुकर' या प्रकरणात घेतलेला असल्याने येथे त्याची पुनरुक्ती टाळावी लागेल.

प्रा.डॉ.अ.ना.देशपांडे यांनी संपादित केलेल्या 'विनोबांची साहित्य-दृष्टी' या पुस्तकात 'साहित्यिकाच्या अंगी कोणते गुण असावे?' हा विनोबांचा लेख दिलेला आहे. त्यात विनोबांनी असे म्हटले आहे की, 'साहित्यिक कधीही अहंकारी असू शकत नाही. जिथे अहंकार आला तिथे साहित्य खुंटलेच समजावे. मी लेखक, मी साहित्यिक असा 'मी' जेथे आला तिथे साहित्य राहूच शकत नाही. मी मावळल्यावरच साहित्य उगवते. थर्मामीटर हा उत्तम साहित्यिक आहे. त्याला ताप नसतो म्हणून इतरांचे ताप मापण्याचे काम तो करू शकतो. त्याला ताप नसल्यामुळे तो तापमापक झाला. त्याचप्रमाणे सबंध जीवनाचे विविध अनुभव, विकार, विचार व भाव या सर्वांचे यथावत आकलन व्हायचे असेल, तर त्यातून अलग झाल्याशिवाय ते होणार नाही. समुद्रात गटांगळ्या खाणारा समुद्राचे वास्तव वर्णन करू शकत नाही, समुद्रतीरी साक्षी म्हणून वावरणाराच समुद्राचे वास्तव वर्णन करू शकतो.''

आम्ही वास्तव वर्णन करणारे आहोत असे म्हणणाऱ्यांना विनोबा म्हणतात

की, 'वास्तव या नावावर अवास्तव वर्णन करू नका म्हणजे झाले, कारण वास्तव वर्णन ही पुनरुक्तीच आहे. वर्णन अवास्तव होऊ नये एवढीच काळजी घ्यायला हवी. तुम्ही वास्तववादी-रियालिस्टिक होऊ पाहाता, परंतु त्याचे आकलन न झाले तर कसे कराल? आकलनासाठी विश्वाला शरीरासकट दूर कराल आणि तुम्ही द्रष्टे व्हाल तरच तुम्ही पाहू शकाल. म्हणून 'मी विकारवश आहे, मी आता साक्षी नाही, तेव्हा मी या वेळी जी कृती करीन ती सगळ्यांच्या बरोबर जाणारी, सहित जाणारी साहित्य नावाची कृती होणार नाही' ही दृष्टी साहित्यिकाजवळ असायला हवी. अशा तटस्थ व विकाररहित दृष्टीमुळेच भारतसावित्री असे ज्याला नाव आहे, ते तीन श्लोक महाभारतकार व्यास लिहू शकले. त्यात त्यांनी स्वत:चे गुणदोष स्पष्टपणे वर्णिलेले आहेत, पण हे आपल्याच जीवनाचे वर्णन आहे असे न मानण्याची तटस्थ व निर्विकार वृत्ती त्यांच्याजवळ असल्यामुळे ते ज्ञानी व महाकवी ठरले.'

म्हणून विनोबांना असे वाटते की वाल्मीकींची प्रतिभा, व्यासांची प्रज्ञा व शुकदेवांचे प्रेम हे डोळ्यांसमोर ठेवून साहित्यिकांनी तटस्थ राहून वर्णन केले पाहिजे. अर्थात साहित्यिकांनी अमुकच एक वर्णन करावे अशी मर्यादा ते घालू इच्छित नाहीत. 'मी निर्विकार असताना लिहिले आहे' अशी ग्वाही जे साहित्यिक देतील, त्यांना दुसरी ग्वाही देऊन विनोबा म्हणतात की, अशा साहित्यिकांनी केलेले वर्णन विश्वपावन होईल व सबंध विश्वाला ते आपल्यासहित असावे, असे वाटेल. साहित्यिकाने तटस्थ होऊन लिहावे एवढीच विनोबांची अपेक्षा आहे. 'साहित्यिकाने काय लिहावे हे त्याला कोण सांगणार?' या शब्दांत ते साहित्यिकाचे आशय व विषय स्वातंत्र्य मान्य करतात. 'भूदान-ग्रामदान'या वस्तू साहित्यात येतील काय? असे कोणा साहित्यिकांनी त्यांना विचारले असता, त्यांच्याशी चर्चा करताना विनोबा म्हणाले, 'तुम्ही भूदानावर लिहा असे भलतेच मी तुम्हाला सांगणार नाही.'

एकूणच, साहित्यिक आणि साहित्य यांच्याविषयी विनोबांना अपार प्रेम व जिव्हाळा वाटतो हे त्यांचे याविषयीचे विचार वाचले म्हणजे समजते. चैतन्याचा अंश असलेली वस्तू साहित्यिकांना आकर्षित करते. म्हणून विनोबांचे असे म्हणणे होते की, भाट न बनता तटस्थ बुद्धीने साहित्यिकांनी भूदानाच्या कार्याकडे पाहावे. अशा तटस्थ वृत्तीने मैथिलीशरणजी व सियारामशरणजी यांनी विनोबांच्या भूदान कार्याकडे पाहिल्यामुळे, 'हे तर भारताचे हृदय आहे' असे त्यांनी उद्‌गार काढले. अशा तटस्थ वृत्तीने पाहणारे साहित्यिक कोणत्याही संप्रदायाचे नसतात. 'संप्रदाया'तीत हेच साहित्यिकांचे खरे लक्षण, कारण विनोबांना असे वाटायचे की जे संप्रदायात बद्ध होतात, ते

चिरंतन साहित्यिक नसून तात्कालिक असतात. चिरंतन साहित्यिक सर्व पंथांहून व संप्रदायांहून अलिप्त असतात. जीवनात एखादी क्रांतिकारी किंवा मूलगामी घटना घडली, तर ती सहजच त्यांना आकर्षून घेते, मग ती कोणत्याही संप्रदायाची अगर पंथाची असो. साहित्याच्या शक्तीविषयी त्यांच्या मनात अपार विश्वास आहे.

प्रा.डॉ.देशपांडे यांनी संपादित केलेल्या पुस्तकात 'साहित्यिकांचे महत्त्व' असा एक लेख आहे.[१३] या लेखावरून असे दिसते की, साहित्याची शक्ती परमेश्वराच्या शक्तीबरोबरची आहे, असे विनोबांना वाटते. ब्रह्मांडात असलेले सर्व काही साहित्यिकांच्या वाणीत तर येतेच पण जे ब्रह्मांडात नाही, तेही साहित्यिकांच्या वाणीत येते. शशशृंग ईश्वराच्या सृष्टीत नाही, पण साहित्यिकाच्या सृष्टीमध्ये आहे. आकाशगंगादेखील आकाशात नाही, परंतु साहित्यिकाच्या सृष्टीमध्ये आहे. ईश्वराच्या सृष्टीत हिमालयातून निघालेली आणि गंगासागरात मिळालेली एकच गंगा आहे. साहित्यिकांना आकाशात, पाताळात आणि पृथ्वीवर गंगेच्या तीन-तीन धारा दिसतात. म्हणून साहित्यिकाची शक्ती फार मोठी आहे, असे विनोबा म्हणत असत. अशा महान शक्तिशाली साहित्यिकांत व साहित्यात ते हयातभर रमलेले दिसतात; परंतु 'मी साहित्यिक नाही' असे ते साहित्यिकांच्या मेळाव्यात गेले म्हणजे म्हणायचे.

बिहारचे सुप्रसिद्ध साहित्यिक रामबक्ष बेनीपुरी यांनी, 'जेथे जेथे तुम्ही जाल तेथे तेथे स्थानिक साहित्यिकांना बोलावित जावे' अशी सूचना विनोबांना केली होती. त्यानुसार बिहारात, पंजाबात अमृतसर येथे व मराठवाड्यात औरंगाबाद येथे त्या त्या भाषेच्या स्थानिक साहित्यिकांशी विनोबांनी 'साहित्य-साहित्यिक' याविषयी मोठ्या आस्थेने चर्चा करून आपले विचार व्यक्त केलेले आढळतात.

त्यातील काही विचार 'साहित्य म्हणजे अहिंसा' या लेखात आढळतात. त्यात विनोबांनी असे म्हटले आहे की, अभिमानी साहित्यिकांना आपल्या साहित्याचा अभिमान वाटत असेल, परंतु साहित्याचा महिमा मात्र ते जाणत नाहीत. स्वत:विषयी निवेदन करताना विनोबा याच लेखात म्हणतात, 'मी साहित्यिक नाही म्हणूनच मला साहित्याच्या महिम्याचे भान आहे. याचा अर्थ असा नाही की, जो साहित्यिक नसतो त्यालाच साहित्याच्या महिम्याचे भान असते. परंतु अनेक भाषांतील साहित्याची गोडी चाखण्याची मला संधी मिळाली आणि त्या त्या भाषेतील विशेष साहित्यच माझ्या वाचनात आले, त्याचा माझ्यावर खोल परिणाम झाला आहे.'

विनोबा स्वत:ला साहित्यिक म्हणवून घेत नाहीत, यात त्यांची नम्रवृत्ती दिसून येते; पण साहित्यिकांनी कोणत्या बाण्याने राहावे याबद्दल मात्र त्यांनी यथायोग्य मार्गदर्शन केलेले दिसते. विनोबांचे याबाबतीत असे विचार होते की, जे खरे

साहित्यिक असतात ते कोणाच्या आज्ञेचे दास नसतात; तसेच ते कोणत्याही सद्‌विचारांची उपेक्षाही करू शकत नाहीत. जो विचार पटणार नाही, तो कोणाची आज्ञा म्हणून ते मान्य करणार नाहीत.

परंतु 'टू ऑर्डर' काम करणाऱ्या साहित्यिकांबद्दल व वैज्ञानिकांबद्दल त्यांनी खेद व्यक्त केलेला आहे, कारण साहित्यिक म्हणविणारे आपली वाणी विकणे जोपर्यंत थांबविणार नाहीत, वैज्ञानिक आपली बुद्धी विकण्याचे काम जोपर्यंत बंद करणार नाहीत, तोपर्यंत जगाचा विकास होणार नाही.

अगोदर उल्लेख केल्याप्रमाणे भूदान-यात्रेत विनोबांनी भिन्न प्रांतातल्या साहित्यिकांशी चर्चा केलेली आढळते. 'साहित्यिकांशी हितगूज' या पुस्तकात ही चर्चा संकलित केलेली आढळते. त्यातही साहित्यिक व साहित्य याविषयी विनोबांनी आपले विचार व्यक्त केलेले दिसतात.

'नवरसरुचिरा', 'अनन्यपरतंत्रा', 'ह्लादैकमयी' असे कवीच्या शब्दसृष्टीचे वर्णन ज्याप्रमाणे मम्मटाचार्यांनी आपल्या काव्यप्रकाशाच्या मंगलाचरणात केलेले आढळते, त्याप्रमाणे विनोबांनीही साहित्यिकांच्या साहित्य-सृष्टीचे केलेले वर्णन आपण पाहिले. पण एवढ्या वर्णनावरून साहित्यिकांविषयी त्यांच्या मनात काय भावना आहेत, हे समजून येत नाही. 'साहित्यिकांशी हितगूज' या पुस्तकात 'साहित्यिक ईश्वराहून उंच' या शीर्षकाचा एक लेख आहे.[१४] त्या लेखात बंगालच्या बंकिमचंद्र, रवीन्द्रनाथ व शरच्चंद्र या साहित्यिकांचा गौरव करून, 'बंगाल हा साहित्यिकांचा प्रांत आहे' असे विनोबांनी म्हटले आहे. उत्तर प्रदेशचे तुलसीदास, महाराष्ट्राचे ज्ञानदेव व दक्षिण भारताचे कंबन या महाकवींना 'साहित्यिक' न म्हणता विनोबांनी 'धर्मपुरुष' असे म्हटले आहे. साहित्यिक हा ईश्वराहून उंच आहे असे प्रतिपादून विनोबा म्हणतात की, 'साहित्यिक दुसऱ्याच्या सांगण्यावरून लिहीत नसतो. त्याला बाहेरचे एखादे निमित्त मिळाले की अंत:प्रेरणेनेच तो लिहितो. साहित्यिक लिहायला बसतो तेव्हा आपण जे लिहिले त्याने जगावर उपकार झाला आहे, याचे त्याला भान असत नाही. तसे भान झाले तर ते 'साहित्य' ठरणार नाही.'

'साहित्यिकाची उपजीविका', 'साहित्यिक आणि राजाश्रय' या साहित्यिकांशी निगडित असलेल्या विषयांवरही विनोबांनी काही विचार मांडलेले दिसतात. 'साहित्यिक आणि राजाश्रय' यासंबंधी विचार व्यक्त करताना विनोबांनी म्हटले आहे की, 'साहित्यिकांना साहित्य अकादमीकडून बक्षिसे दिली जातात, पण जगात कधी बक्षिसे देऊन काम होते का? तुलसीदास आणि कबीर यांना कोणते इनाम मिळाले होते? हल्ली प्रत्येक गोष्टीची किंमत पैशामध्ये केली जाते' असे नमूद करून विनोबा पुढे

म्हणतात की, 'साहित्यिकाच्या उपजीविकेसाठी काही पाहिजे हे कबूल. परंतु इनाम देण्याने साहित्यिकांना काय मदत होते? कारण त्यांच्या जीवनाचा मूळ स्रोत वेगळाच असतो.'

साहित्यिकांच्या उपजीविकेच्या प्रश्नासंबंधी विचार मांडताना विनोबा म्हणतात[१५] की, 'काही मोठे साहित्यिक गरीब होते. पण गरिबी व श्रीमंती दोन्ही ईश्वराच्या देणग्या आहेत. ईश्वर आपल्याला जे दारिद्र्य देतो किंवा वैभव देतो, ते आपल्या परीक्षेसाठीच! कारण सरकार किंवा राजदरबाराकडून ज्यांना आश्रय मिळाला, त्यांनी लिहिलेले सर्वोत्तम साहित्यदेखील दुय्यम दर्जाचे दिसून आले आहे. पूर्वीच्या काळी कवीला राजाश्रय दिला जात होता, तरी तो 'आश्रित' म्हणून गणला जात नसे. 'कवी आपल्याजवळ आहे, हा एक उपकारच त्याचा आपल्यावर झालेला आहे' या भावनेने त्याला आश्रय दिला जात असे.'

'कवीला कारकुनासारखा नोकरीचा आधार मिळाला, तर तो आधार त्याचे कवित्व तोडणाराच होईल' असे सांगून विनोबा पुढे असे म्हणतात की, 'निसर्गाशी एकरूप होण्याचा शेती अथवा विणकाम करण्याचा धंदा पूर्वीच्या कवींनी करून आपली उपजीविका चालवली. त्यामुळे उपजीविकेबरोबरच त्यांचे साहित्यही फुलले. या दृष्टीने कवीने शेतामध्ये चार तास काम केले, तरी पुरेसे आहे. साहित्यिक शेतकरी तरी असेल, एखादा उद्योग करणारा तरी असेल किंवा जनतेच्या सुखदु:खाशी एकरूप होऊन कबिराप्रमाणे फकिरी बाणा पत्करणारा तरी असू शकेल, कारण अशा फकिराला खायला मिळाले तरी स्फूर्ती असते, न मिळाले तरीही असते. पोटाला अन्न न मिळाल्यामुळे होणारे दु:ख किंवा करुणा काव्याला प्रेरकच बनते. अशा रीतीने पूर्ण विरक्त किंवा निसर्गोपासक भक्त यापैकी काहीतरी साहित्यिकाने बनले पाहिजे. हे ज्यांना जमणार नाही त्यांना आश्रयाची गरज असते. परंतु तो आश्रय त्यांच्या स्फूर्तीला अवकाश देणारा असावा.''

साहित्यिकांसंबंधी असे विचार मांडल्यानंतर याच पुस्तकात साहित्याविषयी विनोबांनी आणखी काही विचार मांडलेले दिसतात. हृदयाशी हृदय जोडण्याचे कार्य साहित्यिकांनी करावे अशी अपेक्षा व्यक्त करून 'हृदयाशी हृदय जोडा' या लेखात विनोबा म्हणतात, 'साहित्याचे स्वरूप आकाशासारखे व्यापक असते म्हणून आकाशच साहित्याचे सर्वोत्तम प्रतीक आहे. आकाश सदैव डोळ्यांसमोर असते, पण ते पाहून डोळे थकलेत असे वाटत नाही. साहित्य हे आकाशाप्रमाणे व्यापक, अविरोधी आणि गती देणारे असते. साहित्य सेवनाने थकवा येता कामा नये. साहित्यामध्ये 'आता पुरे' असे वाटले, तर तिथे साहित्याची शक्ती कमी पडली, पूर्ण प्रकट झाली नाही असे

समजावे.'

साहित्याचा परिणाम नेहमी अनुकूल झाला पाहिजे, असे सांगून विनोबा म्हणतात की, 'साहित्य ही अशी कामधेनू आहे की तिच्यातून इच्छेनुसार हवे ते मिळते.' उत्तम साहित्याचे लक्षण सांगताना ते म्हणतात की, 'उत्तम साहित्याचे शब्द स्वल्पाक्षर असतात. सहज बोध मिळावा अशी अनाक्रमणशीलता त्यात असते. समयानुकूल बोध मिळो की न मिळो, परंतु जे नेहमी प्रिय वाटते तेच उत्तम साहित्य.'

साहित्याबाबतची विनोबांची भावना सूक्ष्म आहे. साहित्य हे ते वीणेप्रमाणे मानतात. वीणेच्या तारा जशा हळुवार हातांनी छेडल्या जातात, तशाच हळुवार हातांनी साहित्य लिहिले जावे असे त्यांना वाटते. त्यासाठी न्यून, अतिरिक्त आणि विपरीत भाव प्रकट होणाऱ्या सम्यक, मधुर आणि कुशल अशा तिन्ही प्रकारच्या वाणी बोलता येण्याची महान साधना साहित्यिकांनी केली पाहिजे, असे विनोबांना वाटायचे. अशी महान साधना करून जनतेच्या हृदयापर्यंत विचार पोहोचविण्याच्या कुशलतेची शक्ती ज्यांच्यात असते, त्यांना विनोबा 'देवर्षि' साहित्यिक म्हणतात. जीवनातील तत्त्वज्ञानाचे चिंतनात्मक सार जे वाचकांपुढे ठेवतात, त्यांना ते 'चिंतनशील ब्रह्मर्षि' म्हणतात आणि सामाजिक चळवळी उभ्या करून ज्ञानपूर्वक लोकरंजन करतात अशा साहित्यिकांना ते 'राजर्षि' असे म्हणतात.

साहित्यातील रसांबद्दलसुद्धा विनोबांनी काही विचार मांडलेले दिसतात. प्रा.डॉ.अ.ना. देशपांडे यांनी संपादलेल्या 'विनोबांची साहित्य-दृष्टी' या पुस्तकातील 'रसानुभूती आणि आनंदानुभूती' हा लेख या दृष्टीने उल्लेखनीय आहे. या लेखात रसांविषयी विचार मांडताना विनोबा म्हणतात,[१६] 'कवींनी नऊ रस मोजले आहेत. परंतु जे नवीन-नवीन रस असतात, ते नव-रस आहेत असे मी समजतो. त्यांना मोजणे शक्य नाही. कवींनी वर्गीकरण केले आहे, पण असे वर्गीकरण केले तरी नऊ रसांचे अनेक प्रकार आहेत.'

'जेथे प्रेम प्रकट होते, हृदयाच्या उदारतेचा परिचय होतो तो शृंगार' अशी शृंगार रसाची व्यापक व्याख्या विनोबा करतात. भुकेल्या मुलाला आई वाढते, ताट सजवून अतिथीपुढे ठेवते हासुद्धा शृंगार असे विनोबा म्हणतात. 'एखाद्या व्यथित हृदयाला समाधान देण्यासाठी कोणी सतार खूप छान वाजवतो' हासुद्धा विनोबांच्या मते शृंगार आहे. इतर रसांच्या बाबतीतही याप्रमाणेच समजावे, असे ते म्हणतात.

'साहित्यिकांशी हितगूज'[१७] या पुस्तकाच्या परिशिष्टात 'साहित्यातील शृंगाराची

मर्यादा' असा विषय आला असून 'साहित्यात शृंगार-वर्णनाची मर्यादा काय असावी?' असा मुलाखत घेणाऱ्याने विनोबांना प्रश्न विचारलेला आहे. त्याला उत्तर देताना ते म्हणतात की, "बहुधा उत्तान वर्णनाला लोक अश्लील समजतात. ते तर अश्लील आहेच, पण त्याचे सूचनदेखील अश्लील आहे. पति-पत्नींचे मर्यादित आणि सूचनात्मक वर्णनदेखील लाभदायी नाही." उपरोक्त 'रसानुभूती व आनंदानुभूती' या लेखात रसांपासून आनंद कसा मिळतो हे सांगताना विनोबा म्हणतात, 'जेवढा काळ आपण स्वत:ला विसरतो, विश्वामध्ये लीन होऊन जातो; तेवढा काळ आपल्याला आनंद मिळतो, असे आनंदाचे पृथक्करण केले तर ध्यानात येईल.'

'साहित्यिकाने एखादा रस उत्पन्न केला आणि त्याचा परिणाम म्हणून तो साहित्यिक आणि त्याचे श्रोते जितक्या प्रमाणात या देहापासून दूर जातील, अलग होतील, स्वत:ला विसरून जातील, तितक्या प्रमाणात आनंदाची लब्धी होईल.'

साहित्य-साहित्यिक, साहित्याची व्याख्या यासंबंधी अनेक स्फुट विचार विनोबांनी व्यक्त केलेले आढळतात. वेदान्त, विज्ञान व साहित्य या जगातील तीन शक्ती आहेत, असा विचार त्यांनी 'साहित्य-शक्ती' या लेखात व्यक्त केला आहे. समग्रतेशिवाय सौंदर्य नाही हे सांगून विज्ञान, आत्मज्ञान व साहित्य यांचा संबंध स्पष्ट करताना साहित्य हा आत्मज्ञान व विज्ञान यांच्या उंबरठ्यावरील दिवा आहे असे प्रतिपादन विनोबांनी केले आहे.

'वाणी आतील वस्तू आहे, भाषा बाहेरची वस्तू आहे. वाणी दैवी तर भाषा मानवी आहे. वाणी मुख्य तर शब्द वाणीचे साधन आहे. मौनसुद्धा वाणीचे एक साधन आहे. पुष्कळदा सत्यवाणीचा अर्थ असा केला जातो की, मनात एखादा वाईट विचार आला, तरी तो बोलून दाखवायचा. पण ही गोष्ट वाटेल तेथे मलविसर्जन करण्यासारखी आहे. म्हणून वाईट विचार गुरूजवळ व्यक्त करून त्यांच्याकडून मार्गदर्शन घ्यावे व अंतर्मनात नेहमी शुभसंकल्प करावेत.' असे मार्गदर्शन ते वाणीच्या व भाषेच्या सेवकांना करतात. या ठिकाणी आपणास

'वाचा सत्यत्वे सोवळी। येर कविता वोवळी।।'हा एकनाथांच्या अभंगातील (अभंग क्र.२६०२, आवटे प्रत) विचार सहज आठवतो. वाणीप्रमाणेच 'शब्द ब्रह्माची आराधना', 'शब्द शक्ती' याबद्दलही साहित्य-सेवकांना विनोबा काही सांगताना दिसतात.

'शब्द ब्रह्माची आराधना' या लेखात ते म्हणतात[१८], 'शब्दांमध्ये शब्दप्रसव शक्ती असली पाहिजे. कल्पनेमध्ये कल्पना-प्रसव शक्ती असली पाहिजे जिच्यातून

नित्य नवा प्रसव होतो, तिलाच प्रतिभा म्हणतात. आपण या शब्दब्रह्माची उपेक्षा करता कामा नये' असा भूदान कार्यकर्त्यांना त्यांनी दिलेला इशारा वाचकांप्रमाणेच साहित्य-सेवकांनाही उपयुक्त आहे.

'शब्द-संग्रह की शब्द-शक्ती' या लेखात पाणिनीचे एक सूत्र उद्‌धृत करून विनोबा म्हणतात, 'एक शब्द का होईना पण त्याचे योग्य ज्ञान आणि त्याचा योग्य प्रयोग केला, तर तो स्वर्गलोकात कामधेनूसारखा उपयोगी पडतो.' एवढे सांगून त्यांनी या लेखात संस्कृतमधील शब्दांत असलेल्या अद्‌भुत शक्तीचा गौरव केला आहे. 'संस्कृतचा शब्दकोश म्हणजे एक काव्यच आहे', असे त्यांनी लिहिले आहे. इंग्रजी व फ्रेंच भाषेत मोठे शब्दभांडार आहे, पण संस्कृतचे शब्द जसे आपल्याशी बोलतात तसे त्या भाषांमधील शब्द बोलत नाहीत, हाही अनुभव त्यांनी आपल्या विवेचनात नोंदवला आहे.

'विचारपोथी'[१९] पुस्तकातदेखील विनोबांनी केलेल्या चिंतनातून त्यांची साहित्य-दृष्टी स्पष्ट होते. विनोबांचे साहित्य विचार 'विचारपोथी' या प्रकरणात मी एकत्रित करून मांडले आहेत. या सर्व साहित्य विचारांचा त्या प्रकरणात सविस्तर परामर्श घेतलेला असल्याने त्याची येथे पुनरुक्ती टाळावी लागेल.

११ व १२ नोव्हेंबर १९५९ मध्ये अमृतसर येथे पूज्य विनोबांच्या सान्निध्यात अखिल भारतीय साहित्यकार परिषद भरवण्यात आली होती. त्याची हकिकत अ.भा. सर्व सेवा संघाने प्रकाशित केलेल्या 'साहित्य का धर्म' या पुस्तकावरून आपणास समजते. 'साहित्य का धर्म' या विषयावर त्या परिषदेत विनोबांनी आपले विचार मांडलेले आहेत, ते सारांशरूपाने पुढीलप्रमाणे[२०] :

'मार्ग जाणणारे, मार्ग धुंडणारे आणि मार्ग दाखवणारे, असे तीन प्रकारचे लोक असतात. या त्रिविध वर्गामध्ये साहित्यिकांची गणना होते. आतापर्यंत धर्म माणसावर सत्ता गाजवीत होता, पण आता त्याची शक्ती संपलेली आहे. आता अध्यात्म, विज्ञान व साहित्य यातील शक्ती जगाला आकार देतील. नैतिक मूल्यांमध्ये सर्वांत महत्त्वाचे मूल्य 'सत्य' आहे आणि जोपर्यंत आम्ही त्याची स्थापना समाजात करू शकत नाही, तोपर्यंत समाजाची प्रगती होणार नाही. साहित्यिकांनी 'साहित्याचा धर्म' या विषयावर चर्चा करताना हे विसरू नये. विज्ञान आणि अध्यात्म यांना परस्परांशी जोडून साहित्यिकांनी याबाबतीत सामूहिक साधनेत सामील झाले पाहिजे. वैयक्तिक अनुभवांच्या देवाणघेवाणीपेक्षा अनुभवांची एकताही अशा सामूहिक साधनेत दिसली पाहिजे. म्हणून अनेक साहित्यिकांनी मिळून काही आध्यात्मिक संशोधन करायला हवे.' या परिषदेला महाराष्ट्रातून मामा वरेरकर, वसंत बापट, राजा

मंगळवेढेकर, अनंतराव शेवडे इत्यादी प्रसिद्ध साहित्यिक हजर राहिलेले दिसतात.

यानप्रमाणे विनोबांच्या साहित्य-दृष्टीचा आढावा घेतल्यानंतर, पुष्कळ नवीन विचार विनोबांनी साहित्यक्षेत्राला दिले आहेत, असे दिसून येते. विशेषकरून साहित्यिकाला ते ईश्वरापेक्षा उंच समजतात, यावरून किती महान अपेक्षा ते साहित्याकडून व साहित्यिकांकडून करतात. हे लक्षात येते. केशवसुतांच्या,

'आम्हांला वगळा-गतप्रभ झणी होतील तारांगणे;
आम्हांला वगळा-विकेल कवडीमोलापरी हे जिणे !'

या ओळींनंतरही विनोबांची 'साहित्यिक हा ईश्वरापेक्षादेखील उंच' हीच ओळ मनात रेंगाळत राहाते.

■

प्रकरण सातवे

मधुकर

ज्ञानपीठ विजेते सुप्रसिद्ध साहित्यिक वि.स.खांडेकर यांनी १८१८ ते १९६० या कालखंडात निर्माण झालेल्या निबंध वाङ्मयाचा आपल्या विलक्षण बुद्धीने व अभ्यासूवृत्तीने त्या वाङ्मयाला प्रदक्षिणा घालून जो आढावा[१] घेतलेला आहे, तो मराठी निबंधाची वाटचाल पाहाताना फार महत्त्वाचा वाटतो. विसाव्या शतकातील एखाद्या संताचेच अभंग वाटतील, असे मनुष्याच्या कर्तव्य कठोरतेवर भर देणारे विनोबा भावे हे 'उल्लेखनीय' निबंधकार आहेत, असे मत त्यांनी त्यात व्यक्त केले आहे.

स्वयंप्रज्ञेने व स्वतंत्र विचारांनी निबंधाच्या आकारात बसेल असे भाषण व लेखन करणारे सर्वश्रेष्ठ निबंधकार म्हणून १९८५ च्या अखेरीपर्यंत आचार्य विनोबा भावे चमकताना दिसतात. विज्ञानाबरोबरच विविध सामाजिक समस्यांना सामोरे जाऊन कथा-कादंबरी लेखन जसे मोठ्या प्रमाणात होत आहे, तसे विज्ञानपुत्राला शोभेल- मार्गदर्शन करू शकेल- असे मोकळे विचारप्रवर्तन करणारे, संप्रदायातीत असणारे निबंधलेखन विनोबांसारख्या द्रष्ट्या ऋषीकडून या शतकाच्या नवव्या दशकापर्यंत झालेले आहे, ही मराठी भाषेची फार मोठी जमा आहे. मूल्यांच्या पडझडीच्या काळात, तर अशा निबंधांचे फारच महत्त्व आहे. त्या दृष्टीने त्यांच्या निबंधांचा परिचय करून देणे जरुरीचे वाटते.

'मधुकर' हे मराठी विचारप्रवर्तक वाङ्मयातील अतिशय श्रेष्ठ ठरणाऱ्या पुस्तकांपैकी एक पुस्तक आहे. १९३६ साली प्रकाशित झालेला व त्या काळी अतिशय अफाट लोकप्रियता मिळून गाजलेला पूज्य विनोबा भावे यांनी लिहिलेला हा निबंधसंग्रह आहे. यातील लेखनाचे स्वरूप हे वैचारिक निबंधाचे आहे. जमनालाल बजाजांच्या प्रोत्साहनाने वर्धा आश्रमातून १९२४ मध्ये 'महाराष्ट्र-धर्म' साप्ताहिक

विनोबांच्या मार्गदर्शनाखाली निघत असे. त्या वेळच्या स्वराज्य चळवळीमुळे त्यात पुष्कळ अडचणी आल्या. त्यामुळे त्याचे रूपांतर नंतर 'महाराष्ट्र-धर्म' मासिकात करावे लागले आणि जसजशी स्वराज्याची चळवळ अधिक व्यापक होऊ लागली, तसतसे ते मासिक चालविणे कठीण झाले. पुढे ते मासिक बंदच पडले. या 'महाराष्ट्र-धर्म' साप्ताहिकात १९२४-१९२७ च्या दरम्यान विनोबांनी जे लेखन केले, ते विशिष्ट लेखन या पुस्तकात समाविष्ट केले आहे. पुस्तकाच्या शीर्षकाविषयी खुलासा करताना प्रस्तावनेत विनोबा म्हणतात, 'महाराष्ट्र-धर्म शब्दाचे संक्षिप्त रूप म.ध. त्याला पाणिनीप्रमाणे 'उ' अनुबंध जोडून 'मधु' हा सांकेतिक शब्द साधला आहे. 'मधु' म्हणजे महाराष्ट्र-धर्मातून निवडलेले लिखाण. त्याचा संग्रह करणारे हे पुस्तक आहे, म्हणून त्याचे नाव 'मधुकर'.

१९३६ साली हे पुस्तक प्रसिद्ध झाले. त्याला आता खूप वर्षे झाली आहेत; पण आजही या पुस्तकाचे महत्त्व यातील लेख वाचताना सतत जाणवते. याचे कारण यातील विचार हे अतिशय सखोल, जीवनाला पुष्टी देणारे, संप्रदायातीत व स्थळ-काळाच्या सीमा ओलांडणारे असे आहेत. समाजाच्या भल्यासाठी व पर्यायाने राष्ट्राच्या कल्याणासाठी अतिशय तळमळीने; परंतु भावनाविवश न होता हे लिखाण झालेले आहे. 'दर्पण' नियतकालिकापासून सुरू झालेली व भाऊ महाजनांच्या 'प्रभाकरा'ने विकसित केलेली ही समाज चिंतनाची परंपरा टिळक-आगरकरांपर्यंत अतिशय समृद्ध होत गेली. माटे-सावरकर-कालेलकर यांनी विज्ञानदृष्टी देऊन तिला समाजाच्या व्यापक थरापर्यंत नेण्याचा प्रयत्न केला. पण या समाज चिंतनाला राष्ट्रीय व बौद्धिक पातळीवर उभे करण्याचे महान कार्य विनोबांच्या सखोल चिंतनाने, प्रखर बुद्धीने व प्रचंड व्यासंगाने केले, हे कृतज्ञतेने कबूल करायला हवे.

पुष्कळ वेळा नियतकालिकातील लेखन हे प्रासंगिक असते. त्या त्या प्रसंगाला सामोरे जाऊन पत्रकर्त्यांना काहीतरी विचार वाचकांसमोर मांडावे लागतात व तेवढ्या प्रसंगापुरते ते विचार शोभूनही दिसतात. प्रसंगांची पार्श्वभूमी त्या विचारांतून वजा केली म्हणजे त्या विचारांना अर्धशतकानंतर मात्र काही महत्त्व राहत नाही, असा अनुभव येतो व ते विचार शिळे वाटतात. पण प्रासंगिक लेखन करतानाही ज्यांची वैचारिक दृष्टी भविष्यवेधी असते व जिला व्यापक समाज चिंतनाची बैठक लाभते, ती वैचारिक दृष्टी व ते लेखन काळाच्या कसोटीवरही टिकते. म्हणूनच असे लेखन हे विदग्ध लेखन! ज्याला काळ दग्ध करू शकत नाही. आजही विनोबांच्या या पुस्तकातील विचार टवटवीत व जीवनाला तुष्टी-पुष्टी देणारे वाटतात. याला अपवाद कदाचित सूतकताईविषयक विचार असतील,

कारण कातणे हा विषय सध्या शिक्षणात नाही. या विचारांमुळे वाचकाला जीवन जगत असताना एक नवीन दृष्टी लाभते आणि ती जर स्वीकारली, तर निश्चित विकसित झाल्याचे श्रेय आपणास लाभेल, असा विश्वास निर्माण होतो.

वर्तमानपत्रातील निबंध म्हणजे ऐसपैस, लांबलचक व क्वचित पाल्हाळीकही असायचे. बहुतेक वैचारिक लेखन हे असेच झाल्याचे दिसून येते. मात्र 'मधुकर' संग्रहातील विनोबांचे हे लेख पाहिले तर ते आटोपशीर, सुसंघटित, प्रमाणबद्ध व 'नेटके' सांगणारे आहेत. एखाद्या पट्टीच्या पोहणाऱ्याने ज्याप्रमाणे समुद्राच्या तळाशी जाऊन अनमोल मोती घेऊन यावेत, त्याप्रमाणे जीवन सागराच्या तळाशी खोल चिंतनाच्या साहाय्याने बुडी मारून जी विचाररत्ने हाताशी लागली, ती तटस्थ कलावंताच्या भूमिकेतून वेधक व आकर्षक शब्दांत विनोबांनी मांडलेली आहेत.

एकूण चाळीस निबंध आहेत व त्यांच्या जोडीला ९ वैचारिक स्फुट लेख प्रासंगिक म्हणून दिले आहेत. शेवटी 'वाचकांस विज्ञापना' छापली आहे. या विज्ञापनेवरूनही विनोबांचे हृद्गत लक्षात येते. 'महाराष्ट्र-धर्माच्या निमित्ताने ज्या सज्जनांशी आज इतकी वर्षे परिचय घडला, त्यांच्या मैत्रीची अपेक्षा करण्यात कोणती हरकत?' म्हणजे सर्वांशी मैत्री हा या लेखनामागचा हेतू. 'भूता परस्परे पडो मैत्र जीवाचे' म्हणणाऱ्या ज्ञानोबांनंतर असे 'मैत्रीचे पसायदान' मागून घेणारे विनोबा हे नक्कीच महान वाटतात. त्यातही त्यांची लेखनामागील प्रेरणा व जीवनदृष्टी दिसून येते.

खरे म्हणजे सामाजिक, राजकीय, आर्थिक, धार्मिक असे काही जीवनाचे स्वतंत्र कप्पे नसतात. अभ्यासाच्या सोयीसाठी आपण ते काल्पनिक समजून तसे करतो. म्हणून या निबंधांचे विषयांप्रमाणे निश्चित असे वर्गीकरण करता येणार नाही, कारण जीवनातील विशिष्ट विषयांना किंवा विचारांना यात स्पर्श केलेला नसून, संपूर्ण जीवनाला ते दिशा दाखवणारे आहेत. जीवनाचे सध्याचे आहे ते स्वरूप कसे कुरूप आहे हे थोडक्यात सांगून, खरे जीवन कसे जगावे, याचे दिग्दर्शन यात केले आहे.

विवेचनाच्या सोयीसाठी या चाळीस निबंधांचे वर्गीकरण स्थूलमानाने पुढीलप्रमाणे करता येईल :

- दिवंगत थोर व्यक्तींविषयक व काही थोर ग्रंथविषयक निबंध.
- शिक्षण, राष्ट्रीय शिक्षण व जीवन शिक्षणविषयक निबंध.
- ग्रामसेवा, अहिंसा, अस्पृश्यता-निवारणविषयक निबंध.

- समाज चिंतनपर निबंध.
- साहित्य, साहित्यिक व साहित्य संमेलनविषयक निबंध.

थोर व्यक्ती व थोर ग्रंथविषयक निबंध -

ऋषितर्पण - हा निबंध आहे लोकमान्य टिळकांविषयी. 'लोकमान्य' ही टिळकांची सर्वमान्य पदवी, पण या निबंधात विनोबांनी त्यांना ऋषी म्हटले आहे. 'जीवन हे आकाशप्रमाणे पोकळ भासणारे आहे. या पोकळ भासणाऱ्या जीवनात जे तपश्चर्येची दुर्बीण लावून एखादा नवीन सिद्धान्त किंवा तत्त्व पाहू शकतात, त्यांना मंत्र-दर्शन झाले म्हणायचे. त्यांचेच नाव ऋषी. 'ऋषी म्हणजे मंत्र पाहाणारा' असा मूळ अर्थ आहे. विश्वामित्रांनी घोर तपश्चर्या करून 'गायत्री' मंत्र मिळवला. टिळकांनीही घोर तपश्चर्या केली व 'स्वराज्य हा माझा जन्मसिद्ध हक्क आहे आणि तो मी मिळवणारच' हा तो मंत्र मिळवला. पण या मंत्राचा नुसता उच्चार नको, उच्चाराबरोबर आचारही हवा. टिळकांनी आपल्या आयुष्यात प्रचंड कर्मयोग आचरून 'कर्म-देव' अशी पदवी मिळवली. पण त्या पदवीचे नुसते स्मरण नको, स्मरणाबरोबर अनुकरणही पाहिजे.'

टिळकांच्या पूर्वी, टिळकांच्या काळी व आज अगदी स्वातंत्र्याची ४० वर्षे निघून गेली, तरीही टिळककालीन भेदाभेदाची व परस्परांशी मेळ नसल्याची स्थिती टिकून आहे. त्यामुळे स्वराज्य हे 'सुराज्य' वाटत नाही. 'महापुरुषांचे आपण फक्त स्मरण करतो, परंतु त्यांनी सांगितलेले आचरणात आणत नाही' या मर्मावर विनोबांनी बरोबर बोट ठेवून या निबंधात मार्गदर्शन केले आहे. गीतेचा खरा संदेश म्हणजे 'ज्ञान झाल्यानंतर लोकसंग्रहासाठी व समाजाच्या भल्यासाठीच ज्ञानी माणसाने काम केले पाहिजे' हा आहे हे त्यांनी आचार्यांच्या-संतांच्या साक्षीने स्पष्ट केले आहे. टिळकांच्या पुण्यस्मरणाबरोबरच भगवान श्रीकृष्ण, ज्ञानदेव-नामदेवादि संत, वेद व आचार्य यांचा गीतेविषयी दृष्टिकोन मांडून त्यांचेही पुण्यस्मरण झाले आहे. टिळकांच्या कामगिरीबरोबरच संतांच्या कामगिरीचा थोडक्यात पण मार्मिक आढावा 'संत वाङ्मयाची सामाजिक फलश्रुती'च्या अगोदर घेतलेला आहे.

'ऋषितर्पण' या निबंधात असे जे तिहेरी पुण्यस्मरण विनोबांनी साधले आहे, ते अतिशय हृद्य वाटते. 'गीतारहस्य' प्रसिद्ध झाल्यानंतर त्यात सांगितलेल्या उपरोक्त मुख्य संदेशाकडे दुर्लक्ष करून त्या वेळची भाऊ शास्त्र्यांसारखी विद्वान मंडळी 'गीतारहस्यात टिळकांनी सांगितलेल्या श्लोकांचा अर्थ बरोबर नाही, गीतेच्या मूळ श्लोकांशी टिळकांनी सांगितलेला संदेश जमत नाही' असा रुक्ष वादविवाद

करीत बसली. त्यामुळे गीता हा बोलण्याचा ग्रंथ नसून आचरणाचा आहे व तो टिळकांनी कोणत्या दृष्टिकोनातून लिहिला हे विनोबांनी थोडक्यात स्पष्ट करून, अशा शब्दांतच रमणाऱ्या विद्वान मंडळींना मोठे मार्मिक उत्तर दिले आहे.

टिळकांच्या वेळी शंकराचार्यांचेही भक्त होते. आचार्यांनी जो गीतेचा अर्थ लावला त्याच्याविरुद्ध टिळकांनी लावला, अशी तक्रार त्यांनी केली होती. ती डोळ्यांपुढे ठेवून 'ज्ञानोत्तरही कर्म असू शकते' हा गीतेचा टिळकांनी सांगितलेला संदेशच बरोबर आहे हे स्पष्ट करून 'ज्ञानोत्तर प्रापंचिक कार्ये नष्ट होतात, पारमार्थिक नाही' हे एका वाक्यात सांगून विनोबांनी आचार्य भक्तांना आचार्यांचा गीतेविषयक असणारा खरा दृष्टिकोन समजावून दिला आहे.

वेद, आचार्य व संत यांच्या वाङ्मयाचा अभ्यास करणारे शेकडो आहेत व होऊनही गेले. पण 'वेद अनंत बोलिला। अर्थ इतुकाचि सांगितला।।' हे तुकारामांप्रमाणे, वेदांचे-गीतेचे सारतत्त्व सांगून विनोबांनी सारतत्त्व सांगणारे व्रत या निबंधात व्यक्त केले आहे.

या निबंधात सोप्या भाषेत सांगितलेले दृष्टान्तवजा विचार पुढीलप्रमाणे :

- शिष्य कितीही विद्वान असला तरी गुरुजनांच्या हाताखाली नांदताना विद्वत्ता मावळतेच किंवा भडक रंगाची वस्तूसुद्धा चांदोबाच्या राज्यात फिकी पडल्यावाचून राहत नाही. (भगवान श्रीकृष्ण हे गुरू - गीतारहस्य लिहिणारे विद्वान शिष्य टिळक. पण गुरूच्या सहवासात आल्याबरोबर त्यांचे विद्वत्तेचे राजस वळण मावळले.)
- 'स्वराज्य हा माझा जन्मसिद्ध हक्क आहे' खरा, पण आळशी हक्काला पुसतो कोण? म्हणून पूर्वार्धातील या सिद्धान्तापेक्षा 'आणि तो मी मिळवणारच' हा उत्तरार्धातील संकल्प अधिक महत्त्वाचा आहे.
- आसुरी संपत्ती म्हणते - 'हक्काचे रक्षण करणे हे माझे कर्तव्य आहे'.
  दैवी संपत्ती म्हणते -'कर्तव्य करीत राहाणे हा माझा हक्क आहे'.
- 'अधिकार' हा शब्दाचा अर्थ मुळात 'वाट्यास आलेले काम' किंवा 'कर्तव्य' असाच आहे. ('कर्मण्येवाधिकारस्ते' यातील अर्थ याच्यामुळेच चांगला स्पष्ट होतो.)
- मनुष्य हा देव आणि पशु यांच्या मधोमध उभा आहे. त्याने इच्छा केल्यास तो पशुहून पशू होऊ शकतो -- पण त्याने इच्छा केल्यास देव बनण्याची ताकदही त्याच्यात आहे.
- जो ज्ञानात जितका मुरला तो तितका कर्मातही रंगला म्हणून समजावे.

हे विचार आजही आपल्याला जीवनमार्गात प्रगती करण्यासाठी सतत प्रेरणा देत राहातील, यात काही शंका नाही. शिवाय ते स्पष्ट व मोकळ्या भाषेत असून लेखकाची सखोल व सूक्ष्म चिंतनशीलता दाखवितात.

समाजात असणाऱ्या परिस्थितीचे अचूक निदान करून त्यासाठी कशी भाषा वापरावी हेही विनोबा चांगले जाणतात. त्यात त्यांची संयमित, पण खोल खंत दिसून येते. त्याचा एक नमुना -- 'आज वृद्धांचा अनुभव आणि तरुणांचा उत्साह वेगळा झाला आहे. स्त्रियांचे शहाणपण व पुरुषांची कामगिरी यांची ताटातूट झाली आहे. ब्राह्मणांचे शास्त्र आणि ब्राह्मणेतरांची कला यात तड पडली आहे. हिंदूंचे धोरण आणि मुसलमानांचा जोम यांची जूट राहिली नाही. अग्रजांची सभ्यता आणि अंत्यजांची सेवा यांचा स्पर्श नाही. भिक्षुकांचा धर्म आणि गृहस्थांचे कर्म यांचा मेळ बसत नाही.'

'कविः क्रान्तदर्शी' हे विनोबांनी आपल्या लेखणीने येथे सार्थ केले आहे, हे वरील उतारा वाचून स्पष्ट होते. त्या काळी मांडलेले समाजस्थितीबद्दलचे विचार आजच्याही समाजाला तंतोतंत लागू पडतात. म्हणजे गीतेचा टिळकांनी दिलेला संदेश आम्ही नुसता उच्चारत गेलो, आचरणात आणला नाही ही खंत विनोबांप्रमाणे आजही बहुतेकांना वाटेल. केवळ याच निबंधात विनोबांचे गीताप्रेम व गीतेचा व्यासंग दिसत नाही, तर 'गीताजयंती' हा निबंध पुस्तकात क्रमाने दूर असला तरी या निबंधानंतर जर तो वाचला, तर विनोबांचा गीता-दृष्टिकोन समजण्यास मदत होते.

गीताजयंती- 'मासानां मार्गशीर्षोऽ हम्'(भगवद्गीता : १०-३५) असे भगवंतांनी म्हटले आहे. मार्गशीर्ष शुद्ध एकादशी म्हणजे गीताजयंती. त्यानिमित्त विनोबांनी केलेले हे चिंतन. 'मार्गशीर्ष शुद्ध एकादशी म्हणजे गीताजयंतीचा दिवस. या दिवशी गीतेचे सर्वत्र श्रवण व्हावे, प्रचार व्हावा असे पुष्कळांना वाटते. पण 'गीता' हे बोलायचे शास्त्र नसून आचरणाचे शास्त्र आहे. केवळ बोलण्याने किंवा श्रवणाने तिचा प्रचार होणार नाही. 'गीता' या ग्रंथाचे वैशिष्ट्य म्हणजे तिचा धर्म स्त्री-शूद्र-वैश्य सर्वांना खुला आहे. पण ज्यांच्या हृदयात भक्तीचा ओलावा नाही किंवा ज्यांना श्रवणाची तळमळ नाही त्यांना हे रहस्य सांगू नये असे भगवंतांनी अर्जुनाला बजावले आहे. गीतेच्या तात्पर्यासंबंधी वर्तमानपत्रातून वगैरे जुन्या-नव्या शास्त्री पंडितांचे वादविवादही पुष्कळ झाले, पण त्याच्या योगाने साक्षात निष्काम कर्माला काही चालना मिळाली नाही, असा अनुभव आहे. गीतेचे रहस्य पुस्तकात झाकलेले नाही, ते हृदयाच्या गुहेत झाकलेले आहे. या गुहेच्या

तोंडाशी दुर्वर्तनाचे दगड-गोटे साचलेले आहेत, ते दूर करून आत पाहिले पाहिजे.

पण पुष्कळांना वाटते की, मिशनरी लोकांप्रमाणे गीतेच्या बाबतीत आपणही वागावे. मिशनरी लोकांनी बायबलच्या प्रती फुकट वाटल्या- त्यावर कोणी ऐको न ऐको प्रवचने दिलीत त्याप्रमाणे आपणही गीतेच्या प्रती फुकट वाटाव्या- तिच्यावर सारखे प्रवचन करीत हिंडावे. पण काही मिशनरी सोडले तर बाकीच्यांचा धर्मप्रचार म्हणजे दंभ आहे. म्हणून त्यांच्या अनुकरणाने आपल्या कार्याची हानी होईल, तेव्हा गीताजयंतीच्या दिवशी बाह्यप्रचारावर भर न देता आपल्या हातून काहीतरी निष्काम सेवा होईल, असा प्रयत्न झाला पाहिजे.' गीतेच्या वाचनाने-श्रवणाने हृदयातील सर्व मळ नष्ट होऊन चित्तशुद्धी झाली पाहिजे- क्रिया बदलली पाहिजे हीच मुख्य गोष्ट होय.

त्या दृष्टीने या निबंधात पुढील काही सुंदर विचार मांडले आहेत :

- गीतेच्या मणभर चर्चेपेक्षा कणभर आचरण श्रेष्ठ आहे.
- गीता 'कुरु'क्षेत्रात सांगितली आहे. कुरुक्षेत्र म्हणजे कर्माची भूमी. (काहीतरी कर्म कर असा अर्थ आहे.)
- वेदाच्या खोल विहिरीतून पाणी काढण्याची ज्यांना शक्ती नाही त्यांना मनमुराद पाणी मिळण्याची सोय गीतेच्या वाहत्या झऱ्यात आहे.

गीता- वाहता झरा ही उपमा अगदी सार्थ आहे. अतिशय थोड्या शब्दांत मोठा आशय या निबंधात व्यक्त झाला आहे. 'गीताजयंती' या निबंधावरून गीता विनोबांनी केवळ वाचली नाही, तर ती आत्मसात केली आहे हे चटकन नजरेत भरते. पण विनोबांनी केवळ गीतेचाच अभ्यास केला नाही, तर तुलसीदासांनी लिहिलेल्या रामायणाचाही चांगला अभ्यास केलेला आहे. अर्थात यातही गीतेच्या अभ्यासाची झलक आहे, गीतेचा उल्लेख आहेच, हे त्यांच्या 'तुलसी रामायण' या निबंधात दिसून येते.

तुलसी रामायण : महाराष्ट्रात एकनाथांचे 'भावार्थ रामायण' जसे प्रसिद्ध आहे, तसे उत्तर हिंदुस्थानात 'तुलसी-रामायण' प्रसिद्ध आहे. 'गीताजयंती' या निबंधानंतर हा 'तुलसी-रामायण' निबंध वाचला म्हणजे एक सलग अध्यात्म विचार आपल्यापुढे उभा राहातो. या निबंधाचा आशय मांडताना विनोबा म्हणतात की, 'राष्ट्रभाषा हिंदीतील 'तुलसी रामायण' हा सर्वोत्तम ग्रंथ आहे. धार्मिक दृष्टीने, भक्तिमार्गाच्या दृष्टीने व राष्ट्रीय दृष्टीनेही पाहिले, तरी तुलसी रामायणाचे भारतीय साहित्यात एक अद्वितीय स्थान आहे. या तिन्ही दृष्टींनी विचार केला म्हणजे तुलसी रामायणासारखे तुलसी रामायणच असे अनन्वय अलंकाराचे उदाहरण डोळ्यांसमोर

उभे राहाते.

सूरदासांसारखी मस्त भक्ती येथे पाहायला मिळत नाही. तुलसीदासांची नेमस्त भक्ती इथे या ग्रंथात दिसते, ती मर्यादापुरुषोत्तम रामाचे चरित्र मर्यादा सांभाळून गाते. भक्तीला ही नीतीची शिस्त लावली आहे. नेमस्त भक्ती आणि मस्त भक्ती यातला फरक म्हणजे मूळ रामभक्ती व कृष्णभक्ती यातील फरक होय.

तुलसी-रामायणाचा वाल्मीकी-रामायणापेक्षा अध्यात्म रामायणाशी अधिक संबंध आहे. पुष्कळशा वर्णनांवर विशेषत: भक्तीच्या उद्‌गारांवर भागवताची छाप पडलेली आहे, गीतेची तर आहेच. त्यामुळे महाराष्ट्रीय संतांचे ग्रंथ ज्यांनी वाचले आहेत अशा वाचकांना तुलसी रामायण वाचताना संतांच्या पूर्वपरिचित वचनांची- त्यातल्या त्यात नाथांची आठवण विशेष होते. नाथांचे भागवत व तुलसी रामायण यात विचारांचे विशेष साम्य आहे. पण महाराष्ट्रीय ज्ञानोबा, तुकोबा-नामदेव-नाथ कृष्णभक्त असूनही रामभक्त तुलसीदासांपेक्षा अधिक मर्यादाशील असल्यामुळे त्यांना तुलसीदासांपेक्षा दोन गुण अधिक देणे गैर नाही.'

निबंधाचा हा आशय डोळ्यांपुढे आणला म्हणजे तुलसी रामायणाच्या निमित्ताने मुक्तीपेक्षा भक्तीच - तीही वियोगी, किती श्रेष्ठ आहे, हे विनोबांना दाखवायचे आहे. त्यानिमित्ताने महाराष्ट्रीय संतांचेच नव्हे, तर गुजरातेतील नरसी मेहता धरून एकूण भागवत धर्मीय वैष्णवांच्या भक्ती कल्पनेचे स्वरूप विनोबांनी थोडक्यात पण एकत्रित असे या निबंधात मांडले आहे हेच या निबंधाचे सौंदर्य आहे. 'संन्याशाला मुक्तीचा मोह असतो' हा टिळकांचा आक्षेप फार सौम्य रीतीने खोडून काढला आहे. यात गीतेप्रमाणेच गीतारहस्याचाही आदर नकळत जाणवतो. विनोबांनी संतांच्या या मुक्तीची अपेक्षा न धरणाऱ्या भक्तीचा प्रसाद वाचकांना देऊन त्यांच्या अंत:करणात अशा भक्तीविषयी ओलावा निर्माण केला आहे. वियोगी भक्ती कशी श्रेष्ठ आहे हे समजावून सांगताना 'शारीरिक संगतीपेक्षा मानसिक संगती श्रेष्ठ' हा अंतर्मुख करायला लावणारा विचार मांडला आहे व त्यासाठी नदीच्या पाण्यात सदैव राहणारा दगड आतून कोरडाच राहातो, हे परिचित उदाहरण दिलेले आहे.

'वियोग भक्ती' ही विनोबांची आवडती कल्पना दिसते. त्या भक्तीचे मंडन करताना त्यांच्या भाषेला चिंतनाची प्रसन्नता लाभली आहे. त्यामुळे 'भक्ती म्हणजे बाहेरचा वियोग पत्करून आतून मिसळून जाणे' अशी अत्यंत सोपी व्याख्या त्यांनी

केली आहे. इतकी सोपी व्याख्या इतरत्र कुठेही आढळत नाही. मुक्ती दुर्लभ आहे म्हणून भक्तीचा महिमा संतांनी व तुलसीदासांनी गायला असे नाही. कोल्ह्याला उंचावरची द्राक्षे लाभू शकत नाहीत म्हणून तो 'ती आंबट आहेत' असे म्हणतो, त्याप्रमाणे 'मुक्ती नको- भक्ती हवी' असे संतांनी म्हटले नाही; तर मुक्तीपेक्षाही त्यांना भक्तीचीच गोडी अधिक वाटली. कारण त्यामुळे शरीराने नव्हे, तर मनाने भगवंताच्या सहवासात राहाता येते, हा विचार 'मुक्तीची द्राक्षे आंबट असेच नव्हे तर भक्तीचा उपवास गोड' या शब्दांत विनोबांनी मांडला आहे. मेजवानी, द्राक्षे इत्यादी खाद्यविषयक शब्द आहेत, पण त्यांच्याशेजारी उपवास शब्द मांडून त्याकडे लक्ष वेधले आहे.

सबंध तुलसी रामायणाचे विवेचन नाही, तर तुलसीदास ज्यात गढून गेले त्या वियोगी भक्तीचे मर्म दाखविणाऱ्या अयोध्याकांडातील भरताच्या वियोगी भक्तीकडे विनोबा आकर्षित झाले आहेत. त्यासाठी त्यांनी गीता, भागवत, वाल्मीकी रामायण, अध्यात्म रामायण या संस्कृत भाषेतून लिहिलेल्या, नरसी मेहतांच्या गुजराथी भाषेतून लिहिलेल्या, संतांनी लिहिलेल्या मराठी भाषेतील विविध भक्तिप्रधान ग्रंथांत थोडक्यात प्रवास केला आहे व आपल्यालाही हिंडवून आणले आहे. 'प्रल्हाद' व 'भरत' अशी दोन सुंदर भक्तिचित्रे, त्याच्या जोडीला मोक्षाची उपेक्षा करून भगव्या प्रेमात रंगलेल्या ज्ञानोबा-नाथ-तुकाराम-नामदेव यांची भक्तिचित्रे, तुलसीदास-सूरदास-शंकराचार्य यांची भक्तिचित्रे व त्यात विनोबांचे भक्तियुक्त चित्र अशी भक्तांची एक चित्र-मालिकाच डोळ्यांसमोर उभी राहाते. त्यातून भागवत धर्माच्या भक्तीची समृद्ध परंपरा आपल्याला दिसते.

स्वराज्यासाठी प्रयत्न करण्याच्या कालखंडात हा निबंधसंग्रह लिहिलेला आहे. प्रत्येक निबंधात 'स्वराज्य भावना' डोकावतेच. ती या निबंधातही आहे. स्वराज्य दूर आहे; पण त्याच्या वियोग भक्तीत रंगून गेले, तर साक्षात स्वराज्यापेक्षा स्वराज्य प्राप्तीच्या प्रयत्नाचा आनंद काही और आहे, हे प्रत्ययाचे बोल विनोबा बोलून जातात. 'प्राप्तीपेक्षा प्रयत्नातच अधिक आनंद आहे' हा विनोबांचा आणखी एक आवडता विचार आहे. 'भक्ती' विषयाला आवश्यक अशा प्रसादयुक्त भाषेची 'कवच कुंडले' या लेखात विनोबांच्या भाषेने धारण केलेली दिसून येतात. 'जहाल' व 'नेमस्त' हे टिळक युगात राजकारणाच्या संदर्भात प्रसिद्ध असलेले शब्द 'नेमस्त भक्ती' व 'मस्त भक्ती' असे वापरून सहजगत्या ताल साधलेला आहे. 'मर्यादापुरुषोत्तम' हा तुलसी रामायणाचा 'आदर्श' असल्यामुळे विनोबांनी त्याचे विवेचन करताना एका नम्र भक्ताला शोभेल, अशी नम्रता व मर्यादा लेखात पाळलेली आहे. राम-रावणाचे

युद्ध, राम-रावणाच्या युद्धासारखे हे अनन्वय अलंकाराचे प्रसिद्ध उदाहरण शिवाय राम-रावण या शब्दांच्या उल्लेखामुळे; वाल्मीकी रामायणाचे व अध्यात्म रामायणाचे, तुलसी रामायणाबरोबरच स्मरण होऊन प्रतिपाद्य असलेला 'वियोग भक्ती' विषय अधिक उत्कट होतो.

तुलसी रामायणातील दोनच दोहे उद्‌धृत करून विवेचनाच्या ओघात मराठीत किती हिंदी ओळी याव्यात, त्यात कसा संयम ठेवावा, हे ओघाओघाने दाखवून दिले आहे. ज्ञानदेव-तुकोबा यांची वचने देऊन भाषा भक्तिमय बनविली आहे. तिच्या मस्तकी आद्य शंकराचार्यांची भागवतातील वचने ठेवून ती भारदस्त-प्रौढगंभीर परंतु सुलभ बनविली आहे. 'नैतान् विहाय कृपणान् विमुमुक्षुः एकः।' (या गरीब लोकांना सोडून मी एकटाच मुक्त होऊ इच्छित नाही), हे प्रल्हादाने काढलेले उद्‌गार म्हणजे विनोबांचा आणखी एक मुक्तीबाबतचा आदर्श येथे व इतरत्रही दिसून येतो. 'मुक्ती वैयक्तिक नको-सामूहिक हवी' असा त्यातून सूचित होणारा अर्थ विनोबांना अभिप्रेत आहे आणि तो अर्थ त्यांना अतिशय प्रिय आहे.

'आत्म्याला देवापासून दूर राखणारा देहाचा पडदा पातळ करून टाकला' असा सुंदर विचार व्यक्त करताना सहजगत्या साधलेला अनुप्रास हे त्यांच्या भाषाशैलीचे एक ठळक वैशिष्ट्य आहे.

क्वचित काही वाक्ये वाचताना थोडेसे आश्चर्य वाटते. उदाहरणार्थ 'लोकवस्तीत राहून अरण्यवास अनुविला.' यातील अनुविला म्हणजे अरण्यवासाचे अनुकरण केले. लोकवस्तीत राहूनही, अरण्यात राहातात त्याप्रमाणे वैराग्ययुक्त जीवन स्वीकारले असा अर्थ समजून घ्यावा लागतो. संस्कृतचा 'अनु' उपसर्ग माहीत नसणाऱ्यांना तो शब्द समजणे थोडेसे कठीण जाईल. 'मुक्तीपेक्षा भक्ती श्रेष्ठ समजून मुक्तीला भक्तीच्या घरची मोलकरीण बनविली आहे' अशा घरगुती दृष्टान्तामुळे तो कठीणपणा जाणवत नाही.

तुलसी रामायणातील वियोगी भरत, शाकुंतलातील पराक्रमी भरत व भागवतातील जड भरत, तिघेही भरतच! त्या प्रत्येकाच्या नावामागे लावलेल्या विशेषणामुळे त्यांची पृथगात्मता जाणवते. 'आजच्या वियोगी भारताला भरताच्या वियोगी भक्तीचा आदर्श सर्व प्रकारे अनुकरणीय आहे, त्याप्रमाणे आचरण करणे आपले काम आहे.' थोडीशी पुनरुक्ती वाटली तरी संस्कार ठसविण्यासाठी ती आवश्यक आहे. भारताच्या वियोगी भक्तीला तुलसी रामायणातील भरताची वियोगी भक्ती जोडून स्वातंत्र्यासाठी धडपडणाऱ्यांना विनोबांनी प्रेरणा दिलेली आहे ती गीतेच्या शब्दांत. केवळ पांडित्यासाठी किंवा विद्वज्जड चर्चा करण्यासाठी थोर पुरुषांचे

किंवा ग्रंथांचे स्मरण नसावे, तर त्यातील मर्म समजावून घेऊन, ते व्यक्तीच्या व पर्यायाने राष्ट्राच्या अभ्युदयासाठी आचरणात आणणे आवश्यक आहे, या राष्ट्रकल्याणाच्या व मानवकल्याणाच्या उदात्त भावनेने विनोबांनी या थोर ग्रंथांकडे व थोर व्यक्तींच्या पुण्यस्मरणाकडे पाहिले आहे.'दास-नवमी' याही निबंधात आपणास याची प्रचिती येते.

दास-नवमी :

या संग्रहातील हा शेवटचा निबंध. पुस्तक संपतानासुद्धा ते महापुरुषांच्या स्मरणाने संपवावे म्हणजे वाचकांवर आतापर्यंत झालेला संस्कार अधिक प्रबळ होईल असा कदाचित विनोबांचा हेतू असू शकेल. माघ वद्य नवमी हा समर्थांचा निर्वाणदिन. त्यालाच 'दास-नवमी' असे म्हणतात. त्याच तिथीला नरवीर तानाजीचे धारातीर्थी देहपतन झाल्यामुळे ती तिथी 'वीर-नवमी'ही आहे असे सांगून 'जो दास असतो तोच वीर बनू शकतो' हा अतिशय स्फूर्तिदायी व सूक्ष्म विचार या निबंधात मांडलेला आहे. त्यासाठी ते म्हणतात, 'रामदासांना मारुतीची मूर्ती बनवण्याचा नाद असे. ते दोन प्रकारचे मारुती बनवत. एक 'दास-मारुती' व दुसरा 'वीर-मारुती'. रामाची सेवा करीत असलेला तो दास-मारुती आणि लंकेत पराक्रम गाजविणारा तो वीर-मारुती.

एका मुलाला विचारले, ''तुला दास-मारुती आवडतो का वीर-मारुती?''

तो म्हणाला, ''दास-मारुती''

''का?''

''मारुती दास होता म्हणूनच तो वीर बनला''

हे त्या मुलाचे उत्तर अक्षरशः खरे आहे. निबंधाला अशी प्रसन्न संवादयुक्त सुरुवात झाली आहे.

दास्यभक्ती कशी वीरवृत्तीची खरी द्योतक आहे हे समजावून देताना विनोबा म्हणतात, 'मारुतीचे खरे शौर्य त्याने दास्यभक्तीच्या जोरावर रामाला जिंकले यात आहे. ज्याने रामाला भक्तीच्या जोरावर जिंकले त्याने रावणाला जिंकले यात काय मोठे केले?' मारुतीच्या पराक्रमाचे मर्म वरील विवेचनात स्पष्ट दिसते. भक्तीला किती प्रचंड बळ असू शकते, हेही स्पष्ट होते. नाहीतर मारुतीच्या प्रचंड शारीरिक बळाचे वर्णन करून त्याचा पराक्रम वाखाणला जातो. तोच मारुती बहुधा आमच्यापुढे उभा केला जातो.

पण 'दास-मारुती'चे चित्र देऊन भक्तीतील वीरवृत्ती विनोबांनी फार चांगल्या रीतीने मांडली आहे, ती नवीन आहे. तिला भक्त-शिरोमणी तुकारामांच्या 'हे चि

शूरत्वाचे अंग। हारी आणिला श्रीरंग' या ओजस्वी अभंगाची जोड दिली आहे, तीही हृद्य वाटते. भक्ती हा नेभळट लोकांचा विषय आहे, भक्त लोक शूर नसतात हा जो लोकभ्रम आहे; तो विनोबांनी दास-नवमीच्या निमित्ताने दूर करण्यात यश मिळविले आहे.

तानाजीसाठी जरी 'माघ वद्य नवमी' हा दिवस वीर-नवमी आहे, तरी स्वतंत्र शब्द योजण्याची काही गरज नाही, असे स्पष्ट करण्यासाठी विनोबा म्हणतात, 'आपण जरी तानाजीला 'वीर' म्हणत असलो तरी तो आपल्याला देशाची सेवा करणारा तुच्छ 'सेवक'च समजत असे. त्याला 'दास' म्हणवून घेण्यातच भूषण वाटत असे. म्हणून 'दास-नवमीतच वीर-नवमी आली व दास-नवमीही आली.'

इतिहास संशोधनाच्या दृष्टीला दोघांच्या पराक्रमांतील भेद दिसला, पण संतांप्रमाणेच सर्वत्र अभेद पाहाणाऱ्या विनोबांच्या दृष्टीला मात्र समर्थ व तानाजी यांच्या पराक्रमांत अभेद दिसला. 'जो दास असतो तोच वीर होऊ शकतो' हे वाक्य आजही प्रेरक वाटते. समर्थांचा भक्तीतील पराक्रम तर तानाजीच्या पराक्रमामागची देशभक्ती त्यामुळे जाणवते, म्हणूनच 'दास-नवमी' व 'वीर-नवमी' असे स्वतंत्र सांप्रदायिक फड मांडण्याचे कारण नाही. 'आधी केले मग सांगितले' हे समर्थांचे शब्द अनेक वेळा आपण ऐकतो. करणाऱ्याच्या शब्दांत जोर असतो असे सांगून विनोबा एक खंत व्यक्त करतात- 'माझ्या देशा! तानाजीच्या मौनाचा अर्थ तुला समजतो काय?' तानाजीवर बरेच काही बोलण्यासारखे आहे, पण त्याच्या कामगिरीचे 'शिवाजीच्या चरित्रातील सुंदर-कांड' या एका वाक्यात वर्णन करून अल्पाक्षर रमणीयतेचा उत्कर्ष विनोबा या स्मरणात साधतात. 'सिंहगड' या नावामागे भगवद्गीतेतील 'धर्मक्षेत्र' हा अगदी उचित शब्द ठेवतात, तो क्वचित दुसरीकडे आढळतो.

'आज लगीन आटोपून उद्या किल्ल्याकडे जाऊ' ही भाषा तानाजीला सहन झाली नाही अशी सुरुवात करून या स्मरणाच्या संबंधी, इतर थोर पुरुषांच्या स्मरणाप्रमाणेच, विनोबांनी स्वराज्याच्या स्मरणाचा संबंध जोडून दिला आहे. पारतंत्र्याच्या काळाप्रमाणेच आजही तो संबंध अतूट वाटतो-आवश्यक वाटतो. संतांप्रमाणे परमार्थात प्रयत्नवाद आणि प्रपंचाविषयी दैववाद स्वीकारल्याशिवाय देशासाठी पराक्रम करून प्राणार्पण करणारे तानाजी निर्माण होऊ शकत नाहीत. हे विनोबांनी फार सुंदर रीतीने सूचित केले आहे. पण या मार्गात प्रपंचाचा मोह आडवा येतो, म्हणून त्या मोहाचा दोर कापून टाकण्यासाठी सूर्याजीचे स्मरण आवश्यक

आहे. 'सूर्याजीच्या स्मरणाशिवाय तानाजीचे स्मरण केव्हाही अपुरेच राहाणार' असे विनोबांनी म्हटले आहे. 'आशेचा दोर कापल्याशिवाय पुढचे पाऊल पडत नाही' हा जीवनमंत्र सूर्याजीच्या स्मरणाच्या निमित्ताने विनोबांनी वाचकांस दिला आहे. हा विचार पुन्हा गीतेतील

'अश्वत्थमेनं सुविरूढमूलम-सङ्गशस्त्रेण दृढेन छित्त्वा॥'(भगवद्गीता (१५-३) हा श्लोक उद्धृत करून पक्का केला आहे.

एका दासनवमीच्या स्मरणाने अनेक सुंदर विचार विनोबा देतात, ते खालील उदाहरणे वाचल्याने समजते :

- आजचा दिवस कर्तव्याचा आहे, हे ज्याने ओळखले त्याने जीवनाचे रहस्य ओळखले.
- वैराग्याच्या शस्त्राने आधी आशेचा वृक्ष समूळ छाटून टाकून मग पुढल्या पदाचा शोध घ्यावा.
- तानाजीला मराठी भाषा कदाचित 'शुद्ध' बोलता येत नसेल, पण त्याला आत्म्याची भाषा येत होती. त्या भाषेत तो प्रवीण होता आणि त्याच भाषेत त्याने आपला अद्भुत ग्रंथ सिंहगडावर लिहून ठेवला आहे.

विनोबांच्या नंतरच्या लिखाणात नर्मविनोद किंवा कोपरखळ्या नाहीत, पण या निबंधसंग्रहात त्यांची खास लेखनशैली आहे. कोपरखळ्यांचे तिला वावडे नाही. तानाजीच्या लिहिण्या-वाचण्यासंबंधी लिहिताना ते म्हणतात ''तानाजीला, विशेष लिहिता-वाचता येत नव्हते. 'विशेष' म्हणतो, नाहीतर एखाद्या इतिहास संशोधकाला राग यायचा आणि तो तानाजीला सही करता येत होती म्हणून सिद्ध करीत बसायचा.''

थोर पुरुषांच्या मुख्य पराक्रमाकडे न पाहाता, त्यांच्या बारीकसारीक गोष्टीत संशोधनाच्या नावाखाली काकदृष्टीने पाहणाऱ्या इतिहास संशोधकांना नाव न घेता चांगलीच कोपरखळी मारली आहे. 'परमार्थात प्रयत्नवाद आणि प्रपंचाविषयी दैववाद स्वीकारावा' हा समर्थांचा व तानाजीचा जीवनविषयक दृष्टिकोन सांगत असताना अनुप्रासयुक्त वाक्यरचना सहज साधली गेली आहे. समर्थांच्या स्मरणात 'देवाच्या सख्यत्वाखाली' ही त्यांची ओवी तर दिलीच पण तुकोबांचेही दोन अभंग उद्धृत करून त्यांचेही स्मरण केले आहे. एका महापुरुषाच्या स्मरणात अनेक महापुरुषांचे स्मरण होऊ शकते, त्यासाठी सांप्रदायिकतेचे फड व त्यातून निर्माण होणारे कार्यविघातक झगडे नको, हे यातून ध्वनित होते.

महापुरुषांचे कार्य सांप्रदायिक नसून सार्वजनिक आहे त्यासाठी 'वेगळा फड'

मांडण्याचे काही कारण नाही, ही नवीन दृष्टी त्यांनी या स्मरणांमधून दिली आहे. समर्थांच्या दास-नवमीच्या एका स्मरणात शिवाजी, तानाजी, सूर्याजी, मारुती, राम, गीता, दासबोध, तुकोबाची गाथा, देशाची सद्य:स्थिती व आपले तिच्याविषयीचे कर्तव्य या सर्व गोष्टींचा अंतर्भाव होत असल्यामुळे, हे स्मरण भावनेच्या दृष्टीने अनेकपदरी होऊन दृढ व बळकट झाल्याचे जाणवते. तानाजीच्या पराक्रमाला व समर्थांच्या भक्तीला शोभून दिसेल अशी ओजस्वी, प्रौढ गंभीर परंतु वाचकांना समजणारी व त्यांच्या हृदयाला भिडणारी भाषा वापरली आहे.

महाराष्ट्राची सरस्वती : अवघ्या दोन पानांचा हा छोटासा निबंध! यात इंद्रायणी नदीचा व तिच्या तीरावर पिकलेल्या दोन महान सारस्वतांचा गौरव केला आहे. वैचारिक निबंध असूनही या निबंधाचा प्रारंभ फार सुंदर झालेला आहे, हे खालील ओळींवरून दिसून येईल.

'भूगोलाच्या आंधळ्या नजरेला इंद्रायणी एक किरकोळ नदी भासेल आणि लांबीच मोजली, तर खरोखरच ती किरकोळ नदी आहे. अथवा नदी तरी कसली? एक मोठ्यापैकी झरा आहे असेच का म्हणा ना? पण तो झरा नुसता पाण्याचा झरा नाही, तो आध्यात्मिक स्फूर्तीचा झरा आहे.''

भूगोलाच्या नजरेमागे 'आंधळ्या' हे विशेषण लावून भौगोलिकदृष्ट्या इंद्रायणीचे लांबी-रुंदीच्या दृष्टीने जरी काही महत्त्व नसले, तरी सांस्कृतिकदृष्ट्या फार महत्त्व आहे, असे विनोबांना वाटते. तिच्या पाण्याखाली किती जमीन पिकते, किती धनधान्य येते असा जर प्रश्न विचारला, तर याबाबतीत महाराष्ट्रातील इतर नद्यांच्या खालोखाल तिचा क्रम लागेल. पण विनोबांना याची चर्चा करायची नाही. इंद्रायणीच्या पाण्याची चव कशी आहे, या प्रश्नाचे उत्तर देताना चांगल्या पाण्याचे एक लक्षण ते सांगतात. 'जे चवीला गोड व लाकडे खाल्ली तरी जिरवून टाकणारे ते उत्तम.' फारच सुंदर व्याख्या आहे ही! 'लाकडे खाल्ली तरी' यातून तिच्या तीरावरील आणि एकूणात महाराष्ट्रीय लोकांचा लाकडासारखा-भाजीभाकरीचा-कणीकोंड्याचा रुक्ष समजला जाणारा आहार ध्वनीत केलेला आहे. पण सर्वांत पाचक व रोचक काय? असे जर विचारले, तर इंद्रायणीच्या पाण्याच्या चवीचे वर्णन करताना विनोबा लिहितात, 'ज्ञानाइतके पाचक आणि भक्तीइतके रोचक दुसरे काहीच दाखवता येणार नाही. इंद्रायणीच्या पाण्यात पाचक ज्ञान व रोचक भक्ती भरपूर भरलेली आहे.'

इंद्रायणीच्या या पाण्याच्या गौरवात तिच्या तीरी होऊन गेलेल्या ज्ञानोबा-तुकोबांचा आणि त्यांच्या अनुक्रमे ज्ञानेश्वरी व अभंग गाथा यांचा गौरव सूचित झालेला

आहे. निबंधाचा मुख्य गाभा दाखवणारे, हे वाक्य आहे. त्यामुळे या वाक्यानंतर ज्ञानोबा-तुकारामांच्या पाचक ज्ञानाचा व रोचक भक्तीचा गौरव लेखक करणार, हे लक्षात येते.

'ज्ञानोबा-तुकाराम' हा मंत्र तोंडाने जपत लाखो भाविक आज देहू व आळंदीहून पंढरपूरला जातात; पण हा मंत्र पिकविला तो इंद्रायणीच्या पवित्र पाण्याने- म्हणजे इंद्रायणीच्या पंचक्रोशीत वसलेल्या देहू-आळंदी या गावी होऊन गेलेल्या तुकोबा-ज्ञानोबांनी! भागवत धर्माच्या मंदिराचा ज्ञानयुक्त पाया ज्ञानोबांनी रचला, तर तुकोबांनी त्यावर भक्तीचा कळस चढविला, अशा आशयाचे निवेदन केल्यानंतर विनोबा पुढे आश्चर्य व्यक्त करीत लिहितात की, एकाच पंचक्रोशीत इतक्या विशाल उंचीचे दोन महापुरुष गाजले असे उदाहरण क्वचितच आढळते. यापुढचे वर्णन करताना विनोबांची ज्ञानोबा-तुकारामांच्या भक्तिप्रेमाने रंगून गेलेली भाषा कसे प्रासादिक, प्रसन्न व पवित्र रूप धारण करते, हे समजण्यासाठी, हा उतारा पाहा- 'नदीच्या आसपासचा प्रदेश बहुधा सुपीक असतो. पण इंद्रायणीच्या काठच्या जमिनीने सुपीकपणाची कमाल केली. ज्ञानेश्वरमहाराज म्हणजे ज्ञानाचा कस काढणारेच होऊन गेले आणि तुकोबा तर मूर्तिमंत भक्तीचा रस!'

एकही कर्कश किंवा कठोर वर्ण वरील वाक्यांत नाही. संतांच्या जीवनाप्रमाणेच साधी, पवित्र व मधुर अशी ही वाक्ये आहेत. 'सोन्याचा कस काढणे' असे आपण म्हणतो, पण संतांना सोन्याचे वावडे व विनोबांना धन-निधनासारखे! म्हणून उपमा देताना, वर्णन करतानासुद्धा सोन्याचा उल्लेख नाही. म्हणून सुबोध असे 'ज्ञानाचा कस काढणारे' हे अनुप्रासयुक्त वाक्य साधले आणि 'ज्ञानेश्वर' नाव कसे सार्थ आहे याकडे त्यांनी वाचकांचे लक्ष वेधले. 'मूर्तिमंत भक्तीचा रस म्हणजे तुकोबा' यापेक्षा चांगली उपमा तुकोबांसाठी मराठीत क्वचित दुसरी असेल.

पण ज्ञानोबा-तुकारामांचा हा गौरव म्हणजे इंद्रायणीचा गौरव आहे, कारण नदी म्हणजे लोकमाता. म्हणून हे श्रेय इंद्रायणीला देताना आणखी एक तालबद्ध, थोडक्या शब्दांत मोठा अर्थ व्यक्त करणारे वाक्य विनोबा लिहितात ते निबंधातील लक्षात राहाणाऱ्या वाक्यांपैकी एक महत्त्वाचे वाक्य (Memorable sentence) आहे. 'इतका कस आणि इतका रस ज्या पाण्यात साठविला होता, त्या पाण्याची योग्यता अपूर्वच म्हटली पाहिजे.' हेच ते वाक्य की ज्यामुळे इंद्रायणी ही इतर नद्यांपेक्षा वेगळी वाटते व असे रसदार आणि कसदार साहित्य पिकवल्यामुळे ती 'महाराष्ट्राची सरस्वती' ठरते. मराठीत साहित्य काय कमी आहे? काही साहित्य

रसदार आहे, तर काही कसदार आहे. मात्र कसदार व रसदार हे दोन्हीही गुण ज्ञानोबा-तुकोबांच्या साहित्यात आहेत. ज्ञानोबा-तुकोबांचा थोड्या अक्षरांमध्ये मोठा गौरव विनोबांनी केला आहे, कारण या निबंधातील त्यांचे शब्दही रसदार व कसदार आहेत!

नद्या आपल्या स्वभावाप्रमाणे वाहतात. इंद्रायणी तशीच स्वाभाविकपणे देहूवरून आळंदीकडे वाहत जाते. यात भौगोलिक वर्णनापलीकडे काय असणार? पण विनोबांची कल्पक बुद्धी येथे चमकून उठते. ते पुढे लिहितात, 'पण भागवत धर्माची नदी आळंदीहून देहूकडे वाहत आली आहे. म्हणजे तुकोबांनी ज्ञानेश्वरमहाराजांच्या हातावर इंद्रायणीचा आवळा देऊन त्यांच्याकडून चांगलाच कोहळा काढून घेतला असे दिसते!'

हे वाचल्यानंतर आपण निबंधांच्या यक्षभूमीत आलो आहोत असे वाटते. 'आवळा' आणि 'कोहळा', 'रसदार' आणि 'कसदार' यासारखी मधुर ध्वनिचित्रे डोळयांपुढे तरळून आपल्याला आनंद देतात, पण 'ज्ञानेश्वरांना आवळा देऊन कोहळा काढावा तोही तुकोबांनी!' हे फार बहारदार वाटते. एकतर तुकोबांनी दुकानदारी केली ती सर्व तोट्यात! पण आध्यात्मिक व्यापारात मात्र इंद्रायणीच्या कृपेने त्यांना 'आवळा देऊन कोहळा काढणे जमले'. म्हणजे कोहळ्यासारखे पौष्टिक ज्ञानामृत घेऊन इंद्रायणी देहूकडे आली व तुकारामांनी तिला भक्तिभावाचा आवळा देऊन ते आत्मसात केले. व्यवहारात 'आवळा देऊन कोहळा काढणे' ही म्हण, कमी खर्चात जास्त फायदा साधणाऱ्या धूर्त बुद्धीचे वर्णन करण्यासाठी वापरतात. म्हणजेच साधारण वाईट वृत्ती दाखविण्यासाठी तिचा उपयोग करतात. पण विनोबांचा पाणिस्पर्श या म्हणीला झाल्याबरोबर व ज्ञानोबा-तुकोबांच्या संगतीत ठेवल्याबरोबर तीही सुधारून गेली. तिच्यात सौंदर्यातिशय अशी जादू निर्माण होऊन एक चांगला अर्थ प्राप्त झाला.

भक्तिरसाची साक्षात मूर्ती असणाऱ्या तुकोबांना ज्ञानदेवीचा लाभ झाल्याने त्यांच्या भक्तीला ज्ञानाची जोड मिळाली. भक्ताला ज्ञानासाठी केवळ आवळ्याइतक्या किमतीचे श्रम करावे लागतात असा हा भक्तीचा महिमा विनोबांनी नकळत गायला आहे. त्यामुळेच 'ज्ञानोबा-तुकोबा' हे असे जवळजवळ आले आणि लोकांनी त्यातून जीवनाचा मंत्र साधला. वर उल्लेख केल्याप्रमाणे वाण्याचा धंदा जरी तुकारामांना जमला नाही, तरी 'कोणी निंदा कोणी वंदा। आम्हां स्वहिताचा धंदा' असे त्यांनीच म्हटल्याप्रमाणे त्यांना तो धंदा ज्ञानदेवीच्या मदतीमुळे चांगला साधता आला. त्या स्वहिताच्या धंद्याचा गौरव करताना विनोबा लिहितात, "हा धंदा जर त्यांना साधत

नसला तर पूर्वजांच्या इस्टेटीला त्यांनी 'कळस' कसा चढविला असता? आणि वंशजांसाठी 'अभंग' इस्टेट कशी जमवून ठेवली असती?''

या निबंधातील हे आणखी एक सौंदर्यस्थळ! 'इस्टेटी'सारखे इंग्रजी शब्द इस्टेट नसणाऱ्या; परंतु मराठीसाठी तुकोबांप्रमाणेच वाङ्मयाची अभंग इस्टेट ठेवून जाणाऱ्या विनोबांच्या लिखाणात सहसा आढळत नाहीत. व्यावहारिक जगात 'मरावे परी बिल्डिंगरूपी उरावे' असे इस्टेटीचे महत्त्व आहे. संतांजवळ अशी इस्टेट कुठली आली? त्यांना सोने आणि मृत्तिका, माती आणि मोती समान! पण मराठी भाषिकांसाठी वाङ्मयरूपी अभंग इस्टेट ते ठेवून गेले, हा फार मोठा गौरवभाव विनोबांनी कृतज्ञतेने त्यांच्याविषयी व्यक्त केला आहे. वरील वाक्यांतील शब्दाशब्दांतून 'ज्ञानोबा-तुकोबां'विषयी विनोबांना वाटणारा भक्तिभाव कृतज्ञतेने पाझरताना दिसतो. भक्तिरसातही भावनेचा किती कोमल ओलावा असू शकतो याचे हे चांगले उदाहरण आहे. विनोबांना लेखन करताना मधूनच व्याकरणाच्या भाषेतून बोलण्याची लहर येते; पण ती किती अर्थसूचक, अचूक व बिनतोड आहे हे त्यांच्या 'ग्यानबा-तुकाराम हा एक प्रकारचा मध्यमपदलोपी समास आहे' या वाक्यावरून समजते. वारकरी लोक नेहमी 'ग्यानबा-तुकाराम' असेच का म्हणतात? इतर संतांचा ते उच्चार का करीत नाहीत? याचे उत्तर देताना विनोबा लिहितात, '' 'ग्यानबा-तुकाराम' या मध्यमपदलोपी समासात भागवत धर्माच्या सर्व साधू- संतांचा समावेश आहे. थोडक्यात दोघांचा उच्चार केला आहे. ज्ञानोबा आचार्य व तुकोबा प्रचारक.''

विनोबांच्या अस्सल मराठीला या निबंधात संत प्रेमाचे भरते आले आहे. 'ग्यानबा-तुकाराम' या उच्चारात इतर सर्व सत्पुरुषांचा समावेश होतो हे तर समजून घ्यायचेच, पण याच दोघांचा उच्चार करण्यात हेतू आहे.

सत्पुरुषांची सार्वराष्ट्रीय परिषद भरवण्याचे ठरविले, तर महाराष्ट्राची बाजू मांडण्यासाठी याच दोघांना पाठवावे लागेल. हे महाराष्ट्राची बाजू उत्तम राखतील अशी खात्री असल्यामुळे महाराष्ट्रीय जनतेकडून यांनाच निवडण्यात आले आहे.''

हे सर्व श्रेय विनोबा इंद्रायणीला देतात, कारण संत हे कुठलेही श्रेय स्वत:कडे घेणार नाहीत. त्यांची सर्व कृती 'कृष्णार्पण' झालेली आहे, म्हणून इंद्रायणीच्या आडून संतांची अशी प्रेम भक्तिभावाने पूजा बांधली आहे. इंद्रायणीच्या तीरी ज्ञानदेवांनी 'ज्ञानेश्वरी' लिहिलेली नसून गोदावरीच्या तीरी लिहिली आहे. त्यामुळे इंद्रायणीपेक्षा गोदावरीचाच हक्क 'ज्ञानदेवी'वर अधिक, अशी शंका आपणांस कदाचित आली, तर तिचे निरसन करताना विनोबा लिहितात, 'ज्ञानोबांनी ज्ञानेश्वरी

लिहिली गोदावरी तीरी, तथापि ज्ञानदेवांची समाधी इंद्रायणीच्या काठावर असल्यामुळे ज्ञानोबांवर हक्क इंद्रायणीचाच समजला पाहिजे.'

यानंतर तुकोबांच्या देहू गावाचा बारीकसारीक तपशील देऊन त्या गावाचे शब्दचित्र विनोबांनी सादर केले आहे. निबंधाचा शेवट वैदिक ऋषींच्या 'अम्बितमे नदीतमे देवीतमे सरस्वति' या प्रार्थनेने झाला आहे व 'हे सरस्वती! आमचे जीवन अप्रशस्त झाल्यासारखे आहे. आई, ते तू प्रशस्त कर' अशी सरस्वतीकडे प्रार्थना केली आहे.

विनोबांच्या सर्वश्रेष्ठ निबंधांपैकी हा एक निबंध आहे. भावना व विचार, भक्ती व ज्ञान, शब्द व अर्थ इंद्रायणीच्या पाण्याप्रमाणेच कसदार व रसदार झालेले दिसून येतात.

विनोबा म्हणतात,

- संतांची मृत्युतिथी तशीच त्यांची मृत्युभूमी महत्त्वाची असते.
- अवताराची जन्मभूमी, वीर पुरुषाची कर्मभूमी आणि संतांची मृत्युभूमी पवित्र मानलेली आहे.

विनोबांची अस्सल डौलदार शैली दाखवणारे हे आणखी एक वाक्य-

"ज्ञानोबांनी ज्ञानाचे भांडार भरून ठेवले. तुकोबांनी हमाली पत्करून ते 'भांडार फोडले' आणि 'धन्याचा माल' गरीबगुरीबापर्यंत पोचविला." 'गोरगरीब' असे न म्हणता 'गरीबगुरीब' असे अस्सल लोकभाषेचे वळण घेतलेले असून डौल मात्र कायम आहे.

कै. राजवाडे :

हा व्यक्तीविषयक उल्लेखनीय निबंध आहे. विश्वनाथ काशिनाथ राजवाडे हे आधुनिक कालखंडातील एक महापुरुष. त्यांचा जन्म १२ जुलै १८६४ ला पुणे येथे झाला व मृत्यू ३१ डिसेंबर १९२६ रोजी धुळे येथे झाला. व्रतस्थ राहून व पदराला खार लावून राजवाड्यांनी मराठ्यांच्या इतिहासाच्या साधनांचे २७ खंड प्रसिद्ध केले म्हणून लोकांनी त्यांना 'इतिहासाचार्य' अशी सार्थ पदवी उत्स्फूर्तपणे दिली. आपले सर्व लेखन त्यांनी मराठी भाषेत केले. त्यांच्या पुण्य-स्मरणाच्या निमित्ताने विनोबांनी हा लेख लिहिला आहे. राजवाडे यांनी संतांवर टीका केल्यामुळे त्यांच्यावर संतांचा चाहता वर्ग अतिशय नाराज आहे. खुद्द विनोबांनाही, संतांवर राजवाडे यांनी केलेली टीका कितपत आवडली असेल याचा अंदाज येत नाही.

एकूणच संतांना 'जनतेचे पाप ते आपलेच पाप' अशी आत्मौपम्य बुद्धी

असल्यामुळे तेही राजवाड्यांवर रागावणार नाहीत, असे विनोबांचे मत आहे. राजवाड्यांनी संतांविषयी काढलेले उद्गार वैतागलेल्या व मनाच्या तापलेल्या परिस्थितीतून काढलेले आहेत, तेव्हा त्यांचा शब्दश: अर्थ घेऊ नये, असे विनोबांना वाटते, कारण राजवाडे हेही एक संतच होते. ३० वर्षांत ३० ग्रंथ लिहून आपल्या अखंड परिश्रमाने त्यांनी लोकांना थक्क केले. 'कालपुरुषाची चपळता, मनुष्याच्या शारीरिक जीवनाची क्षणिकता व आत्म्याची अमरता पटवून देणे, हेच इतिहास ज्ञानाचे कार्य आहे' असे सांगून 'राजवाडे हे खरे इतिहासज्ञ आहेत' असे विधान विनोबा करतात.

कारण त्यांच्या मते जो वर्तमानकाळात स्वत:ला सतत राबवून घेतो, तोच इतिहासतज्ज्ञ होय. राजवाडे यांनी आयुष्याचा प्राय: प्रत्येक क्षण वापरण्याचा प्रयत्न केला. 'रिकामा जाऊ नेदी एक क्षण' हाच बोध त्यांच्या चरित्रातून घेण्यासारखा आहे, असेही त्यांना वाटते.

या लेखात केवळ राजवाड्यांचा गौरव केलेला नाही, तर राजवाड्यांचा हल्ला परतावून लावणाऱ्या रानड्यांचाही गौरव केलेला आहे. लेख लिहिणारा स्वत: महापुरुषांच्या योग्यतेचा असला म्हणजे 'महापुरुष असे का वागले' हे तो नीट समजावून सांगू शकतो. आपल्यासारख्या सामान्य माणसांना महापुरुषांचे अंत:करण नीट न समजल्यामुळे; बोलण्यामागील भाव न पाहाता, त्यांच्या बोलण्याचा शब्दश: अर्थ आपण घेतो व चुका काढत बसतो. पण पूज्य विनोबा स्वत: त्याच योग्यतेचे असल्यामुळे रानडे-राजवाड्यांचा उचित गौरव करताना लिहितात, 'रानडे काय आणि राजवाडे काय दोघेही देशाची सेवा करणारे होते. दोघेही आपापल्या परीने संतच.'

संतांविषयी राजवाडे व रानडे यांचा मतभेद कसा वरवरचा होता, हे पटवून देण्यासाठी तुकारामाला शिव्या देणाऱ्या मंबाजीचा व आवलीचा दृष्टान्त दिला आहे. संत वाङ्मयाची चर्चा करताना संत वाङ्मयकालीन व्यक्तींचे असे समर्पक दृष्टान्त द्यावेत ते विनोबांनीच! मंबाजीच्या शिव्या आवलीच्या शिव्यांपेक्षा वेगळ्या वृत्तीच्या होत्या. 'मेल्याने माझा संसार बुडविला' या शब्दांत आवली तुकोबांना शिव्या द्यायची. पण ते शिव्या देणे वरवरचे होते, कारण त्यांना भाकर पोहोचविल्याशिवाय ती भाकरीला स्पर्श करीत नसे. त्या आशयाचे स्पष्टीकरण करून विनोबा पुढे म्हणतात, 'राजवाड्यांचेही त्या आवलीच्या बोलण्यासारखेच होते. त्यांना संतांविषयी आतून प्रेम होते. संतांच्या ग्रंथांचा त्यांनी अभ्यास केला होता व संतांच्या अंगचे काही सद्गुण त्यांच्या ठिकाणी वसत होते.'

देशातील पुरुषार्थ हीनता, आळस, दीनवाणी दशा पाहून व त्या दुर्गुणांना

संत वचनाचा आधार घेतला जातो हे बघून राजवाडे चिडत व :'इंद्राय तक्षकाय स्वाहा' या न्यायाने संतांवर घसरत; असे निदान विनोबांनी, राजवाड्यांनी संतांच्या बाबतीत केलेल्या टीकेबाबतीत केले आहे. पण पुढे ते म्हणतात, " 'बुद्ध, शंकराचार्य आणि तुकाराम यांनी राष्ट्र बुडवले' ही भाषा कितीही कळकळीने लिहिलेली असली, तरी ती आपल्या हेतूला अचूक मारणारी ठरते." म्हणून महापुरुषांनी तापून किंवा वैतागून कुठलेही निष्कर्ष काढू नयेत, असे विनोबांनी ध्वनीत केले आहे, पण लहानथोरांच्या मार्गदर्शनासाठी एक सुंदर विचारही पुढे मांडला आहे. 'संतांच्या वचनाचा राष्ट्रातील आळशी लोक दुरुपयोग करून घेतात हा काही संतांच्या वचनांचा दोष नव्हे. त्याला उपाय, उद्योगी माणसांनी संतांच्या वचनांचा सदुपयोग करून दाखवणे हाच आहे.'

संत वाङ्मयाच्या वाचनातून विनोबा संतवृत्तीचे कसे बनले, हे वरील विवेचनात जाणवते. 'दुर्गुणांचा प्रतिकार अहिंसक रीतीने कसा करावा' हे विनोबांनीच लिहावे, कारण त्यामागे आचरणाचे बळ जाणवते. संत वचनांचा चांगला उपयोग करून त्यांचा वचनरूपी प्रसाद या पुस्तकात सर्वत्र विखरून ठेवला आहे.

" 'मातृभाषेविषयी प्रखर प्रेम' हे राजवाड्यांचे एक ठळक वैशिष्ट्य. सर्व ग्रंथ त्यांनी त्याच प्रेमातून लिहिले. पण काही लोकांना असे वाटले की, राजवाडे यांनी जर हे ग्रंथ इंग्रजीत लिहिले असते, तर त्यांना त्रिखंडात कीर्ती लाभली असती." याबाबतीत विनोबांनी अशा आशयाचे मत मांडले आहे की, 'राजवाड्यांचे इंग्रजीविषयी ज्ञान चांगले होते. कुठल्याही रीतीने इंग्रजीशी त्यांचे वाकडे नव्हते. उलट इंग्रजीतील ज्ञान मातृभाषेत यावे, मातृभाषेचे वैभव वाढावे म्हणून त्यांनी 'भाषांतर' नावाचे मासिक काढले. त्यातून ते प्लेटोच्या 'रिपब्लिक' वगैरे ग्रंथांचे भाषांतर देत. वास्तविक पहिल्या प्रतीच्या विचारवंतात ज्यांची गणना केली जाईल अशा राजवाड्यांनी असे भाषांतराचे काम करावे, हे त्यांच्या योग्यतेला न शोभणारे होते, परंतु मातृभाषेच्या प्रेमातून त्यांनी ते केले. त्यांचे मातृभाषा-प्रेम संकुचित नव्हते, तर ज्ञानेश्वरांच्या मातृभाषा प्रेमासारखे विशाल होते. मराठी ही अज्ञान-स्त्री-शूद्र लोकांची भाषा. तिचे वैभव वाढवले नाही, तर दीनजनांचा उद्धार होणार नाही, या भावनेने त्यांनी मातृभाषेचा ज्ञानेश्वरांप्रमाणे कैवार घेतला व जन्मभर तिच्यासाठी राबले." वास्तविक राजवाडे नाव काढले की बहुतेक लोक त्या नावामागे 'विक्षिप्त' असे विशेषण लावतात, पण या लेखात ते आढळत नाही हे या निबंधाचे वैशिष्ट्य! 'गुण हे आत्म्याचे व दोष हे देहाचे. दोष हे देहाबरोबर निघून जातात, गुण आत्म्याबरोबर अमर होतात. म्हणून आपली बुद्धी गुणचुंबक असली पाहिजे' असे

प्रभावती जयप्रकाश गौरव ग्रंथाच्या प्रारंभी विनोबांनी म्हटले आहे, त्याचा प्रत्यय या लेखात येतो. लोहचुंबक ज्याप्रमाणे नेमके लोहकण टिपून घेतो त्याप्रमाणे राजवाड्यांच्या ठिकाणी वसत असलेले सत्याभिमान, सतत उद्यमशीलता, मातृभाषा प्रेम व राष्ट्रोद्धाराची कळकळ हे गुण या व्यक्तिचित्रणात विनोबांनी बरोबर टिपले आहेत. महापुरुषांचे पुण्य स्मरण करताना किंवा व्यक्तिचित्रण करताना त्यांच्या गुणांबरोबरच त्यांचे दोषही सांगितले पाहिजेत, अशा प्रकारचा दंडक मराठीत व्यक्तिचित्रणाच्या बाबतीत रूढ होत आहे, कारण महापुरुष असला तरी तो 'पुरुष'च असतो, निर्दोष फक्त परमेश्वर! तेव्हा गुणांबरोबरच दोषही दाखवले पाहिजेत असा आग्रह धरला जातो. पण ते पुरुष असले तरी 'महा' असतात, तेव्हा तशी आपल्यात योग्यता असल्याशिवाय दोष-दिग्दर्शन करू नये-विशेषत: त्यांच्या पुण्य-स्मरणाच्या प्रसंगी करू नये एवढाही औचित्य विवेक राहिलेला दिसत नाही.

विनोबांची 'गुणग्राहक दृष्टी' मात्र याबाबतीत औचित्य विवेक पाळणारी आहे. मराठीतील मानदंड ठरणारा असा, हा निबंध आहे. 'टाकमटिका करणे' हा वाक्प्रचार नवा वाटतो, पण 'ट'च्या पुनरावृत्तीमुळे तो कानात चटकन शिरतो. पासंगाला न पुरणे, इंद्राय तक्षकाय स्वाहा, कैवार घेणे, भीडभाड न धरणे, फुलांची व (बाणांची) लाखोली वाहणे, कीर्तीचा मजबूत पाया रचणे, असे अनेक वाक्प्रचार आल्यामुळे भाषेची आशयघनता वाढलेली आहे. 'वरवरचे प्रेम' व 'आतले खरे प्रेम' हे अनुक्रमे मंबाजी व आवलीच्या दृष्टान्ताने स्पष्ट होते. लेखातून राजवाड्यांची मूर्ती उभी राहाते हे मोठे यश आहे.

शिक्षण, राष्ट्रीय - शिक्षण व जीवन शिक्षणविषयक निबंध :

'मधुकर' पुस्तकात शिक्षण, जीवन शिक्षण याबाबतीत ठोस व अनुभवातून आलेले विचार व्यक्त करणारे बरेच निबंध आहेत. असे असूनही 'भूदान नेते' हीच विनोबांची प्रतिमा आज तरी लोकांच्या मनात रेंगाळलेली आहे. १९२४-२७च्या सुमारास त्यांनी हे शिक्षणविषयक लेख लिहिलेले असले, तरी आजही त्यातील काही विचार स्वीकारले, तर शिक्षण क्षेत्राची व शिक्षण विचाराची शुद्धी होऊन पर्यायाने जीवनाची शुद्धी होईल, असे मला खात्रीने वाटते.

गांधीजींच्या असहकार चळवळीमुळे राष्ट्रीय शिक्षण देणाऱ्या शाळा त्या कालखंडात स्थापन झाल्या. त्याबद्दल काही अनुभव सांगणारे निबंध आहेत. विनोबा स्वत: आधी एक चांगले अध्ययनशील विद्यार्थी व नंतर एक थोर शिक्षक होते. या क्षेत्रात अनेक प्रयोग त्यांनी केले, यावर त्यांनी खूप चिंतनही त्यांनी केले. शिक्षणविषयक विचार ते आयुष्यभर मांडत होते. वर्धा येथे १९३७ साली झालेल्या शिक्षणविषयक

परिषदेला विनोबा हजर होते, त्यातून गांधी विचारांवर आधारित 'वर्धा शिक्षण योजना' बाहेर पडली. पण हाताने काही काम न करता नुसते पुस्तकी शिक्षण घेण्याची जी घातक सवय आजही आमच्या शिक्षण देण्याच्या व घेण्याच्या प्रक्रियेत आढळते, तीच स्वातंत्र्यापूर्वीही होती.

वि.द.घाटे यांच्यासारख्या शिक्षणाधिकाऱ्यांनी आपल्या 'दिवस असे होते' या पुस्तकात वर्धा शिक्षण योजनेला 'मोठ्या घरची लेक' असे म्हणून, तिच्यातील फक्त दोषच दिग्दर्शित केले. 'शिक्षण' हा आम्ही महत्त्वाचा विषय मानतो; पण गांधी-विनोबा यांच्यासारख्यांचे याबाबत अनुभवांवर आधारित व प्रयोगांतून सापडलेले शिक्षणविचार आम्ही अमलात आणत नाही. त्यामुळे आमच्या शैक्षणिक क्षेत्रात दिवसेंदिवस असंतोष वाढत आहे. विनोबांनी आचार्यकुलाची कल्पना मांडण्याच्या अगोदर ६०-६२ वर्षापूर्वी, हे विचार मांडलेले आहेत. यातील योग्य ते विचार आजही अमलात आणण्यासारखे वाटतील. त्या दृष्टीने या वैचारिक निबंधांचे खूप महत्त्व आहे.

साक्षर की सार्थक? :

निबंधाचे हे शीर्षक आपले लक्ष वेधून घेते. त्यातून नुसते साक्षर व्हायचे का जीवनाचे सार्थक करायचे, असे काहीतरी विवेचन असणार, असे आपण अंदाजाने ताडतो. पण 'नुसत्या पुस्तकी शिक्षणाने मनुष्य केवळ 'साक्षर' होईल, त्याचे जीवन 'सार्थक' असेलच असे म्हणता येणार नाही' असा मुख्य विचार या निबंधात मांडला आहे. हा निबंध अपूर्ण आहे. आपले जीवन पुस्तकांच्या वाचनाने केवळ साक्षर होईल; ते जर सार्थक करायचे असेल, तर जीवनाचा अर्थ सृष्टीतच शोधला पाहिजे, असे दिग्दर्शन यात केल्यामुळे, हे फक्त साक्षरतेवर भर देणाऱ्या आजच्या सुशिक्षितांच्या दृष्टीने महत्त्वाचे आहे.

'ज्यांच्या शहाणपणाचा सुगंध अनेक शतके गेल्यानंतरही अजून दरवळतो आहे, अशा लोकांचे लक्ष जीवन साक्षर करण्यापेक्षा सार्थक करण्याकडेच होते.'

"तुकाराम महाराजांनी वेदांचा अभ्यास न करताच 'वेदांचा तो अर्थ आम्हासीच ठावा' असे उद्‌गार काढले आणि ते सर्वमान्य झाले. संतांनी रामायणाचा अर्थ 'राम' या दोन शब्दांत काढला, तर ऋषींनी वेदांचे सार '!' या एका अक्षराच्या जपात काढले. साक्षरता अगदीच भुंकायला लागली म्हणून तिच्या तोंडावर त्यांनी '!'चा जप टाकला. पण पुस्तकातील अक्षरे घोकायलाच पाहिजेत, असा त्यांचा आग्रह नव्हता; कारण घरात औषधाच्या बाटल्या असल्यावर ते जसे रोगट शरीराचे लक्षण, तसेच घरात जास्त पुस्तके असणे हे रोगट मनाचे लक्षण. अशा पुस्तकांच्या

घोकंपट्टीने जीवनाचे सार्थक होणार नाही.'' अशा आशयाचे जीवन शिक्षणविषयक विचार या निबंधात आले आहेत. 'नुसत्या पुस्तकी शिक्षणाला जीवन सार्थक करण्याच्या दृष्टीने काही अर्थ नाही' हा विनोबांचा आवडता शिक्षणविचार आहे. प्रत्येकाने 'कर्मातिशेषेण' म्हणजे आपले दररोजचे श्रमनिष्ठेचे काम करून, जो काही वेळ शिल्लक उरतो त्या वेळात 'जप' भावनेने पुस्तकांकडे वळायला हवे, तरच जीवन सार्थक होईल. दुसऱ्या भाषेत सांगायचे, तर हात, मेंदू व हृदय हे शिक्षणात एकत्र आले पाहिजेत अशी त्यांची याबाबतची दृष्टी दिसून येते. म्हणून उद्योगातून शिक्षण मिळाले पाहिजे, ही त्यांची कल्पना अलीकडे पुष्कळांना पटू लागली आहे, पण कोणीही ती अमलात आणत नाही. 'ठेचाळण्याच्या स्वातंत्र्याचा हक्क सर्वजण बजावित आहे. त्यामुळे शिक्षणाची केवळ सुशिक्षिततेने सार्थकता न होता शोकांतिका होत आहेत.' असेही विनोबा म्हणतात. या निबंधात तुकाराम-शंकराचार्य, ऋषी यांनी पुस्तकापेक्षा जीवनाचीच कशी साधना केली, हे अगदी थोडक्यात दृष्टान्तादाखल सांगितले आहे. आपल्या प्रतिपाद्य विचाराला समर्पक दृष्टान्त देऊन तो दुसऱ्याला पटवून द्यावायचा, हे विनोबांच्या वैचारिक निबंधांचे ठळक वैशिष्ट्य आहे.

दृष्टान्ताबरोबरच तो विचार अधिक खोल ठसवण्यासाठी वेद-उपनिषद किंवा संत चरित्र यातील एखादी निवडक गोष्ट ते सांगतात. या निबंधात शंकराने शतकोटी रामायणाची वाटणी देव-दानव-मानव यांच्यात करून स्वत:कडे फक्त जीवन सार्थक करणारी 'राम' ही दोनच अक्षरे घेतली, हे फार कल्पक रीतीने सांगितले आहे.

फक्त शिक्षण :

नुसत्या पुस्तकी शिक्षणाने माणसाची, विशेषकरून शिक्षकाची, कशी शोकांतिका होते हे 'फक्त शिक्षण' या निबंधात चांगले व्यक्त झाले आहे. एका सुशिक्षिताशी झालेल्या संवादाने निबंधाचा आरंभ छान झाला आहे. सुशिक्षित परंतु केवळ शिकवण्याच्या कामाशिवाय कातणे, पिंजणे, विणणे, रंगकाम, सुतारी, स्वयंपाक करणे, दळणे इत्यादी जीवनोपयोगी कामांपैकी त्याला काहीही शिकविता येत नाही, असे त्याच्या तोंडून या संवादात आपल्याला ऐकायला मिळते. म्हणजे फक्त मराठी साहित्य मुलांना शिकवण्याचे काम सदरहू संवादातील गृहस्थांना येते असे चित्र आपल्यापुढे उभे राहते आणि हे चित्र सुमारे साठ वर्षांपूर्वीच्या सुशिक्षित माणसाचे आहे. त्या वेळी जसे ते प्रातिनिधिक ठरले; तसेच आजही हजारो-लाखो सुशिक्षित बेकार पाहून, आजच्याही सुशिक्षित माणसाचे तसेच प्रातिनिधिक चित्र आहे, असे जाणवते. त्यावरून विनोबांनी काढलेले पुढील निष्कर्ष विचार करण्यासारखे

आहेत :

● 'फक्त शिक्षण' म्हणजे जीवनापासून तोडून वेगळे काढलेले मुर्दाड शिक्षण, आणि शिक्षक म्हणजे 'मृत-जीवी' माणूस!

● 'मृत-जीवी' यालाच कोणी 'बुद्धि-जीवी' म्हणतात. पण हा वाणीचा व्यभिचार झाला.

बुद्धि-जीवी कोण? एखादा गौतमबुद्ध, सॉक्रेटिस, शंकराचार्य किंवा ज्ञानेश्वर बुद्धिजीवनाची ज्योत पेटवून दाखवितो.

● बुद्धि-ग्राह्य जीवन म्हणजे अतींद्रिय जीवन असा अर्थ गीतेत सांगितला आहे.

● बुद्धीचा पती आत्मा. त्याला सोडून जी बुद्धी देहाच्या दारची बटीक बनली ती व्यभिचारिणी बुद्धी होय. असल्या व्यभिचारिणी बुद्धीचे जीवन म्हणजेच मरण आणि ते जगणारा तो मृत-जीवी म्हणायचा.

● 'फक्त-शिक्षणा'वर जगणारे जीव हे विशेष अर्थाने मृत-जीवी होत.

विनोबांनी 'फक्त शिक्षण' देण्याच्या व घेण्याच्या पद्धतीबद्दल जे निष्कर्ष काढले आहेत ते कटू वाटले, तरी स्वानुभवातून व्यक्त केलेले आहेत. जीवनाला उपयुक्त असे शिक्षण न मिळाल्यामुळे आणि शाळा-महाविद्यालयात शिक्षणाची जीवनाला उपयोगी पडणाऱ्या कलेशी किंवा उद्योगाबरोबर सांगड न घातल्यामुळे, सध्या बेकार सुशिक्षितांच्या लोंढ्यांचे खूप भयानक दृश्य दिसते आहे. त्याचे स्मरण केले तरी अंगावर शहारे येतात! म्हणून अशी चित्रे दिसू नयेत असे जर वाटत असेल, तर विनोबा म्हणतात की, 'आदर्श जीवन व्यतीत करणाऱ्या आचार-विचारसंपन्न शिक्षकांनी आत्मधारणा व आत्मत्यागाची शक्ती असणारा राष्ट्रीय शिक्षणाचा अग्नी चेतवावा व राष्ट्राची विस्कटलेली घडी बसवावी. शेतकरी जसा शेती करून स्वतंत्र जीवनाची जबाबदारी उचलतो, तशी स्वतंत्र उद्योग शिक्षणाची जबाबदारी शिक्षकांनी घ्यावी. या 'गुरोः कर्म' मध्ये आपल्या शिष्यालाही जबाबदारीने भाग घ्यायला लावावा. यात ज्या शंका शिष्याला येतील त्या शंकांची उत्तरे म्हणजे त्या उद्योग शिक्षणाचाच एक भाग समजून शिक्षकाने द्यावीत. अशा प्रकारे उद्योग-शिक्षण देणारा शिक्षक हाच शिक्षणाचे स्वत: 'सिद्ध शिक्षणकेंद्र' बनेल व त्याच्या सान्निध्यात राहाणे म्हणजेच शिक्षण मिळणे, असे विद्यार्थ्यांना वाटेल. थोडा वेळ प्रार्थनेसाठी व मुख्य काम आटोपल्यानंतर उरलेला थोडा वेळ शिक्षणासाठी द्यावा.' शिक्षणाचे, शिक्षकाचे व विद्यार्थ्यांचे स्वरूप कसे असावे हे विनोबांनी वरील विचारात स्पष्ट केले आहे.

हा लेख विचार प्रवर्तक तर आहेच, पण भाषेच्या दृष्टीनेही हृदयाला अंतर्मुख करणारा आहे. 'आगीत ग्यासतेल ओतणे' असा वाक्प्रयोग आला आहे. आपण तेल म्हणतो, येथे ग्यासतेल म्हटले आहे. बुद्धिवादी कोण व मृत-जीवी कोण यांच्या व्याख्या विनोबांच्या स्वतंत्र प्रज्ञेला व जीवनाभिमुख वृत्तीला शोभण्यासारख्या आहेत. पण हाच शिक्षणविचार 'जीवन आणि शिक्षण' या निबंधात त्यांनी अधिक स्पष्ट रीतीने मांडलेला आहे.

जीवन आणि शिक्षण :

या निबंधात विनोबा म्हणतात, ''जीवन व शिक्षण यांचे दोन भिन्न तुकडे करून चालणार नाही. म्हणजे काही वर्षे जीवनाची कुठलीही जबाबदारी न घेता नुसतेच आई-बापांच्या पैशांवर शिकायचे आणि नंतर जीवनाची जबाबदारी घेतली म्हणजे हे 'फक्त शिकणे' बंद करायचे, ही हनुमान उडी मारणे महाग पडते.

अशा प्रकाराने जीवनाची जबाबदारी पेलता येत नाही आणि परमेश्वराने ज्या जीवनात एवढा आनंद भरून ठेवला आहे, तो कसा लुटावा याची जीवनकला अशा शिक्षणातून लाभत नसल्यामुळे, जीवन दुःखमयच आहे, असे वाटायला लागते. त्यामुळेच अशा तऱ्हेने शिक्षण घेतल्यानंतर उपजीविकेचे साधन न सापडल्यामुळे 'ततः किं ततः किम्' असा प्रश्न सतत भेडसावत असतो. म्हणून मुलाला प्रत्यक्ष जीवन जगू द्यावे. त्यातून जे प्रश्न निर्माण होतील त्याला मार्गदर्शन करण्यासाठी शिक्षकाप्रमाणे काम करणारी वडीलधारी मंडळी त्याच्या जवळपास असावी. आजच्यासारखा 'नुसते शिकवणा'रा धंदेवाईक शिक्षक नको.

विद्यार्थ्यांनेही शिकण्याचा धंदा करता कामा नये, तर धंद्यातून त्याला शिक्षण मिळावे. जसे अर्जुनाला जीवनाच्या कर्मक्षेत्रात प्रश्न उभे राहिले असताना भगवद्गीतेचे शिक्षण मिळाले किंवा राम व लक्ष्मण यांनी विश्वामित्राच्या यज्ञाचे रक्षण करता करता शिक्षण मिळवले तसे; विणकाम, सुतारकाम, रसोई करता करता म्हणजे जीवनाला उपयुक्त काम करता करताच प्रश्न निर्माण होऊन त्यातून शिक्षण मिळाले पाहिजे. त्यातून शरीरयात्रा पूर्ण करण्यासाठी आवश्यक असे उपयुक्त परिश्रम घडतील आणि अशा तऱ्हेने जगण्यातून शिक्षण घेतल्यामुळे जीवनही उंचावेल, त्याला आध्यात्मिक उंची लाभेल. 'सर्वेषाम् अविरोधेन' वागून व अर्थशुचितेचे व्रत पाळून प्रामाणिकपणे पोट भरता येईल. प्रामाणिकपणे पोट भरण्याची कला साधली, तर समाजातील बहुतेक पापे व दुःख नष्ट होतील आणि परमेश्वराने जीवनात दुःख नव्हे, तर आनंद भरून ठेवला आहे याचा अनुभव येईल.''

विनोबांच्या जीवनदृष्टीवरच त्यांची शिक्षणदृष्टी अवलंबून आहे. आज व्यवसायाभिमुख शिक्षण आम्ही म्हणतो, पण त्यात हाताने प्रत्यक्ष व्यवसाय करण्याला फार मोठा वाव नाही. थातूरमातूर 'प्रॅक्टिकल'च्या नावावर काही कृती करण्यात वेळ जातो. त्यामुळे व्यवसायाचे खरे ज्ञान होत नाही व व्यवसायाभिमुख शिक्षणातील पदवी मिळवूनही असे पदवीधर केवळ 'नोकरी पाहिजे' अशीच हाकाटी पिटतात व नोकरी नसली म्हणजे बेकार राहातात. म्हणून ६०-६२ वर्षांपूर्वी विनोबांनी जीवन हे शिक्षणकेंद्र बनावे हा जो विचार मांडला, त्याचा नीट अभ्यास करून तो प्रचलित शिक्षण पद्धतीऐवजी कसा अमलात आणता येईल याचीही योजना आखावी. नाहीतर कितीही धंदेशिक्षणाच्या शाळा काढल्या आणि कितीही नवोदय विद्यालये काढली, तरी त्यातून स्वत:चे पोट भरू न शकणारे निर्माण होतील, कारण सर्वांना नोकऱ्या उपलब्ध नसणार. त्यामुळे शिकत असताना 'ततः किं ततः किम्' असा प्रश्न सतावत राहाणार.

या निबंधातही भगवद्गीतेतील विचारांवर आधारित 'जीवन हे आनंदाने भरले आहे, दुःखाने नव्हे' हा सुंदर विचार मांडला आहे. तो आनंद लुटण्याची जीवनकला साध्य होण्यासाठी जीवनशिक्षण आवश्यक मानले आहे.

जीवनाकडे व शिक्षणाकडे किती जिव्हाळ्याच्या भावनेने विनोबा पाहातात आणि 'करी लाभाविण प्रीति' या वृत्तीने किती तळमळीने मार्गदर्शन करतात, हे अशा निबंधांतून दिसून येते. 'सर्वभूतहिते रताः' अशी त्यांची थोर वृत्ती अशा लेखांमधून डोकावते. त्याच वृत्तीतून प्राचीन काळातील अर्जुन-राम-लक्ष्मण, मनु यांचे समृद्ध जीवन व समृद्ध जीवनदृष्टी व्यक्त करण्यासाठी त्यांची उदाहरणे देतात.

'स्वत:च्या शरीराची यात्रा चालवण्यासाठी मी परिश्रम करीत नाही, तर समाजरूपी शरीराची यात्रा चालविण्यासाठी मी परिश्रम करतो' अशी व्यापक समाजहिताची दृष्टी वाचकाला देतात. त्याच दृष्टीची वाचकाला आज खूप गरज आहे. ती दृष्टी प्राप्त होण्यासाठी व रिकाम्या हातांना उद्योग आणि अस्वस्थ डोक्यांना शांतता मिळवून देण्यासाठी 'कातायला लाग' असा सल्ला देतात.

कातायला लाग :

'सूत कातणे' आज शाळांमधून व बहुतेकांच्या जीवनामधून हद्दपार झाले आहे. आपल्याला स्वराज्य हवे होते ते मिळाले. स्वराज्यापूर्वी खादी व खादी उद्योगाचे विनोबांना फार महत्त्व वाटायचे. हिमालयाएवढे कापसाचे ढीग ज्या देशाकडे आहेत त्या देशाला वस्त्रासाठी लँकेशायरकडे पाहावे लागते, तिकडून येणाऱ्या वस्त्रातून

ऊब मिळवावी लागते, याची त्यांना खंत वाटायची. म्हणून देशातील पाच माणसांचे एक कुटुंब मिळून सहाशे कुटुंबे त्यांनी त्या वेळी गृहीत धरली होती व त्यातून चरखे चालवून वस्त्रांच्या व वस्त्रोद्योगाच्या दृष्टीने आपण स्वावलंबी होऊ असे त्यांना सतत वाटायचे. पण कलियुगातील माणसांची सूत कातण्याकडे दुर्लक्ष करून हिमालयाएवढा कापूस पिकवूनही वस्त्रासाठी परावलंबी राहण्याची जी वृत्ती भारतात दिसून येते ती त्यांना व्यथित करते. म्हणून ते लिहितात-

- कलियुगातील माणसे ठेंगणी, त्यांच्या कल्पना ठेंगण्या.
- खादीची गंगा निर्माण करायची तर भगीरथ प्रयत्नाशिवाय ती सिद्ध होणार नाही. पण तसे प्रयत्न करायचे तर तपश्चर्या करावी लागते. पण...
- तप म्हटले म्हणजे आपल्याला तापच भरतो. कित्येकांना तर संताप येतो.
- मी स्वतः सूत कातणार नाही. 'मी' सोडून दुसऱ्याने कोणीतरी ते कातावे.

एखादे तत्त्व वाचकांच्या मनावर बिंबवण्यासाठी विनोबा निबंधात एखादी छान लोककथा सांगतात. त्यामुळे तो निबंध रोचक व पाचक बनतो आणि प्रतिपाद्य विचार सुलभतेने पटून मनात ठसतो. आपल्या आळशी स्वभावाचे 'दुर्बळपणाची मूर्ती बनलो आहोत' अशा संयमाने त्यांनी वर्णन केले आहे. खुद्द विनोबांनी आयुष्यभर सूतकताई करून त्यावर वेगवेगळे प्रयोग केले. त्यातील अनुभव या निबंधात साकार झाल्यामुळे तो जिवंत वाटतो. 'स्वराज्य हे ज्याचे त्याने मिळवले पाहिजे' हा प्रेरक विचार त्यामुळे ते देऊ शकतात. बेकारीचा रोग ज्याला प्रचलित शिक्षणपद्धतीतून झाला आहे त्याने सूतकताईचे औषध घेऊन तो हटवला पाहिजे. 'कलियुगात व्यक्तीची शक्ती गेली असली तरी संघात शक्ती उरली आहे' असे नादमधुरच नव्हे, तर संघशक्तीची उपासना करण्याकडे प्रवृत्त करणारे वाक्यही ते सहज लिहून जातात.

कलियुगाचे वर्णन करताना नळराजाचा संदर्भ ते अचूक देतात व थोडासा अस्वच्छ राहण्याचे फळ त्याला कलीने कसे दिले, हे पटवून देतात. म्हणून प्रत्येकाने आपल्यात सूतकताईच्या बाबतीत निरुत्साहाचा दोष राहाणार नाही, हे पाहावयास हवे असे ते सुचवतात व मेल्याशिवाय स्वर्ग दिसत नाही, ही म्हण स्वर्गाइतकीच स्वराज्यालाही लागू आहेत असे सांगतात. भाषावैभव तर निबंधात आहेच पण विचारवैभवही आहे व ते सूतकताईच्या प्रचंड अनुभवातून, कृतीतून उभे राहिले आहे म्हणून त्याला महत्त्व आहे. भाषावैभव व विचावैभव एकत्र

नांदतात अशी खालील काही वाक्ये-

- दृष्टीचा अंधार गेला म्हणजे सृष्टीचाही गेलाच.
- गुलामांच्या मानसशास्त्रात उत्साहापेक्षा निरुत्साहाची प्रचारक शक्ती विशेष असते.
- खरोखर भगीरथाच्या नावात अद्‌भुत स्फूर्ती साठवलेली आहे. पण आपण दुबळेपणाची मूर्ती बनलो आहोत. त्यामुळे असल्या नावाने आपल्या शरीरात स्फूर्तीचा संचार होण्याऐवजी भीतीचा संचार होतो.

या निबंधाच्या जोडीला जर 'स्व-रूप पाहा' हा निबंध ठेवून वाचला, तर खादी उद्योगाविषयी विनोबांचे अंत:करण का व कसे तीळतीळ तुटत होते, याची कल्पना आपणास येईल.स्वातंत्र्यापूर्वी लिहिलेले हे निबंध त्यातील ताज्या व जीवनाला चैतन्याचा स्पर्श करणाऱ्या भरीव विचारांमुळे आजही आमच्या वस्त्रोद्योगाच्या व बेकारीच्या समस्या सोडविण्यास प्रेरक व मार्गदर्शक ठरतील, असे मला वाटते.

स्व-रूप पाहा :

या निबंधाच्या प्रारंभी 'स्व'रूपाकडे न पाहता इतरांच्या कृतीकडे पाहण्याच्या वृत्तीवर प्रकाश टाकण्यासाठी विनोबांनी तीन गोष्टी सांगितल्या आहेत. केवळ अशा गोष्टींमुळे मनोरंजनाचा हेतू पूर्ण झाल्यामुळे हा निबंध काहींना आवडेल, पण विचार समजावून तो वाचकाच्या हृदयात खोल रुजवण्यासाठी अशा गोष्टी ते देत असतात. पहिली पाय भाजू नये म्हणून सर्व पृथ्वीला चामडे पांघरण्याची इच्छा करणाऱ्या श्रीमंताच्या खुळ्या मुलाची आहे, दुसरी पुराणातील पृथ्वीची प्रदक्षिणा कोण करतो याबद्दल देवांमध्ये लागलेल्या शर्यतीची आहे, तिसरी विनोबांच्या आवडत्या वेदान्तातील स्वत:ला सोडून इतरांना मोजणाऱ्या व दहावा सापडत नाही म्हणून ओरड करणाऱ्या दहा यात्रेकरूंची आहे.

या गोष्टींमुळे विनोबा वाचकाला आपल्याकडे आकर्षित करून घेतात आणि हळूच त्याला सांगतात, "हल्ली आमचा हाच घोटाळा आहे, 'काम करायला माणसे नाहीत' असे म्हणणारी 'माणसे' ठिकठिकाणी आढळतात. जो तो स्वत:ला मोजण्याचे सोडून देतो आणि हिशोब करायला बसतो. त्यामुळे कामाचा काही मेळ बसत नाही; आणि स्वत:ला वगळून विश्वाचे कोडे सोडवण्याची खटपट फुकट आहे" हे अनुभवाचे बोलही त्याला ऐकवतात.

त्यांनी आरंभी सांगितलेल्या गोष्टींमुळे त्यांचे ऐकण्यास उत्सुक झालेला वाचक त्यांचा हाही विचार ऐकून घेतो व अंतर्मुख होतो. विचार करायला लागतो

आणि मग त्याच्या लक्षात येते की, आपण मौनाच्या प्रचारासाठी व्याख्याने देतो आणि प्रचार झाला नाही म्हणजे विचारात पडतो. असे का व्हावे असा जेव्हा तो पुन्हा विचार करू लागतो, तेव्हा त्याच्या लक्षात एक महत्त्वाची गोष्ट येते ती म्हणजे स्वत:ला सोडून सर्व जगाला सुधारण्याचा ठेका तो घेतो. स्वत:ला न सुधारता जग सुधारू पाहातो. जग 'सुधारण्या'मध्ये तो स्वत:ची मात्र गणना करीत नाही आणि मग त्याची अवस्था पृथ्वी प्रदक्षिणेच्या पैजेत धापा टाकून धावणाऱ्या पण पैज हरलेल्या देवांसारखी होते व विश्वरूप-दर्शनाची अर्जुनाची हौस भगवंत ज्याप्रमाणे पुरवितात त्याप्रमाणे याचीही विश्वरूप-दर्शनाची हौस पूर्ण होते.

विनोबांच्या बहुतेक विचारांना भगवद्गीतेतील विचारांची बैठक आहे, हे अगोदरच्या निबंधांच्या चर्चेत येऊन गेले आहे, पण या निबंधात भगवद्गीतेतील 'विश्वरूपदर्शन' या घटनांशी व शब्दांशी ते अगदी एकरूप झालेले दिसतात. म्हणून विश्वरूपदर्शन या शब्दाची अनेक वेळा पुनरावृत्ती करून आपल्या भाषाशैलीचे 'रूपदर्शन' पुढीलप्रमाणे घडवतात :

- 'तीस कोटी लोकांची शरीरे खादीमय झाली पाहिजेत' हे खादीचे विश्वरूप.

- 'माझ्या शरीरावर नखशिखांत खादी असली पाहिजे. मला रोज एक तास तरी चरखा कातला पाहिजे' हे खादीचे स्वरूप.

- 'हिंदू, मुसलमान, पारशी, ख्रिस्ती, शीख इत्यादी सर्व समाजात अहिंसक वृत्ती उत्पन्न झाली पाहिजे' हे अहिंसेचे 'विश्वरूप.'

- 'माझे अंत:करण प्रेमाने भरलेले पाहिजे. माझ्या वाणीवर माझा ताबा पाहिजे' हे अहिंसेचे 'स्व-रूप'.

- '(इंग्रज) सरकारने सुरू केलेले तमाम सर्व हमालखाने बंद पाडले पाहिजेत. सर्व शिक्षकांनी व विद्यार्थ्यांनी सरकारी शाळांचा त्याग केला पाहिजे' हे राष्ट्रीय शिक्षणाचे 'विश्वरूप.'

- 'मी किंवा माझ्या मुलांनी सरकारी शाळेत जाऊ नये. माझ्या हातून चार दोन मुलांना राष्ट्रीय शिक्षण मिळावे. माझे अध्ययन आणि चिंतन सतत चालू असावे' हे राष्ट्रीय शिक्षणाचे 'स्व-रूप.'

वरील विचार वाचताना जरी आपल्याला क्वचित कंटाळा आला, तरी विनोबांना कंटाळा येत नाही. खादी, सूतकताई, अहिंसा, खेडेगावाची सेवा-पर्यायाने राष्ट्राचा उद्धार- हे विनोबांचे आवडते व सतत चिंतनाचे विषय दिसतात. त्यामुळे प्रत्येकाने यासंबंधात काहीतरी कृती करावी, अशी अपेक्षा ते बाळगतात.

भगवद्गीतेच्या खालोखाल गणित हा त्यांचा आवडता विषय! निबंधाच्या शेवटी 'स्वरूप दर्शन' हेच 'विश्वरूपदर्शना'चे उत्तम साधन आहे, हे समजावून सांगताना, 'स्वरूप-दर्शन हे मध्यबिंदूसारखे म्हटले तर विश्वरूप-दर्शन परिधीसारखे आहे. मध्यबिंदू पकडून ठेवल्याशिवाय परिधी हाती लागायचा नाही' अशी गणिताची भाषाही ते बोलून जातात. याशिवाय डौलदार अनुप्रासयुक्त वाक्ये प्रत्येक निबंधात आढळतातच. याही निबंधात ती आहेत. उदाहरणार्थ, 'दुनियेचा दोस्तसुद्धा त्याला दुश्मनासारखा दिसला.' सूर्याला 'मित्र' न म्हणता अनुप्रास साधण्यासाठी 'दुनियेचा दोस्त' म्हटले आहे. त्याच्यापुढे 'शत्रू' शब्द न लिहिता 'दुश्मन' शब्द लिहिला. त्यामुळे वाक्य जोरकस व नादयुक्त वाटते.

या लेखात 'आत्मपरीक्षण करायला हवे' हा मुख्य विचार आहे. तो खुलवण्यासाठी पुढील विचार मांडले आहेत :

- आचार हेच प्रचाराचे एकमात्र साधन आहे.
- कोणत्याही प्रश्नाचा आतून विचार न करता बाहेरून विचार करण्याची आम्हाला सवयच लागत चालली आहे. गाठ सोडायची म्हणजे आतून उकलावी लागते, बाहेरून ओढाताण करण्याने ती सुटण्याऐवजी अधिकच मजबूत होऊन बसते.

समस्येकडे बघण्याची व तिचा उकल शोधण्याची एक दृष्टी विनोबांनी स्वानुभवाने प्राप्त केली आहे. त्याचा अनुभव आपणास इतर निबंध वाचतानाही येतो. मुले निघून जातील, एक पत्र, तीन मुद्दे, श्रवण आणि कीर्तन, कौटुंबिक शाळा, भिक्षा, पूर्णात् पूर्णम् हे निबंधही शिक्षण, राष्ट्रीय शिक्षण व जीवन शिक्षण या विषयांवर आधारित आहेत.

ग्रामसेवा, अहिंसा, अस्पृश्यता-निवारणविषयक निबंध

खेडेगावचे काम :

दारिद्र्य, बेकारी व टंचाई निर्मूलन करण्याचे अनेक प्रयोग विनोबांनी वर्ध्याच्या व पवनारच्या आश्रमांत केले. त्या प्रयोगांतून झालेले चिंतन शब्दरूप घेऊन या निबंधांमध्ये अवतरले आहे. त्यांच्या या निबंधांमध्ये वाक्यावाक्यांतून एकच ध्यास दिसतो की, राष्ट्रातील आळस दूर होऊन राष्ट्राचे दारिद्र्य नष्ट व्हावे; ते खादी-ग्रामोद्योगाने स्वयंपूर्ण व स्वतंत्र व्हावे, त्यातील अस्पृश्यतेसहित सर्व भेदाभेद नाहीसे होण्यासाठी अहिंसामय बनावे, राष्ट्रीय शिक्षण घ्यावे, राष्ट्रीय शाळा निघाव्यात. केवळ एक महाराष्ट्र त्यांच्या डोळ्यांपुढे नाही, तर सबंध भारत राष्ट्र आहे. जणू त्या भारत राष्ट्रातील लोकांशी ते या निबंधांतून कळकळीने हृदयसंवाद साधतात, असे

जाणवते. ‘राष्ट्रप्रेम’, ‘व्यापक राष्ट्रहित’ व ‘स्वराज्य प्राप्ती’ या ठळक प्रेरणा त्या निबंधांमागे आहेत आणि विनोबांच्या त्यागमय जीवनाची त्याला जोड लाभल्यामुळे ते निबंध राष्ट्रप्रेमाच्या रसात भिजलेले वाटतात. विशेषकरून चरखा व खेडेगावांची सेवा हे त्यांचे नित्यचिंतनाचे विषय आहेत.

खेडेगाव हा राष्ट्ररूपी इमारतीचा पहिला मजला आहे, असे विनोबांना वाटते. हा पहिला मजला भक्कम बांधला म्हणजे नंतरचे मजले सहज उभे करता येतील. त्यासाठी प्रत्यक्ष खेडेगावाकडे जाऊन तेथे काम करण्याची आवश्यकता ते सांगतात. पण खेड्यात कसे जायचे? कसे राहायचे? तेथील लोकांची सेवा कोणत्या वृत्तीने करायची? याची बहुतेक शहरवासीयांना जाणीव नसल्यामुळे खेडेगावात काम करताना ते अयशस्वी होतात. विशेषकरून गांधीजींच्या असहकार चळवळीमुळे शहरी कार्यकर्त्यांचे लक्ष खेड्यांकडे गेले. काहींनी तेथे जाऊन यशस्वी कार्य केले, पण काहींना मात्र यश मिळाले नाही. विनोबांची सर्व हयात खेडेगावात खेडुतांची सेवा करण्यात गेली. त्यामुळे याबाबत ते अधिकारवाणीने बोलू शकतात. ‘खेडेगावचे काम’ या निबंधात त्यांनी केलेल्या चर्चेचे तात्पर्य असे आहे की, “खेडेगावात काम करण्यासाठी जाणाऱ्या लोकांनी काही पथ्ये पाळायची आहेत. खूप प्रयत्न करूनही जर यश मिळाले नाही, तरी नाराज होऊन प्रयत्न करणे सोडून देऊ नये. अपयशातच यश लपलेले असते, हे लक्षात घेऊन प्रयत्नांचा वेग आणखी वाढवावा हे पहिले पथ्य सांभाळावे, त्यानंतर दुसरे पथ्य पाळायचे ते हे की, शहरीवृत्ती सोडून खेडुतवृत्ती अंगी बाणवून सतत उद्योगात रमून जावे, तिसरे पथ्य असे की, आपण शहरी आहोत व खेड्यातील लोकांना काहीतरी शिकवण्यासाठी आलो आहोत, हे विसरून जावे, चौथे पथ्य म्हणजे लोकांचे सूक्ष्म व्यवहार पाहण्याची व त्यांचा फाजील अतिपरिचय करून घेण्याच्या वृत्तीचा त्याग करून लोकांविषयी प्रेमादर ठेवण्याची वृत्ती जोपासावी, पाचवे पथ्य म्हणजे वक्तृत्व, विद्वत्ता या वरवरच्या गुणांना फार महत्त्व न देता प्रेम, सततोद्योग व निर्भयता हे गुण अंगी मुरवून घ्यावेत. भक्तीचा जिव्हाळा हा सर्व सद्‌गुणांचा राजा आहे, हे विसरू नये. आणि शेवटचे पथ्य म्हणजे आपण फार मोठा त्याग करीत आहोत याची जाणीव नको. खेडेगावातील लोक त्यागमय जीवनच जगत असतात याचे स्मरण ठेवावे.” मला असे वाटते की, ग्रामीण भागात सेवेसाठी जाणाऱ्या कार्यकर्त्यांना विनोबांचे हे अनुभवाचे अनमोल बोल आजही उपयोगी पडतील.

चरख्याचे सहचारी भाव : खेडेगावप्रमाणे ‘चरखा’ हाही विनोबांच्या चिंतनाचा आवडता विषय आहे. ‘कातायला लाग’ या निबंधात त्याची थोडीशी झलक पाहावयास

मिळाली, पण चरख्याचे त्यांना एवढे महत्त्व कशामुळे वाटत होते याची चर्चा त्यांनी 'चरख्याचे सहचारी भाव' या निबंधात केली आहे. त्या चर्चेतून व्यक्त झालेले त्यांचे प्रमुख विचार थोडक्यात सांगायचे म्हणजे प्रत्येक वस्तूबरोबर तिचे काही सहचारी भाव येतात. 'चरख्याने स्वराज्य मिळवू' असे जेव्हा म्हटले जाते; तेव्हा त्याच्यामागे चरख्याचे शांती, अहिंसा, गरीब-श्रीमंत हा भेद नष्ट करणे, सुशिक्षित-अशिक्षित यांना एकत्र आणणे व हिंदू-मुसलमान यांच्यातील झगडे मिटवणे इत्यादी जे सहचारी भाव असतात ते गृहीत धरलेले असतात.

प्रत्येक मशिदीत व प्रत्येक मंदिरात चरखा ठेवला, तर उभय धर्माच्या लोकांमध्ये चरख्याबरोबर आलेला शांती हा सहचारी भाव निर्माण होऊन ते परस्परांची डोकी फोडणार नाहीत. चरखा ही साधी वस्तू पण तिच्यामुळे गरिबांविषयी कणव व सहानुभूती, चरखा वापरणाऱ्या श्रीमंत लोकांमध्ये निर्माण होईल. चरखा बाळगणाऱ्याला सुतार-लोहार, महार यांच्या पायाशी चरखा दुरुस्तीच्या कामासाठी बसावे लागेल. त्यामुळे भिन्न स्तरात असलेली विषमता व अस्पृश्यता नष्ट होईल. आंधळा मजूर व पांगळा पंडित, अशी श्रमिक व बुद्धिजीवी समाजाची जी दु:स्थिती झाली आहे, ती चरख्याच्या वरील सहचारी भावामुळे बदलून जाईल. म्हणजे सर्व भारतीय समाजामध्ये शांती, ऐक्य भावना व परस्पर प्रेम नांदण्याची क्रिया चरख्याच्या वापरामुळे निर्माण झाली, तर स्वराज्य मिळवणे कठीण नाही. अस्पृश्यता, सामाजिक भेदाभेद व हिंदू-मुसलमान झगडे हेच स्वराज्य येण्याच्या मार्गातील अडथळे होते; ते चरखा दूर करू शकेल. पण चरखा प्रत्यक्ष वापरून कातल्याशिवाय त्याचे बाकीचे फायदे समजणार नाहीत, असे विनोबा तळमळीने सांगतात. निबंधाच्या प्रारंभी सांगितलेली, आधी अहिंसक असणारा ऋषी इंद्राने दिलेली तलवार बाळगल्यामुळे नंतर कसा क्रूर होतो, ही कथा हृद्य आहे.

नागपंचमी : गांधीजींच्या एकादश व्रतांपैकी 'अहिंसा' हे पहिल्या क्रमांकाचे व्रत. अहिंसा म्हणजे सर्व विश्वाविषयी प्रेम बाळगणे. अहिंसेत राहाणे म्हणजे प्रेमाच्या साम्राज्यात राहाणे असा तिचा व्यापक अर्थ आहे, पण पुष्कळांनी हा अर्थ नीट समजावून न घेता 'अहिंसा' तत्त्वाची टर उडवली. विज्ञानाच्या संहारकशक्तीने जी विविध संहारक अस्त्रे शोधून काढली आहेत, त्यांचा प्रयोग झाला तर सर्व जग बेचिराख होईल, अशी चिंता आता जगात सर्वत्र व्यक्त केली जात आहे. या पार्श्वभूमीवर 'अहिंसा' या तत्त्वाला पुन्हा जागतिक पातळीवर महत्त्व प्राप्त झाले आहे. पण ही अहिंसा प्राणिसृष्टीच्या बाबतीतही पाळणे म्हणजे अहिंसेचा उत्कर्ष, अशी

विनोबांची श्रद्धा दिसते. त्या दृष्टिकोनातून त्यांनी 'नागपंचमी' हा निबंध लिहिला. 'नागपंचमीच्या दिवशी सुट्टी कशाला? सर्प तर असा प्राणी आहे की, त्याला दूध पाजले, तर तो विष ओकून त्याची परतफेड करतो, तेव्हा अशा दुष्ट प्राण्याच्या निमित्ताने सुट्टी नको' अशा आशयाची चर्चा आकर्षक संवादाद्वारे निबंधाच्या प्रारंभी केलेली आढळते.

वैचारिक निबंधात मुद्दे पटवण्यासाठी रोचक गोष्ट व आकर्षक संवाद देणे हे विनोबांच्या वैचारिक निबंधांचे वैशिष्ट्य याही निबंधात आढळते. त्यात मांडलेले विचार थोडक्यात असे सांगता येतील की, 'सर्वच सर्प विषारी नसतात. सर्प हा अत्यंत एकांतप्रिय व भित्रा प्राणी. श्रावणात पाऊस खूप असल्यामुळे अतिथी म्हणून केवळ आश्रय शोधत तो स्वरक्षणासाठी आपल्या घरात येतो. पण येणारा प्रत्येक सर्प हा दुष्ट व दंश करणारा आहे असे समजून त्याला ठार मारण्यासाठी १५-२० माणसे काठ्या घेऊन धावतात. सापाच्या विषापेक्षा सापाविषयी असलेला दीर्घद्वेष हा अधिक विषारी आहे. परंतु सेंट फ्रान्सिस ऑफ ॲसिसीसारखे, स्वतःच्या मांडीवर सर्पाला झोप देणारे संत म्हणजे 'अहिंसेचे पुतळे'! तो शेषशायी भगवान अहिंसा वृत्तीमुळेच सर्व लोकांचा एकमेव नाथ झाला. ज्याच्या हृदयात प्रेमाचे साम्राज्य तो दुनियेचा एकच एक राजा, हा सनातन सिद्धान्त आहे. जो कोणी नागपंचमीचे हे रहस्य विचारपूर्वक ग्रहण करील त्याला सर्पाचे विष बाधणार नाही. त्याच्या हृदयातील द्वेषभाव दूर होतील.' हे विचार ध्यानात घेतले, तर सर्पाकडे व पर्यायाने दुष्ट समजल्या जाणाऱ्या कुठल्याही प्राण्याकडे बघण्याचा दृष्टिकोन अहिंसक ठेवला पाहिजे आणि सर्व प्राणिमात्रांवर प्रेम केले पाहिजे या दिशेने आपण विचार करायला लागतो.

'अहिंसा' तत्त्वानंतर 'अस्पृश्यता निवारण' हे स्वराज्यासाठी चळवळ करणाऱ्यांना महत्त्वाचे वाटायचे. स्वातंत्र्यापूर्वी हा अस्पृश्यतेचा प्रश्न जसा समाजात असंतोष करणारा ठरला, तसा तो आजही कायम आहे. त्याच्यामुळे केवळ सामाजिक भेद निर्माण झाले नाहीत, तर वाङ्मयीन सवतेसुभेदेखील निर्माण झाले आहेत. समाजात सुखशांती नांदण्याच्या दृष्टीने अस्पृश्यतेची भावना नष्ट होणे आजही जरुरीचे झाले आहे. या दृष्टीने विनोबांनी या प्रश्नावर केलेले चिंतन, मार्गदर्शन अतिशय मोलाचे आहे.

स्वच्छतेचे इंद्रिय आवरा :

या निबंधामध्ये अस्पृश्यता-निवारण कार्यासंबंधी विचार विनोबांनी मांडलेले आहेत. देवळातील अस्पृश्यता दूर झाली पाहिजे, या मुख्य विचाराभोवती 'स्वच्छतेचे

इंद्रिय आवरा' यातील विवेचन फिरताना दिसते. विनोबा म्हणतात, 'माणसाच्या इंद्रियाची तोंडे बाहेर असल्यामुळे इंद्रियाचे गुलाम असलेली माणसे; कुठल्याही गोष्टीच्या अंतरंगात प्रवेश न करता, तिच्या बहिरंगावरून तिचे स्वरूप ठरवतात आणि त्यामुळे 'बरे' आणि 'वाईट' यातील फरक समजण्याइतका विवेक त्यांच्यात राहत नाही. स्वच्छता म्हणजे काय आणि पावित्र्य म्हणजे काय, यातील फरक त्यांना समजत नाही. बाह्य स्वच्छता म्हणजेच पवित्रता असे समजून सर्व अंत्यज हे अस्वच्छ असल्यामुळे त्यांना मंदिरात तरी निदान प्रवेश करू देऊ नये, कारण त्यामुळे मंदिराचे पावित्र्य नष्ट होईल असे 'बाह्य स्वच्छता म्हणजेच पवित्रता'समजणाऱ्या या लोकांना वाटते.' त्यांना उद्देशून विनोबा पुढे म्हणतात की, 'तुमचे स्वच्छतेचे इंद्रिय आवरा, कारण स्वच्छता म्हणजे पवित्रता नव्हे, ते पवित्रतेच्या ग्रंथाचे बाइंडिंग आहे. स्वच्छतेवरून पवित्रतेचा अंदाज करणे म्हणजे बाइंडिंग पाहून ग्रंथावर अभिप्राय देण्यासारखे आहे.'

हिंदू धर्मावर लागलेला अस्पृश्यतेचा कलंक अजूनही नष्ट झाला नाही. पासष्ट वर्षांपूर्वी अस्पृश्यांना मंदिर प्रवेश कोणत्या भावनेने नाकारला जात होता, हे विनोबांनी बरोबर हेरले आहे. त्यांच्यातील साम्ययोगी दृष्टीला हे खटकले आणि देवळाचे पुजारी हे खरे भक्त नाहीत, त्यांना भजनापेक्षा भोजनच अधिक प्रिय आहे हे सर्वांच्या नजरेला आणले. या ठिकाणी भोजन व भजन यांच्या ज्या व्याख्या विनोबांनी केलेल्या आहेत, त्या आजही आवश्यक वाटतात व पुढेही त्या मार्गदर्शक ठरतील. या व्याख्या म्हणजे त्यांच्या स्वतंत्र व चिंतनशील प्रज्ञेने शब्दांच्या मुळाशी मारलेली बुडी. कोणत्याही शब्दाच्या स्वरूपाकडे किंवा प्रश्नाकडे विनोबा मुळात जाऊन पाहातात. त्यामुळे त्यांचे चिंतन सखोल होऊन त्यातून जे विचार व्यक्त होतात ते वाचल्याबरोबर समस्या सुटण्यास मदत होते. उदाहरणार्थ, भोजन व भजनाविषयी ते लिहितात, 'भोजन ही अमंगळ शारीरिक क्रिया आहे. त्यामुळे स्वच्छतेच्या कडेकोट पहाऱ्यात ती करण्याचा रिवाज पडला, तरी हानी नाही. पण भजन ही पवित्र आत्मिक क्रिया आहे. त्यामुळे 'शिवता होतसे ओवळे' हा नियम तिथे लागू नाही. 'ब्राह्मणाचे ब्रह्म ते सोवळे' आणि 'शूद्राचे ब्रह्म ते ओवळे' असे असत नाही. भजन ही वाहती गंगा आहे. ती पवित्र आहे, इतकेच काय पण ती पावक आहे, दुसऱ्यांना पवित्र करणारी आहे. म्हणून देवळातून अस्पृश्यता सहज दूर झाली पाहिजे आणि शबरीप्रमाणेच पवित्र व निस्सीम भक्ती करणाऱ्या शूद्रांना जर देवळात येऊ दिले जाणार नसेल, तर अशा देवळात जायचेच कशाला?' असा जो विचार त्यांनी मांडला आहे तो

आधी स्वत: आचरणात आणला आहे.

जिथे सर्वांना (सर्व जाती-धर्मांच्या लोकांना) प्रवेश आहे अशाच देवळांत विनोबा गेलेत आणि तेही सर्व जाती-धर्मांच्या लोकांना घेऊनच. ज्ञानेश्वरांनी उभा केलेला 'विश्वात्मक देव' विनोबांनी पुन्हा लोकांपुढे उभा केला आणि त्याला आईची उपमा दिली ती 'विठाई माउली' या संतांच्या उद्‌गारांची आठवण करून देणारी आहे. जनजागृतीच्या दृष्टीने समंजस व वैचारिक मनोभूमिका तयार होण्याच्या दृष्टीने आजही, हे विचार उपयुक्त आहेत. साम्ययोगी दृष्टीतून व्यक्त झालेले विचार, भावनेच्या दृष्टीनेही किती पवित्र असू शकतात ते या निबंधात दिसते. केवळ मनशुद्धी व हृदयशुद्धी नव्हे, तर एकूणच जीवन शुद्धीच्या प्रक्रियेला या निबंधातील उदात्त विचारांमुळे प्रारंभ होतो. 'स्वच्छतेचे इंद्रिय आवरा' हा आज्ञार्थक इशारा आजही जीर्णशीर्ण विचारांना देण्याची गरज आहे, कारण

विष्णुमय जग वैष्णवांचा धर्म। भेदाभेद भ्रम अमंगळ।।

(तुकारामांची गाथा)

आहे असे संतांनी परोपरीने सांगूनही समाजातून हा अस्पृश्यतेचा जुनाट रोग गेला नाही, उलट अस्पृश्यता ही फार प्राचीन काळापासून चालत आली आहे, असे प्रतिपादून 'जुने ते सोने' या भावनेने तिला कुरवाळण्याचा प्रयत्न चाललेला दिसतो. याविषयीचा अधिक परामर्श 'जुना रोग' या निबंधात घेतला आहे.

जुना रोग :

आद्य शंकराचार्यांनी आपल्या पूर्वायुष्यात एकदा काशीला जात असताना वाटेत आडव्या येणाऱ्या चांडाळाला 'दूर हो' म्हटले, एवढ्या घटनेवरून 'अस्पृश्यतेला एक आधार आहे' असा निष्कर्ष काहींनी काढला. अर्थातच तो चूक आहे. या संदर्भात विनोबांनी असे म्हटले आहे की, 'साधूंचे पूर्वचरित्र पाहू नये, पाहायचे झाल्यास त्यांचे उत्तर-चरित्र पाहावे. वाल्मीकी काय किंवा शंकराचार्य काय, कुणीही साधुपुरुष घेतला तरी साधुत्वाची योग्यता येण्यापूर्वी तो साधू नसतो. म्हणून साधुत्वाची योग्यता नसणारे जे, त्यांचे चरित्र आधाराला घेऊ नये, कारण तसा आधार घेणे म्हणजे भुताने भागवताचा आधार घेण्यासारखे आहे. त्यात आधार घेण्याऱ्याचाही दोष आणि ज्याचा आधार घेतला जातो त्याचाही थोडा दोष असतोच. अद्वैताचे पूर्ण दर्शन होण्यापूर्वी आद्य शंकराचार्यांनी चांडाळाला दूर हो म्हटले. पण तो चांडाळही मोठा हुशार दिसतो. आपला विटाळ मानणाऱ्या शंकराचार्यांना तो विचारतो, 'गंगाजलातील चंद्र आणि आमच्या तळ्याच्या पाण्यातला चांदोबा यात काही फरक आहे का,

सुवर्णकलशातले आकाश आणि मातीच्या मडक्यातील पोकळी यात काही अंतर आहे का, सगळीकडे आत्मा एकच आहे ना, मग हा ब्राह्मण, हा अंत्यज असला भेदभाव तुम्ही कोठून काढला,' एवढे अचूक प्रश्न विचारल्यानंतर ज्ञानी माणसातील 'अद्वैत' जागृत होणार नाही हे अशक्य आहे. शंकराचार्यांची क्रिया लगेच पालटते. त्यांची नुसतीच कानउघाडणी होत नाही, तर डोळेही खाडकन उघडतात आणि 'हा विप्र आणि हा चांडाळ' असे भेदाने म्हणणे म्हणजे फार मोठा भ्रम आहे म्हणून हा भ्रम दूर करणारा चांडाळ त्यांना गुरुस्थानी वाटतो. त्या माणसाला भक्तिभावाने नमस्कार करून ते म्हणतात, 'चांडाळ असो अथवा ब्राह्मण- आपल्यासारखा मनुष्य मला गुरुस्थानी आहे.'

या निबंधातील वरील संवादाने आद्य शंकराचार्यांच्या कानउघाडणीप्रमाणेच, त्यांचा आधार घेणाऱ्या त्यांच्या हिंदू धर्मीय अनुयायांची परस्पर कानउघाडणी करण्याचे काम साधण्यात लेखकाचे चातुर्य दिसून येते. हिंदू धर्म आद्य शंकराचार्यांना गुरुस्थानी मानतो. सर्वत्र रूपदर्शन पाहणाऱ्या त्यांच्याकडून झालेली चूक चांडाळाने दाखवून दिल्याबरोबर ते ती चटकन दुरुस्त करतात, पण त्यांना गुरू मानणारा त्यांचा अनुयायी वर्ग, खऱ्या हिंदू तत्त्वज्ञानाचे अनुकरण करून अस्पृश्यांना दूर ठेवण्याची आपली चूक कधी दुरुस्त करणार? असा सवाल विनोबांनी सूचकतेने येथे उपस्थित केला आहे.

मूळच्या हिंदू ग्रंथांत नसणारे भेदभावाचे तत्त्वज्ञान या धर्मातील अनुयायी रूढीच्या नावाखाली चुकीच्या तऱ्हेने अमलात आणतात आणि ईश्वराच्या लोकांकडे भेदभावाने पाहून विषमता निर्माण करतात, हे विनोबांनी अचूक ओळखले. त्यामुळे संवादासाठी जो प्रसंग त्यांनी निवडला तो अस्पृश्यतेचा 'जुना रोग' लोकांच्या मनातून समूळ काढून टाकण्यासाठी रामबाण औषधासारखा उपयोगी पडतो.

अस्पृश्यतेसारख्या सामाजिक किंबहुना राष्ट्रीय प्रश्नावर लिहिताना विनोबांची लेखणी प्रसंगी कसे कठोर रूप धारण करते, हेही आपल्याला दिसून येते. अर्थात त्या कठोरतेतही संयम आहे. संयम हा विनोबांच्या लेखणीचा जाणवेल असा महत्त्वाचा गुण आहे. निबंध लहान पण फार परिणामकारक आहे.

जुन्याबद्दल अभिमान वाटून त्यात काही बदल न करता ते तसेच सांभाळून ठेवणाऱ्या लोकांच्या जीर्ण प्रवृत्तीवर अचूक बोट ठेवून ते विचारतात की, 'जुने घर गोड म्हणजे त्यातील उंदीरघुशींची बिळेही गोडच काय? पोटचे पोर प्यारे झाले म्हणून पोटातला रोगही प्यारा? आणि त्यातून 'जुना रोग', मग त्याला इलाज काय करावा? जीर्णोद्धाराच्याही आड येणाऱ्या या जीर्ण भक्तीला काय म्हणावे?' विनोबांनी

'अस्पृश्यता ही जुन्या काळापासून चालत आलेली आहे' असे मानणाऱ्यांना हे जे सवाल विचारले ते इतके बिनतोड युक्तिवाद करणारे आहेत की, 'जीर्णा'वर प्रेम करण्याचे ज्यांना अजीर्ण झाले आहे, त्यांना या प्रश्नांच्या रूपाने जरूर तो जमालगोटा मिळून त्यांच्या मनातील अस्पृश्यतेविषयी अढी ढिली झाल्याशिवाय राहत नाही, कारण या प्रश्नांमध्ये जुन्या घरातील 'उंदीर-घुशी' हा जो दृष्टान्त दिला आहे, तो प्रतिपक्षाला नामोहरम करण्यास समर्थ ठरतो. हिंदू धर्म म्हणजे जुने घर आणि त्यात अस्पृश्यतारूपी घुशींची व उंदरांची जुनाट बिळे! तेव्हा असे घर जर जास्त वर्षे टिकायचे असेल, तर ही बिळे नष्ट करून या घराची दुरुस्ती होणे अगत्याचे ठरते. शिवाय 'जुन्यातील नेमके काय घ्यावे आणि काय नष्ट करावे याचेही मार्गदर्शन अशी 'दुरुस्ती' करताना उपनिषदातील ऋषींकडून लाभते.' तो ऋषी म्हणतो, 'आमची जी चांगली कृत्ये असतील त्यांचेच अनुकरण करा, आमच्या इतर कृत्यांचे अनुकरण करू नका.' हाच विचार मनुच्या ग्रंथातील 'ज्या सन्मार्गाने आपले पूर्वज गेले असतील त्याच सन्मार्गाचा अवलंब करा' या शास्त्रविचाराने पुन्हा पक्का करून विनोबा विवेचन संपवतात.

निबंध फार पाल्हाळ न लावता संपवला आहे. शिवाय जे विचार व्यक्त केले आहेत, ते भारतीय संस्कृतीतील वेद-उपनिषदे-गीता-मनु-संत वाङ्मय यांचा भक्कम टिकाऊ आधार घेऊन!

याशिवाय तीन गृहदेवता, दोन शर्ती हे निबंधही वरील विषयांशी संबंधित आहेत.

समाज चिंतनपर निबंध :

विनोबांच्या विचारप्रवर्तक निबंधांमधील व्यक्त झालेले विचार हे इथल्या मातीतून वर आलेले आहेत. त्यासाठी परावलंबी बनून त्यांना दुसऱ्या देशातील तत्त्वज्ञानी लोकांची मदत घेण्याची गरज भासत नाही. हे अस्सल भारतीय चिंतन आहे आणि ते जीवन जगण्यातून आले आहे. जीवनाच्या समृद्धीसाठी व विकासासाठी केवळ 'धर्मभावने'ने आणि कर्तव्य म्हणून ते केलेले आहे. शिवाय लांबी-रुंदीपेक्षा इथे खोलीला आणि अनुभवावर आधारित विचारांना वाव मिळतो. अशा स्वयंप्रज्ञ व स्वतंत्र वृत्तीच्या, सर्वांचे कल्याण इच्छिणाऱ्या साधू पुरुषाच्या चिंतनाच्या प्रदेशात निबंध वाचताना ज्या वेळी आपण प्रवेश करतो, त्या वेळी आपल्याला आपण सध्या जगत असलेल्या जीवनाचा उथळपणा आणि दिशाहीनपणा जाणवतो. त्याबरोबरच जीवन जगण्याची एक नवीन दिशाही लाभते.

विचार मांडणाऱ्याच्या बौद्धिक प्रभावामुळे इकडेतिकडे भटकणारी आपली

चंचल बुद्धी स्थिर होते व ती मनाला बदलविण्याचे काम करू लागते आणि मग जाणवते की, या निबंधांच्या वाचनाने गंगेत स्नान केल्यानंतर वाटते तसे काहीतरी 'पवित्र-पवित्र' आपणास स्पर्श करून गेले आहे. शब्द म्हणजे चित्ताचा समूळ मळ धुऊन काढणारे, परंतु घायाळ न करणारे एक प्रकारचे आर्जवी शस्त्र आहे. आवश्यक त्या सर्जनाचे कार्य हे शब्दरूपी शस्त्र अगदी समर्थपणे करताना दिसते.

विनोबांची शब्दकळा ही वेचक, वेधक पण अस्सल मराठी वळणाची आहे. 'महारापोरा', 'महारापोरापर्यंत', 'पोटचा प्यारा पोरा', 'मशिदीत आणि मंदिरात', असे प्रासयुक्त शब्द एकत्र आणून नादमयी शब्दकळा सहजगत्या त्यांच्या भाषेत नांदताना दिसते. त्यामुळे 'आम्हा घरी धन शब्दांचीच रत्ने' असे ते तुकोबांप्रमाणे सार्थपणे म्हणू शकतात. त्यांचे हे शब्दरूपी धन बंद्या रुपयाप्रमाणे भरीव आहे. जीवनानुभवाचा त्याला स्पर्श झाल्यामुळे ते खऱ्या अर्थाने अंतर्बाह्य वजनदार झालेले आढळून येते. याचा अनुभव 'काही प्रश्न' हा निबंध वाचतानाही येतो.

काही प्रश्न :

'सवर्णाच्या पवित्र तळ्यावर अवर्ण (म्हणजे अंत्यज वगैरे) येऊ शकत नाहीत' अशा वाक्यरचनेमुळे अस्पृश्यतेसारख्या कटू प्रश्नावर काही विचार वाचतानाही सौम्यतेचा स्पर्श आपणास होतो. वास्तविक याला निबंध म्हणण्यापेक्षा प्रश्नोत्तर प्रधान विचार प्रवर्तक लेख म्हणावे लागेल. एका मित्राने अस्पृश्यतेविषयी विचारलेल्या प्रश्नांची उत्तरे विनोबांनी शांतवृत्तीने दिलेली आहेत.

पण असा हा एकच लेख आहे की, ज्यात प्रश्नकर्त्याने विचारल्यामुळे 'शौच्यास', 'विटाळशीचा विटाळ' असले बीभत्स शब्द आले आहेत. 'अस्वच्छतेच्या मुद्यावर नैमित्तिक अस्पृश्यतेची लांबण लावू नये' या उत्तरामुळे आता अस्पृश्यतेविषयी जास्त चर्चा करण्याचे काम नाही.

म्हातारा तर्क :

काही ठरावीक प्रश्नांसंबंधीच विनोबांना अगत्य आहे, असे नाही, तर एकूण सर्व समाज त्यांच्या चिंतनाचा विषय आहे. अशा समाजाची विसंगती व अज्ञान ओळखून, त्याच्या स्वभावाची सदोष जडणघडण पाहून, त्यावर त्याच्या भल्यासाठी ते चिंतन करतात, त्या चिंतनाचे दररोजच्या जीवनात स्वत: प्रयोग करतात आणि त्या प्रयोगांतून जे अनुभव आले ते शब्दबद्ध करून लोकांच्या कल्याणासाठी त्यांच्यापुढे ठेवतात. सतत नवनवीन शिकत राहण्याची वृत्ती समाजात राहिली, तर त्या समाजाला व त्या राष्ट्राला उज्ज्वल भवितव्य आहे. 'राष्ट्राच्या स्वावलंबनासाठी

व स्वातंत्र्यासाठी गांधींनी 'सूत काता, वीणा खादी' असा संदेश दिला, पण आतापर्यंत आम्ही सूतकताई केली नाही, तेव्हा ती आम्हाला कशी जमणार? असे म्हणून आम्ही ती शिकत नाही.

स्वतंत्र राष्ट्राला जसा स्वतंत्र ध्वज तशी स्वतंत्र राष्ट्रभाषा हवीच. ती शिकून घ्या असे जर एखाद्या शिक्षकाला म्हटले, तर तो आपले म्हणणे मान्य करेल, पण आता माझ्याने 'नवीन' शिकण्याचे काम होणार नाही, पाहिजे तर जे शिकलो आहे ते जास्त वेळ शिकवायला सांगा पण नवीन काही शिकायला सांगू नका. शिकून शिकून कंटाळलो बुवा', असे तो म्हणेल. जणू काही बिचारा जगून जगून कंटाळलेला दिसतो, कारण असे जगण्यात तोच-तोपणा राहाणार.

अशी माणसे वयाने तरुण असली तरी मनाने म्हातारीच! आणि 'नवीन शिकणे जमणार नाही' हा त्यांचा 'म्हातारा तर्क'! असे म्हातारे जर राष्ट्रात संख्येने वाढले, तर स्वराज्य टिकेल काय? हा प्रश्न डोळ्यांपुढे येतो. म्हणून नवनवीन शिकण्याची उमेद बाळगणे हेच तरुणाईचे लक्षण आहे. आजपर्यंत जे जमले नाही, ते पुढे जमणार नाही, असे न म्हणता, पुढे जमेलच असे म्हणावे, कारण आजपर्यंत मेलो नाही याचा अर्थ पुढेही मरणार नाही, असा होईल काय?'

अशा आशयाचे जे विचार या निबंधात विनोबांनी मांडले आहेत, ते नवीन शिकण्याची टाळाटाळ करणाऱ्यांच्या डोळ्यांत चांगले झणझणीत अंजन घालणारे आहे. पारतंत्र्यात असताना नवनवीन शिकण्याची जी प्रेरणा विनोबांनी दिली होती, ती आजही आवश्यक वाटते. कारण आजही नवीन काही शिकायचे नाही असे म्हणणारे वयाने तरुण, परंतु वृत्तीने म्हातारे खूप मोठ्या संख्येने आढळतात.

कृष्णभक्तीचा रोग :

नवीन न शिकण्याच्या वृत्तीबरोबर आणखी एक मनोवृत्ती दिसते ती म्हणजे दुसऱ्याचे गुण न बघता दोष बघण्याची छिद्रान्वेषण वृत्ती! हिलाच 'कृष्णभक्ती'असे विनोबांनी नाव दिले आहे. निबंधाचा आशय थोडक्यात पुढीलप्रमाणे आहे : 'भगवान श्रीकृष्णाची भक्ती न करता दोषरूपी कृष्णाची भक्ती करण्याकडेच लोकांचा कल दिसतो. विशेषकरून अशी माणसे स्वत:ला टीकाकार समजतात. चंद्राला जसे शुक्लपक्ष आणि कृष्णपक्ष आहेत, तसे मानवी जीवन हे गुणदोषांनी भरलेले आहे. त्यातून दुसऱ्याचे दोष न बघण्याचे शिकवून आपल्या मनाला स्वत:चाच काळेपणा दाखवावा, कारण विश्वाचे गुण-दोष परीक्षण करू पाहाणारा मनुष्य स्वत:ला निर्दोष समजून बसतो. प्रत्येक व्यक्तीमध्ये स्वत:चे असे काही ना काही दोष असतातच, पण त्याची दखल न घेता दुसऱ्याच्या दोषांची दखल घेण्याची प्रवृत्ती सर्वत्र मानव

समूहात आढळते.

'कासया गुणदोष पाहो आणिकांचे। मज काय त्याचे उणे असे?' (तुकारामांची गाथा)

असा सतत विचार करणे म्हणजे 'कृष्णभक्तीच्या रोगा'वरील पहिले रामबाण औषध आहे. 'मौन' हे असे दुसरे औषध आहे की, ज्याच्यामुळे कृष्णभक्तीचा रोग आपल्या मनाला लागणार नाही. काही वेळा दोष पाहण्याची इच्छा नसतानाही नजरचुकीने दुसऱ्याचा दोष पाहिला जातो. तो तसाच मनात ठेवला, तर मनाची तडफड होते, ती होऊ नये म्हणून पाहिलेला दोष विसरून त्याबद्दल मौन राहिले पाहिजे. सूर्याजीने ज्याप्रमाणे दोर कापून कोंढाणा जिंकण्यास मावळ्यांना प्रवृत्त केले, त्याप्रमाणे हा कृष्णभक्तीचा दोर कापून मनास मौन राहण्याचे वळण दिले पाहिजे. म्हणजे मनाची आतल्या आत होणारी तडफड थांबून ते शांत व गुणग्राही बनेल आणि अशा मनाला मग कर्मयोगात गढून जाणे जमेल.

'कर्मयोगात गढून जाणे' हे कृष्णभक्तीच्या रोगावरचे तिसरे औषध आहे, कारण हाताने काही काम न करता रिकामे बसलेल्यास लोकनिंदेच्या गोष्टी सुचतात आणि कृष्णभक्तीचा रोग मनात वाढतो. सूतकताईसारख्या उद्योगात जर मनुष्य गढून गेला, तर शेतकऱ्याला जशी धान्याच्या एकेका कणाची महती कळून येते, तशी त्याला क्षणाक्षणाची महती कळून येईल आणि लोकनिंदेकडे मग त्याचे मन वळणार नाही. समर्थांनी सांगितल्याप्रमाणे व नारदाने उपदेश केल्याप्रमाणे प्रत्येक क्षणन्‌क्षण तो सार्थकी लावेल. रिकामपणामुळे कृष्णभक्तीचा जो रोग जडतो तो अशा कर्मयोगामुळे दूर राहील.

'औषध' म्हटले म्हणजे ते कडू असते. त्याचप्रमाणे ही तीन औषधेसुद्धा अतिशय कडू आहेत, 'घेतली जाणार नाहीत' असेच वाटेल. पण एकदा घ्यायला सुरुवात केली म्हणजे असे दिसून येईल की; आत्मपरीक्षणरूपी औषधाने मनाचा दोष, मौनाने वाणीचा दोष आणि कर्मयोगाने शरीराचा दोष झडून गेलेला आहे व आपला आत्मा आरोग्यसंपन्न झालेला आहे. औषधे कडू लागू नयेत म्हणून जसे त्यात मध मिसळतात त्याचप्रमाणे वर सांगितलेल्या तीन औषधांत 'सर्वभूती भगवद्‌भाव' या मधाच्या तीन मात्रा मिसळाव्यात म्हणजे सगळेच जीवन गोड होईल. अशा रीतीने विनोबांनी आपल्यातील कृष्णभक्तीचा रोग ओळखून, तो दूर कसा करावा याबाबत सविस्तर मार्गदर्शन केले आहे.

मजुरांची जरूर :

वास्तविक कर्मयोगाला आवाहन करणारी कितीतरी क्षेत्रे पारतंत्र्याच्या काळाप्रमाणेच

देश स्वतंत्र झाल्यानंतरही आज कायम आहेत. हिंदू-मुसलमानांच्या दंग्यांच्या समस्या आहेत, जातीची भांडणे आहेत, अस्पृश्यतेचा डाग आहे, दारूप्रमाणेच गर्दसारखी इतर अनेक व्यसने आहेत. मनातला कृष्णभक्तीचा रोग दूर करून, मनातली घाण साफ करून जनातलीही सगळी समस्यारूपी घाण दूर करायची आहे. यासाठी पूर्वीप्रमाणेच कीर्तीची लालसा न धरता मजबूत मजुरीचे काम करण्यासाठी आपल्या जीवनाचा यज्ञ बनवणारे शेकडो देश-सेवक मजूर हवे आहेत. त्याशिवाय देशातील विधायक कामे होणार नाहीत. पण पोकळ कामातून वाजणाऱ्या कीर्तीच्या ढोलाकडेच आमच्या तरुणांचे लक्ष आहे, ते लक्ष लोकसेवेच्या यज्ञाकडे जावे, असे विनोबांना वाटते; कारण त्यामुळे जरी कीर्ती मिळाली नाही, तरी राष्ट्रीय चित्तशुद्धीला आवश्यक असणारी भरीव कामे होतील. यासाठी पाणी ज्याप्रमाणे खाचखळगे असतील तिथे मदतीसाठी धावून जात खळगी भरून काढते त्याप्रमाणे राष्ट्रातील, वर सांगितलेले हानिकारक खड्डे भरून काढण्यासाठी, पाण्याप्रमाणे निष्काम भावनेने समाजाच्या मदतीसाठी धावून जाणारे स्थिर वृत्तीचे लोकसेवक ऊर्फ मजूर हवे आहेत, असे विचार विनोबांनी या निबंधात व्यक्त केले आहेत.

वांझ आशा व आळशी आठवण :

'चारशे वस्तीला एक सभासद' या हिशोबाने सात लाख खेड्यांना पुरतील एवढे लोकसेवक तयार व्हायला हवेत, म्हणजे ग्रामरचनेचे काम मजबूत होऊन पर्यायाने राष्ट्रही मजबूत होईल. पण असे न करता आम्ही वेगवेगळ्या संस्था-संघटना स्थापन करतो. निवडणूक घेऊन पदाधिकारी निवडतो व सर्व काम ही संस्था करील, ती संघटना करील अशी 'वांझ आशा' बाळगतो व स्वत: काही करीत नाही. त्यामुळे आळस वाढून समाज जड बनतो, कारण आम्हाला हे समजत नाही की, 'कमिट्या, संघ - समाज' या साऱ्या अचेतन वस्तू आहेत. मनुष्य जर स्वत: काम करणार नाही' तर अशा संस्थांमध्ये चैतन्य निर्माण होणार नाही. म्हणून विनोबांना वाटते की, अशा संस्थांवर अवलंबून राहण्यापेक्षा, मनुष्य घरातले लग्नकार्य जसे दुसऱ्यावर न सोपविता स्वत: अंग मोडून करतो, तसे सार्वजनिक कामातही प्रत्येकाने अंग मोडून काम केले, म्हणजे हां हां म्हणता सर्व कामे पूर्ण होतील.

विश्वात एक अव्यक्त शक्ती भरली आहे, ती तिचे काम करीतच आहे. म्हणून प्रत्येकाने आधी स्वत: स्वीकृत विधायक काम केले तरच ते पूर्ण होईल, असे समर्थांनी सांगून ठेवले आहे, कारण निरुद्योगी मनाने उन्नतीची कितीही आशा धरली, तरी अखेरीला त्यासाठी प्रत्यक्ष काही कृती न केल्यामुळे ती वांझच ठरते. म्हणून कृष्णभक्तीचा रोग टाकून असे वरवर मजुरीचा भासणारा पण परिणामी राष्ट्र

हितकारक ठरणारा यज्ञस्वरूपी कर्मयोग प्रत्येकाने स्थिरवृत्तीने व निष्काम भावनेने केला पाहिजे, असे विनोबांना वाटते.

पण ज्या वेळी ते असे आवाहन करतात त्या वेळी त्यांना असे दिसून येते की, चुकीचा अर्थ घेऊन 'जशास तसे' वागण्याची आणखी एक चुकीची दृष्टी वावरत आहे.

जशास तसे :

'जशास तसे' ही भावना राष्ट्र-उत्थानाच्या आणि पर्यायाने विश्वोत्थानाच्या दृष्टीने घातक आहे. म्हणून विनोबा 'जशास तसे' याचा खरा अर्थ काय आहे, हे समजावून सांगतात. या ठिकाणी त्यांच्यातला 'आचार्य' आपले शिकवण्याचे कौशल्य पणास लावताना दिसतो. 'Tit for Tat' म्हणजे जशास तसे. तलवारीने तलवारीशी लढायचे; कृतीच्या विरुद्ध, तशीच विरुद्ध कृती करायची; हिंसेला तशाच प्रकारची हिंसा करून उत्तर द्यायचे, म्हणजे 'जशास तसे' असे सर्वसाधारण समाजात वातावरण दिसून येते. 'न तत्र दोषं पश्यामि' अशी पंचतंत्रातील पात्राप्रमाणेच समाजाची वृत्ती झालेली आहे. अशा तऱ्हेने वागणे म्हणजे चूक आहे, याच्यात दोष आहे, असे कोणालाही वाटत नाही. जशास तसे म्हणजे हे असे वागणे! पण विनोबा म्हणतात की, जशास तसे याचा अर्थ असा करायचा की दुश्मनाची तलवार जितकी मजबूत तितकी आपली ढाल मजबूत असली पाहिजे; कारण तलवारीने तलवारीशीच लढायचे हे मंदबुद्धीचे काम आहे. लढायचे ते ढालीनेच, पण त्या ढालीचा जोर तलवारीच्या मारण्यापेक्षा कमी पडता कामा नये. दुश्मनाच्या सवालात जर पाच शेर राग भरलेला असेल, तर आपल्या जबाबात पाच शेराहून कमी प्रेम नसावे. अज्ञानाशी ज्ञानाने लढणे म्हणजे तोडीस तोड पूर्ण होऊन जशास तसे वागणे होय!

विस्तव विझवायचा तर पाणी ओतले पाहिजे. 'विश्व जाहलिया वन्हि। संतमुखे व्हावे पाणी' ही आमची परंपरा, 'तमसो मा ज्योतिर्गमय' ही आमची संस्कृती, क्रोधाला अक्रोधाने जिंकावे हा गीतेचा इशारा, कंजूसपणाला दिलदारपणाने, बुराईला भलाईने जिंकावे हे संतांनी सांगितलेले विनोबांनी स्वत: आचरले आहे, म्हणूनच त्यांच्यातल्या आचार्याला, हे सांगण्याचा अधिकार प्राप्त झाला. आपल्या पूर्वजरूपी आईबापांनी जे सांगितले तेच विनोबा कळकळीने सांगत आहेत. म्हणून 'जशास तसे' आता या नवीन दृष्टिकोनातून घेतले, तर समाजातील सगळे झगडे नष्ट होऊन समाजाला सुखशांती लाभेल.

आणि त्यासाठी समाजाला काही त्याग करावा लागेल. म्हणून त्याग म्हणजे काय व तो दानापेक्षा कसा वेगळा आहे, हे सांगायला आचार्य विनोबा विसरले नाहीत.

त्याग व दान :

आपल्या बोलण्यात त्याग व दान हे दोन शब्द नेहमी येतात, पण त्यांच्यामध्ये किती मूलभूत फरक आहे, याची कल्पना आपणास असत नाही. कुणी 'दान' केले तर त्यालाही आपण 'त्याग' संबोधतो. असे म्हणण्यात किती चूक आहे याची जाणीव विनोबांनी केलेल्या या दोन शब्दांच्या व्याख्येवरून होते. त्यागाची व दानाची व्याख्या करताना विनोबा म्हणतात की, 'त्याग अगदी मुळावर घाव घालणारा आहे, दान वरवर पालवी खुडण्यासारखे आहे; त्याग पोटात घेण्याची दवा आहे, तर दान कपाळावर फासण्याची सुंठ आहे; त्यागात अन्यायाची चीड आहे, दानात लौकिकाची भीड आहे; त्यागाने पापाचे मुद्दल फिटते, दानाने पापाचे व्याज चुकते; त्यागाचा स्वभाव दयाळू आहे, दानाचा स्वभाव मायाळू आहे; दोन्ही धर्मच आहेत पण त्यागाची वस्ती धर्माच्या माथ्यावर आहे व दानाची वस्ती धर्माच्या पायथ्याशी आहे.' विनोबांचे त्यागाबद्दलचे विवेचन त्यांच्या स्वत:च्या त्यागी जीवनातून आलेले असल्यामुळे ते वाचकाच्या मनावर परिणाम करून जाते.

स्वार्थी मानवाच्या मनाला हे विचार वाचून विजेसारखा धक्का बसेल, कारण केवळ धंद्याची सचोटी पुढे करून स्वत:साठी तो अन्यायाने पैसे कमावतो. त्याच्याकडे पैशांचे ढीग जमतात, परंतु इतरत्र मात्र दारिद्र्याचे खड्डे तयार होतात. अन्यायाने मिळवलेल्या पैशांतून आपला लोभ पूर्ण होऊन जे काय थोडेफार उरते, ते तो दानाच्या नावावर समाजाला देतो. परंतु अशा दानाने समाजातील विषमतेचे खाचखळगे पूर्णपणे बुजणार नाहीत, आर्थिक समता येणार नाही असा इशारा विनोबांनी या ठिकाणी दिलेला आहे.

कलियुगात माणसाचे मन लोभामुळे कमकुवत झाले आहे. त्याला पैशाचा लोभ असल्यामुळे शास्त्रकारांनी त्यागापेक्षा दानावर भर देऊन त्याच्याकडून अजिबात न मिळण्यापेक्षा इतरांना काहीतरी देण्यास त्याला प्रवृत्त केले आहे. अर्थात असे 'दान' 'त्यागा'ची बरोबरी करू शकत नाही. त्यासाठी विनोबांनी दिलेला दृष्टान्त समर्पक आहे. 'सर्व पैसा आपण धंद्याच्या सचोटीने कमावला आहे, त्यातून एक विहीर बांधू या' असे म्हणणाऱ्याला त्या विहिरीकडे बघून असा साक्षात्कार होतो की, विहिरीतून दगड-मातीचा ढीग निघून त्यांची एक उंच टेकडीच झाली आहे. माझ्याकडेही पैशांची अशी उंच टेकडी आहे, दुसरीकडे कुठेतरी फार खोल खड्डा झाला असला पाहिजे. म्हणून त्याचे हृदय परिवर्तन होते व तो आपली सर्व संपत्ती गंगेच्या पात्रात अर्पण करतो.

"या संपत्तीचे लोकांना दान का दिले नाही?"

यावर तो उत्तरतो, "दान द्यायचे म्हणजे पात्र पाहावे लागते. त्यासाठी गंगेच्या पात्रासारखे पात्र दुसरे काय आहे?"

हाच त्यागाचा मुद्दा घोडा व माणूस यांच्या सांगितलेल्या गोष्टीतून अधिक स्पष्ट झालेला दिसतो. आपल्याला बसण्यासाठी म्हणून काही कामानिमित्त माणसाने घोड्याजवळ त्याची पाठ काही काळासाठी मागितली. त्यासाठी त्याच्या तोंडात लगाम घालण्याची अटही त्या घोड्याला मान्य करायला लावली, पण काम झाल्यानंतरही माणूस घोड्याच्या पाठीवरून उतरायला तयार झाला नाही. तो घोड्याला म्हणाला, 'तुझी पाठ काही सोडवत नाही, माफ कर. त्याबद्दल मी तुझी चाकरी करीन, तुला चारा-पाणी देईन.' माणसाने आपला शब्द बदलल्याबद्दलची फिर्याद मोठ्याने खिंकाळून त्या मुक्या जनावराने देवाच्या दरबारी रुजू केली. घोड्याला त्याग पाहिजे होता पण माणूस दानाच्या गोष्टी सांगत होता. पण त्याग नाही तर निदान दान तरी हाताने घडू द्या, एवढी अपेक्षा विनोबांनी सर्वसाधारण माणसाकडून केलेली आहे. भूदान आंदोलनाच्या संदर्भात तिचा प्रत्यय पुढे लोकांना आला!

वरील निबंधांव्यतिरिक्त फायदा काय, मते आणि मतप्रचार, संतांचा भागवत धर्म, रोजची प्रार्थना, स्वदेशी धर्म, हेही निबंध व्यापक समाज चिंतनपर विषयांशी संबंधित आहेत.

साहित्य-साहित्यिक व साहित्य संमेलनविषयक निबंध :

ज्याला सूतकताई, अस्पृश्यता, अहिंसा इत्यादी विषयांशी संबंधित विचार व्यक्त करणारे निबंध आवडतील, त्याला विनोबांनी या संग्रहात साहित्य, साहित्यिक व साहित्य संमेलनासंबंधी लिहिलेले विचारप्रधान निबंध आवडायला काही हरकत नसावी. प्रत्येकाची रुची भिन्न असते. विचार प्रवर्तकपेक्षा भावनाप्रधान किंवा शुद्ध कल्पनाप्रधान निबंध पुष्कळांना आवडतो. विनोबांच्या एकूण निबंधांत काही अपवाद वगळले, तर विचारांबरोबरच तरल कल्पना व उदात्त भावना आढळतात. अर्थात उथळ किंवा भडक भावना यात नाही. शिवाय हे वैचारिक निबंध अर्धशतकापूर्वी लिहिले गेले आहेत, हेही महत्त्वाचे आहे.

आजच्याप्रमाणे 'भोगवादी' दृष्टी स्वातंत्र्यपूर्व काळात परवडण्यासारखी नव्हती. स्वातंत्र्य मिळवण्याच्या आशेने गांधीजींच्या नेतृत्वाखाली आंदोलनाच्या लाटा सारख्या उसळत होत्या. ते आंदोलन प्रखर होण्यासाठी त्यागी, समतावादी, उद्योगी व श्रमनिष्ठ सेवकांची आणि तसे सेवक निर्माण करण्यासाठी आवश्यक असलेल्या वातावरणाची गरज होती. त्यामुळे राष्ट्राच्या आकांक्षा व्यक्त करणाऱ्या साहित्यात असेच उदात्त व ध्येयवादी जीवनाचे चित्रण येणार! कवी, साहित्य आणि साहित्यिक

यांच्याविषयीच्या नेहमीच्या गुळगुळीत किंवा ढोबळ कल्पना रंगवणे विनोबांसारख्यांना जमण्यासारखे नव्हते. महान राष्ट्र निर्मितीचे स्वप्न जे पाहातात त्यांच्या दिव्य दृष्टीपुढे; कवी, साहित्य व साहित्यिक यांच्याविषयीही काही महान कल्पना असणार, याची जाणीव आपणास 'कवीचे गुण' हा निबंध वाचताना होते.

कवीचे गुण :

विनोबांच्या कल्पनेतला कवी हा साधासुधा कवी नाही, तर तो 'महाकवी' आहे. म्हणून पूर्वीसारखे कवी आपल्यात का नाहीत? असा प्रश्न विचारल्याबरोबर एखाद्या जिवंत झऱ्यातून पाण्याच्या धारा झुळझुळ करीत बाहेर याव्यात त्याप्रमाणे त्यांचे विचार त्यांच्या लेखणीतून झरझर बाहेर पडताना दिसतात.

पुत्र-दार-गृहादिकांच्या पलीकडे आपले प्रेम न गेलेल्याला विनोबा कवी मानायला तयार नाहीत. शिवाय ज्याच्यात राग-द्वेष-विकार आहेत, ज्याने मन जिंकले नाही, जो मनाचा मालक नसून इंद्रियांचा गुलाम आहे त्यालाही विनोबा कवी मानायला तयार नाहीत; कारण देवाने निर्माण केलेली ही सृष्टी म्हणजे एक काव्यच आहे. इंद्रियांचा गुलाम असणारा तुच्छ विषयसुखात लोळत राहाणार. देवाची सृष्टी ही विषयसुखाच्या पलीकडे असल्यामुळे त्याला ती कशी दिसणार? म्हणून जो इंद्रियांच्या सेवेला विकला गेला तो कवी बनणे अशक्य! कारण त्याच्याजवळ मनोनिग्रह नाही आणि व्यापक प्रेमही नाही. विनोबांच्या मताने व्यापक प्रेम व मनोनिग्रह या गुणांमुळेच वाल्मीकी, ज्ञानेश्वर व सूरदास, हे कवी बनू शकले आणि देवाच्या सृष्टीतील काव्य पाहू शकले!

व्यापक प्रेम, मनोनिग्रह या गुणांबरोबर कवीला आणखी एका गुणाची आवश्यकता असते असे विनोबा म्हणतात. तो गुण म्हणजे त्याचा आनंद बाहेरच्या जगात गुंतायला नको. तो स्वयंभू व आत्मनिष्ठ हवा. 'वृक्षवल्ली --- वनचरे' या वचनात त्याला आत्मदर्शन झाले पाहिजे. त्याबरोबर आत्म्यात 'वृक्षवल्ली --- वनचरे' अनुभवता आली पाहिजेत. फार काय सर्व सृष्टीला कवीने आत्मिक प्रेमाचे पांघरूण घातले पाहिजे.

पूजितसे मी कवणाला?- तर मी पूजी अपुल्याला,
आपल्यामधे विश्व पाहुनी पूजी मी विश्वाला

असे केशवसुतांनी म्हटले आहे त्याची या ठिकाणी आठवण येते. विश्व आत्मरूप आहे आणि आत्मा विश्वरूप आहे असे त्याला दिसले म्हणजे मग पौर्णिमेच्या दर्शनाने त्याच्या हृदय सागराला भरती तर येईलच पण पौर्णिमेच्या अभावी त्याच्या हृदय समुद्राला ओहोटी लागणार नाही. आकाश ढगांनी भरलेले

असताना, अमावास्येच्या गाढ अंधारातही मग तो चंद्र-दर्शनाचा आनंद लुटू शकेल.

कवीला आणखी कोणकोणत्या गुणांची आवश्यकता आहे याविषयी विचार व्यक्त करताना विनोबांना असे वाटते की, मनोनिग्रह, व्यापक प्रेम, आत्मनिष्ठता या तीन गुणांबरोबर सत्यनिष्ठा व शाश्वत काळावर नजर ठेवण्याची वृत्ती या आणखी दोन गुणांची जरूर आहे; कारण लोकांच्या हृदयातील भाव-भावना जशाच्या तशा व्यक्त करण्याचे सामर्थ्य कवीमध्ये येते ते केवळ त्याच्या सत्यनिष्ठेमुळे. 'सत्य असेल तेच बोलायचे' अशा नैष्ठिक सत्याचरणातून 'जे बोलले जाईल तेच सत्य होईल' असे अद्‌भुत सामर्थ्य प्रकट होईल. अशा सत्यनिष्ठ बाण्यामुळेच वाल्मीकींनी रामायणात जसे लिहिले तसे रामाला आचरण करावे लागले. 'ऋषी आधी बोलून जात, मागून त्यात अर्थ दाखल होत असे' असे जे भवभूतीने लिहिले ते ऋषींमधील सत्यनिष्ठा पाहूनच; कारण ऋषींची सत्यनिष्ठा अशी होती की जो असत्य बोलतो तो समूळ शुष्क होतो. म्हणून असत्य बोलता कामा नये' अशी प्रश्नोपनिषदातील ऋषीने आपली चिंता प्रदर्शित केली आहे. वाल्मीकींची सत्यनिष्ठा अशीच जाज्वल्य असल्यामुळे त्यांच्या काव्यप्रतिभेच्या भालप्रदेशावर अमरत्वाचा लेख लिहिला गेला.

म्हणून हुबेहूब वर्णन करण्याची शक्ती हवी असेल, हृदयातील सूक्ष्म भावना किंवा सृष्टीची गूढरहस्ये उकलून दाखवण्याचे सामर्थ्य हवे असेल, तर कवीने सत्यच बोलले पाहिजे. हुबेहूब वर्णन करण्याची सिद्धी कवीला प्राप्त होते, कारण तो वाचा-शुद्ध असतो. शिवाय गोचर वर्तमानातील प्रत्यक्षाने त्याची बुद्धी आंधळी होत नसल्यामुळे शाश्वत काळावर नजर ठेवून तो पाहातो. त्यामुळे विषप्राशन करणारा सॉक्रेटिस विषप्राशनाच्या दिवशी वर्तमानकाळाविषयी बेफिकीर होता. सामान्य लोकांची नजर प्रत्यक्षाने अंध झाल्यामुळे 'सॉक्रेटिस मर्त्य आहे' एवढेच त्यांना दिसले. पण शाश्वत काळाकडे नजर असलेल्या सॉक्रेटिसला भवितव्यतेच्या उदरात सत्याचा जय लपलेला दिसला. तीच गोष्ट भवभूतीची. 'एको रस: करुण एव' असे त्याने म्हटले. त्या काळच्या विषयलोलुप उन्मत्त समाजाला त्याचे म्हणणे मानवले नाही आणि त्यांनी भवभूतीलाच फेकून दिले. पण 'कालो ह्ययं निरवधिर्विपुला च पृथ्वी।' भवभूतीची अशी शाश्वत काळावर नजर असल्यामुळे तो डगमगला नाही किंवा त्याने आपले करुणरसाबद्दलचे म्हणणे सोडले नाही.

कवींना आवश्यक असलेले हे गुण सामान्य लोकांत आजकाल आढळत नसल्यामुळे पूर्वीसारखे कवी आज नाहीत. सामान्य लोकांना असत्य खपते व सत्य खुपते. दूरवर शाश्वत काळाकडे त्यांचे लक्ष नसते. चारही बाजूंनी घेरले गेलेले हरीण ज्याप्रमाणे हताश होऊन आसपास पाहण्याचे सोडून देते आणि मटकन खाली

बसते, त्याप्रमाणे विषयनिष्ठ बुद्धीला पुढील काळापुढे पाहाणे होत नाही. 'आज मिळेल ते भोगून घ्या, उद्याचे कोणी पाहिले आहे?' अशा भेदरलेल्या वृत्तीच्या समाजातून पूर्वीसारखे कवी होणे अशक्य!

खरोखर विनोबांचे हे विचार वाचले म्हणजे 'कवी' हा शब्द किती लोकांच्या नावाअगोदर शोभून दिसेल याचे उत्तर देणे कठीण आहे. म्हणून या संदर्भात केशवसुतांनी काढलेल्या--

'कवि'आम्हांलागुनि म्हणणे
कविशब्दार्था लोळवणे!
किंवा गोविंदाग्रजांच्या,
आम्ही गातो जे गाणे। ते जगताचे रडगाणे।।

या काव्यपंक्तींची आठवण झाल्याशिवाय राहत नाही.

'कवी' म्हणजे ज्ञानेश्वर-तुकाराम-टेनिसन-वाल्मीकी यांच्यासारखे महाकवी अशी विनोबांची कल्पना दिसते. म्हणून 'कवीचे गुण' याऐवजी 'महाकवीचे गुण' हे शीर्षक या निबंधाला शोभून दिसले असते. कवीचे हे गुण त्यांनी ईशावास्योपनिषदातील 'कविर्मनीषी' शब्दाने आरंभ होणाऱ्या ब्रह्मपर मंत्राच्या साहाय्याने सांगितले आहेत. एवढे सर्व गुण एकाच कवीत आज आढळणे अशक्य! म्हणून असे कवी पुन्हा होणेही अशक्य! पण ते स्वत: अशा योग्यतेचे कवी आहेत, हे मात्र हा निबंध वाचून समजते.

- सामान्य लोकांना भोजनाचा आनंद, कवीला आनंदाचे भोजन.
- कवी वाचा-सिद्ध असतो, कारण तो वाचा-शुद्ध असतो
- पौर्णिमेच्या चंद्राने त्यांच्या हृदय-समुद्राला भरती आली पाहिजे. पण पौर्णिमेच्या अभावी त्याच्या हृदयाला ओहोटी लागता कामा नये.
- कवीला जागेपणी महाविष्णुच्या योगनिद्रेतील स्वप्ने कळतात आणि स्वप्नात जागत्या नारायणाची जगत्‌रचना पाहायला सापडते.

हे वाचले म्हणजे आपण गद्य वाचत आहोत की पद्य, याचा संभ्रम पडतो. त्यामुळे विनोबा हे महाकवी आहेत, हे लगेच जाणवते. त्यांची वाणी दैवी आहे, ईश्वरी आहे हे पटते आणि यामुळेच की काय 'संयुक्त महाराष्ट्र व गुजरात' या पुस्तकात 'विनोबांची अमृतवाणी' म्हणून त्यांचा गौरव करून पुढे म्हटले आहे की, 'ज्याप्रमाणे रामकृष्ण परमहंसांनी बुद्धिवादी लोकांमध्ये श्रद्धा निर्माण करण्याचे जे काम केले, त्याप्रमाणे तेच काम विनोबांच्या तत्त्वदर्शी निबंधांनी रामकृष्णांच्या नंतर महाराष्ट्रात केले.' इतर लेखांमध्ये, व्याख्यानांमध्ये 'कवि: क्रान्तदर्शी' अशीही

कवीची व्याख्या विनोबांनी दिली आहे. निबंधाच्या शेवटी मननासाठी दिलेली समीकरणे कदाचित कुणाला पटणार नाहीत. पण जीवनविषयक सखोल चिंतनातून व जीवनानुभवातून ती आल्यामुळे त्यावर विचार करण्यास काही हरकत नसावी.

देहपूजेची दास्यभक्ती :

११ मे १८७८ रोजी पुण्याला मळेकरांच्या वाड्यात मराठी ग्रंथकारांचे पहिले संमेलन झाले. १९७९ मध्ये त्याला शंभर वर्षे झाल्यामुळे 'लोकराज्य' मासिकाचा १ जानेवारी १९७९ चा साहित्य संमेलन विशेषांक काढण्यात आला. त्यात वा.रा.ढवळे यांनी 'मराठी साहित्य संमेलनांची उज्ज्वल परंपरा - काही वैशिष्ट्ये' हा लेख लिहिला आहे. त्या लेखात अशी माहिती दिली आहे की, गेल्या शंभर वर्षांत मराठी साहित्य संमेलनांची एकूण ५२ अधिवेशने झाली. १८७८ ते १९२१ या ४३ वर्षांत मराठी साहित्य संमेलनांची फक्त ११ अधिवेशने भरली. १९२२ ते १९२५ या चार वर्षांत संमेलने झालीच नाहीत. साहित्य संमेलनांची अधिवेशने न भरण्याची कारणे काही तांत्रिक, तर काही आर्थिक स्वरूपाची होती. श्री.ढवळे यांच्या लेखामुळे एवढे समजते की, साहित्य संमेलने नियमित भरत नव्हती व आर्थिक कारणांमुळे १९२२ ते १९२५ या कालखंडात एकही साहित्य संमेलन झाले नाही. म्हणजे केवळ महाराष्ट्र गरीब असल्यामुळे तो नियमित संमेलने भरवू शकत नाही, याची त्या वेळचे साहित्यधुरीण चर्चा करीत असत.

साहित्य संमेलने केवळ पैशाअभावी म्हणजे गरीब परिस्थितीमुळे नियमित भरत नाहीत व ते १९०९ व १९२५ साली अशा दोन्ही वेळी बडोद्याच्या महाराजांच्या आश्रयाखाली झालीत; या दोन गोष्टींचा परामर्श 'देहपूजेची दास्यभक्ती' या निबंधात विनोबांनी घेतला आहे. यासाठी त्यांनी आपल्यापुढे नियमित भरणारी पंढरीची वारी व तिला लाखोंच्या संख्येने नियमित हजर राहाणारे गरीब वारकरी हे एक व गरिबीमुळे नियमित न भरणारे साहित्य संमेलन हे दुसरे चित्र ठेवले आहे. त्यावरून त्यांनी असा निष्कर्ष काढला आहे की, गरिबी आणि अनियमितपणा यांचा काही संबंध नाही. अनियमितपणाचा संबंध श्रीमंतीशी अधिक आहे. याचे कारण गरीब वारकऱ्यांना पंढरपूरला वारीसाठी नियमित जाण्यास त्यांची गरिबी आडवी येत नाही, पण साहित्य संमेलन नियमित भरण्यास गरिबी आडवी येते ही गोष्ट विनोबांना पटण्यासारखी नाही.

साहित्य संमेलनाचा काय किंवा पंढरीचा काय, दोन्ही ठिकाणचा देव साधा-भोळा आहे. त्याच्यात काही फरक नाही. फरक आहे तो त्याच्या भक्तांत! विठोबाचे भक्त गरिबी पत्करूनही त्याची सेवा नियमित करतात, तर साहित्यभक्त गरिबीत

राजी नाहीत. त्यामुळे साहित्य संमेलनात 'साहित्या'पेक्षा 'देहपूजेच्या (खाण्याच्या) साहित्या'लाच अधिक महत्त्व देण्यात येऊन त्यासाठी बडोद्यासारख्या संस्थानिकांचा, या देहपूजेसाठी त्यांची दास्यभक्ती पत्करून अनेक वेळा आश्रय घ्यावा लागला, याचे विनोबांना अतिशय वाईट वाटते, कारण एक वेळ या महाराष्ट्रात अशी होती की, विद्वानांना गरिबीचा अभिमान वाटत होता आणि साहित्यातील पूर्वाचार्यांची हकिकत पाहिली, तर असे दिसून येते की, अतिशय गरिबीत राहून-स्वत:चे सत्त्व व स्वत्व कायम राखून- कुणाची गुलामी न पत्करता स्वतंत्र बाण्याने त्यांनी साहित्याची निर्मिती केली.

शिवाजी महाराजांनी पाठवलेला भरजरी नजराणा 'दिवट्या छत्री घोडे। हे तो बऱ्यात न पडे' म्हणून नि:स्पृहपणे परत पाठवला आणि गरिबीतच पण स्वतंत्र वृत्तीने राहण्याचे पत्करले. राजाने झोळीत टाकलेल्या राज्याचीही रामदासांसारख्या साहित्याच्या पूर्वाचार्याने पर्वा केली नाही. अशांना पूर्वी 'ब्राह्मण'म्हटले जात असे. पण तसे आज साहित्य संमेलनाभोवती आढळत नाहीत.

'झाले लोभांचे मांजर। भीक मागे दारोदार ॥'

(तुकारामांची गाथा)

अशी त्यांची स्थिती झाली आहे. 'पंडिता, वनिता आणि लता आश्रयाशिवाय शोभत नाही' असे म्हणून स्वतंत्र वृत्तीचा आश्रय न घेता संस्थानिकांपुढे केवळ गुलामी वृत्ती दाखवून देहपूजेच्या दास्यभक्तीसाठी साहित्यिकांनी जे लाचारीचे प्रदर्शन केले आहे ते मराठी साहित्याच्या पूर्वाचार्यांनी घालून दिलेल्या परंपरेला लांच्छनास्पद आहे. त्यामुळे 'साहित्या'पेक्षा 'पोटाला चमचमीत साहित्य' कसे मिळेल याचीच काळजी वाहिली गेली आणि अशी पोटपूजेची सोय व डामडौलाने मिरवून घेण्याची हौस पूर्ण करायची म्हणजे त्याला खूप पैसे लागणार; आणि असा खूप पैसा मिळाल्याशिवाय साहित्य संमेलने नाही, असे हे दुष्टचक्र निर्माण झालेले विनोबांना दिसले. त्यामुळे गुलामी वृत्तीने केवळ देहाचे चोचले पुरवण्यासाठी श्रीमंतांचे व संस्थानिकांचे दास्य पत्करून अशी 'देहपूजेची दास्यभक्ती' करण्यातच साहित्य संमेलन अडकून पडले आहे.

साठ वर्षांपूर्वी विनोबांना साहित्य संमेलनाच्या मागील या वृत्तीचा जो अनुभव आला तो आजही कमी-जास्त प्रमाणात येत आहे, तेव्हा साहित्य शब्दाविषयीची कल्पना अशा देहपूजेची दास्यभक्ती करणाऱ्या साहित्यिकांची वेगळी झालेली असावी; कारण 'साहित्य म्हणजे सोबतीने येणारे' अशी व्याख्या विनोबा करतात आणि राष्ट्राचे मनोगत साहित्याने बोलले पाहिजे, अशी साहित्याकडून अपेक्षा करतात. तत्कालीन

साहित्य संमेलनात लोकमान्य टिळकांनी भारतीय राजकारणाचा प्रश्न उपस्थित केल्याबरोबर, 'साहित्य संमेलनात राजकारणाचे नाव काढू नका' असे जे त्यांना साहित्य-भक्तांकडून सांगण्यात आले त्याबद्दलही विनोबांना आश्चर्य वाटते. 'राष्ट्राचे मनोगत बोलणारे राजकारण टाळण्याची प्रवृत्ती साहित्याने दाखवणे म्हणजे वर्तमानपत्राच्या कागदाने ठशांचा संबंध टाळण्यासारखे आहे आणि साहित्याचा संबंध शब्दांशीच आहे असे कोणी म्हणेल, तर त्या शब्दांनाही काही अर्थ आहे की नाही? आणि शब्दाचाच जर जप करायचा, तर 'राजाश्रय' शब्दाचा कशासाठी? 'स्वाश्रय' शब्दाचा का नाही?' 'साहित्य स्वाश्रयी असले तरच ते खऱ्या अर्थाने साहित्य बनेल' ही विनोबांची विचारसरणी साहित्याला गुलामगिरीपासून व लाचारीपासून वाचवणारी आहे.

आजही ती डोळ्यांपुढे ठेवणे आवश्यक आहे, इतकी ती मोलाची आहे. 'राष्ट्राच्या स्वातंत्र्याकडे दुर्लक्ष करून जर साहित्य संमेलने गुलामीचा स्वीकार करण्यातच स्वत:ला धन्य समजत असतील, तर एकूणच साहित्य शब्दाबद्दल व त्याच्या स्वरूपाबद्दल विचार करण्याची आवश्यकता निर्माण होते. साहित्य 'कोणाचे' याच्यापेक्षा ते 'कशाचे' हेच महत्त्वाचे आहे. सर्व शास्त्रांचे विषय स्वतंत्र असतात तसे साहित्याचे विषयही स्वतंत्र असावेत, पण सर्व शास्त्रे जशी धर्माशी अविरोधी वृत्तीने वागतात, तसे साहित्यानेही वागायला हवे. प्रभूच्या गुणवर्णनाचे साहित्य, देशसेवेचे साहित्य, दु:खितांच्या कळवळ्याचे साहित्य, स्वतंत्रतेच्या पूजेचे साहित्य- हे कितीही साधे भोळे असले तरी ते धर्माला मान्य आहे. उलटपक्षी देहपूजेचे साहित्य, दास्यभक्तीचे साहित्य, राजाश्रयाचे साहित्य- मग ते कितीही नखरेबाज असो- धर्माला मान्य नाही.

राष्ट्रात शिवीगाळ चालू आहे. 'तर सभ्य कसे बोलले पाहिजे हे दाखवून देणे साहित्याचे काम राहील. पण त्याऐवजी कोणती शिवी शुद्ध व कोणती अशुद्ध याचीच जर चर्चा होत राहिली, तर राष्ट्रोद्धाराच्या दृष्टीने ती हानिकारक ठरेल. आजपर्यंत साहित्य कसे असावे याची चर्चा पुष्कळ झाली, आता ते 'कशाचे असावे' याचा निर्णय साहित्य संमेलनाने करावा.'

विनोबांनी केलेली साहित्याची व्याख्या अतिशय व्यापक आहे. पण आमची स्वातंत्र्यानंतरची साहित्यनिर्मिती पाहिली, तर राष्ट्राचे मनोगत एकीकडे, तर साहित्य निर्मितीच्या प्रेरणा दुसऱ्या टोकाला असे विचित्र दृश्य दिसते. विनोबांनी 'साहित्य कसे असावे' यावर खूप भर दिलेला आहे. त्यामुळे त्यांनी केलेली साहित्याची व्याख्या स्वातंत्र्यानंतर फार थोड्या साहित्यिकांना मानवलेली दिसते. १९८१ मध्ये महाराष्ट्र

साहित्य परिषदेच्या अमृतमहोत्सव प्रसंगी पुण्याला टिळक स्मारक मंदिरात, समारंभाचे अध्यक्ष श्री.ना.ग.गोरे यांनी एकूणच साहित्याने समाजाला काय दिले यासंबंधी खंत व्यक्त करताना असे म्हटल्याचे स्मरते की, 'राष्ट्रात जे समतेचे- समाजक्रांतीचे प्रयोग चालले आहेत त्याचा आवाज साहित्यात उमटताना दिसत नाही. म्हैसाळला हरिजन व गावकऱ्यांनी सहकारी शेतीसंबंधी जो एक अभूतपूर्व प्रयोग चालवलेला आहे त्याच्याकडे आमच्या साहित्याचे व साहित्यिकांचे दुर्लक्ष झालेले दिसते.' म्हणजेच बाजारभावात सापडलेले व लोभाचे मांजर झालेले साहित्य राष्ट्राचे मनोगत कसे व्यक्त करणार? म्हणून पासष्ट वर्षांपूर्वी विनोबांनी साहित्याची केलेली व्याख्या आजही विचार करण्यासारखी आहे.

अशा तऱ्हेने वरील सर्व निबंधांत मांडलेले विचार वाचले म्हणजे बाळशास्त्री जांभेकरांपासून चालत आलेली, फुले-लोकहितवादी यांनी फुलवलेली व चिपळूणकर-टिळक-आगरकर-माटे-सावरकर यांनी विकसित केलेली वैचारिक निबंधाची परंपरा, समाज प्रबोधनासाठी 'महाराष्ट्र-धर्मा'त असे वैचारिक लेख लिहून विनोबांनी अधिक समृद्ध केली. तिच्या कक्षा रुंदावण्यासाठी प्रयत्न केले. समाज प्रबोधनाच्या चळवळीला एक नवीन जीवनदृष्टी देऊन मजबूत पायावर उभे केले. केवळ वाङ्मय पूजेसाठी त्यांनी हे केले नाही, कारण 'नवे वर्ष' या निबंधात आपल्या भूमिकेविषयी त्यांनी पुढील खुलासा केला आहे.

नवे वर्ष :

विनोबा म्हणतात, 'महाराष्ट्र-धर्माचे (साप्ताहिकाचे) एक वर्ष संपले. आज नव्या वर्षाचा नवा अंक निघत आहे. या वाढदिवसाच्या दिवशी जे विचार सहज मनात आले ते जनांत प्रकट केले. माझ्या कल्पनेप्रमाणे वाचकांची सेवा करण्याचा मी प्रयत्न केला. यात अनेक दोष झाले असतीलच. त्याबद्दल वाचकांनी क्षमा करावी. मला लिहिण्याचा मनापासून कंटाळा. मी नाइलाज होऊन लिहितो. वाचकांनाही वाचण्याचा कंटाळा असावा, अशी माझी इच्छा आहे. त्यांनीही नाइलाज होऊन वाचावे. माझी कर्तव्ये करून उरलेल्या वेळात मी लिहितो आणि लिहीन. वाचकांनीही आपली इतर कर्तव्ये सांभाळून वाचावे.' यावरून केवळ कर्तव्य भावनेने विनोबांनी हे लेख लिहिलेले आहेत, हे जाणवते. यात त्यांची समाजसेवा करण्याची व वाचाऋण फेडण्याची भावना आहे. 'लिहून काय फायदा?' असा विचार न करता निष्काम भावनेने त्यांनी लिहिले आहे. त्यांचे चिंतन जीवनानुभवातून अवतरले असल्याने अस्सल बावनकशी व जीवनाला प्रेरणा देणारे आहे.

व्यापकता, खोली आणि संप्रदायातीत वृत्ती या वैशिष्ट्यांमुळे हे वैचारिक

निबंध मराठी साहित्यात 'अक्षय धन' म्हणून काळजीपूर्वक सांभाळले जातील, याबद्दल माझ्या मनात शंका नाही. कर्तव्यानंतर उरलेल्या वेळात लेखन; लेखनासाठी लेखन नाही, अशी जरी विनोबांची भूमिका असली तरी लेखनाला त्यांनी अगदीच दुय्यम समजून राबवले नाही. मराठीत लेखन करताना उपनिषदे-गीता-संतवाङ्मय यातील थोर व उपयुक्त विचार आधाराला घेऊन त्यांनी मराठी भाषेची फार मोठी सेवा केली आहे. निबंधातील विचारांवर गीतेतील ज्ञान-भक्ती-कर्मयोग या विचारांची छाया पडलेली आहे. म्हणूनच त्यांचे हे निबंध 'वेगळेपणा'ने उठून दिसतात.

हाताला कर्मयोगाची शिकवण देऊन, हृदयाला चित्तशुद्धीचा संस्कार देऊन व बुद्धीला स्थिरपणा सांगून हे निबंध खऱ्या अर्थाने वैचारिक संज्ञेला पात्र झाले आहेत.' जात-धर्म-पंथ-पक्ष-स्थळ-काल यांच्या मर्यादेत न सापडता, विश्वप्रेमी व्यापक पातळीवरून हे चिंतन झालेले असल्यामुळे ते प्रासंगिक वाटत नाही, 'अक्षर' वाटते. एवढे व्यापक चिंतन संतांनंतर फक्त विनोबांच्या निबंधांत आढळते असे म्हटले, तर ती अतिशयोक्ती ठरणार नाही याची खात्री हे निबंध वाचल्यानंतर वाटते.

याशिवाय नऊ प्रासंगिके 'मधुकर' मध्ये समाविष्ट केलेली आहेत. त्यातही शिक्षण, राष्ट्रीय शिक्षण, जीवन शिक्षण, व्यापक समाज चिंतनपर विषय अधोरेखित होतात.

आकाराच्या दृष्टीने पाहिले तर हे निबंध 'लघुनिबंधा'ला जवळचे वाटतील, पण हे लघुनिबंध नाहीत; कारण यातील विचार कल्पनारम्यतेवर आधारित नाहीत. या निबंधांचे मूळ जीवनात व जीवननिष्ठेत आहे, म्हणून त्यांना 'जीवननिष्ठ वैचारिक निबंध' म्हणणेच अधिक योग्य ठरेल.

वास्तविक प्रारंभीच्या नियतकालिकांत लिहिले गेलेले सर्व लेखन 'वर्तमानपत्री लेख' म्हणून लिहिले गेले. चिपळूणकर-आगरकरांपर्यंत त्यांचे स्वरूप खूप लांब-रुंद होते. पांडित्य-बहुश्रुतता-प्रतिपक्षावर आक्रमण करण्याची वृत्ती व आपला मुद्दा पटवून देण्याची युयुत्सू वृत्ती त्यात होती. त्यांच्या लांबी-रुंदीमुळे ते निबंधापेक्षा प्रबंधाला जवळचे वाटायचे. केळकर-माटे-सावरकर यांनी त्यांचा आकार बराच कमी केला, पण विनोबांनी तर अगदीच कमी केला. त्यामुळे त्यांची शैली 'मिताक्षरा' बनली व

'आंगे सान। परिणामे थोर' असे सामर्थ्य त्यांच्या निबंधांनी सिद्ध केले. ज्ञानदेवांची 'साच आणि मवाळ। मितले आणि रसाळ ।। शब्द जैसे कल्लोळ। अमृताचे।।' ही ओवी विनोबांच्या लेखनशैलीच्या संदर्भात आठवते. पण विनोबांनी 'शैली' साठी लिहिलेले नसून 'शीला'साठी लिहिले आहे.

हेही याबाबतीत चर्चा करताना लक्षात ठेवायला हवे. जसे वैचारिक जीवन ते जगले, तसेच विचार त्यांच्या निबंधांतही व्यक्त झाले आहेत. त्यामुळे त्यांच्या उत्तुंग

व्यक्तिमत्त्वाप्रमाणेच या वैचारिक निबंधांना हिमालयाची उंची लाभली आहे. असे दिसते.

'मधुकर'वर मान्यवर समीक्षकांची टिप्पणी :

विनोबांच्या 'मधुकर' पुस्तकातील शैलीबद्दल 'गौराई' अंकात लिहिताना यदुनाथ थत्ते म्हणतात, 'मधुकर या विनोबांच्या पुस्तकात एक भाषिक हव्यास आढळून येतो. प्रत्येक वाक्य हे सुभाषितासारखे ठाशीव बनावे, असे उद्दिष्ट असल्याचे जाणवते. मराठी भाषेचे 'आर्षत्व' 'मधुकर'मध्ये आढळून येते.'

यदुनाथजींचे म्हणणे हे वस्तुस्थितीला धरून आहे, कारण विनोबांनी स्वहस्ते केलेले हे पहिले व शेवटचे लिखाण आहे. यानंतर ते सारखे बोलत राहिले व लोकांनी ते लिहून शब्दबद्ध केले. अनेक वर्षांचा व्यासंग हा जेव्हा हृदयातून उत्स्फूर्तपणे बाहेर पडतो, तेव्हा मूळच्या गोडीमुळे सुभाषिताचा आकार नकळत तो धारण करतो.

सुप्रसिद्ध साहित्यिक श्री. पु. ल. देशपांडे यांनाही असाच अनुभव आलेला आहे. 'दूरचे विनोबा आणि जवळचे विनोबा' या लेखात आपला हा अनुभव नोंदताना ते म्हणतात[२]-

'त्यांचा आणि माझा परिचय २५-२६ वर्षांपूर्वी 'मधुकर' नावाच्या लहानशा निबंधसंग्रहामुळे झाला. तुकोबांनी म्हटले आहे- ''आम्ही बिघडलो तुम्ही बिघडाना.'' हे मधुकर नावाचे छोटेसे पुस्तक हाच संदेश घेऊन आले. आता येथे मला एक खाजगी गोष्ट जाहीर करावी लागणार. माझ्या पत्नीने माहेराहून सासरी येताना दोन खादीच्या साड्या आणि पोलक्यांबरोबर हे पुस्तक आणले होते. त्या वेळी मीही खादी वापरीत होतो. माझी खादी सुटली, पण 'मधुकर' हा विनोबांचा निबंध-संग्रह मात्र मनाला चिकटून बसला आहे. त्यातल्या विचारांनी आणि ते विचार प्रकट करणाऱ्या, हाताने कातलेल्या सुतासारख्या सरळ शुभ्र शैलीने, त्या काळात जसा मोहून गेलो तसा आजही जातो.'

लोककल्याणाच्या भावनेपुढे भाषेचा हव्यास विनोबांनी सदैव दुय्यम मानलेला दिसतो. त्यांच्या निबंधांतील बहुश्रुतपणा, खेळकरपणे विविध समर्पक दृष्टान्त देऊन विवेचन करण्याची शैली, कोटीबाजपणा पाहिला की प्रा. डॉ. भीमराव कुलकर्णी यांना तात्यासाहेब केळकरांच्या निबंधाची आठवण येते. 'आस्वाद' नावाच्या पुस्तकात प्रा.डॉ. भीमराव कुलकर्णी म्हणतात, 'विनोबांना शब्दाचे फार वेड! कारण शब्दांचे सामर्थ्य ते चांगल्या रीतीने जाणतात. अस्सल मराठी वळणाची भाषा लिहिण्यात मराठीत त्यांचा हात कुणी धरू शकणार नाही. शिक्षक, तत्त्वज्ञ व कवी हे त्यांच्या

व्यक्तिमत्त्वाचे तीन ठळक भाग असले, तरी पुष्कळ वेळा त्यांच्यातील 'कवी' बाकीच्यांवर मात करताना दिसतो. तटस्थ कलावंताच्या भूमिकेतून त्यांचे चिंतन स्त्रवलेले आहे.'

'दानाची दीक्षा देणारा संत' या पुस्तकात आचार्य अत्रे यांनी विनोबांना 'मराठी गद्याचे सूत्रधार' म्हटले आहे. लोकहितवादी पुस्तकात डॉ. निर्मलकुमार फडकुले यांनी लोकहितवादींना 'मराठी गद्यशैलीचा जनक' म्हटले आहे. विनोबांना काय म्हणावे? 'अस्सल मराठी व जीवनवादी विचारसंपन्न गद्याचे सूत्रधार' हेही विशेषण त्यांची योग्यता स्पष्ट करू शकेल की नाही, याची शंका वाटते. या दृष्टीने 'आधुनिक मराठी वाङ्मयाचा इतिहास भाग २' यामध्ये प्रा.डॉ.अ.ना.देशपांडे यांनी विनोबांच्या निबंधांबद्दल व लेखनगुणांबद्दल जे मत व्यक्त केले आहे ते समर्पक वाटते. प्रा.डॉ.देशपांडे म्हणतात, 'विज्ञाननिष्ठ ऐहिकतेप्रमाणे अध्यात्मनिष्ठ जीवनदृष्टीचा प्रभावी पुरस्कार करणारे निबंधलेखन प्रस्तुत कालखंडात म्हणजे १९२० ते १९५० या तीन दशकांत झालेले आहे. या अध्यात्म प्रवण निबंध-लेखनाच्या क्षेत्रात पूज्य विनोबा भावे हे अर्थातच अग्रपूजेच्या मानाचे अधिकारी आहेत. विनोबांचे सगळे निबंध-लेखन हे उदात्त जीवनमूल्यांवरील श्रद्धेतून उदयास आलेले आहेत.

'मधुकर' हा त्यांच्या निबंधांचा एक उत्कृष्ट संग्रह आहे. त्यातील प्रत्येक निबंध श्रद्धेच्या प्रकाशाने उजळून निघाला आहे. कर्मयोग, ज्ञानयोग व भक्तियोग हे तिन्ही योग ज्याच्या जीवनात एका वेळी एकत्रित स्वरूपात साकार झालेले आहेत, अशा वैचारिक विभूतिमत्त्वाचा हा निबंधकार आहे. वाचकांस सत्कर्म करण्यास प्रवृत्त करण्याच्या हेतूने त्यांनी प्रस्तुत निबंध-लेखन केलेले आहे. व्यक्तीचे व समाजाचे सर्व व्यवहारशास्त्राचे अध्यापनसुद्धा धर्माच्या म्हणजे उच्च सनातन नैतिक मूल्यांच्या अध्यक्षतेखाली झाले पाहिजेत, याबद्दल त्यांचा विशेष कटाक्ष आहे.

साररूपाने विनोबांच्या निबंध-लेखनाची वैशिष्ट्ये वर्णायची म्हणजे असे म्हणता येईल की, सत्कार्य प्रेरकता हा त्यांच्या निबंधाचा पहिला महत्त्वाचा गुण आहे, विचारांची मौलिकता हा दुसरा, लेखनशैलीची वेधक पृथगात्मता हा त्यांच्या निबंध-लेखनाचा तिसरा महनीय गुण. सुसूत्रता, सुबोधता, अर्थवाहकता आणि निश्चयात्मकता हे त्यांच्या शैलीच्या या पृथगात्मकतेचे प्रमुख पैलू आहेत.'

अशा रीतीने मराठी निबंधात जीवननिष्ठ, आध्यात्मिक दृष्टिकोन मांडणारे, 'मराठीतील सर्वश्रेष्ठ निबंधकार' हे विनोबांचे स्थान 'स्वयमेव' आहे. ज्या ज्या वेळी विज्ञानयुगात मराठीला जीवननिष्ठ विचारांची गरज भासेल त्या त्या वेळी विनोबांचा

हा निबंधसंग्रह त्यांना तशी गरज भागवून दिलासा दिल्याशिवाय राहाणार नाही, असे नम्र परंतु प्रामाणिकपणे वाटते.

प्रा.डॉ.देशपांडे यांनी विनोबांच्या निबंधातील अध्यात्मनिष्ठ जीवनदृष्टीचा व उदात्त जीवनमूल्यांवरील त्यांच्या श्रद्धेचा उचित गौरव करून अलौकिक विभूतिमत्त्वाच्या या निबंधकाराला अध्यात्मप्रवण निबंधांच्या क्षेत्रात अग्रपूजेच्या मानकऱ्यांत बसवले आहे.

१९२० नंतरच्या निबंध वाङ्मयाला प्रदक्षिणा घालताना विनोबांच्या निबंधांच्या संदर्भात वि. स. खांडेकर म्हणतात, 'विनोबा हे सान्यांप्रमाणेच गांधीजींच्या प्रभावळीतील सत्पुरुष, पण साने गुरुजी भक्तियोगी तर विनोबा ज्ञानयोगी. वृत्तीच्या या भिन्नत्वामुळे विनोबांचे निबंध-लेखन अगदी निराळ्या तऱ्हेने झाले आहे. विनोबांचे निबंध हे जणू काही विसाव्या शतकातील एखाद्या संताचे गद्य अभंगच आहेत. या निबंधांत प्रसन्नता आहे, आर्तता आहे, समर्पक दृष्टान्ताद्वारे प्रतिपाद्य विषय प्रभावी करण्याचे सामर्थ्य आहे. विनोबांच्या ठिकाणी साहित्यप्रेम भरपूर आहे. पण त्यांनी जे निबंध लिहिले आणि भूदान-यज्ञाची चळवळ सुरू झाल्यापासून त्यांची जी निबंधवजा प्रवचने नित्य होत असतात, त्यांचा उगम साहित्य प्रेमात नाही, तर तो समाज प्रेमात आहे. ज्योतिराव किंवा लोकहितवादी यांच्यासारखीच त्यांच्या मनाची बैठक आहे. पण त्यांच्यापुढचे प्रश्न विशाल, त्यांचे तत्त्वज्ञान व्यापक व त्यांची वाणी उपनिषदे आणि ज्ञानदेवी यांच्या संस्कारांनी प्रभावित झालेली आढळते. तसे पाहिले तर उपनिषदातला उदात्त उपदेश व संतांनी पूजिलेली जीवनमूल्ये यांच्यापेक्षा अगदी भिन्न अशी विचारधारा त्यांच्यापाशी नाही. आगरकरांनी व्यक्तिस्वातंत्र्यावर व त्याच्याद्वारे मानवाच्या ऐहिक सुखसंवर्धनावर भर दिला. विनोबा व्यक्तीच्या कठोर कर्तव्यपालनावर व त्यामुळे जगाला जे सुंदर स्वरूप येण्याचा संभव आहे, त्याच्यावर भर देत आहेत.'

अशा रीतीने उपरोक्त मान्यवरांनी विनोबांच्या 'मधुकर' या निबंधसंग्रहाला भरभरून गौरविले आहे. मराठी निबंध वाङ्मयाला ललामभूत ठरलेल्या या निबंधसंग्रहाला अफाट अशी लोकप्रियता त्या काळी लाभली. आजही इतक्या वर्षांनी पूज्य विनोबांचा हा निबंधसंग्रह वाचल्यानंतर नवीन पिढीतील सुजाण वाचकाला त्यापासून एक नवीन उपयुक्त अशी जीवनदृष्टी मिळेल, असे मला मन:पूर्वक वाटते.

■

प्रकरण आठवे

विचारपोथी

'विचारपोथी' या छोट्याशा ग्रंथाची कूळकथा शिवाजीराव भावे यांनी शब्दांकित केली आहे. त्यावरून असे दिसते की, 'छापील विचारपोथी' आज ज्या बाह्य आकाराच्या स्वरूपात दिसते, त्यापेक्षा 'मूळ विचारपोथी'चा बाह्य आकार वेगळा होता. हे स्पष्ट करताना श्री. शिवाजीराव भावे म्हणतात[१], 'चार इंच रुंदी, नऊ इंच लांबी, ताडपत्री पोथीप्रमाणे उभट आकार. ताडपत्री पोथीची सर्व पाने स्वतंत्र आणि सुट्टी असायची. पण ही पोथी शिवून घेतलेली, वरच्या पानाला पांढरी खादी पुठ्ठ्यादाखल लावलेली. त्यामुळे हा कापडी पुठ्ठा वाटेल तसा वळावा आणि आतील पानांचे संरक्षणही व्हावे, अशी योजना. पोथी आडवी लिहितात, ही उभीच लिहिलेली. काळ्याभोर शाईचे ठसठशीत धावते अक्षर. प्रत्येक विचारावर आकडा आणि लिहिणे संपले की, त्या दिवसाची बाजूला तारीख. अशा या विचारपोथीच्या सहा वह्या दिसायला किती साध्या! किती सुटसुटीत! किती मोहक! पू. बापूजींनी अनासक्तीयोग लिहिण्यासाठी जशा आकाराची वही वापरली होती, तशाच आकाराचे अनुकरण 'विचारपोथीच्या वही'च्या बाबतीत केले गेले.'

'विचारपोथी' मध्ये एकूण विचार व 'विचारपोथी'चे लेखन कधी झाले याविषयी माहिती देताना ते म्हणतात की[२],'मूळ विचारपोथीत एकंदर ८०५ विचार लिहिले गेले. दि.७ डिसेंबर १९२८ ला या लेखनाला प्रथम सुरुवात झाली. समाप्तीची तारीख नाही. पण १७ मार्च १९३१ ला ७८३ विचार समाप्त झाले. यानंतर पुढे २२ विचार लिहिले गेले असे म्हणण्यास हरकत नाही.' हे विचार दररोज लिहिले गेलेत का? कुठे लिहिले गेले? असे प्रश्न साहजिक आपल्या मनात निर्माण होतात. त्याचा खुलासा करताना शिवाजीराव भावे म्हणतात[३] की, 'या ग्रंथातील बहुतेक विचार जरी दररोज नित्य नियमाने वर्धा

येथील नवीन बांधलेल्या आश्रमात शेवटच्या हॉलमध्ये किंवा गच्चीवरील खोलीत संध्याकाळच्या प्रार्थनेनंतर आचार्य विनोबांनी ५-१० मिनिटांत लिहिलेले आढळतात, तरी कित्येक दिवस मधूनमधून खंडही पडलेला दिसतो. तरी रोज सरासरी दोन तरी विचार लिहिले गेले, असे म्हणता येते.'

'विचारपोथी' छापण्याची कल्पना ती लिहून झाल्यानंतर १४ वर्षांनी म्हणजे १९४२ साली निघाली. याचे कारण स्पष्ट करताना छापील प्रतीतील निवेदनात विनोबा म्हणतात[४] की, 'विचारपोथी छापण्याची कल्पना नव्हती, म्हणूनच ती पोथी ठरली. विचारही बरेचसे स्वसंवेद्य भाषेत उतरलेले. तथापि जिज्ञासूंनी पोथीच्या प्रती लिहून घेणे आरंभिले. अशा सुमारे दीडशे प्रती या बारा वर्षांत लिहिल्या गेल्या असतील. पण सांप्रत काळी अशुद्ध लेखनाचा आणि गचाळ अक्षराचा प्रचार झाल्यामुळे आणि मूळ प्रतीचा आधार सर्व प्रतींना न मिळाल्यामुळे एकेका प्रतीत अपपाठ शिरत गेले. परिणामी, काही वचने अर्थहीन झाली, म्हणून शेवटी छापील आवृत्ती काढावी लागली.'

विनोबांना हे विचार जीवनासाठी चालवलेल्या साधनेतून जीवन जगत असताना स्फुरले. जीवन जगण्याची त्यांची जी उच्च ध्येयवादी दृष्टी होती, तिची छाया या विचारांवर पडलेली दिसते. जीवनातून हे अनुकूल अनुभव आल्यामुळे ही 'विचारपोथी' प्रकाशित होण्यापूर्वीच तिचे वाचकांना आकर्षण वाटून वर सांगितल्याप्रमाणे तिच्या १५० प्रती नकलून झालेल्या दिसतात. पण हे विचार विनोबांना स्फुरले त्या वेळी त्यांची भावस्थिती किंवा मन:स्थिती कशी होती, अशी जर शंका आली, तर तिचे विनोबांनी दिलेले स्पष्टीकरण शिवाजीराव भावे नोंदवतात[५], 'वयाच्या तेहेतिसाव्या वर्षी मला एक नवखा अनुभव आला. त्याचे स्वरूप मी शब्दांत कधीच मांडू शकलो नाही. पण त्यानंतर मन काहीसे उन्मनल्यासारखे झाले. एकाग्रता सहज व्हावी, विविधाग्रतेला प्रयत्न लागावा, या अवस्थेच्या पहिल्या वेगात विचार लिहून ठेवण्याची वृत्ती उगवली. सारेच विचार लिहीत नव्हतो, थोडे लिहीत होतो. त्यांची ही विचारपोथी बनली आहे. सुदैवाने ही प्रेरणा फार दिवस टिकली नाही, तीन-चार वर्षांत मावळली.'

हे निवेदन वाचले म्हणजे एका उन्मनी अवस्थेत विनोबा असताना, सहज एकाग्रतेतून सहज स्फुरलेल्या विचारांचा वेग त्याला थोडी विश्रांती मिळावी म्हणून शब्दांकित झालेला आहे, हे आपल्याला समजते आणि अशा अवस्थेत स्फुरलेले सर्वच विचार मांडले गेले नाहीत, हेही समजते, कारण शिवाजीराव भाव्यांच्या मताप्रमाणे[६] 'आध्यात्मिक विकासाचा वेग हा शब्दांत मांडता येत नाही किंवा

कोणत्याच साकार सात क्रियेने व्यक्त करता येत नाही.' विनोबा हे या विचारांचे मालक असल्यामुळे अशा विचारांनी त्यांचे चित्त क्षुब्ध न होता, शुद्ध व परमशांत झाले. काही विचार क्षुब्ध करणारे असतात. वाचल्यानंतर काही काळ आपल्या मनात खळबळ उडवून देतात व त्यापलीकडे वाचकाच्या मनात काही नवनिर्मिती न करता किंवा त्या मताचे काही उन्नयन न करता, काही काळानंतर ते मनातल्या मनात विलीन होऊन जातात. पण 'विचारपोथी'तील विचार हे या दर्जाचे नाहीत. रात्रीच्या गाढ झोपेतून विकास पावलेल्या ब्रह्मविचार रत्नांचे दर्शन या ठिकाणी होऊन, आपल्या मनातील सर्व शंका व संशय सहज फिटण्याचे कार्य यांच्याद्वारे होते.

हे विचार बहुतेक गद्य स्वरूपात आहेत. त्यात गृहत्यागानंतर काशीला आलेल्या विनायकाला स्फुरलेल्या काही पद्यपंक्तीही आहेत. या विचारांना काही पूर्वश्रुतींचा आधार आहे का, हे विचार स्वतंत्र आहेत का, असे प्रश्न उभे राहिले, तर 'विचारपोथी'च्या निवेदनात या प्रश्नांना उत्तर देताना विनोबा म्हणतात की[७], 'मी यांना अर्धवट पुटपुटणे म्हणतो. या विचारांना पूर्वश्रुतींचे आलंबन, तर आहेच, तथापि ते आपल्यापरी निरालंबही आहेत.' विनोबांच्या या निवेदनाचा अधिक अर्थ स्पष्ट करताना शिवाजीराव भावे म्हणतात की[८], 'असामान्य संस्थापक आणि प्रवर्तक पुरुषांची ही नेहमीच पद्धती आहे. त्यांचे विचार, त्यांचे सिद्धान्त, त्यांचे चिंतन, त्यांचे प्रयोग, त्यांचे कार्य हे जरी सर्वस्वी अपूर्व, सर्वस्वी नावीन्यपूर्ण, सर्वस्वी असामान्य असले, तरी ते आपल्या नवीन विचारांना, नवीन प्रयोगांना, नवीन सिद्धान्तांना पूर्व विचारांचा आधार घेत असतात. जुन्या झाडावर नवीन कलम करण्याचाच तो एक प्रकार असतो.'

मग या ठिकाणी पुन्हा अशी एक शंका येते की, विनोबांनी सर्वच विचार पूर्वश्रुतींकडून घेतले काय? तर त्याचे स्पष्टीकरण करताना शिवाजीराव भावे पुढे म्हणतात की, 'यातील १/८ विचार 'गीते'तील चिंतनातून स्फुरले आहेत. यातील काही विचार पूर्वी 'महाराष्ट्र धर्म' मासिकात केलेल्या लिखाणात साररूपाने येऊन गेलेले आहेत.' शिवाजीराव भावे यांच्या या म्हणण्याचा पडताळा आपणास 'महाराष्ट्र धर्मा'तील लेखांचा 'मधुकर' नावाचा जो लेखसंग्रह प्रसिद्ध झाला आहे, तो वाचताना येतो. याशिवाय विनोबांवर बालपणी झालेल्या संस्कारांचा आढावा घेताना त्यांच्या आईने त्यांना सांगितलेले काही जीवनविषयक अनुभवांचे विचार आपल्या वाचनात येतात, त्या विचारांचाही समावेश या 'विचारपोथी' मध्ये केलेला आहे.

'विचारपोथी'तील या विचारांचा मूलस्रोत शोधताना वेद, उपनिषदे, गीता,

संत वाङ्मय व त्यांची आई यांच्या सहवासांतून कोणकोणते विचार विनोबांना स्फुरले हे आपणास क्रमाक्रमाने पुढीलप्रमाणे शोधता येणे शक्य आहे. 'गीताई'ला जरी विनोबा 'माउली' म्हणत असले, तरी 'वेद' म्हणजे त्यांच्या या 'माउलीची माउली' आहे. विनोबांची आई रुक्मिणीबाई यांचे निधन झाल्यानंतर विनोबा या श्रुती माउलीच्या स्वाधीन झाले. तिच्याच आश्रयावर त्यांनी पुढील वाटचाल केलेली दिसते, तेव्हा 'विचारपोथी'चे मूलस्रोत कोणते आहेत, हे पाहू या.

'विचारपोथी'चे मूलस्रोत :

विनोबांच्या 'विचारपोथी'तील विचारांचे मूलस्रोत शोधले, तर ते प्रामुख्याने माता रुक्मिणीबाईंनी त्यांच्यावर केलेले संस्कार, म. गांधींची एकादश व्रते, भगवद्‌गीता, श्रुती, वेद, उपनिषदे, संत वाङ्मय हे आहेत, असे जाणवते.

या मूलस्रोतांवर आधारित काही विचारांचा परामर्श घेऊ या;

आईचे संस्कार :

आई रुक्मिणीबाई यांच्या प्रेमाचा व भगवद्‌गीतेच्या सान्निध्याचा विनोबांवरील प्रभाव 'विचारपोथी'त आपणास प्रकर्षाने जाणवतो. 'थोड्यात गोडी' हे सूत्र, तर विनोबांनी जन्मभर आचरणात आणले, पण आपल्या दृष्टीनेही हे सूत्र संसार करताना उपयोगी ठरेल.

ब्रह्मचर्य, समता, साधू संतांविषयी प्रेम व माणसाच्या मूलभूत गरजा याविषयीचे चिंतन विनोबांना आईकडून घरात ऐकायला मिळाले. म्हणजे एक प्रकारची जीवनदृष्टी घडविण्यात प्रथम आईचा व नंतर गीतेचा आणि त्यानंतर गांधीजींचा वाटा यात मोठ्या प्रमाणावर आहे.

- आमची आई म्हणे, "देशे काले च पात्रे च, हे एक थोतांड आहे. दयेने वागावे म्हणजे झाले." मी म्हणे, "अपात्री दान करण्यात दान घेणाऱ्याचेही अकल्याण आहे." यावर तिचे उत्तर ठरलेले होते; "पात्र-अपात्र आपण कोण ठरवणार? जो गरजू मागायला आला तो परमेश्वरच असतो." (विचार क्र. ३५)
- आमच्या आईची काही वचने :

'विन्या जास्त मागू नको. लक्षात ठेव, थोड्यात गोडी आणि फारांत लबाडी.'

'मनुष्याने उत्तम गृहस्थाश्रम केला, तर आईबापांचा उद्धार होतो. पण उत्तम ब्रह्मचर्य पाळले, तर बेचाळीस पिढ्या उद्धरतात.'

'पोटभर अन्न आणि अंगभर वस्त्र यापेक्षा अधिकाची गरज नाही.'

'देवादिकांच्या किंवा साधू संतांच्या गोष्टींशिवाय दुसऱ्या कोणत्याही गोष्टी

ऐकू नयेत.'

'देशसेवा केली म्हणजे त्यात देवाची भक्ती आलीच. तरी पण थोडे भजन पाहिजे.'

'अंत्यज काही नीच नाहीत. देव नव्हता का विठ्या महार झाला?' (विचार क्र.१८)

'विचारपोथी'तील गीतेच्या अभ्यासाचे तरंग

'आईच्या दुधापेक्षा गीतेच्या दुधावरच माझा पिंड पोसला आहे', असे विनोबांनी जे म्हटले आहे ते आपणास 'विचारपोथी' वाचताना पानोपानी जाणवते. जवळजवळ प्रत्येक पानातील एका तरी विचारामागे गीतेच्या अभ्यासाचा आविष्कार दिसून येतो. उदाहरणार्थ,

'कर्मण्येवाधिकारस्ते मा फलेषु कदाचन' हे गीतेतील वाक्य एखाद्या म्हणीप्रमाणे प्रसिद्ध आहे. याची छाया आपणास विनोबांच्या पुढील विचारात दिसते-

- फळ तुला आधीच मिळून चुकले आहे. आता कर्तव्य करण्याचे बाकी उरले आहे. पुन्हा फळ कसले मागतोस? (विचार क्र.२४६)

'असंगशस्त्रेण दृढेन छित्त्वा' याचीही पुसटशी छाया आपणास खालील विचारात दिसून येते.

- कुऱ्हाडीचा दांडा गोतास काळ करून नरदेहाच्या साहाय्याने आपले सर्व देह कापून काढावयाचे आहेत. (विचार क्र.२८६)

(किंवा वरील विचारावर ज्ञानेश्वरांच्या 'तैसे येणेचि शरीरे। शरीरा येणे सरे।।'

(ज्ञा.१२-१३६)

याही ओवीचा प्रभाव असावा. ज्ञानेश्वरी हा धर्मग्रंथ आहे.

मराठी भाषा- ज्ञानेश्वरी= शून्य असे म्हणणाऱ्या विनोबांचा ज्ञानेश्वरी व्यासंगही वरील विचारात डोकावतो.)

इतरत्रही गीतेच्या अनुषंगाने विनोबांनी आपले चिंतन खालीलप्रमाणे सादर केले आहे -

- गीतेत सांगितलेले 'अशास्त्र-विहित घोर तप' कोणते?- विषयासक्तसंसार. (विचार क्र. ३७८)
- संन्यास ही नोट आहे. कर्मयोग नाणे आहे. किंमत एकच. (विचार क्र.३५१)

गीतेतील कासवाचा दृष्टान्त म्हणजे विनोबांच्या दृष्टीने एक आदर्श दृष्टान्त आहे. जीवन जगताना या कासवाला समोर ठेवूनच जगायला हवे, हे त्यांनी पुढील

विचारांद्वारे स्पष्ट केले आहे.

● कासवाप्रमाणे कर्मयोगात शांत पण निश्चित पावले टाकावी. कासवाप्रमाणे मजबूत पाठ करून जगाचे आघात सोसावे. कासवाप्रमाणे विषयांपासून इंद्रिये आवरावी. कासवाप्रमाणे दृष्टी प्रेमाने भरलेली असावी.

(विचार क्र.१३७)

हे तर छोटे कूर्मोपनिषदच होय.

गीतेतील लोकसंग्रह ही कल्पनाही खूप प्रसिद्ध आहे. त्याविषयी विनोबा म्हणतात-

● ज्यांना लोकसंग्रह करण्याची हौस वाटते त्यांना योग्यता नसते; आणि ज्यांना योग्यता असते त्यांना हौस वाटत नाही.

लोकसंग्रहाला या पेचातून देवानेच सोडवावे! (विचार क्र.१३८)

गांधीजींच्या सहवासामुळे व गीतेच्या प्रभावामुळे विनोबांनी आहाराचे विविध प्रयोग करून सात्त्विक आहारातही 'अस्वाद' व्रत साधले. वास्तविक गीतेने सात्त्विक, राजस, तामस असे आहाराचे भेद केले आहेत, पण विनोबांचे चिंतन या भेदांच्याही पुढे म्हणजे गुणातीत आहे. ते म्हणतात,

● सात्त्विक आहारातही जो स्वाद उत्पन्न होतो ती हिंसा.(विचार क्र.१३९)

हिंसेबद्दल इतका सूक्ष्म विचार मराठीत कोणी केला आहे का?

● ज्ञानदेवाच्या भाषेत गीता-तत्त्व 'नित्यनूतन' आहे.
जे नित्यनूतन तेच सनातन. (विचार क्र.४०२)
सनातनची ही व्याख्या कोणाला बरे आवडणार नाही ?

शब्दांमधून योग्य व नावीन्यपूर्ण अर्थ काढून व्याख्या स्पष्ट करण्यात विनोबा पटाईत आहेत.

● लोकसेवा नम्र कर्तव्य आहे. लोकसंग्रह थोर अधिकार आहे.

(विचार क्र.४२०)

गीतेतील कर्मयोग व संन्यास या व्याख्याही परिचित दृष्टान्ताच्या साहाय्याने स्पष्ट करतात.

● कर्मयोगी- जळलेली आकृती -मात्र गोवरी.
संन्यासी- जळून राख झालेली निराकार गोवरी. (विचार क्र.४५३)

● कर्मयोगी - पांढऱ्या दुधाची काळी गाय.
संन्यासी- पांढऱ्या दुधाची पांढरी गाय. (विचार क्र.४५४)

● कर्मयोगी- सूर्याप्रमाणे अखंड कर्म करतो.

संन्यासी- सूर्याप्रमाणे अखंड अकर्ता असतो.

(विचार क्र.४५५)

गीतेतील कर्मयोग व संन्यासयोग अगदी थोडक्यात दृष्टान्ताच्या साहाय्याने समजावून सांगण्याची केवढी ही हातोटी!

गांधीजींच्या एकादश व्रतांसंबंधी विचार :

गांधीजींच्या जीवनाचा व विचारांचा प्रभावही या 'विचारपोथी'त आढळतो. 'सत्य' व 'अहिंसा' या दोन तत्त्वांना प्राचीन ऋषींनी महत्त्व तर दिले होतेच, पण राजकारणाच्या क्षेत्रातही या दोन तत्त्वांना मानाचे स्थान देणारे पहिले महापुरुष म्हणजे म. गांधी होत. त्यामुळे या दोन तत्त्वांविषयी 'विचारपोथीत' जिथे जिथे विचार आले आहेत, तिथे तिथे गांधीजींचा विनोबांवरील प्रभाव आपणास जाणवतो. अर्थात हे चिंतन अधिक सूक्ष्म बनवण्यात विनोबांची तपश्चर्या आहेच.

'अहिंसे'विषयी-विचार करताना विनोबा लिहितात-

● 'अहिंसादि प्रकृतीचे गुण की आत्म्याचे?' अहिंसादि प्रकृतीचे गुण नाहीत आणि आत्म्याचेही 'गुण' नाहीत. ते आत्म्याचे 'स्वभाव-धर्म' आहेत.

(विचार क्र.६४२)

● सुताराला ज्याप्रमाणे भूमितीच्या सिद्धान्तांचे भय वाटते, तसे सेवकाला किंवा साधकाला अहिंसादि व्रतांचे भय वाटावे. (विचार क्र.२६१)

● संस्कृतात 'हन्' म्हणजे मारणे आणि 'हन्' म्हणजे गुणणे. हिंसेने पापांचा गुणाकार होतो. (विचार क्र.५२)

सत्याविषयीही विनोबांनी पुढील विचार मांडले आहेत.-

● सत्य म्हणजे सर्व गुणांचा 'गुण्या.' (विचार क्र.२६६)

● श्रद्धा + प्रज्ञा + वीर्य = सत्य. (विचार क्र.२६३)

● जी वाणी सत्याला सांभाळते त्या वाणीला सत्य सांभाळते.

(विचार क्र.२१३)

● सूर्यनारायण सत्यनारायणाची प्रतिमा आहे.
सूर्योपासना सत्यदर्शनासाठी आहे. (विचार क्र.८६)

● देव खरा आहे. धर्म खरा आहे. संत खरे आहेत, कारण सत्य खरे आहे.

तो च देव, तो च धर्म आणि ते च संतांचे स्वरूप. (विचार क्र.१४७)

गांधीजींनी अहिंसा-सत्य-अस्तेय-ब्रह्मचर्य इत्यादी एकादश व्रते या भूमीतील

ऋषिमुनींच्याच ग्रंथांतून घेतली. प्रत्यक्ष जीवनात त्यांनी या एकादश व्रतांना खूप महत्त्व दिले. त्यामुळे लोकांच्या नजरेसमोर सतत ती व्रते राहिली. विनोबांच्या 'विचारपोथी'त या व्रतांवरही एक नवीन प्रकाश टाकलेला आढळतो.

- सत्याची व्याख्या नाही, कारण व्याख्येचाच आधार सत्यावर आहे. (विचार क्र.८१)
- सर्व धर्म सत्याचे अंशावतार आहेत. (विचार क्र.८५)
- सत्य, संयम, सेवा ही पारमार्थिक जीवनाची त्रिसूत्री आहे. (विचार क्र.५)
- अस्तेयाने मी जग जिंकतो. अपरिग्रहाने ते सोडतो. (विचार क्र. १३१)
- ब्रह्मचारी म्हणजे स्त्री आणि पुरुष एकस्थ. (विचार क्र.७२४)
- ब्रह्मचर्य हे पारमार्थिक साधन आहे. ब्रह्मचर्याश्रम ही परमार्थानुकूल सामाजिक संस्था आहे. (विचार क्र.७७)
- हिंसेने राज्य मिळेल, पण स्वराज्य मिळणार नाही. स्वराज्य म्हणजेच अहिंसा. (विचार क्र.६५६)
- अहिंसा म्हणजे ढिली सहनशीलता नव्हे आणि असह्य नियमनही नव्हे. (विचार क्र.७०२)

अशा रीतीने गांधीजींच्या एकादश व्रतांवर विचारशोधन दिसून येते. 'यातील किती विचार निवडावेत? एकेक विचार निवडता निवडता असे वाटते की सर्वच विचार लिहून घ्यावेत' असे जे शिवाजीराव भावे यांनी 'विचारपोथी'विषयी 'विनोबा जीवन दर्शन' या ग्रंथात लिहिले आहे, त्याचाही आपणास अशा प्रसंगी अनुभव येतो.

वेदांवर आधारित विचार

वेद व गणित यांच्या अभ्यासाचासुद्धा परिणाम विनोबांच्या चिंतनावर झालेला दिसतो. साधारणपणे वेदांचा अभ्यास करणारा हा रुक्ष तरी बनतो किंवा जुनाट तरी बनतो, परंतु या बाबतीत विनोबांचे वेगळेपण दिसून येते. विनोबांना वेदांविषयी पूज्य भाव आहे. त्यांनी वेदांचा, उपनिषदांचा आमरण सखोल अभ्यास तर केलाच, पण त्यातील तत्त्वज्ञानाविषयी कृतज्ञता बाळगून नव्या 'काळाला शोभून दिसतील, मार्गदर्शक होतील' असे विचार 'विचारपोथी'त व्यक्त केले आहेत. 'वेदांचा तो अर्थ आम्हासीचि ठावा' असे आत्मविश्वासाने म्हणणाऱ्या संत श्रेष्ठ तुकोबांनंतर वेदांचा आधार घेऊन चैतन्यशील व गतिशील विचार मांडले ते पूज्य विनोबांनी. याबद्दल मराठी भाषेचे, त्यांनी म्हटल्याप्रमाणे, खऱ्या अर्थाने वाचाऋण

फेडले आहे, असे कृतज्ञपणे कबूल करावे लागेल. ज्ञान, कर्म व भक्ती यांचा सुरेख मेळ ज्यांच्यात आहे, असा विनोबांसारखा 'स्थिर मेरूचा पूत' शोभणारा ज्या वेळी प्रत्यक्षाने अंध न होता सनातन सत्य शोधण्याचा प्रयत्न करतो त्या वेळी जे विचार व्यक्त होतात; त्या विचारांनी वेदांविषयी वाटणारा परकेपणा आपल्या मनातून दूर होऊन एक आदराची व पूज्य भावना मनात घर करते. भौतिक शोधांमुळे व सुखसोयीमुळे आपण इहवादाची भलतीच कल्पना करून वेद वाङ्मय जुनाट व प्रतिगामी ठरवतो, हे निश्चित चुकीचे आहे.

'अमन्त्रम् अक्षरं नास्ति' किंवा 'अक्षरम् अनिर्देश्यं' याचा प्रत्यय आपणास विनोबांच्या वेदविषयक विचार-मंथनातून येतो. वानगीदाखल काही विचार पाहू या. हे विचार वाचताना विचारपोथीत 'सुधारक' कोणाला म्हणावे याविषयी विनोबांनी लिहिलेला एक विचार त्यांनाच लागू होतो. ते म्हणतात,

● पूर्वीची तपश्चर्या न गमावता पुढे पाऊल टाकणे हे सुधारकाचे काम आहे. (विचार क्र.१६८)

वेदातील ऋषिमुनींना विचार व्यक्त करण्यासाठी खूप तपश्चर्या करावी लागली. ती न ठोकरता विनोबांनी त्यात भर घालून नवनवीन विचार आपणास दिले. त्यामुळे ते विचार प्रांतातील खरे सुधारक शोभून दिसतात.

वैदिक ऋषींचा 'मी' समजावून सांगताना विनोबा म्हणतात,

● वैदिक ऋषी जेव्हा 'मला तांदूळ पाहिजे, मला गहू पाहिजे, मला मसूर पाहिजे' इत्यादि म्हणतो, तेव्हा त्याच्या 'मी'मध्ये त्रिभुवनाचा समावेश झालेला आहे. (विचार क्र.१५५)

महाराष्ट्रात वारकरी संप्रदायाने 'राम-कृष्ण-हरी' हा सोपा मंत्र आम भोळ्याभाळ्या भाविक भक्तांना दिला. 'रामकृष्णहरिविठ्ठलकेशवा। मंत्र हा जपावा सर्वकाळ। यावीण आणिक असता साधन । वाहातसे आण विठोबाची' असे संतश्रेष्ठ तुकाराम महाराज म्हणतात. म्हणजे वारकरी संत वेदातील मंत्रांना विसरलेत की काय असे आपणास वाटेल, पण या वारकरी संप्रदायातील 'उघड मंत्रा'चा वेदाशी काय संबंध आहे, हे स्पष्ट करताना विनोबा म्हणतात,

● वेद ज्याला म्हणतात तो संतांचा राम. 'राम-कृष्ण-हरी' या त्याच्याच तीन मात्रा समजाव्या. (विचार क्र.१४०)

याच्याही पुढे जाऊन विनोबा म्हणतात,

● मराठी साहित्याचा जन्मही !कारातूनच आहे. !काराच्या साडेतीन मात्रांना अनुलक्षून ज्ञानदेवांची साडेतीन चरणी ओवी निर्माण झाली आहे.

(विचार क्र.३००)

वेद-गीता-संत व स्वत: यांचा संबंध स्पष्ट करताना रूपकाच्या भाषेत विनोबा म्हणतात,

- वेद जंगल आहे. उपनिषदे गाई आहेत. गीता दूध आहे. संत दूध पीत आहेत. मी उच्छिष्टाची आशा राखून आहे. (विचार क्र.२२)

'वाणी संतकृपेची ही, विन्याची कृतिशून्यता' ही भावना 'विचारपोथी'तही उमटलेली आहे. वेदातील विचार कितीही श्रेष्ठ असले तरी जोपर्यंत ते आचरणात उतरत नाहीत, तोपर्यंत वेदांविषयी आपणास पूज्यभाव आहे असे म्हणता येणार नाही. याविषयी विनोबा म्हणतात,

- वेदार्थ स्वच्छ समजत असेल, घटकाभर समाधी लागत असेल, नामस्मरणाने सात्त्विक भाव उमटत असतील. म्हणून काय झाले? आचरणात उतरेल तेच खरे. (विचार क्र.२९३)

विचाराबरोबरच आचार वाढीला लागला पाहिजे असे विनोबांना प्रामाणिकपणे वाटते, कारण 'बोले तैसा चाले' ही श्रेष्ठ संत परंपरा त्यांना प्रिय आहे. आचार-विचारांची फारकत झालेल्या व 'नावा'चा जयघोष कृतिविना करणाऱ्या आजच्या कालखंडाला विनोबांचा हा विचार अंतर्मुख करेल, हे निश्चित.

वेद-वाङ्मयाच्या अभ्यासातून विनोबांना स्फुरलेले आणखी काही विचार-

- समोरच्या झाडाच्या पानात जो वेदमंत्र वाचू शकतो त्याला वेद समजला. (विचार क्र.३१९)
- वेदमंत्रापेक्षाही नामाचा महिमा अधिक आहे. नामात अमर्याद शक्ती भरता येते. (विचार क्र.४६२)
- वेदामध्ये 'सहते' या धातूचे दोन अर्थ आहेत: १) सहन करणे, आणि २) जिंकणे. जो सहन करतो तोच जिंकतो. (विचार क्र.५५४)
- वेदामध्ये ईश्वराला 'सुरूप-कृत्नु' म्हटले आहे. सुंदर सृष्टी निर्मिणारा स्वत: किती सुंदर असेल! (विचार क्र.५६२)
- वैदिक शब्द सूक्ष्म अर्थाचे आहेत. त्यापासून पुढे स्थूल लौकिक अर्थ निघाले. सूक्ष्मातून स्थूल, अव्यक्तांतून व्यक्त हा सृष्टी-नियम आहे. (विचार क्र.६६६)
- वेद-प्रामाण्य म्हणजे पूर्व परंपरेविषयी कृतज्ञताबुद्धी आणि नवीन पराक्रमाला स्फूर्तियुक्त मोकळीक. (विचार क्र.६७२)
- वेद-प्रामाण्य म्हणजे नीतिधर्माची नित्यता. (विचार क्र.२००)

- वेदान्तासारखा अनुभव नाही.
  गणितासारखे शास्त्र नाही.
  रसोईसारखी कला नाही. (विचार क्र.७१२)

उपनिषदांवर आधारित विचार :

बापाच्या खांद्यावर उभे राहून पाहणाऱ्या मुलाला अधिक उंची लाभून तो बापापेक्षा दूरचे पाहू शकतो. अनेक शास्त्रांच्या अध्ययनाने व गांधी, गीता, वेद, उपनिषदे यांच्या खांद्यांवर उभे राहून, एक विशिष्ट दृष्टी विनोबांनी प्राप्त केली आणि 'विचारपोथी'चे आपणास दर्शन घडवले आहे.वेद-उपनिषदांचा त्यांनी आयुष्यभर अभ्यास केला, त्याचे आचरण व सखोल चिंतन 'विचारपोथी'त आविष्कृत न झाले तर आश्चर्य!

'ॐअसतो मा सद्गमय। तमसो मा ज्योतिर्गमय। मृत्योर्माऽमृतं गमय।' (अक्ष्युपनिषद) हे प्रसिद्ध आहे. पण हे प्रसिद्ध वाक्य विनोबांनी अशा काही रीतीने गीतेच्या भाषेत मांडले की, ते व्यक्त झाले ते नावीन्याचे लेणे घेऊनच.

- असत्यातून सत्यात, अंधारातून प्रकाशात, मृत्यूतून अमृतात हे साधकाचे उत्तरायण. (विचार क्र.१४८)

उपनिषदातील पुढील चार महावाक्यांमधील नवीन भूमिकाही विनोबांनी पुढीलप्रमाणे मांडली आहे.

- चार महावाक्यांत उत्तरोत्तर चढत्या चार अद्वैत-भूमिका सुचविल्या आहेत-

  प्रज्ञानं ब्रह्म- अद्वैतज्ञान
  अयमात्मा ब्रह्म- ईश्वरसाक्षात्कार
  अहं ब्रह्मास्मि- आत्मानुभव
  तत् त्वमसि- विश्वोद्धार (विचार क्र.१२९)

'नेह नानास्ति किञ्चन', 'एकमेव अद्वितीयम्' असा एकत्वाचा ध्यास श्रुतीला कसा आहे, हे स्पष्ट करताना विनोबा म्हणतात,

- श्रुतीला द्वैताचा इतका कंटाळा की, आत्म्याचे बहुरूपत्व दाखवितानाही तिने दोनाचा पाढा वगळला आहे.

  ''स एकधा भवति, त्रिधा भवति, पञ्चधा, सप्तधा, नवधा---''

  (विचार क्र.१०५)

शब्दांच्या मुळाशी जाणारी सखोल बुद्धी, प्रचंड व्यासंग, प्रखर चिंतनाच्या

मागे असलेली प्रज्ञा यांचा मनोहर संगम या विचारांमध्ये आढळतो. मराठीत तरी हा अभिनव वाग्विलास आहे.

सप्टेंबर १९६२ मध्ये प्रसिद्ध झालेल्या 'विचारपोथी'च्या चौथ्या आवृत्तीच्या प्रस्तावनेत विनोबा म्हणतात, 'चिंतनातून प्रयोग आणि प्रयोगातून चिंतन अशी माझी जीवनाची घडण बसली आहे. हिलाच मी निदिध्यास म्हणतो. निदिध्यासातून विचार स्फुरत राहातात.'

अशा निदिध्यासातून स्फुरलेले विचार हे भव्य वाटतात, कारण त्यांच्यामागे विनोबांच्या श्रेष्ठ आचारांची उंची आहे, धर्म, राजकारण, कर्तव्य, नम्रता, यज्ञ, उपासना, शिक्षण, क्षमा, श्रद्धा, तप इत्यादी कितीतरी विषयांवर यात विचार व्यक्त केले गेले आहेत.

'विचारपोथी'त साधारण किती विषयांवर विचार आहेत याचा परामर्श घेणारा एक लेख सुभाष मेहता यांनी 'मैत्री' मासिक पत्रिकेच्या सप्टेंबर १९८७ च्या अंकात लिहिला आहे. त्यात ते म्हणतात,

'इस ग्रंथ में व्यक्त हुए अपने जीवन सूत्रों को विनोबा ने स्फुरण कहा है। फिर भी जैसे गीता में कहा है, सूत्रे मणिगणा इव, वैसे ही इस ग्रंथ की बुनियाद समग्र जीवनदृष्टि में है।

आमतौर से विचारपोथी के स्फुरण चौदह विषयों में बाँटें जा सकते है।

१ जीवन मूलक आचार संहिता	८ अध्यात्म
२ नीतिशास्त्र	९ आधुनिक विज्ञान
३ भक्ती	१० योग
४ बुद्धिवाद	११ सेवा
५ अर्थशास्त्र और राजनीतिशास्त्र	१२ सामाजिक सेवा
६ धर्म	१३ निजी अनुभव
७ शिक्षा और कला	१४ संन्यास

इन स्मरणों की जड उपनिषद, गीता, भागवत, मध्यकालीन तथा आधुनिक काल के साहित्य में होना स्वाभाविक है। इस ग्रंथरत्न की ठोस विशेषता इसी में है की, इस में विनोबा की साधना अव्यक्त रूप से प्रतिबिंबित हुई है। ये सूत्र भूदान यज्ञ के अवतरित होने के करीब बीस साल पहले लिपिबद्ध हुए दिखते है। सूक्ष्म निरीक्षण, विचारों की परिपक्वता और अभिव्यक्ति की असंदिग्धता, ये तीन बातें विचारपोथी में निखर आती है।''

मेहता म्हणतात याप्रमाणे स्थूलमानाने अशी विभागणी होऊ शकते, पण असे वर्गीकरण करून विनोबांनी हे विचार मांडले नाहीत. संपूर्ण जीवन समोर ठेवून त्यातील ज्या ज्या विषयांविषयी लोकांमध्ये काही रूढ अर्थ आहेत, चुकीच्या कल्पना आहेत, जिथे जिथे पाहण्याची दृष्टी ठरावीक आहे, तिथे तिथे विनोबांनी आपल्या सखोल चिंतनाने प्रकाश टाकला आहे. केवळ विशिष्ट भाषा बोलणाऱ्या विशिष्ट देशात राहणाऱ्या विशिष्ट पक्षाच्या व मताच्या लोकांसाठीच हे विचार आहेत असे नाही. जगातील कुठल्याही साधकाने हे विचार वाचले तर त्याला ते सदैव उपयोगी पडतील इतके ते व्यापक, प्रेरक व भव्य आहेत.

१९३१ साली ही 'विचारपोथी' लिहिली गेली; परंतु ती जुनाट किंवा गंजलेली वाटत नाही. उलट श्री. सुभाष मेहता म्हणतात त्याप्रमाणे हा ग्रंथरत्न नित्य पठनीय आहे. आपल्या धर्मग्रंथांनी व समाजातील महापुरुषांनी, वेळोवेळी समाजाला मार्गदर्शनपर विचार दिलेत; पण त्यातील खरा अर्थ उलगडून एक प्रकारची नवीन दृष्टी जेव्हा मांडली जाते, तेव्हा ती नवनिर्मिती तर असतेच, पण ती प्रेरक व संजीवक असेल, तर अक्षर वाङ्मयात जमा होते. कथा-कादंबऱ्यांतून व कवितेतूनसुद्धा विचार मांडले जातात. उदाहरणार्थ, 'मोठेपणाचा मार्ग मरणाच्या मैदानातून जातो' (रा.ग.गडकरी), 'रात्रीच्या अंधारात उद्याचा असे उषःकाल' (कुसुमाग्रज), 'पूर्व दिव्य ज्यांचे त्यांना रम्य भावी काळ' (विनायक), 'लहानपण देगा देवा मुंगी साखरेचा रवा' (तुकाराम), 'मरणात खरोखर जग जगते' (तांबे). कवितेतून असे विचार सर्वत्र विखुरलेले असतात, पण अशा विचारांमागे भावबळ अधिक असते. त्यातून काही प्रमाणात मार्गदर्शनही घेणाऱ्याला मिळू शकते, मात्र हे मार्गदर्शन स्थूल असते.

विनोबांचे सर्व विचार सर्वांना पटतील असे नाही, पण त्यात पटण्यासारखे नाही, असे म्हणणे धाडसाचे ठरेल. विशेषकरून ज्याला जीवनातील सत्य शोधायचे आहे त्याला एका विशिष्ट तऱ्हेने जीवन जगायला हवे. ती विशिष्ट तऱ्हा कोणती हे विनोबांनी बरोबर 'विचारपोथी'मध्ये सांगितली आहे. 'अर्जुना स्थिति ही ब्राह्मी पावतां न चळे पुन्हा' अशी न चळणारी, सदैव आनंद देणारी मनःस्थिती जर कुणाला हवी असेल, तर त्याच्या दृष्टीने 'विचारपोथी' अमोल ठेवा होईल, जीवनगाथा होईल. यातील धर्म, राजकारण, साहित्य व शिक्षण यावरील विचार जर समाजातील धुरीणांनी व सर्वसामान्य माणसांनी अमलात आणले, तर आजची सामाजिक दुरवस्था बऱ्याच प्रमाणात कमी होईल.

मराठी संतांच्या मार्गाने विनोबा 'विचारपोथी' मध्ये वाटचाल करतात, पण

आपल्या पायांनी हे विसरता येत नाही. पुष्कळांचे पुष्कळ कल्याण करणाऱ्या जडवादी दृष्टीपेक्षा सर्वांचे सर्व कल्याण, ही दृष्टी अधिक मूलभूत, व्यापक व भव्य वाटते; तीच 'विचारपोथी' मध्ये आहे, कारण 'कल्याण हे व्यक्तिगत असू शकत नाही, ते सार्वजनिक असू शकते' असा मूलभूत विचार विनोबांनी मांडला आहे. शिवाय केवळ इहलोकापुरतेच जीवन उजळून निघावे एवढी दृष्टी त्या विचारांमागे नाही, तर मृत्यू-प्रवासही सुखकर व्हावा, अशी तळमळ त्यात आहे.

आम्ही फक्त आजचीच काळजी करतो, त्याला सोईस्कर असेल ते स्वीकारतो; पण क्रांतदर्शी 'उद्या'चीही पहाट पाहत असतो. अनंतकाळाला ओलांडून पाहण्याचे सामर्थ्य त्याच्या दृष्टीत असते. अशी दृष्टी अनेकांच्या जीवनात नकळत परिवर्तन घडवते, किंबहुना तिचा तो स्वभावधर्म आहे. विनोबांनी अशीच दृष्टी आपल्या सर्व वाङ्मयाच्या पाठीमागे ठेवली आहे.

- आध्यात्मिक व्यवहार म्हणजे स्वाभाविक व्यवहार म्हणजे शुद्ध व्यवहार.

(विचार क्र. १)

हा जो पहिला विचार त्यांनी मांडला तो

'इये मराठिचिये नगरी, ब्रह्मविद्येचा सुकाळ करी' (ज्ञा.१२-१६) या ज्ञानेश्वर माउलीच्या ओळीची आठवण करून देणारा आहे. आपण दररोज काहीतरी व्यवहार करतो, वागतो, बोलतो, काम करतो; ते आपले वागणे, बोलणे, चालणे, काम करणे जर शुद्ध नसेल, तर ते आध्यात्मिक होणार नाही, भौतिक होईल. त्यात आत्मदर्शन होणार नाही व त्यातून शांतीही मिळणार नाही. 'सुखालागी करती तळमळ' ही स्थिती सर्वांची सर्वत्रच आहे, परंतु हे सुख आध्यात्मिक व्यवहाराशिवाय होणार नाही, अशी सुखाची गुरुकिल्ली विनोबांनी 'विचारपोथी'तील पहिल्याच विचारात दिली आहे, ती आपणास अंतर्मुख करणारी आहे. आपला एकमेकांशी जो दैनंदिन व्यवहार होत असतो, तो आध्यात्मिक होण्यासाठी कसे वागले पाहिजे, याचे पुढीलप्रमाणे मार्गदर्शन करून 'विचारपोथी' संपवली आहे.

- मनुष्य- घर
  गुण- दरवाजा
  दोष- भिंती (विचार क्र.७३६)

माणसाच्या गुणरूपी दरवाज्याने त्याच्याकडे गेले पाहिजे म्हणजे त्याच्याकडे आपणास प्रवेश मिळेल; पण दोषरूपी भिंतीने जर आपण त्याच्याकडे जाऊ, तर भिंतीवर डोके आदळून कपाळमोक्ष व्हायचा!

खरोखर आपण इतरांकडे गुणांपेक्षा दोष पाहत असतो. यालाच 'कृष्णभक्तीचा रोग,' असे विनोबांनी म्हटले आहे. परंतु माणसाशी व्यवहाराच्या निमित्ताने त्याचे दोष पाहून जर त्याच्याशी संपर्क साधला, तर भिंतीवर डोके आपटून घायाळ झाल्याप्रमाणे स्थिती होते. हे टाळण्यासाठी मनाला जडलेला हा कृष्णभक्तीचा रोग प्रथम दूर झाला पाहिजे. 'परगुणपरमाणून् पर्वतीकृत्य नित्यम्' हे जरी जमले नाही, तरी त्याच्या चांगुलपणाची नोंद घेऊन त्याच्याशी बोलले पाहिजे. जीवनात सफलता देणाऱ्या या दोन गुरुकिल्ल्या विनोबांनी आपल्या हातात पेलवतील, अशा दिल्या आहेत. त्या आम्ही स्वीकारणार की नाही, यावरच सुखशांती व आत्मदर्शन अवलंबून आहे.

सुमारे पन्नास-पंचावन्न वर्षांपूर्वी अशा प्रकारे प्रज्ञा, प्रतिभा व पावित्र्य यांनी नटलेले गद्य मराठीत दुर्मीळ होते. हे विचार निराधार आहेत व हे सुभाषितांप्रमाणेही नाहीत असे विनोबांनी 'विचारपोथी'च्या प्रस्तावनेत म्हटले आहे, ते खरे आहे. एक-दोन विचार पद्यात मांडले आहेत (विचार क्र. ५३-५४). पद्य हे स्मरण-सुलभ असते, हेच विचार जर पद्यात मांडून दाखवले, तर कसे दिसतील असा मुद्दा घेऊन शिवाजीराव भावे यांनी उदाहरणादाखल कासवाप्रमाणे मजबूत पाठ करून जगावे, आघात सोसावे इत्यादी विनोबांनी 'विचारपोथी'त व्यक्त केलेल्या विचारांचे पद्यमय रूप मांडले आहे.

परंतु मूळच्या भाषेची यात हानी होण्याचा संभव आहे, हे जे शिवाजीराव भावे यांनी म्हटले आहे, ते खरेच आहे. विनोबांची एक विशिष्ट, सत्याचा शोध घेणारी, आत्मदर्शन घेणारी भाषाशैली आहे. मराठीत तिची तुलना फक्त त्यांच्याच भाषाशैलीशी होऊ शकते. 'आत्मदर्शन हे जीवनातील सर्वश्रेष्ठ काव्य आहे' ही सर्वश्रेष्ठ काव्याची व्याख्या विनोबांनी दिली आहे, ती 'विचारपोथी'ला लागू पडते. 'Truth is beauty, beauty is truth,' याचा अनुभव 'विचारपोथी' वाचताना येतो. येथे केवळ 'रमणीया प्रतिपादन' नाही, तर विकाराने अंध झालेल्या बुद्धीला निर्मळ बनवणारे रसायन आहे. 'विचारपोथी'तील शब्दांत सूचकता आहे का? ती खुपणारी आहे का? कारण साहित्यात सूचकतेला फार महत्त्व दिले जाते. तशी सूचकता तर आहेच, पण ती खुपणारी किंवा कुणाला दुखावणारी नाही. सूचकतासुद्धा न खुपणारी हवी असे विनोबांचे म्हणणे आहे. 'हितार्थ बोलणे सत्य, प्रेमाने न खुपेलसे' असे गीताईत जे म्हटले आहे तेच साहित्यातील सूचकतेला लागू आहे, असे विनोबांनी म्हटले आहे.

'साहित्यिकांशी हितगूज' या पुस्तकात त्यांनी म्हटले आहे की,[१] 'साहित्याने

सुचवावे पण कोणालाही न डिवचता.' 'विचारपोथी'त अशा प्रकारची उच्च सूचकता आहे. जो स्थिर असतो तो नेहमीच हिमालयात असतो, अशा प्रकारे

'तिये सिद्धप्रज्ञेचेनि लाभे। मनचि सारस्वते दुभे।' (ज्ञा.६-४५४) या ओवीची आठवण आपणास 'विचारपोथी' वाचताना येते. विनोबांना जीवनात राहूनच हे चिंतन सादर केले आहे. एखाद्या गुहेत जाऊनही काही महात्म्यांनी चिंतन करून जगापुढे मांडले आहे, तेही महत्त्वाचेच; पण आपल्याप्रमाणेच जीवनाशी दोन हात करून, लढून, विनोबांनी सामान्यांतले जे असामान्यत्व दाखवून दिले ते मराठीत अपूर्व आहे. हे सर्व विचार सत्यानुभूतीतून आलेले आहेत. ते कल्पनानिष्ठ असण्यापेक्षा सत्यनिष्ठ व सत्यपूत आहेत. विनोबांनी 'विचारपोथी'त म्हटले आहे की, जी वाणी सत्याला सांभाळते तिला सत्य सांभाळते. हे त्यांच्या 'विचारपोथी'लाही लागू आहे. सत्यच त्यांच्या वाणीला सांभाळेल. एक प्रकारचे हे सत्यनिष्ठ म्हणूनच आत्मनिष्ठ गद्यकाव्य आहे.

प्रयोगातून चिंतन व चिंतनातून प्रयोग असे करीत असताना जो प्रामाणिक अनुभव आला, तोच त्यांनी 'विचारपोथी'त मांडला. आपल्या अनुभवांशी इतके इमान राखणारे व्यक्तिमत्त्व मराठी गद्यात दुर्लभच.

'वाङ्मय म्हणजे मधाचे पोळे, कोळ्याचे जाळे नव्हे' असे आचार्य अत्र्यांनी 'मी कसा झालो'[१०] या पुस्तकात म्हटले आहे, त्याचीही आठवण आपणास 'विचारपोथी' वाचताना येते.

'साहित्यिकांशी हितगूज' या पुस्तकात विनोबांनी वाङ्मयाचे 'दग्ध वाङ्मय'व 'विदग्ध वाङ्मय'असे दोन भेद केले आहेत. जे काळाच्या ओघात नष्ट होते ते दग्ध व जे काळाच्या सीमा ओलांडून जिवंत राहते ते विदग्ध, असे विनोबांनी म्हटले आहे. या दृष्टीने पाहिले तर विदग्ध वाङ्मयात 'विचारपोथी'ची गणना केली जाईल. भव्य व दिव्य संवेदना जागृत करण्याचे सामर्थ्य या विचारपोथीत आहे. शब्द-रस-स्पर्श या वरवरच्या संवेदना आहेत, त्याच त्या चघळून रस निर्माण करण्यात काय अर्थ? केवळ संवेदनांना, वरवरच्या संवेदनांना आवाहन करणारे वाङ्मय नको, तर 'अंत:करणाच्या सोळाही कलांना आवाहन करणारे वाङ्मय हवे' असे पांडुरंगशास्त्री आठवले यांनी म्हटले आहे ते 'विचारपोथी'ला लागू पडते, कारण 'विचारपोथी' अंत:करणाच्या सर्व कलांना जागृत करते. माणसाच्या हृदयात देवही आहे आणि दैत्यही आहे. 'देवत्वाला जी जागृत करते ती दैवी वाणी' अशी जर दैवी वाणीची व्याख्या केली, तर 'विचारपोथी'तील शब्द दैवी ठरतील. भवभूतीने वाणीविषयी,

कामान् दुग्धे विप्रकर्षत्यलक्ष्मीं, कीर्तिं सूते दुष्कृतं या हिनस्ति।
तां चाप्येतां मातरं मङ्गलानाम् धेनुं धीराः सूनृतां वाचमाहुः।।

हे जे म्हटले आहे त्याची आठवण 'विचारपोथी' वाचताना येते. जीवनातील सत्य शोधताना, सत्य प्रतिपादन करू शकतील, असेच सुलभ शब्द विनोबांनी वापरले आहेत. उदाहरणार्थ,

- मोकळ्या हवेत सच्चिदानंदाची भेट होते. (विचार क्र.७२०)
- तप आणि ताप यातील विभाजक रेखा ओळखणे जरूर आहे. (विचार क्र. २५३)
- प्राप्तीपेक्षा प्रयत्नांचा आनंद विशेष आहे. (विचार क्र. १६४)
- सत्कर्म आचरून त्यातून फळ काढू पाहणे म्हणजे गंगेत बुडी मारून गाळ उपसण्यासारखे आहे. (विचार क्र. १७३)

म्हणजे शिवाजीराव भावे 'विनोबा जीवन दर्शन' या पुस्तकात म्हणतात त्याप्रमाणे शास्त्र व कला या दोन्ही तटांना स्पर्श करीत विनोबांनी 'विचारपोथी' लिहिली हे पटते. यातील विचार फक्त अध्यात्माला पोषक आहेत का, फक्त जीवन साधकांसाठीच आहेत का, इतरांना काही आनंद, जीवन-सौंदर्य 'विचारपोथी'त आढळेल का, असे प्रश्न जर आपण 'विचारपोथी' वाचताना उपस्थित केले, तर साधकांप्रमाणेच सर्वसामान्यांनाही यात प्रेरणादायक असे काहीतरी भव्य-दिव्य आहे, हे दिसून येते.

- खरे साधन एकच-तळमळ. खरी सिद्धी एकच-शांती. (विचार क्र.५४९)
- सत्य म्हणजे गुणांचा 'गुण्या'. (विचार क्र.२६६)
- अखंड ईश्वरस्मरण म्हणजे अखंड कर्तव्यजागृती. (विचार क्र.२५४)
- इतिहासाचे अध्ययन म्हणजे आपल्या पूर्वजन्मांची पाहणी. (विचार क्र.१५९)
- डबक्यातले किंवा समुद्रातले विवाह चांगले नाहीत. विवाहाला नदी पाहिजे. (विचार क्र. १६०)
- स्वधर्माविषयी प्रेम, परधर्माविषयी आदर आणि अधर्माविषयी उपेक्षा मिळून धर्म. (विचार क्र.१४३)

असे सूत्रमय शैलीला जवळचे असणारे काही विचार सामान्य माणसाला नक्कीच मार्गदर्शक व प्रेरक ठरतील. विनोबांनी कमीत कमी शब्दांत हा जो जीवनाचा अर्थ उलगडून दाखवला, तो अलीकडील विचारप्रवर्तक गद्य वाङ्मयात अपूर्व म्हटला पाहिजे. या दृष्टीने ते 'मराठीतील पहिले सूत्रधार' आहेत असे जे आचार्य अत्रे यांनी 'दानाची दीक्षा देणारा संत' या पुस्तकात म्हटले आहे, ते 'विचारपोथी' वाचताना सतत स्मरते. अर्थात संस्कृत शास्त्रीय सूत्रांसारखी ही विचारसरणी क्लिष्ट किंवा दुर्लभ नाही, तर प्रासादिक आहे. वाचल्याबरोबर त्यातील आशय एक नवीन दृष्टी देतो. ब्रह्मचर्य, ईश्वर, गृहस्थाश्रम, कर्तव्य, साहित्य, स्वधर्म, काव्य याबद्दल ज्या जुन्या कल्पना आहेत; त्यातील नावीन्य उलगडून दाखवण्याचे अपूर्व सामर्थ्य व प्रज्ञा यात आविष्कृत झाली आहे.

'जुने ते सोने' किंवा 'जुने जाउ द्या मरणालागुनि' (कवी - केशवसुत) :

असे न म्हणता, त्यात खरे म्हणजे नवीन दृष्टी कोणती आहे, हे हेरून विनोबांनी ती बरोबर सादर केली आहे. या दृष्टीने त्यांनी विचारांचे संशोधन करून जीवनाचा नव्याने शोध घेण्याचा प्रयत्न केला आहे. 'ब्रह्म सत्यं जगत् स्फूर्तिः जीवनं सत्य शोधनम्' असाच त्यांचा या विचारांच्या प्रदेशात एक नवा प्रवास झाला आहे. इतर विचार प्रवर्तक गद्य वाङ्मय व 'विचारपोथी' यामधील हा एक मोठा फरक आहे.

आचार्य दादा धर्माधिकारी यांच्या शब्दांत सांगायचे, तर हा एक 'भावे प्रयोग' आहे. वेगळे शब्द, वेगळी शैली, वेगळी दृष्टी पण सत्यरूपी सौंदर्यावर आधारलेली; जीवनानुभूतीतून आविष्कृत झालेली! त्याला आधुनिक गद्य वाङ्मयाच्या निकषांच्या फूटपट्ट्या अपूर्ण पडतील. नम्रतेची उंची मोजता येत नाही, तसे आत्मदर्शन घडवणाऱ्या गद्याची जात पाहता येणार नाही. सर्वव्यापी व सर्व हितकारक अर्थात आधुनिक सौंदर्यदृष्टीने पाहणाऱ्यालाही यात काही सौंदर्य व शैली आढळेलच.

श्री. शिवाजीराव भावे यांनी 'विनोबा जीवनदर्शन' या पुस्तकात 'विचारपोथी'तील अलंकारांची पुढील काही उदाहरणे दिली आहेत.

- जबाबदारीचे काम मला मिळाले तेव्हापासून मी जबाबदारीतून सुटलो.
  (विचार क्र. २९४) - (विरोधाभास)
- जिथे पावित्र्य तिथे सौंदर्य. जिथे सौंदर्य तिथे काव्य.
  (विचार क्र.३८९) - (शृंखला)
- वारा आपणहून माझ्या खोलीत येतो. सूर्य आपणहून माझ्या खोलीत

शिरतो, देवही तसाच आपणहून भेटणार आहे. माझी खोली मोकळी असू दे म्हणजे झाले. (विचार क्र. ७१६) - (दृष्टान्त)

- कोणी म्हणतात 'ईश्वर अज्ञेय आहे.' जर अज्ञेय तर आहे कशावरून? जर आहे तर अज्ञेय कसा? (विचार क्र.२३९) - (प्रश्न)
- साधना कोठपर्यंत करावी? --- आपोआप 'होऊ' लागेपर्यंत. (विचार क्र.२०२)- (प्रश्नोत्तर)

'विचारपोथी'तील भाषाशैलीविषयी लिहिताना श्री. शिवाजीराव भावे आपल्या 'विनोबा जीवनदर्शन' या पुस्तकात[११] म्हणतात, 'विचारपोथीतील वाक्यलेखन पद्धती ही काव्यलेखन पद्धतीप्रमाणे विशिष्ट ठशाची नाही.' येथे केवळ सादृश्यावर वाक्ये रचली नाहीत, इथली वाक्यरचना सिद्धान्तावर उभारलेली आहे. प्रसंगविशेषी येथे सर्व शास्त्रांतल्या भाषेचा सहज उपयोग करण्यात आलेला आहे. म्हणून अमुक एक विशिष्ट ठसा येथे पाहण्याला सापडत नाही. त्याचप्रमाणे अमुक एक भावना घोळवलेली कोठेही दिसून येत नाही. रस म्हणजे भावनेचा विलास, येथे विलासाला स्थानच नाही. येथे आनंदलब्धी आहे, विकास आहे पण रसातली आसक्ती मात्र नाही. संस्कृत काव्यशास्त्रांतला शांत रसही विषयाची उद्विग्नता गाढपणे व्यक्त करतो, पण येथे ती अवस्था नाही. विनाकारण तीच ती लौकिक गोष्ट चघळत राहाणे आणि त्याला रस कल्पिणे ही गोष्ट येथे नाही. विकासाची चढती पायरी, नवीन दर्शनाचा आनंद, ज्ञानाच्या अनंत आकाशातील भरारी-- अशा तऱ्हेचा रस येथे भरलेला आहे. रस हा गौण आहे. जेथे नवीन ज्ञानाची उपलब्धी आहे, तेथे सर्व रसांचा गर्व उतरविणारा अपूर्व रस आपोआप उत्पन्न होत असतो. म्हणून कोणत्याही रसाला येथे स्थान नाही. त्याचप्रमाणे कोणतीही विशिष्ट लेखनपद्धती येथे अवलंबलेली नाही. म्हणून आचार्यांनी, हे विचार निराकार आहेत, असे या विचारांसंबंधी म्हटले आहे.

येथे आध्यात्मिक सिद्धान्त जरी अनेक शास्त्रांच्या भाषेत मांडले गेले असले, तरी शास्त्राच्या मांडणीची कर्कशता किंवा सौत्रिक पद्धती येथे अवलंबलेली नाही.

शास्त्र आणि कला या दोन्ही तटांना स्पर्श करून ही जीवनातील मंत्रांची नदी अलिप्तपणे वाहत आहे. त्यामुळे एखाद्या विचाराला एखाद्या शास्त्राचा पोशाख दिसेल, तर एखाद्या विचाराला एखाद्या कलेचा स्पर्श झालासा वाटेल. पण खरे म्हटले म्हणजे दोन्ही भासच. सत्य हे सत्यच, त्याला आकार नाही. पाणी ज्या भांड्यात ठेवावे त्याचा आकार त्याला प्राप्त होत असतो, म्हणून काय कोणी

पाण्याला अमुक आकार आहे, असे थोडेच मानतो?'

अशा तऱ्हेने माननीय शिवाजीराव भावे यांनी 'विचारपोथी'तील भाषाशैलीविषयी विचार मांडले आहेत ते विनोबांच्या संदर्भात यथायोग्य आहेत, कारण ते 'शीला'साठी लिहितात, 'शैली'साठी लिहीत नाहीत, हे मागच्या चर्चेत येऊन गेले आहे. या ठिकाणी आपणास

'पात्र सोन्याचे असो मृत्तिकेचे, वेड मजला आतल्या अमृताचे!'

(कवी : रेव्हरंड ना.वा.टिळक)

या ओळीची आठवण होते. 'विचारपोथी'तील मूळ विचार सौंदर्याला शिवाजीराव महत्त्व देतात, हे ठीक आहे. तरीसुद्धा काय सांगितले व कसे सांगितले याची चर्चा साहित्याच्या अभ्यासाच्या दृष्टीने केलीच पाहिजे. त्या दृष्टीने आचार्य अत्रे यांनी 'दानाची दीक्षा देणारा संत' या पुस्तकात विनोबांच्या भाषाशैलीविषयी लिहिताना म्हटले आहे की, 'विनोबा काव्यच बोलतात. त्यांची शैली हृदयंगम आहे. 'विचारपोथी'लाही हे विधान लागू पडते. त्यातील विचार म्हणजे काव्याचे विविध नमुने आहेत.'

'आस्वाद'[१२] या पुस्तकात 'साहित्यिक विनोबा' या लेखात डॉ.भीमराव कुलकर्णी म्हणतात, 'सूत्रबद्ध, मराठमोळ्या अशा अत्यंत स्पष्ट शब्दांत केलेली निर्भीड चिकित्सा आणि त्याचबरोबर स्वत:च्या ज्वलंत ज्ञानलालसेइतकीच 'शहाणे करून सोडावे सकल जन' ही आत्यंतिक तळमळ इत्यादी गोष्टींचे दर्शन त्यांच्या भाषेतून होते. त्याचप्रमाणे त्यांच्या शैलीतील सहज मनोहरता लोभस वाटते. तत्त्वज्ञानाचे त्यांनी आकंठ पान केले असले, तरी विद्वज्जडतेने त्यांना खाऊन टाकलेले नाही. कुठलीही गहन गोष्ट एखाद्या सोप्या उपमा दृष्टान्ताने ते वाचकांच्या गळी अगदी सहजासहजी उतरवू शकतात.'

डॉ. भीमराव कुलकर्णी यांनी याच लेखात पुढे असे म्हटले आहे, 'विनोबांबद्दल नेहमी असे म्हटले जाते की, त्यांच्या व्यक्तिमत्त्वात कवी, शिक्षक व तत्त्वज्ञ हे एकत्रित आले आहेत. परंतु त्यांचा भाषाविलास पाहिला म्हणजे त्यांच्या व्यक्तिमत्त्वात कवित्वाचे पारडे जड आहे, असे दिसून येईल. विनोबांचा बुद्धिवाददेखील काही वेळा त्यांच्या कानांना शरण जातो, इतके त्यांचे कान शब्दशक्तीस जपत असतात. शब्दातील सौंदर्यास ते सहसा 'टका' लागू देत नाहीत. किंबहुना कुठलाही शब्द अधिकाधिक व्यंजक, ध्वन्यक व्हावा, यासाठी त्यांची फार धडपड असते. त्यातही शब्द पचवावा आणि जीवनामध्ये तो आचरावा, ही त्यांची निष्ठा अभावितपणे त्यांचे विचार लालित्याच्या पातळीवर आणतात.' डॉ.भीमराव कुलकर्णी आणखी पुढे म्हणतात, 'छोट्या छोट्या वाक्‌समुदायांनी अंतरंग अलंकारण्यात सिद्ध असलेली

शब्दकळा हे विनोबांच्या विचारधारेचे अविभाज्य अंग आहे. ‘तप म्हटले की आपणास तापच भरतो कित्येकांना संताप येतो’ किंवा ‘भक्ती नसली तरी याचे थोडे सेवन केले, तर मुक्ती देण्याची युक्ती त्या रामायणात आहे’ अशा प्रकारची किती म्हणून वाक्ये सांगावीत?’ डॉ.भीमराव कुलकर्णी विनोबांच्या भाषाशैलीविषयी लिहिताना याच लेखात असे लिहितात, ‘विनोबांच्या एकंदर अनुप्रास, कोट्यांचा विचार केला, तर असे दिसून येते की, काही वेळा त्यांनादेखील कोट्या, अनुप्रास साधण्याचा मोह अनावर होतो.’

विनोबांच्या एकंदर गद्य लिखाणाबरोबर ‘विचारपोथी’तील विचारांच्या शैलीला ही विधाने लागू पडतात.

श्री गणेशाय नमः म्हणजे श्री गुणेशाय नमः (विचार क्र.६०३)

असे विचारपोथीत सहज रीतीने लिहून जातात.

नारळाप्रमाणे बाहेर विरक्ती आणि आत भक्ती असेल तेथेच प्राप्ती. (विचार क्र.३५५)

अशा तऱ्हेने मनोहर अनुप्रास साधून शब्दांमध्ये नादमाधुर्य ते भरून देतात.

- मुक्त रामांत रमतात.
  मुमुक्षु रामांत मरतात.
  मुमुक्षूंच्या या रामनामाला ‘उलटा जप’ म्हणतात. (विचार क्र.२२७)

असे रमतात आणि मरतात या शब्दांची उलटापालट करून ते सहज चमत्कृती साधतात.

- ‘अहम्’ ही आत्म्याची खूण आहे.
  अ- हं म्हणजे ‘न हन्यते’ असा मी अर्थ करतो.
  (विचार क्र.२२६)

शब्दातील श्लेष ओळखून एक नवा अर्थ उलगडण्याचे सामर्थ्य त्यांच्या स्वतंत्र प्रज्ञेत आहे.

- हिमालय उत्तरेस का आहे? मी त्याला उत्तरेत राहू दिले आहे म्हणून. मी उद्या त्याच्या उत्तरेस जाऊन बसलो म्हणजे तो दक्षिणेकडे फेकला गेलाच. (विचार क्र.२०३)

उत्तरदिशा शब्दावरचा खेळ जबरदस्त प्रयत्नवादाला आविष्कृत करतो.

‘विचारपोथी’तील सर्वांत कमी शब्दांत मांडलेला विचार-

- ‘नको’ नको. (विचार क्र.१८५)

नको केवढा व्यंजक आहे!

‘उपसर्ग चतुष्टय’ या शब्दांनी आपणास आद्य शंकराचार्यांनी योजलेल्या ‘साधन-चतुष्टय’ या शब्दांची आठवण होते. आद्य शंकराचार्यांचा त्यांच्या जीवनावर झालेला एकूण परिणामही त्यातून जाणवतो. पण समाधीसुद्धा उपसर्गात टाकून विनोबा जेव्हा

● आधि, व्याधि, उपाधि, समाधि हे उपसर्ग चतुष्टय. (विचार क्र.१९७)

असे लिहून जातात, तेव्हा त्यातील ताल-तोल व स्वतंत्र प्रज्ञा पाहून आपण त्या विचारापाशी क्षणभर थबकून जातो.

रामप्रहर या प्रसिद्ध शब्दावरसुद्धा विनोबा अशीच कोटी करून विचारतात,

● सकाळचा तेवढा रामप्रहर आणि बाकीचे काय हरामप्रहर आहेत? भक्ताला सर्व काळ सारखाच पवित्र असला पाहिजे. (विचार क्र.१६७)

या ठिकाणी आपणास ‘हरीच्या दासा, शुभ दाही दिशा’ या तुकोबांच्या वचनाची आठवण येते.

‘घरच्या घरी करी चोरी। तो एक मूर्ख’ या रामदासांच्या काव्यपंक्तीतील घर शब्दाचा व्यापक व वेगळा अर्थ ‘हे विश्वचि माझे घर’अशा विश्वव्यापी व्यक्तिमत्त्वाच्या विनोबांना दिसला म्हणून ते लिहितात,

● ‘घरच्या घरी करी चोरी। तो एक मूर्ख’ असे रामदासांचे एक वचन आहे. कोणताही चोर ‘घरच्या घरीच’ चोरी करीत असतो, म्हणून ‘तो एक मूर्ख.’ (विचार क्र.१३२)

सिंह व सिंहावलोकन हे दोन शब्द निवडून विनोबा लिहितात,

● सिंह हिंसक असल्यामुळे त्याला मागे वळून पहावे लागते. अहिंसकाला सिंहावलोकनाचे कारण नाही. (विचार क्र.१३३)

शब्दांमधील शक्ती व अर्थच्छटा ओळखण्यात आणि त्यांचा चपखल उपयोग करण्यात विनोबा वाकबगार दिसतात. त्याची उदाहरणे पुढीलप्रमाणे -

● ‘राधा’ म्हणजे निष्काम आराधना. (विचार क्र.३८८)

● ‘पर’ म्हणजे ‘दुसरा’, तसेच ‘पर’ म्हणजे ‘श्रेष्ठ’. दुसऱ्याला आपल्यापेक्षा श्रेष्ठ मानून चालावे ही साधकाची मनोभूमिका. (विचार क्र.३९२)

● आळस, अज्ञान आणि अश्रद्धा हे तीन ‘महारिपु’ आहेत. (विचार क्र.४१७)

● प्रजापतीचा मंत्र ‘द’.

देवांचा अर्थ- दमन करा

असुरांचा अर्थ- दया करा
मनुष्यांचा अर्थ- दान करा
माझा अर्थ- दगड बना
'स एषोऽश्माखण:' (छान्दोग्य उपनिषद) (३) २.८

(विचार क्र.४६१)

प्रचलित म्हणींचा उपयोग करूनही विनोबा अशीच चमत्कृती साधून विचार मांडतात -

- कोणी म्हणतात, आडात नाही ते पोहऱ्यात कोठून येणार?
  मी म्हणतो, रस्सीत नाही ते पोहऱ्यात येतेच की नाही?

(विचार क्र.६२४)

आपण करुणेचा प्रवाह म्हणतो परंतु तो विनोबांना दररोज दिसणाऱ्या परिचित वस्तूत दिसला-

- नदीमध्ये मी देवाची वाहती करुणा पाहातो. (विचार क्र.६२९)

'जे न देखे रवी, ते देखे कवी' ही उक्ती त्यांच्या बाबतीत खरी आहे. अशा रीतीने विनोबा हे शब्दशिल्पी आहेत.

विनोबांच्या विचारांचे व ते मांडण्याच्या शैलीबद्दल किती विवेचन करावे? 'विचारांचे हे एक रत्नजडित आकाश आहे'[१३] असे शिवाजीराव भावे यांनी 'विनोबा जीवन दर्शन' यात म्हटले आहे. मराठी गद्य सारस्वतातील हे रत्नजडित विचारांचे आकाश, मराठी वाचकांना आकाशाप्रमाणेच सदैव आनंद व सावली देत राहील, असे मला प्रामाणिकपणे वाटते.

'विचारपोथी'तील साहित्य व साहित्य-शास्त्रासंबंधीचे विचार :

- देवादिकांच्या किंवा साधू संतांच्या गोष्टींशिवाय दुसऱ्या कोणत्याही गोष्टी ऐकू नयेत. (विचार क्र.१८)
- कोशांतील सर्व शब्दांचा 'ईश्वर' हा एकच अर्थ आहे.

(विचार क्र.१०७)

- काव्याचे हेतू - १) हरीचे यश गाणे.
  २) जीवनाचा अर्थ करणे.
  ३) कर्तव्याची दिशा दाखविणे.
  ४) चित्ताचा मळ धुणे. (विचार क्र.२१२)
- जी वाणी सत्याला संभाळते त्या वाणीला सत्य संभाळते.

(विचार क्र.२१३)

● मनुष्य आणि पशु यांच्यातील मुख्य विशेष वाणीचा आहे. जर पशूच्या ठिकाणी मनुष्यासारखी वाणी कल्पिता आली, तर त्याच क्षणी त्याच्या ठिकाणी मनुष्यासारखा विचारही कल्पिता येईल. म्हणून वाणी पवित्र राखणे हे मनुष्याचे स्वाभाविक कर्तव्य आहे. (विचार क्र.२१८)

● 'कला म्हणजे काय' असा प्रश्न विचारला जातो. वास्तविक, कला कोणाची किंवा कशाची असा प्रश्न विचारला पाहिजे.

उत्तर- 'आत्म्याची' अर्थात अमर, अर्थात अतींद्रिय पण बुद्धिग्राह्य. बुद्धीच्या पलीकडे अकल आत्मा.

कृती कला नसते. कृतीत कला असते अथवा नसते. मारुती जेव्हा एकेक मोती फोडून त्यात 'राम' दिसतो का म्हणून पाहत होता, तेव्हा तो त्यात आत्म्याची 'कला' दिसते का म्हणून पाहत होता. (विचार क्र.२३३)

● आमचे शब्दप्रामाण्य म्हणजे ऋषींचे प्रत्यक्ष. म्हणून शब्दप्रमाणही अनुभवाच्या कसाला लावून पाहणे योग्य आहे. (विचार क्र.२४२)

● आत्मदर्शन हे जीवनातले काव्य होय. (विचार क्र.२४५)

● सर्व साहित्याच्या अभ्यासाने किंवा सर्व विश्वाच्या विज्ञानाने जे समाधान लाभणार नाही ते आत्मसंशोधनाने लाभते. (विचार क्र. २८४)

● मराठी साहित्याचा जन्मही ॐकारातूनच आहे. ॐकाराच्या साडेतीन मात्रांना अनुलक्षून ज्ञानदेवांची साडेतीन चरणी ओवी निर्माण झाली आहे. (विचार क्र.३००)

● काव्याचा नायक म्हणून कोणी व्यक्त नसतो. काव्यातील सर्व व्यक्तींची सामुदायिक अव्यक्त योग्यता हाच काव्याचा नायक.

(विचार क्र.३१०)

● 'पत्' म्हणजे पडणे. यावरून 'पति' हे शब्द श्रुती लावते. पाणिनि 'पा' म्हणजे पाळणे यावरून हे शब्द लावतो. पहिली आध्यात्मिक निरुक्ती आहे, दुसरी शाब्दिक व्युत्पत्ती. (विचार क्र.३५४)

● जिथे पावित्र्य तिथे सौंदर्य, जिथे सौंदर्य तिथे काव्य.

(विचार क्र. ३८९)

● नवा राजा म्हटला की नवा शिक्का आलाच. तसे नवीन दर्शन आले की त्याबरोबर भाषाही नवीन बनते. (विचार क्र.४४८)

● जो अर्थ शब्दाला आणि तत्त्वाला धरून तो खरा.

असा अर्थ 'शाब्दे परे च निष्णात'च जाणू शकतो. (विचार क्र.४९२)

- अर्थापेक्षा शब्द खोल आहे.
  शब्दापेक्षा भाव खोल
  भावापेक्षा अभाव. (विचार क्र.५९३)
- व्युत्पत्ती- व्याकरणाचा विषय आहे.
  निरुक्ती- हे आध्यात्मिक शास्त्र आहे. (विचार क्र.७३४)

विनोबांचे साहित्य व साहित्यशास्त्रासंबंधी हे सखोल विचार वाचून आपण थक्क होतो! विचारांची परमोच्च उंची काय असू शकते हे 'विचारपोथी'तील विचार वाचल्यानंतर आपणास जाणवते. यामुळेच विनोबा मराठीतील श्रेष्ठ साहित्यिकांपैकी एक आहेत, याबाबत आपल्या मनात शंका राहत नाही.

■

प्रकरण नववे

गीताई

भगवद्‌गीतेचा पूज्य विनोबाकृत पद्यमय मराठी अवतार म्हणजे 'गीताई.' गीताईचे लेखन वर्धा येथील सत्याग्रहाश्रमाच्या नीरव एकांत असलेल्या हॉलमध्ये दि.६/१०/१९३० ते ६/२/१९३१ या चार महिन्यांच्या अवधीत पहाटेच्या प्रसन्न वेळी झाले आहे. लेखनासाठी प्रारंभी फुलस्केप कागदाच्या अष्टमांश कागदांच्या उभट वह्या करून गीताई आडवी पोथीसारखी धावत्या अक्षरात लिहिली आहे. आश्रमातील विद्यार्थ्यांकडून या दोन उभट वह्यांना मागून पुट्ठा लावून बाईंडिंग करण्यात आले.[१]

गीतेचे 'गीताई' मध्ये रूपांतर १ ते १८ अध्याय अशा क्रमाने झालेले नाही. अध्याय ५ व्याचे लेखन प्रथम झाले आहे, कारण हा ५ वा अध्याय म्हणजे गुरुकिल्लीचा अध्याय आहे असे विनोबांना जाणवले. ५ व्यानंतर, ६,३,४,७,८,९,१,२,१०,१२,१३,१४,१६,१७,१५,१८,११ अशा क्रमाने हे लेखन झाले आहे. 'ज्या वेळी मी हे लेखन केले, त्या वेळी मी स्वत:मध्ये शिल्लक राहिलो नव्हतो' असे विनोबांची मन:स्थिती दाखवणारे उद्‌गार वाचायला मिळतात. अशाच भावस्थितीत अजिबात खंड न पडता, हे लेखन चार महिन्यांत झालेले आहे. अर्थात आचार्य आपली दैनंदिन कामे करूनच हे भाषांतराचे काम करीत. म्हणजे संपूर्ण दिवसभर हे भाषांतराचे काम न करता, रोज सुमारे तास-सव्वातास हे लेखन होई. गीतेचे एकूण श्लोक ७००. दररोज तास ते सव्वातास लेखन म्हणजे चार महिन्यांचे १२० ते १२५ तास होतात. एवढ्या तासांमध्ये गीताईचे लेखन झाले आहे. म्हणजे सरासरी रोज ६ श्लोकांचे भाषांतर होत असे. अर्थात गीताईचे लेखन जरी एवढ्या मर्यादित वेळेत होत असले, तरी गीता-चिंतन हे नेहमीप्रमाणे अखंड चालत असे.[२]

'गीता-प्रवचनां'च्या प्रास्ताविकात म्हटल्याप्रमाणे गीतेच्या पंखांनीच विनोबा विचारांच्या अंतराळात विहार करीत होते. गीतारूपी समुद्राच्या खोल तळाशी जाऊन त्यातील अनमोल रत्ने त्यांनी धुंडाळून काढली व त्यांना आपल्या स्वयंप्रज्ञेच्या पाण्याने तेज देऊन, तपश्चर्येच्या मुशीत ठेवून मग गीताईत प्रकाशात आणले. परंतु असे करताना[३] गीतेची शुद्ध परिभाषा सांभाळून, व्यवहारातील नित्य घातलेल्या शब्दांना डावलून गीतेच्या प्रमुख अनुभवी भाष्यकारांचे अर्थ जीवनाच्या कसोटीवर कसून, छंद सुखासाठी मराठी व्याकरण शुद्धीकडे यत्किंचितही दुर्लक्ष न करता, हजारो गरीब खेडवळ वगैरे लोकांसाठी असलेले, हे भाषांतर बाळबोध व सुलभ करण्याची खबरदारी विनोबांनी घेतलेली आढळते.

भाषांतर करताना कधीकधी आपण फारसी-उर्दू शब्दांचेही साहाय्य घेतो. पण धर्मग्रंथांचे भाषांतर करताना शक्यतो ते संस्कृतोद्भव शब्दांद्वारे झाले पाहिजे; शब्दांत भाव, अर्थ, पावित्र्य, माधुर्य व सोपेपणा आला पाहिजे, जोडाक्षरे जरी भाषांतर करताना स्वीकारावी लागली, तरी उच्चारांच्या आघातामुळे यतिभंग होऊ न देण्याची खबरदारी घेणे इत्यादी विविध तंत्रे सांभाळण्याच्या दृष्टीने एखाद्या मंत्राच्या मननाप्रमाणेच गीतेतील श्लोकांचे मनन विनोबा करीत असत. एकपट वाचन, दुप्पट मनन आणि तिप्पट पचन, असे जे सूत्र त्यांनी ग्रंथ वाचन करणाऱ्यांपुढे मांडले, ते स्वतः आधी आचरणात आणल्याचे या लेखनात जाणवते.[४]

नवव्या शतकात होऊन गेलेल्या राजशेखराने 'काव्यपाका'ची चर्चा केलेली आढळते.[५] काव्यपाक म्हणजे कवीने केलेल्या त्याच्या रचनेचा परमोत्कर्ष. तो परमोत्कर्ष साधण्यासाठी त्याला आरंभीच्या रचनेत, शब्दांत नंतर काही बदल करावे लागतात. काव्यपाक चांगला साधण्यासाठी मराठीत माधव जूलियनांनी 'विरहतरंगा'चे, राम गणेशांनी 'एखाद्याचे नशीब' या कवितेचे पुनर्लेखन केल्याचे विदित आहेच. अर्थात या प्रक्रियेतून जाण्याचा प्रसंग बहुतेक कवींवर आला, तर त्यात आश्चर्य वाटण्यासारखे नाही. 'गीताई' मध्ये काव्यपाक चांगला साधण्यासाठी, मूळ गीताईच्या लेखनाचे असे परिष्करण विनोबांनी केलेले दिसते.

'६/२/१९३१ मध्ये 'गीताई' लेखनाची सीमा गाठल्यानंतर ८ महिन्यांनी आचार्य विनोबांनी; तपकिरी खादीचे बाईंडिंग असलेल्या, एक्झरसाइज आकाराच्या अंतर्बाह्य अत्यंत व्यवस्थित असलेल्या १०१ पानांच्या या वहीत ७०० श्लोक लिहिले. मूळ 'गीताई'पेक्षा या वहीत ९०० सुधारणा केलेल्या होत्या. लहान मुलांना मूळचे भाषांतरित श्लोक म्हणायला लावून, त्याचप्रमाणे प्रौढांशीही चर्चा

करून ज्या उणिवा आढळल्या त्या दूर करून हे ९०० फरक नंतर करण्यात आले. अर्थात यप्रमाणे गीताई लेखनात फरक करून आणखी काही ज्या उणिवा जाणवल्या, त्या दूर करून 'गीताई'च्या सात आवृत्त्यांमध्ये सारखे फरक करण्यात आले. आवृत्ती तिसरीत ७ फरक, आवृत्ती चौथी २ फरक, आवृत्ती ५ वी १० फरक, आवृत्ती ७ वी ५ फरक असे एकूण २४ फरक झाले आणि तेही १२ वर्षांत.''[६]

अर्थात एका विशिष्ट भावस्थितीत हे भाषांतर झाल्यामुळे त्यात यानंतर काहीही बदल विनोबांनी केलेला आढळत नाही. विनोबांनी 'गीताई'चा हा मराठी अवतार सर्वांग परिपूर्ण होण्याच्या दृष्टीने किती तंत्रे सांभाळली व गीतेसारखा प्रत्यक्ष भगवंताची मूर्ती असलेला ग्रंथ केवळ विद्वानांसाठी किंवा एकूण लोकसंख्येच्या साडेतीन टक्क्यांसाठी नव्हे; तर एकूणच वाङ्मय किंवा ग्रंथ यापासून शेकडो कोस दूर असणाऱ्या गरीब, स्त्री-शूद्र खेडूत लोकांच्या, वाङ्मयाच्या माध्यमातून होणाऱ्या सेवेसाठी कसा परिश्रमपूर्वक लिहिला हे आपणास ज्या वेळी समजते त्या वेळी आपण थक्क होतो! 'आपले दैनंदिन कर्तव्य करून उरलेल्या वेळात मी लेखन करतो व वाचकांनीही आपापले दैनंदिन कर्तव्य आधी पार पाडून मग माझे हे लेखन वाचावे' असे मनोगत 'महाराष्ट्र धर्म' मासिकात[७] 'नवे वर्ष' या शीर्षकाखाली वर्षभराच्या कामाचा आढावा घेताना त्यांनी व्यक्त केलेले आहे.

लेखनाकडे व वाचनाकडे किती वेळ द्यावा? आधी लेखन मग कर्तव्य का आधी कर्तव्य मग लेखन? काम करून उरलेला वेळ सदुपयोगी लावता येणे शक्य आहे का? आणि लेखनच करायचे असेल, तर 'पञ्चपञ्च उषःकाली' उठून मोजक्या वेळात नियमितपणे करून ते कसे संपविता येणे शक्य आहे इत्यादी विविध गोष्टींवर त्यांनी 'गीताई लेखन' कसे केले हे वाचल्यानंतर चांगले मार्गदर्शन लाभते. विशेषकरून दैनंदिन कामे जर गणिती दृष्टीने ठरवलेल्या वेळात व ठरवलेल्या वेळी केली, तर दररोजचे वाट्याला आलेले काम पूर्ण करूनही जाणत्या माणसाप्रमाणेच; सर्वसामान्य माणसालाही लेखन-वाचनासाठी वेळ मिळू शकतो, याचा एक आदर्श वस्तुपाठ त्यांनी या गीताई लेखनाच्या निमित्ताने सर्वांना दिला आहे. 'गीताई'च्या अनुषंगाने अनायसे झालेला हा लाभ जीवन सुधारण्याच्या दृष्टीने महत्त्वाचा वाटतो.

त्यांच्या या लेखन-वाचनाकडे बघण्याच्या दृष्टीचा लाभ त्यांच्या सत्याग्रहाश्रमातील विद्यार्थ्यांनी न उचलला तरच आश्चर्य! 'गीताई' लेखनानंतर लगेच छापून प्रसिद्ध झाली नाही, तर गीताईच्या जन्मानंतर लगेच तिच्या हस्तलिखित प्रती या आश्रमीय विद्यार्थ्यांनी करून तिच्या पठणाला प्रारंभ केला. पुढे विनोबा १९३२ साली धुळ्याच्या तुरुंगात असताना जमनालाल बजाज व इतर बड्या मंडळींच्या आग्रहामुळे

'गीताई' छापण्यात येऊन प्रकाशित झाली. कोचरब आश्रमापासून आचार्यांबरोबर विद्यार्थी म्हणून राहणाऱ्या वल्लभस्वामी या त्यांच्या विद्यार्थ्याजवळ असलेली, तपासून बिनचूक ठरलेली प्रत या वेळी छपाईसाठी निवडण्यात आली. धुळे येथे ज्यांच्या नावाने 'बर्वे स्मृती' ही हरिजन कार्यासाठी वाहून घेतलेली संस्था उभी आहे, त्या संस्थेचे एक थोर कार्यकर्ते वि.न. ऊर्फ काकासाहेब बर्वे धुळ्याला त्या वेळी वकील व थोर हरिजन सेवक म्हणून प्रसिद्ध होते. विनोबा व आश्रमीय मंडळींपैकी बहुतेक मंडळी धुळ्याच्या तुरुंगात असतानाच 'गीताई' प्रकाशित झाली. 'गीताई'ची प्रुफे बर्वे वकील विनोबांकडे तपासण्यासाठी पाठवून देत व ती तपासून आवश्यक त्या दुरुस्तीसह विनोबा पुन्हा छापखान्याकडे पाठवत.

५००० प्रतींची पहिली आवृत्ती काढल्यानंतर ती केवळ ५ महिन्यांत संपली. १९३२ च्या ऑक्टोबरमध्ये काकासाहेब बर्व्यांकडून २५०० प्रतींची दुसरी आवृत्ती छापून घेण्यात आली. अशा रीतीने 'गीताई'चा खप फार वेगाने व मोठ्या संख्येने होऊ लागल्यामुळे १९३२ ते १९३६ च्या जूनपर्यंत तिच्या अनेक आवृत्त्या निघाल्या.[८] किंमत फक्त एक आणा ठेवण्यात आली. सर्वसाधारणपणे हरिपाठ, गीता इत्यादी धार्मिक वाङ्मय पुण्य लाभेल म्हणून पुष्कळ वेळा फुकट वाटल्याचे आपणास पाहायला मिळते, पण याबाबतीत विनोबांची दृष्टी व्यावहारिक तशीच पारमार्थिकही होती. त्यांच्या म्हणण्यप्रमाणे 'गीताई'ची किंमत एक आणा म्हणजे त्या वेळीसुद्धा खरोखर अगदीच अल्प होती.

आतापर्यंत फुकट पुस्तके दिली गेलेली नाहीत असे नाही, पण ती रीत त्यांना अयोग्य वाटत होती. ज्यांच्याजवळ पैसा नाही त्या विद्यार्थ्यांनी मजुरी करून अथवा सूत कातून किंवा जेवणातले एक वेळचे तूप कमी करून एक आणा मिळवावा व गीताई विकत घ्यावी.[९] हे पुस्तक ज्ञानोबांनी म्हटल्याप्रमाणे

'साचचि बोलाचे नव्हे शास्त्र, आत्मा अवतारविणारे' (ज्ञा.१५-५७६)

असल्यामुळे नुसते पहाटे उठून, गोडीने दररोज श्लोक म्हणून जिरवायचे-पचवायचे म्हणजे 'गीताई'तील अर्थ हृदयात उतरून जीवनात तो प्रकटेल.

याप्रमाणे 'गीताई'ची कूळकथा व तिच्या कर्त्याने वाचकांकडून केलेली अपेक्षा लक्षात घेतल्यानंतर ज्या वेळी आपण ही छोटीशी 'गीताई' हातात घेतो त्या वेळी शीर्षक वाचताच त्याविषयी एक जिव्हाळा वाटू लागतो, कारण गीतेचे त्याच्यापूर्वी जे मराठी अवतार सुप्रसिद्ध होऊन वाङ्मयात मानमान्यता पावले, त्यांची शीर्षके पाहिली, तर ती पंडितांना व विद्वानांना भुलविणारी आहेत. मात्र सामान्य माणसे ती शीर्षके पाहून प्रथम गोंधळून जातात. 'भावार्थ दीपिका'[१०] म्हटल्यानंतर

संस्कृत न जाणणाऱ्यांना त्या शीर्षकाचा बोध होण्यासाठी संस्कृततज्ज्ञाची मदत घ्यावी लागते. तीच गोष्ट वामन पंडितांच्या 'यथार्थ दीपिका'या शीर्षकाची. म्हणजे ग्रंथाच्या आशयाअगोदर त्याच्या शीर्षकाची व वाचकाची प्रथम भेट होते. ते शीर्षक जर समजले तर तो ग्रंथ उघडून वाचण्याची इच्छा होते, पण शीर्षक न समजले तर 'प्रथमग्रासे मक्षिकापाता' प्रमाणे हिरमोड होऊन असा ग्रंथ अतिशय चांगला आशय सांगणारा असला तरी, सर्वसामान्य वाचक त्याच्या वाटेला सहसा जात नाही. त्यामुळेच तर नामदेवांनी 'भावार्थ दीपिका' हे ज्ञानदेवांनी दिलेले खरे ग्रंथनाम दूर सारून 'नामा म्हणे धन्य ग्रंथ ज्ञानेश्वरी। एक तरी ओवी अनुभवावी।' असे आवर्जून सांगून 'ज्ञानेश्वरी' हेच शीर्षक लोकांत प्रसिद्ध केले.[११] असे शीर्षक या ग्रंथाला नामदेवांच्या प्रचारातून लाभताच त्याविषयी लाखो वारकऱ्यांना किती भक्तिभाव वाटतो, हे आजही सातशे वर्षांनंतर पाहायला मिळते. ग्रंथाच्या शीर्षकात अशी ही जादू असते! 'गीताई'च्या बाबतीत आपणास हाच जादुई अनुभव येतो.

आजपर्यंत गीताईच्या १५ लाखांच्या वर प्रती खपलेल्या आहेत.[१२] कारण त्यात गीता ही गीता राहत नाही, तर तिला आई शब्द जोडल्यामुळे 'गीताई' हाक कानांवर पडल्याबरोबर ऐकणारा तिच्याकडे आकर्षित होतो व त्या आईला भेटल्यानंतर तिला नेणता पुत्र म्हणून भक्तिभावाने आलिंगन दिल्यानंतर,

'तेथ प्रियाची परमसीमा। तो भेटे माउली आत्मा।' (ज्ञा.१६-४४३)

असा अनुभव त्याला येतो. तो अष्टसात्त्विक भावांनी गदगदीत होऊन,

'गीताई माउली माझी तिचा मी बाळ नेणता।
पडतां रडतां घेई उचलूनि कडेवरी।।'[१३]

असे गुणगुणायला लागतो. असे करताना गीताई ही माझी माय हेच माझे सर्वस्व, याशिवाय माझे दुसरे काही नाही, असा त्याला अनुभव येतो. जाणत्या माणसाला तो पडला तरी आई उचलून घेत नाही, रडला तरी त्याच्याकडे लगेच लक्ष देत नाही; पण नेणत्या बाळाबद्दल मात्र ती फार जागरूक असते. तो जरा पडला किंवा रडला तर तिच्या हृदयात लगेच कालवाकालव होते आणि ती त्या बाळाला उचलून कडेवर घेते; आणि आईच्या कडेवर बसल्यानंतर नेणत्या बाळाला कसले आले आहे पडणे आणि रडणे?

कारण आईचे हृदय मुलाच्या कळवळ्याने कसे दाटलेले असते हे तुकाराम महाराजांनी,

'लेकुराचे हित। जाणे माउलीचे चित्त।
ऐसी कळवळ्याची जाती। करी लाभाविण प्रीति।।'[१४]

या शब्दांत चारशे वर्षांपासून स्वानुभवाने सांगितले आहे आणि अगदी अलीकडे आईच्या त्या प्रेमळ हृदयाचे अनुभव वर्णन करणाऱ्या,

'ते हृदय कसे आईचे। मी उगाच सांगत नाही!
जे आनंदेही रडते। दुःखात कसे ते होई ॥'[१५]

या ओळीही आपणास आठवतात. मग अशी आईसारखी ही गीताई, जीवनात पडताना-रडताना जरूर सावरेल, अशी वाचकाला खात्री वाटते. 'गीताई' शब्द उच्चारल्याबरोबर त्याला आपल्या आईची आठवण येते. गीता-आई, आपली आई, गीतेत अर्जुनाप्रमाणेच आपल्याशी स्नेहाने बोलणारी ती विश्वाची आई; अशा अनेक माताच वाटायला लागतात. इतकेच काय पण याबरोबर त्याला विठाई, रखुमाई अशा अनेक आयाही आठवतात. अशी ही 'गीताई' या शीर्षकाची स्नेहमयी पवित्र जादू आहे. विनोबांनी हे शीर्षक आपल्या आईच्या स्मृतीला स्मरून दिले, हे तर खरे आहेच, पण ते किती स्निग्ध व विविध व्यापक मातृभावनेने ओथंबलेले आहे हे आपणास जाणवते.

आचार्य दादा धर्माधिकारींनीही या 'गीताई' शीर्षकाचे छान विश्लेषण केले आहे.[१६] ते म्हणतात, 'विनोबांचा 'गीताई' शब्द पाहा. तो महाराष्ट्राच्या विशिष्ट वळणाचा द्योतक आहे. महाराष्ट्रात स्त्रियांच्या नावामागे हे उपपद स्वाभाविक आदराच्या भावनेने लावण्याची पद्धत आहे. रखुमाई, जोगाई, पिंगलाई, हे प्रयोग प्रसिद्धच आहेत. खेड्यातील स्त्रिया एकमेकींना बजाई, जिजाई, चंद्राई म्हणून आळवतात. गंगाई हा प्रयोगदेखील अपरिचित नाही. 'गीताई'ची खुबी गीतामाईमध्ये नाही आणि गीता माँमध्येही नाही. विनोबांची मराठी भाषा नटूनथटून उसना नखरा दाखवणारी नसते, तर त्यांच्या शैलीमध्ये मराठीचे अंगभूत आणि उपजत सौंदर्य असल्याने ती सुंदर दिसते.' दादा धर्माधिकारींसारख्या परिणत प्रज्ञाने गीताई शीर्षकाबद्दल एवढे सांगितल्यानंतर आपण ग्रंथातील मजकुराकडे वळतो आणि

'त्या पवित्र कुरु-क्षेत्री पांडूचे आणि आमुचे
युद्धार्थ जमले तेव्हा वर्तले काय संजया ।' (गीताई : १-१)

असे आपण अनुष्टुभात गुणगुणायला लागतो. वाल्मीकी, व्यास, कालिदास या महाकवींनी अतिशय लोकप्रिय केलेला हा अष्टाक्षरी छंद! आठ आठ अक्षरांचे गट पाडून म्हणायलाही सोपा आणि अक्षरसंख्या आगगाडीच्या डब्यांप्रमाणे फार लांबलचक नसल्यामुळे लक्षात ठेवायलाही सोपा. गीतेचा हा छंद वरील संस्कृत महाकवींनंतर मराठीलाही गीताईमुळे जवळचा वाटायला लागतो आणि आपले लक्ष

मग 'गीताईध्याना'कडे जाते.

गीताध्यान श्लोक गीताईत आणताना विनोबांनी मूळ श्लोकात बराच बदल केलेला आहे, हे आपल्या लक्षात येते. गीताध्यान खालीलप्रमाणे आहे :

ॐ पार्थाय प्रतिबोधितां भगवता नारायणेन स्वयं
व्यासेन ग्रथितां पुराणमुनिना मध्येमहाभारतम्।।
अद्वैतामृतवर्षिणीं भगवतीमष्टादशाध्यायिनीम्
अम्ब त्वामनुसंदधामि भगवद्गीते भवद्वेषिणीम्।।

विनोबांनी या श्लोकाचा केलेला मराठी अनुवाद (गीताईध्यान) पुढीलप्रमाणे आहे :

'भक्तातें प्रतिबोधिलीस समरीं नारायणें श्रीवरें
मुक्ते! संग्रथिलीस मान्य मुनिनें वेदान्त-विद्याकरें।
माते! षष्ठ्यधिकारिणी सतशती अष्टादशाध्यायिनी
तूंतें मी अनुसंधितों निशिदिनीं गीते! भय-द्वेषिणी ।।'

हा अनुवाद वाचल्यानंतर एक गोष्ट चटकन लक्षात येते की, हा केवळ शब्दश: केलेला अनुवाद नाही. गीताध्यानातील मूळ श्लोकात बऱ्याच सुधारणा करून विनोबांनी तो मराठीत आणला आहे. सुप्रसिद्ध पंडित प्रा.डॉ.ह.रा.दिवेकर यांनी 'मैत्री'मासिकाच्या जुलै १९७४ च्या अंकात पृष्ठ क्रमांक ४८० वर लिहिलेला अभ्यासपूर्ण लेख[१७] या दृष्टीने आपणास बरेच काही सांगून जातो. डॉ.दिवेकरांच्या मताप्रमाणे 'पार्थाय' या शब्दाने गीताध्यानास प्रारंभ होतो, तर 'भवद्वेषिणीम्' या शब्दाने चार ओळींचा हा श्लोक संपतो. गीतेच्या श्लोकांचे केवळ पारायण न करता, त्या श्लोकांचा अर्थ प्रत्यक्ष स्वत:च्या आचरणात आणणाऱ्या आणि अनेक शास्त्रांच्या अध्ययनाने व चिंतनाने समृद्ध झालेल्या विनोबांच्या कवित्वशक्तीने, गीताध्यान मराठीत आणताना, गीतेकडे पाहण्याच्या आपल्या विशाल दृष्टीत व गीतेशी एकरूप झालेल्या आपल्या जीवनानुभवात भिजवून तो अनुवादित केलेला दिसतो. गीताईध्यानावर चिंतनिका नाही. त्यामुळे डॉ.दिवेकरांनी या गीताईध्यानावर केलेले विवेचन गीताईच्या अभ्यासूंना महत्त्वाचे वाटेल.

डॉ. दिवेकरांनी या अनुवादातील शब्दरचनेकडे आपले लक्ष वेधताना असे म्हटले आहे की, गीताध्यानात 'पार्थाय प्रतिबोधितां' अशी शब्दरचना आहे. त्याचा मराठीत अनुवाद करताना, विनोबा 'पार्थाते प्रतिबोधिनीस' असे लिहू शकले असते. परंतु शंकराचार्यांनी म्हटल्याप्रमाणे अर्जुनाच्या निमित्ताने (अर्जुनं निमित्तीकृत्य) भगवंतांनी

गीता सर्व भक्तांना सांगितलेली असल्यामुळे 'पार्थाय' या शब्दाऐवजी 'भक्ताते' असा शब्द विनोबांनी अनुवाद करताना लिहिला. याच्यानंतर अनुवादाच्या पहिल्या ओळीत 'प्रतिबोधिलीस समरी' हा शब्द आणण्याच्या पाठीमागे विनोबांचा काही विशेष हेतू दिसतो. 'समर' या शब्दाचे संस्कृत भाषेत दोन अर्थ आहेत, युद्ध हा एक त्याचा प्रसिद्ध अर्थ आहे व दुसरा अर्थ आहे भक्त. भक्त आणि युद्ध हे दोन शब्द परस्परविरुद्ध वाटतात, परंतु वास्तविक तसे ते परस्परविरोधी नाहीत. 'रात्रंदिन आम्हा युद्धाचा प्रसंग' हा तुकाराम महाराजांचा अभंग या ठिकाणी आठवतो. भक्ताला जे युद्ध करावे लागते ते बाहेरचे युद्ध नाही, तर ते त्याच्या अंत:करणातले युद्ध असते. अंत:करणात चाललेल्या 'सदसत्' प्रवृत्तीच्या झगड्यामध्ये गीतेने केलेला बोध महत्त्वाचा ठरतो. म्हणजे 'समरी' या शब्दाचा एक मुख्य अर्थ या ठिकाणी अनुवादात जाणवतो. वैदिक संस्कृतात 'समर' शब्दाचा अर्थ आहे 'समुदाय'. याही अर्थाने 'पार्थाते प्रतिबोधिलीस समरी' ही ओळ वाचली, तर समुदायात व्यवहार करताना गीतेचा बोध अतिशय मार्गदर्शक व उपयुक्त ठरतो, असा आणखी एक अर्थ आपणास प्राप्त होतो.

त्यानंतर गीताध्यानात 'भगवता नारायणेन स्वयं' हे जे शब्द आहेत, त्यांच्याऐवजी विनोबांनी अनुवादात 'नारायणे श्रीवरे' असे लिहिले आहे. म्हणजे मूळचा 'भगवता' शब्द अनुवादात आलेला नाही. असे वाटते की विनोबांनी जाणूनबुजून तो शब्द अनुवादात आणलेला नाही, कारण 'भगवता नारायणेन' असे म्हणण्यात द्विरुक्ती वाटते. जो स्वभावत: 'षड्गुणैश्वर्यसंपन्न' आहे अशा नारायणासाठी पुन्हा 'भगवता' हे विशेषण वापरणे म्हणजे 'उष्ण अग्नी' म्हटल्यासारखे होईल. म्हणून द्विरुक्ती टाळण्याच्या दृष्टीने विनोबांनी 'भगवता' हा शब्द गीताईध्यानात आणला नाही, यात त्यांचा औचित्यविवेक दिसून येतो.

शार्दूलविक्रीडित वृत्तात असलेल्या या पहिल्या ओळीतील 'नारायणे' या अक्षरापर्यंत म्हणजे १६ अक्षरांपर्यंत अशा रीतीने आपण वाचता वाचता येऊन पोहोचतो आणि मग आपले लक्ष जाते शेवटच्या 'श्रीवरे' या तीन अक्षरांकडे. 'भगवता' शब्द अनुवादात टाळलेला आहे, त्याच्या भरपाईसाठी विनोबांनी 'श्रीवरे' शब्द योजलेला आहे.

'आइका यश श्री औदार्य।ज्ञान वैराग्य ऐश्वर्य'(ज्ञा.६-३७)

असे भगवंताच्या षड्गुणैश्वर्याचे वर्णन ज्ञानोबा माउलीने केलेले आहे. यातील श्रीकार या ठिकाणी घेऊन एक समृद्ध अर्थ अनुवादात व्यक्त केला आहे. वास्तविक डॉ. दिवेकरांच्या मताने श्रीकाराने युक्त असलेले तेरा शब्द विष्णुसहस्रनामात

आलेले आहेत. त्यांच्यापैकी श्रीधर किंवा श्रीकर हे शब्द विनोबांना घेता आले असते, परंतु –'श्रीवर' हा संस्कृत साहित्यात फारसा परिचित नसलेला शब्द विनोबांनी अनुवादात लिहिलेला आहे. येथे डॉ. दिवेकरांना लक्ष्मी स्वयंवराची आठवण होते. लक्ष्मीच्या अभिलाषेने स्वयंवर मंडपात सर्व देव मोठ्या उत्सुकतेने तिच्याकडे पाहत होते; परंतु एक नारायणच असे होते की, त्यांनी तिच्याकडे पाहिलेसुद्धा नाही. ते अगदी शांत होते. याउलट हातात वरमाला घेऊन येणारी ती सौंदर्यसंपन्न लक्ष्मी केव्हा आपल्या गळ्यात वरमाला टाकते, असे तेथे जमलेल्या देवांना झाले होते. आपल्या सौंदर्याने प्रभावित झालेल्या देवांकडे दुर्लक्ष करून, आपल्याकडे दुर्लक्ष करणाऱ्या नारायणाच्या गळयात लक्ष्मीने माळ टाकली, त्यामुळे नारायण 'श्रीवर' झाले. मृगजळामागे धावणाऱ्यांप्रमाणे लक्ष्मीच्या मागे धावणाऱ्या आम्हां आधुनिकांना 'श्रीवरे' शब्द योजून विनोबांना असे सुचवायचे होते की, चिरकालीन कामे करून यश प्राप्त करणाऱ्यांना लक्ष्मीची सहजच प्राप्ती होते.

'अचिरांशुविलासचञ्चला ननु लक्ष्मीः फलम् आनुषङ्गिकम्।'

त्यासाठी लक्ष्मीच्या पाठीशी स्वतःहून धावण्याचे कारण नाही, कारण 'न मागे तयाची रमा होय दासी' असा तिचा स्वभाव आहे. म्हणून तिच्यामागे धावणे तिच्या प्राप्तीच्या दृष्टीने व्यर्थ ठरते. श्रीवरे हा शब्द योजून विनोबांनी केवढी मोठी सूचकता साधली आहे हे जाणवते व त्यांच्या ध्वनिसूचक काव्यशक्तीबद्दल निश्चित आदर वाटायला लागतो.

गीताध्यानातील दुसरी ओळ 'व्यासेन ग्रथितां' या शब्दांनी सुरू झालेली आहे. या ओळीचा मराठी अनुवाद विनोबांनी 'मुक्ते! संग्रथिलीस मान्य मुनिने वेदान्त-विद्याकरे' असा केलेला आहे. मूळ संस्कृत श्लोकात असलेले 'व्यासेन' 'पुराणमुनिना' 'मध्येमहाभारतम्' हे तीन शब्द मराठी अनुवादात आलेले नाहीत. 'ग्रथितां' आणि 'मुनिना' हे दोन शब्द फक्त घेतलेले दिसतात. 'ग्रथ' म्हणजे 'गाठ देणे' किंवा 'ओवणे.' महाभारत वाचताना गीतेचे श्लोक ओवलेले आहेत असे वाटत नाही, तर गाठ देऊन बांधलेले आहेत, असे वाटते. घटनाक्रमाच्या दृष्टीने गीतेचे श्लोक महाभारत युद्ध सुरू होण्याअगोदर म्हणजे भीष्मपर्वाअगोदर यायला पाहिजे होते, परंतु युद्धाच्या दहा दिवसांनंतर भीष्म जेव्हा शरपंजरी पडतात त्या वेळी गीतेचा प्रारंभ झालेला दिसतो.

विनोबांना हा घटनाक्रम कदाचित मान्य नसावा आणि त्यामुळे त्यांनी 'मध्येमहाभारतम्' हे पद अनुवादात आणलेले नाही. 'पुराणमुनिना' याऐवजी 'मान्य मुनिने वेदान्त-विद्याकरे' असे लिहिले आहे. पुराण शब्द वगळून जणू काही त्यांनी

'पुराणमित्येव न साधुसर्वम्' ही आचरणात आणलेली कालिदासाची उक्ती या ठिकाणी सूचित केलेली वाटते. 'वेदान्तविद्याकर' शब्द क्लिष्ट आहे, 'मुक्ते' हाही शब्द क्लिष्ट आहे. मुक्ता म्हणजे मोती व मुक्ता म्हणजे मुक्त मनुष्य. हा मान्य मुनी केवळ वेदान्त-विद्या जाणणारा नाही, तर तो वेदान्त-विद्येची खाणही आहे. तिसऱ्या ओळीतील फक्त 'अष्टादशाध्यायिनी' शब्द अनुवादात घेतलेला आहे, बाकीचे सर्व शब्द अनुवाद करताना सोडून तरी दिलेले आहेत किंवा बदललेले तरी दिसतात. 'अद्वैतामृतवर्षिणी' या शब्दात आलेल्या 'अद्वैत, अमृत आणि वर्षा' या तीन गोष्टी विनोबांना पूर्णरूपाने मान्य दिसत नाहीत. केवळ द्वैत नष्ट करण्यात विनोबांना समाधान नाही, त्यांना युद्धभावरूप साम्य हवे आहे. जो मृत नाही तो अमृत, म्हणजे 'अद्वैत' शब्दाप्रमाणे 'अमृत' शब्दही अभावरूप आहे.

विनोबांना अभावरूप अमृत शब्द नको, जीवन्मुक्त शब्द हवासा वाटतो त्यामुळे अद्वैत व अमृत शब्द अनुवादातून सुटले. त्याचप्रमाणे 'जलेऽपि वर्षति स्थलेऽपि वर्षति' अशी व्यर्थ जाणारी वृष्टीही त्यांना नकोशी वाटली, म्हणून 'अद्वैत', 'अमृत' शब्दांबरोबर 'वर्षिणी' शब्दही अनुवादात आणला नाही. गीता १८ अध्यायांत विभागली गेली आहे. या १८ अध्यायांचे पुन्हा उपविभाग करून विनोबांनी त्यांना साठ अधिकरणांमध्ये विभागले आहे. 'एक ऐतिह्य-कथन, दोन दैन्य-प्रदर्शन' या ओळीने पहिल्या अधिकरणाचा प्रारंभ होतो, तर 'नव्वावन् अर्जुना बोध, साठी ग्रंथ समापिला' ने साठावे अधिकरण पूर्ण होते. या अधिकरणांचे स्वरूप गीताईध्यानामध्ये यावे म्हणून 'षष्ट्यधिकारिणी' हे विशेषण 'सतशती' शब्दापुढे तिसऱ्या चरणात आलेले आहे, परंतु अधिकरण शब्द येथे छंदात बसत नाही. त्यामुळे डॉ. दिवेकरांच्या म्हणण्याप्रमाणे, विनोबांनी 'अपि भाषं माषं कुर्यात् छन्दोभंगं न कारयेत' या कवीसाठी असणाऱ्या अधिकाराचा उपयोग करून गीताईला साठ-अधिकारसंपन्न बनवले.

संस्कृतात अधिकार शब्द अधिकरण या अर्थाने येतो. तेव्हा गीताई साठ अधिकरणांनी युक्त आहे किंवा साठ अधिकार संपन्न आहे असे म्हणण्यापेक्षा, छंदाच्या सोयीसाठी 'षष्ट्यधिकारिणी' असा लांबलचक शब्द वापरल्यानंतर 'सतशती' हा लहानसा शब्द ठेवून त्यातून सातशे श्लोक सूचित केलेले आहे. 'माते' हे संबोधन असून संस्कृतातील 'अम्ब'च्याऐवजी ते योजलेले आहे. गीताध्यानात 'अम्ब' हे संबोधन चौथ्या चरणाच्या आरंभी आलेले आहे, तर गीताईध्यानामध्ये त्यासाठी 'माते' हा शब्द तिसऱ्या चरणाच्या आरंभी आला आहे.

गीताध्यानातील चौथ्या चरणात 'अम्ब' नंतर 'त्वामनुसंदधामि' हा शब्द

आहे. त्याचा अनुवाद विनोबांनी 'तूते मी अनुसंधितो' असा केला आहे. 'भगवद्गीते' शब्दातील 'भगवद्' शब्द वगळून अनुवादात फक्त 'गीते' हा शब्द आला आहे. 'भवद्वेषिणिम्'चा अनुवाद 'भय-द्वेषिणि' असा केला आहे. डॉ.दिवेकरांना हा विनोबांनी अनुवादात केलेला बदल फार महत्त्वाचा वाटतो. डॉ.दिवेकरांच्या म्हणण्याप्रमाणे, विनोबांना संसाराचा द्वेष करणारी गीता नको होती; तर दैवी संपत्तीचा जो प्रथम गुण निर्भयता, ती निर्भयता देणारी गीता हवी होती. म्हणून 'भवद्वेषिणिम्'चा अनुवाद करताना विनोबांनी 'भय-द्वेषिणि' हा शब्द निवडला आणि त्यामुळे आमच्यासारख्या घाबरट आधुनिकांना गीतेकडून अनायसेच निर्भयतेचा संदेश मिळाला.

गीताध्यान मराठीत अनुवादित करताना अशा रीतीने विनोबांनी त्यात खूप आशयघनता व अर्थघनता आणून ते छंदोबद्ध केले, परंतु डॉ.दिवेकरांना यात एक गोष्ट खटकते. त्यांच्या म्हणण्याप्रमाणे 'गीताईध्याना'मध्ये कुठेही 'गीताई' असा शब्द आलेला नाही. त्यामुळे चौथे चरण 'तूते मी अनुसंधितो निशिदिनी गीते भय-द्वेषिणि' असे जे गीताईध्यानात आहे त्याऐवजी 'गीताई अनुसंधितो निशिदिनी तूते भयद्वेषिणि' असे लिहावे असे त्यांनी सुचवले आहे. अर्थात असा बदल सुचवताना डॉ.दिवेकरांना माहीत आहे की, कदाचित विनोबांच्या एखाद्या निषेधपर उद्‌गारानेही तो टाळला जाईल. या ठिकाणी डॉ. दिवेकर, विनोबांकडे व त्यांच्या या 'गीताईध्याना'च्या रचनेकडे; एक लौकिक कवी व त्याने केलेली रचना एवढ्याच दृष्टीने पाहातात.

अनुवाद करताना विनोबांसारखा कवी आपल्या मनातील भावार्थ कशा रीतीने मूळ रचनेत थोडाफार बदल करून अनुवादात उतरवितो व तो अनुवाद क्वचित 'मुळा'पेक्षाही कसा सरस उतरतो, एवढेच त्यांना दाखवायचे होते. 'गीताईध्याना'वर अशा प्रकारे लेख लिहिताना जी एकाग्रता विनोबांच्या काल्पनिक चित्ताशी समरस होताना त्यांना भासमान झाली, तीही त्यांना अवर्णनीय वाटते. 'ऋषीणां पुनराद्यानां वाचमर्थोऽनुधावति' हे जे भवभूतींनी आद्य ऋषींच्या बाबतीत म्हटले आहे, ते विनोबांना लागू पडते अशी डॉ.दिवेकरांची श्रद्धा आहे. 'गीताईध्यान' हे त्याचे चांगले उदाहरण आहे. 'गीताईध्यानावर एक चिंतन' हा लेख सादर करताना जो आनंद स्वत: दिवेकरांना प्राप्त झालेला आहे, तो वाचकांनाही मिळावा अशी सदिच्छा व्यक्त करून तो लेख त्यांनी विनोबांच्या चरणी समर्पित केलेला आहे.

डॉ.दिवेकरांच्या कृपेमुळे 'गीताईध्यान' रचनेतील सौंदर्य आपणास समजले

याबद्दल त्यांच्या रसग्रहणपर-चिंतनपर वृत्तीला वंदन करून, गीताई चर्चेकडे वळणे योग्य ठरेल.

'गीताई' हा भगवद्‌गीतेचा समश्लोकी मराठी अवतार आहे. तो करण्यामागे विनोबांच्या मनात कोणती प्रेरणा होती? असा प्रश्न साहजिकच निर्माण होतो. कारण या अनुवादापूर्वी श्री. ज्ञानदेवांची 'भावार्थ दीपिका ऊर्फ ज्ञानेश्वरी' लोकांपुढे होती आणि अद्यापिही आहे. पण गीतेचा छंद 'अनुष्टुप्' आहे, तर ज्ञानोबांनी भावार्थ दीपिकेसाठी 'ओवी' छंद वापरलेला आहे. शिवाय ते समश्लोकी भाषांतर नाही, तर महान असे भाष्य आहे. गीतेच्या एकेका श्लोकावर स्पष्टीकरणार्थ शेकडो ओव्या लिहिल्या आहेत.

'तैसा वाग्विलास विस्तारू। गीतार्थेसी विश्व भरू।'(ज्ञा.१३-११५९)

याप्रमाणे सर्व गीतार्थ ज्ञानोबा माउलीने मराठीत फार मधुर रीतीने व्यक्त केला आहे. त्यात उपमाश्लेषकोंदाकोंदी असली तरीही, मराठी भाषा माधुर्याची केवढी उंच सीमा गाठू शकते, हे ज्ञानोबा माउलीने दाखवून 'अमृतातेही पैजा जिंके' हे आपले बोल सार्थ केले आहेत.

विनोबा तर या ज्ञानेश्वरीच्या संगतीत बालपणापासून आलेले दिसतात. ज्ञानेश्वरीच्या माधुर्यावर ते इतके भाळलेले होते की, ज्ञानदेवांची मधुर ज्ञानेश्वरी पुन्हा वाचण्याची संधी मिळणार असेल, तर त्यासाठी पुनर्जन्मही घेण्याची त्यांची तयारी होती. विनोबांप्रमाणेच सर्व महाराष्ट्राला ज्ञानोबा व ज्ञानेश्वरीसंबंधी आदर आहे, भक्तिभाव आहे. शेकडो-हजारोंच्या नित्यपाठात 'ज्ञानेश्वरी'चा समावेश झालेला दिसतो. समजो अथवा न समजो, पण ज्ञानेश्वरी वाचलीच पाहिजे अशा तऱ्हेचा भक्तिभाव बहुतेकांच्या मनात जागृत दिसतो.

पण अनुभवान्ती असे दिसते की, तेराव्या शतकातील ही ज्ञानदेवांची भाषा मधुर असली तरी कठीण व आजच्या सामान्य वाचकाला दूरची वाटते. शिवाय मूळ गीतेचे ७०० श्लोक, तर ज्ञानेश्वरीच्या जवळजवळ ९ हजारांवर ओव्या. ओवी वाचल्याबरोबर ती चटकन समजेल असे सर्वसामान्य काय पण पदवीधर वाचकालाही वाटत नाही. शिवाय मूळ गीतेच्या एका श्लोकावर शेकडो ओव्या असल्यामुळे त्या श्लोकाच्या अर्थापासून आपण बरेच दूर जातो व शेकडो ओव्यांच्या भावार्थात अडकून पडतो. गीतेच्या ७०० श्लोकांच्या खुंटीवर ज्ञानोबांना जे म्हणायचे होते, ते त्यांनी विस्तृत प्रमाणात अडकवून दिले; त्यामुळे ओव्या वाचताना भक्तिभाव जागृत होतो पण अर्थ चटकन कळत नाही.

तीच गोष्ट वामन पंडितांची! त्यांनी गीतेचे समश्लोकी भाषांतर करून 'यथार्थ

दीपिका' लिहिली, पण लेखनात अर्थापेक्षा त्यांच्या पांडित्याने जास्त मात केल्यामुळे ज्ञानोबांच्या तुलनेत पंडितांना सर्वसामान्य वाचकांत काही विशेष असे स्थान प्राप्त झालेले दिसत नाही. मराठीतील अभ्यासू विद्वानांना तिचे महत्त्व आहे.

दासोपंतांचा 'गीतार्णव' तर प्रचंड ग्रंथ आहे. समुद्र म्हटला की जसे त्यात उतरण्याची हिंमत सर्वसामान्यांना होत नाही, तसे 'गीतार्णव' ग्रंथ हातात धरण्याची हिंमत सर्वसामान्यांपैकी कुणी दाखविताना दिसत नाही. 'मुक्त मयुरांची भारते'[१८] आहेत, पण ती विदग्ध वाचकांसाठी! सर्वसामान्य वाचक त्यांच्याजवळ जात तर नाही, पण त्यांना वचकूनच आहे. म्हणून वाचल्याबरोबर चटकन गीतेच्या श्लोकांचा अर्थ समजेल, अशा एखाद्या ग्रंथाची आवश्यकता सर्वसामान्यांना भासत होती.

विनोबांची आई अशा सर्वसामान्यांची प्रतिनिधी ठरली. तिला गीताग्रंथाची आवड होती, म्हणून विनोबांनी सत्तर वर्षांपूर्वी उपलब्ध असलेले गीतेचे अनुवाद तिला आणून दिले. ते काही तिच्या पचनी पडेना! म्हणून ती म्हणाली, "अरे, मला हे समजत नाही, याच्यापेक्षा सुलभ असा गीतेचा अनुवाद आणून दे ना." यावर "तसा सुलभ अनुवाद नाही" असे विनोबांनी सांगितल्यानंतर ती म्हणाली, "तूच का बरे करीत नाहीस गीतेचा सुलभ अनुवाद?" पण विनोबा महाविद्यालयीन विद्यार्थी असल्यामुळे कदाचित त्या वेळी आईची ही इच्छा पूर्ण शकले नसावेत; पण आईने 'तू हा अनुवाद करावा- करू शकशील' ही जी प्रेरणा त्यांच्या मनात त्या वेळी पेरली, ती मात्र महत्त्वाची ठरून योग्य वेळी फळाला आली.

सर्वसामान्यांना समजेल अशा भाषेत विनोबांनी १९३० मध्ये 'गीताई'ची रचना केली. गीतेच्या मूळ आशयाला धक्का बसणार नाही यासाठी व 'उच्चारणसौलभ्य' लाभावे यासाठी, किती व कशी खबरदारी घेतली याचे सविस्तर वर्णन प्रारंभीच्या विवेचनात आलेले आहे. येथे महत्त्वाचा मुद्दा एवढाच की, आपल्याप्रमाणेच साधारण सुशिक्षित असलेल्या शेकडो-हजारो माता व बंधुभगिनींना गीतेचा अर्थ वाचल्याबरोबर चटकन समजावा व तो त्यांच्या जीवनात उतरावा यासाठी गीताई रचली गेली. 'गीताई' मागची प्रेरणा आपण लक्षात घेतली म्हणजे मग अनुवाद कसा उतरला, याची चर्चा करताना विद्वत्तेच्या दृष्टीला किती महत्त्व द्यायचे, हेही आपल्याला ठरवता येणे शक्य होईल.

गीताईची रचना करताना त्यात येणारे शब्दप्रयोग व्याकरणदृष्ट्या किती व कसे शुद्ध असावेत याविषयी विनोबांनी खूप काळजी घेतलेली दिसते. 'निरङ्कुशः कवयाः' अशी स्वैर भाषारेखनाची संधी त्यांनी घेतलेली नाही. गीताईची भाषा

निश्चित करताना विनोबांनी किती आणि कसे कष्ट घेतले याचे वर्णन शिवाजीराव भावे यांनी आपल्या 'विनोबा-जीवनदर्शन' या ग्रंथात केले आहे. त्याबद्दल ते म्हणतात, 'गीताईतील प्रत्येक कानामात्रा, अनुस्वार, वेलांटीही बरोबर आहे अशी त्यांनी खात्री करून घेतली. गीताईमध्ये कोठेही अनिश्चितता आणि धरसोड ठेवली नाही.

- संस्कृत ऱ्हस्वान्त शब्द ऱ्हस्वच यावयाचे.
- हि हे अव्यय नेहमी ऱ्हस्व.
- ऊनि उनी ऊनिया -- एक अक्षर ऱ्हस्व तर दुसरे दीर्घ.
- चि नेहमी ऱ्हस्व.

असे अनेक बाबींचे निश्चित धोरण गीताईप्रमाणे मराठी भाषेतल्या आतापर्यंतच्या कोणत्याही पद्यग्रंथात दिसून येत नाही. मोरोपंत आणि ज्ञानदेव यांचा भाषाशुद्धीबद्दल कटाक्ष होता, पण गीताईची शुद्धता त्यांच्यापेक्षा कितीतरी पट अधिक आहे. गीताईची भाषाशुद्धी द्यायची, तर गीताईचे संपूर्ण शास्त्रशुद्ध, सूक्ष्मबद्ध व्याकरणच द्यावे लागेल. केवळ अनुनासिक गणनेची २१ सूत्रे तयार होतील.'

पूज्य विनोबा एक थोर महापुरुष आहेत म्हणून त्यांच्या 'गीताई'चा प्रचार झाला, गीतेतील स्थितप्रज्ञ कसा असतो हे लोकांना विनोबांच्या रूपाने प्रत्यक्ष बघायला मिळाल्यामुळे 'गीताई'चे स्वागत झाले, ही गीताईच्या लोकप्रियतेची वरवरची कारणे आहेत. 'गीताई' सारखा ग्रंथ व्याकरणाच्या व भाषेच्या दृष्टीने शुद्ध व्हावा यासाठी पूज्य विनोबांनी किती काळजी घेतलेली आहे, हे शिवाजीरावांनी वर वर्णन केलेल्या माहितीवरून समजते. गीतेच्या आशयाशी विनोबा इतके तद्रूप झालेले आहेत की, भगवान श्रीकृष्णांनी कुरुक्षेत्रात गीता मराठीत सांगायचे ठरवले असते; तर विनोबांनी सध्या जी भाषा गीताईत वापरली आहे, तीच त्यांनी वापरली असती. गीताईतील काही पद्यपंक्ती पाहिल्यावर, त्या मूळ गीतेतील संस्कृत श्लोकांचा अनुवाद करणाऱ्या आहेत, असे वाटत नाही. हा गीतेच्या श्लोकांचा मराठीत केलेला समश्लोकी अनुवाद आहे असे वाचणाऱ्याला वाटू नये ही दृष्टी ठेवून विनोबांनी हा अनुवाद केलेला आहे.[१९] अनुवाद करणारा स्वतःला विसरून मूळ ग्रंथाशी समरस झाला म्हणजे अनुवाद किती सरस व सुगम होतो याची जाणीव गीताईतील श्लोक वाचताना होते.

मराठी भाषेत, इतर भाषांतून किंवा संस्कृतातून आलेले अनुवादित साहित्य पुष्कळ आहे. किंबहुना आंग्लाई आल्यानंतर संस्कृतातून मराठीत किंवा इंग्रजीतून

मराठीत असे भाषांतर करणाऱ्या लेखकांचा एक कालखंड वाङ्मयेतिहास लिहिणाऱ्या लेखकांनी मानला आहे. गद्याच्या बाबतीत 'धनुर्धारी'चे 'वाईकर भटजी' हे पुस्तक इतके सरस व सुंदर रीतीने मराठीत अनुवादित झाले आहे की, ते पुस्तक म्हणजे 'व्हिकार ऑफ वेकफिल्ड' या पुस्तकाचे भाषांतर किंवा अनुवाद आहे याची कल्पना वाचकाला येत नाही, असा अनुभव आहे. पद्याच्या बाबतीत असाच अनुभव कविराज चंद्रशेखरांचे 'काय हो चमत्कार' हे काव्य वाचताना येतो.

'ज्ञानेश्वरी' हे भगवद्गीतेवरील मराठी काव्य आहे, ते इतके प्रासादिक व रसाळ झाले आहे की; ते मूळ संस्कृत गीतेवर लिहिलेले भाष्य आहे असे वाटणार नाही, अशा तऱ्हेचा आत्मविश्वास ज्ञानोबांनी व्यक्त केलेला आहे. एवढेच नव्हे तर सुंदर स्त्रीने दागिने घातल्यानंतर दागिन्यांमुळे तिच्या सौंदर्याला शोभा आली आहे, की तिच्या अप्रतिम लावण्यामुळे लेण्यांनाच सौंदर्य प्राप्त झाले आहे; हे जसे सांगता येणे कठीण, तसेच गीतेतील श्लोकांमुळे ज्ञानेश्वरीच्या ओव्या चांगल्या वाटतात, की ज्ञानेश्वरीतील ओव्यांमुळे गीतेच्या श्लोकांना सौंदर्य प्राप्त झाले आहे, हेही सांगणे कठीण वाटेल, असेही त्यांनी म्हटले आहे. गीता ग्रंथावरून गीताई झाल्यानंतर ती वाचताना वाचकांना कमी-जास्त प्रमाणात असाच अनुभव येतो.

वास्तविक आधुनिक काळात समश्लोकी नसला तरी गीतेचा पद्यमय अवतार[२०] घडवण्याचा अनेकांनी प्रयत्न केलेला आहे, परंतु अफाट लोकप्रियता मिळाली ती गीताईला! याचे कारण आपण एखाद्या ग्रंथाचा अनुवाद वाचत आहोत, असे गीताई वाचताना सहसा जाणवत नाही, इतका हा अनुवाद मूळ ग्रंथाशी समरसून व सुलभ झाला आहे. 'अनेक जन्मांत माझ्या वाचेने केलेले तप भावार्थ-दीपिकेच्या रूपाने फळाला आले आहे', असे ज्ञानोबांनी जसे म्हटले आहे, तसेच विनोबांच्या बाबतीत आपणास म्हणता येणे शक्य आहे, कारण "जो 'वाचासिद्ध' असतो तोच 'वाचाशुद्ध' असतो" असे विनोबांनी म्हटले आहे, त्याचा अनुभव गीताई वाचताना येतो. आपल्या सत्यपूत वाणीची सर्व तपश्चर्या जणू पणाला लावून त्यांनी गीताईला माधुर्य व सरसता प्राप्त करून दिली आहे. त्यामुळेच श्री.यदुनाथ थत्ते यांच्यासारख्या विधायक कार्यकर्त्यांनेही लिहिले आहे की, 'ज्ञानेश्वरांनंतर अमृतालाही पैजेने जिंकणारी मधुर भाषा आढळते ती विनोबांचीच.' भोजनाचा आनंद त्याचा स्वाद घेतल्यानंतर जसा मिळतो, तसा गीताईमुळे होणारा आनंद ती वाचल्यानंतरच कळतो.

खरोखर अनुवाद अतिशय सुरस व सुबोध झाला आहे, हे सांगण्यासाठी किती उदाहरणे द्यावीत? सर्व गीताईच त्यासाठी सांगावी लागेल. त्या दृष्टीने पुढील काही ओळी उल्लेखनीय वाटतात -

भगवद्गीता	गीताई
ततः श्वेतैर्हयैर्युक्ते महति स्यन्दने स्थितौ। माधवः पाण्डवश्चैव दिव्यौ शङ्खौ प्रदध्मतुः।।	इकडे शुभ्र घोड्यांच्या मोठ्या भव्य रथांतुनी माधवे अर्जुने दिव्य फुंकिले शंख आपुले
तत्रापश्यत् स्थितान् पार्थः पितृनथ पितामहान्। आचार्यान्मातुलान्भ्रातृन्पुत्रान् पौत्रान्सखींस्तथा।।	तेथ अर्जुन तो पाहे उभे सारे व्यवस्थित आजे काके तसे मामे सासरे सोयरे सखे गुरु बंधु मुलें नातू दोन्ही सैन्यांत सारखे
कुलक्षये प्रणश्यन्ति कुलधर्माः सनातनाः। धर्मे नष्टे कुलं कृत्स्नमधर्मोऽभिभवत्युत।।	कुल-क्षये लया जाती कुल-धर्म सनातन धर्म-नाशें कुळीं सर्व अधर्म पसरे मग
अधर्माभिभवात् कृष्ण प्रदुष्यन्ति कुलस्त्रियः। स्त्रीषु दुष्टासु वार्ष्णेय जायते वर्णसङ्करः।।	अधर्म माजतो तेव्हा भ्रष्ट होती कुल-स्त्रिया स्त्रिया बिघडतां कृष्णा घडतो वर्ण-संकर
अहो बत महत्पापं कर्तुं व्यवसिता वयम्। यद्राज्यसुखलोभेन हन्तुं स्वजनमुद्यताः।।	अरेरे केवढे पाप आम्ही आरंभिले असे लोभे राज्य-सुखासाठी मारावे स्व-जनांस जे
कार्पण्यदोषोपहतस्वभावः पृच्छामि त्वां धर्मसम्मूढचेताः। यच्छ्रेयः स्यान्निश्चितं ब्रूहि तन्मे शिष्यस्तेऽहं शाधि मां त्वां प्रपन्नम्।।	दैन्याने ती मारिली वृत्ति माझी धर्माचे तो नाशिले ज्ञान मोहे कैसे माझे श्रेय होईल सांगा पायांपाशी पातलो शिष्य-भावे
अशोच्यानन्वशोचस्त्वं प्रज्ञावादांश्च भाषसे। गतासूनगतासूंश्च नानु-शोचन्ति पण्डिताः।।	करिसी भलता शोक वरी ज्ञान हि सांगसी मेल्याजित्याविषीं शोक ज्ञानवंत न जाणती
अन्तवन्त इमे देहा नित्यस्योक्ताः शरीरिणः। अनाशिनोऽप्रमेयस्य तस्माद्युध्यस्व भारत।।	विनाशी देह हे सारे बोलिले त्यांत शाश्वत नित्य निःसीम तो आत्मा अर्जुना झुंज ह्यास्तव।
वासांसि जीर्णानि यथा विहाय नवानि गृह्णाति नरोऽपराणि। तथा शरीराणि विहाय जीर्णान्यन्यानि संयाति नवानि देही।।	सांडूनिया जर्जर जीर्ण वस्त्रें मनुष्य घेतो दुसरी नवीन तशी चि टाकूनि जुनी शरीरें आत्मा हि घेतो दुसरी निराळी

भगवद्गीता	गीताई
नैनं छिन्दन्ति शस्त्राणि नैनं दहति पावकः। न चैनं क्लेदयन्त्यापो न शोषयति मारुतः।।	शस्त्रें न चिरिती ह्यास ह्यास अग्नि न जाळितो पाणी न भिजवी ह्यास ह्यास वारा न वाळवी
जातस्य हि ध्रुवो मृत्युर्ध्रुवं जन्म मृतस्य च। तस्मादपरिहार्येऽर्थे न त्वं शोचितुमर्हसि।।	जन्मतां निश्चये मृत्यु मरतां जन्म निश्चये म्हणूनि न टळे त्याचा व्यर्थ शोक करू नको
देही नित्यमवध्योऽयं देहे सर्वस्य भारत। तस्मात् सर्वाणि भूतानि न त्वं शोचितुमर्हसि।।	वसे देहात सर्वांच्या आत्मा अमर नित्य हा म्हणूनि भूत-मात्री तू नको शोक करू कधी ।।

पण फार विस्तार न करता दैनंदिन जीवनात स्थितप्रज्ञाची लक्षणे सांगणारे गीताईतील जे श्लोक ठिकठिकाणी म्हटले जातात, त्याचाच थोडा नमुना पाहू या. 'स्थितप्रज्ञस्य का भाषा' असा प्रश्न अर्जुनाने भगवंताला विचारल्यानंतर 'प्रजहाति यदा कामान्' या श्लोकापासून भगवान त्याला स्थितप्रज्ञाची लक्षणे सांगतात. मुळात 'स्थितप्रज्ञ' व 'ब्रह्मनिर्वाण' हे खास शब्द गीतेशिवाय सबंध संस्कृत वाङ्मयात अन्यत्र कुठे आढळत नाहीत, असे विनोबांचे म्हणणे होते.

विनोबांनी गीताईत उभा केलेला स्थितप्रज्ञ पुढीलप्रमाणे-

अर्जुन म्हणाला,

'स्थिरावला समाधीत स्थित-प्रज्ञ कसा असे
कृष्णा सांग कसा बोले कसा राहे फिरे कसा।' (२-५४)

श्री भगवान म्हणाले,

'कामना अंतरातील सर्व सोडूनि जो स्वये
आत्म्यात चि असे तुष्ट तो स्थित-प्रज्ञ बोलिला।' (२-५५)

हे वाचल्यानंतर 'कृष्णा सांग कसा बोले कसा राहे फिरे कसा' या स्वाद व्यक्त करणाऱ्या प्रश्नार्थक ओळी इतक्या बाळबोध वाटतात की, त्या पुनः पुन्हा म्हणाव्याशा वाटतात इतकी गोडी त्यांच्यात भरलेली आहे.

विषयांचे ध्यान केल्यामुळे काय होते हे सांगताना विनोबा लिहितात-

'विषयांचे करी ध्यान त्यास तो संग लागला
संगांतूनि फुटे काम क्रोध कामांत ठेविला (२-६२)
क्रोधातूनि जडे मोह मोहाने स्मृति लोपली
स्मृति-लोपें बुद्धि-नाश म्हणजे आत्म-नाश चि (२-६३)

राग-द्वेष परी जाता आली हातात इंद्रिये
स्वामित्वें विषयी वर्ते त्यास लाभे प्रसन्नता (२-६४)
प्रसन्नतेपुढे सर्व दुःखें जाती झडूनिया
प्रसन्नतेने बुद्धीची स्थिरता शीघ्र होतसे' (२-६५)

गीतेतील 'प्रसादे सर्वदुःखानां हानिरस्योपजायते।
प्रसन्नचेतसो याशु बुद्धिः पर्यवतिष्ठते।'
(भगवद्गीता : २-६५)

या ओळींचे रूपांतर 'प्रसन्नतेपुढे सर्व दुःखे जाती झडूनिया' असे केले आहे. 'दुःखानां हानिरस्योपजायते' यासाठी 'दुःखे जाती झडूनिया' हे शब्द विनोबांनी वापरल्यामुळे खरोखर हे गीताईतील श्लोक म्हणता म्हणता, म्हणणाऱ्याची सर्व दुःखे झडून तो लख्ख प्रसन्न झालेला आहे, असा अनुभव येतो. या ठिकाणी 'झडूनिया' हा शब्द वापरल्यामुळे दुःख झडण्याची कृती चटकन डोळ्यांपुढे उभी राहाते. 'एकः शब्दः सम्यक् ज्ञातः सम्यक् प्रयुक्तः स्वर्गे लोके कामधुक् भवति' या विनोबांनी इतरत्र दिलेल्या 'पाणिनी सूत्रा'चीही आठवण येते.

सामान्य माणसाला 'विषय' म्हणजे 'संसार वासना' हा अर्थसुद्धा समजत नाही. पण काम, क्रोध व त्यांची संगती कशी दुःखदायक ठरते हे जर त्याला वरील श्लोक वाचल्यावर समजले, तर त्याला एक प्रकारे या श्लोकातून प्रकाश मिळून त्याचे जीवन उजळेल! बहुतेक जीवनविषयक तत्त्वज्ञान, विशेषकरून मोक्षमार्गविषयक सिद्धान्त व एकूणच आध्यात्मिक मार्गदर्शन हे संस्कृतात असल्यामुळे, सामान्य श्रमजीवी माणसाला दैनंदिन जीवनात धीर देऊ शकेल व मार्गदर्शन करू शकेल, असा गीतेसारखा ग्रंथ पूज्य असूनही दूरचा वाटायचा. पण गीताई लिहून विनोबांनी त्याची मोक्षमार्गाची तहान भागवली.

'धर्मस्य तत्त्वं निहितं गुहायाम्।' (महाभारत)

असे तक्रारीच्या सुरात म्हणण्याचे त्याला कारण उरले नाही.

'उध्दरावा स्वयें आत्मा खचूं देऊं नये कधी
आत्मा चि आपुला बंधु आत्मा चि रिपु आपला' (६-५)

असे हे गीताईचे उपरोक्त श्लोक वाचल्याबरोबर समजतील व मार्गदर्शक ठरतील.

साधा 'योग' शब्द उच्चारला तरी फार थोड्यांना त्याचा अर्थ चटकन समजतो. 'योगश्चित्तनिरोधः' हा भगवान पतंजलींचा अर्थ फक्त मूठभर विद्वानांसाठी मार्गदर्शक ठरतो.

'योग: कर्मसु कौशलम्' (भगवद्गीता २-५०)

हाही योग शब्दाची व्याख्या देणारा शब्दसमूह संस्कृत जाणणाऱ्यांपैकी पुष्कळांना चटकन समजणार नाही. मग दररोजचे घरकाम करणाऱ्या स्त्रिया, साक्षर कामगार, शालेय जीवनातील विद्यार्थी यांना योग शब्दाचा सुलभ अर्थ कोण सांगणार? याचे उत्तर गीताईत पुढीलप्रमाणे आहे -

'न योग फार खाऊनि किंवा खाणे चि सोडुनी
न फार झोप घेऊनि किंवा जागत बैसुनी (६-१६)
निजणे जागणे खाणे फिरणे आणि कार्य हि
मोजूनि करितो त्यास योग हा दुःख-नाशन ॥' (६-१७)

मोजूनमापून जो सर्व क्रिया करील, त्याला दुःखांचा नाश करणारा योग प्राप्त होईल. हे वाचल्यानंतर एक नवीन जीवनदृष्टी गीतेमुळे-गीताईमुळे आपल्याला लाभली, असे समाधान त्याला मिळते. एरवीही धार्मिक कार्यप्रसंगी, लग्न-मौंजीच्या वेळी संस्कृतात म्हटले जाणारे मंत्र, ऐकणाऱ्यांपैकी पुष्कळांना समजत नाही. एक कर्मकांड म्हणून अशा संस्कारांकडे पाहिले जाते. वास्तविक त्या मंत्रांचा कोणी सुलभ मराठीत समश्लोकी अनुवाद करून उच्चार केला, तर त्यातील आशय चटकन समजेल व त्याप्रमाणे आचरण करता येईल; म्हणजे क्रियेमागील ज्ञान माणसांना समजायला पाहिजे. इतर श्लोकांबद्दल इतकी अडचण सर्वसामान्य माणसाला येते, तर बोलूनचालून जीवनाचे अत्युच्च तत्त्वज्ञान

'गहना कर्मणो गति:' (भगवद्गीता : ४-१७)

यासारख्या गहन भाषेत जिथे मूळ गीतेत सांगितले आहेत, तिथे सामान्य सुशिक्षित माणसाचा प्रवेश होणे कठीण. मग 'जय जवान, जय किसान' म्हणून आम्ही ज्यांचे महत्त्व मान्य करतो, त्यांना ते जीवनावश्यक तत्त्वज्ञान कसे समजणार? या दृष्टीने 'गीताई' या बाळबोध पद्यबद्ध मराठी अवताराचे महत्त्व आहे, कारण-

सर्व गूढांतले गूढ पुन्हां उत्तम वाक्य हे
हितार्थ सांगतो ऐक फार आवडसी मज (१८-६४)

ही भगवान श्रीकृष्णाची भक्ताविषयीची कळकळ वाचल्याबरोबर समजते. 'प्रगट गुह्य केले' असा रामाजनार्दनांनी ज्ञानेश्वरांविषयी काढलेला कृतज्ञतेचा उद्‌गार आपणही विनोबांविषयी काढतो.

जगात कितीतरी तत्त्वज्ञाने आहेत, कितीतरी भाकड कथा व भ्रामक समजुती आहेत. माणसाने कशाकशाचे अनुकरण करावे? हे प्रश्न विद्वान माणसांप्रमाणेच भोळ्याभाबड्या लोकांनाही सतावतात. अशा वेळी-

सगळे धर्म सोडूनि एका शरण ये मज
जाळीन सर्व मी पापें तुझी शोक करूं नको।। (१८-६६)
या श्लोकांचे वाचन केले की, मग शोक करण्याचे कारण नाही.

माणसाला मोक्ष कसा मिळेल?

'स्वे स्वे कर्मण्यभिरत: संसिद्धिं लभते नर:।' (भगवद्गीता : १८-४५)

हे त्याला उत्तर आहे. पण 'संसिद्धि' हा फार कठीण शब्द वाटेल. पण 'गीताई' उघडल्यानंतर,

आपुल्या आपुल्या कर्मी दक्ष तो मोक्ष मेळवी (१८-४५)

हे वाचल्याबरोबर प्रत्येक जण 'स्वकर्म' दक्षतेने करील आणि मोक्ष प्राप्त करण्याच्या दृष्टीने वाटचाल करू शकेल आणि या जन्मात जर शुभ कामे करूनही त्याप्रमाणे मोक्ष मिळाला नाही तर?

शुभकारी कुणी बापा दुर्गतीस न जातसे (६-४०)

असा 'गीताई'ने धीर मिळतो.

अनेक जन्म घेऊनि पावला शरणागति
विश्व देखे वासुदेव संत तो बहु दुर्लभ।। (७-१९)

या गीताईच्या श्लोकांनी काहींना कदाचित आज महात्मा गांधींची आठवण होईल व पुष्कळ वर्षांनी विनोबांची आठवण होईल.

गीताईतील श्लोक वरवर चाळले-वाचले, तर अनेक अनुप्रासांनी ते युक्त असून अतिशय नादमधुर आहेत, हे जाणवते. प्रसाद व माधुर्य पदोपदी जाणवते, पण असे प्रासादिक रंग गीताईत भरताना विनोबांना अनेक जन्मांचे सत्य बोलण्याचे तपच जणू काही पणाला लावावे लागले! कारण तसे नसते तर

चातुर्याच्या योगे। कवित्व करिती
प्रासादिक रंग आणिता नये।
चंद्रसूर्य चित्रे। लिहितात भिंती।
प्रकाशाचे अंग आणिता नये।

अशी स्थिती विनोबांच्या गीताई रचनेच्या बाबतीत झाली असती. पण गीता ऐकल्यानंतर संजयाला जे वाटले, तेच गीताई वाचल्यानंतर आपणास वाटते व आपण,

'असा कृष्णार्जुनांचा हा झाला संवाद अद्‌भुत,
थोरांचा ऐकिला तो मी नाचवी रोम रोम जो' (गीताई : १८-७४)

असे उद्‌गार काढतो व

'योगेश्वर जिथे कृष्ण जिथे पार्थ धनुर्धर
तिथे मी पाहतो नित्य धर्म श्री जय वैभव' (गीताई : १८-७८)

हा श्लोक वाचल्यानंतर तर आतापर्यंतच्या वाचनाने झालेल्या तृप्तीवर कळस चढल्यासारखे वाटते. त्यामुळेच 'आनंदे जाहली सीमा गीताई दर्शनामुळे' असे सहज उद्‌गार आपल्या मुखातून निघतात. प्रसन्न भाषा, सुगम श्लोक, नादमधुर रचना व 'वाचा सत्यत्वे सोवळी' या तोडीचे शब्द असल्यामुळे 'गीताई' विशिष्ट लोकांसाठी राहत नाही, तर ती सर्वांची होते. आचार्य अत्रे यांच्यासारखे मराठीतील 'जाडे विद्वान व सिद्धहस्त लेखक'ही गीताईविषयी 'दानाची दीक्षा देणारा संत' या आपल्या पुस्तकात म्हणतात, 'ज्ञानोबांनंतर गीतेवर अत्यंत मधुर व हृदयस्पर्शी असे लिखाण जर मराठी भाषेत कोणी केले असेल, तर ते आमच्या विनोबांनी! गीतेसंबंधी विनोबा बोलू वा लिहू लागले म्हणजे काव्याच्या धारा त्यांच्या मुखातून उचंबळू लागतात. विनोबा हे स्वतः विलक्षण प्रतिभेचे कवी आहेत. ते सदैव काव्यच बोलत असतात, हे वाचून महाराष्ट्रातील पुष्कळशा शब्दजुळव्या कवींना धक्काच बसेल. या अलौकिक प्रतिभेच्या सामर्थ्यावर ते भगवद्‌गीता मराठीत आणू शकले.'

याच पुस्तकात आचार्य अत्रे, पंधरा लाखांवर खप झालेल्या या गीताईविषयी लिहितात, 'गीताई हा मराठी साहित्यातील एक मोठा चमत्कार आहे. गीताई ही ईश्वराने आपल्या हातून घडवलेली सर्वोत्तम सेवा आहे, अशी विनोबांची श्रद्धा आहे. आपण कृतिशून्य आहोत, असा बोल उगीच ते स्वतःला लावतात. ज्ञानेश्वरीप्रमाणे गीताई आता सहस्रावधी लोकांचे एक नित्याचे समाधान होऊन बसली आहे. गीताईची भाषा इतकी सोपी, रसाळ आणि प्रासादिक आहे की, ती वाचता वाचता तिच्यातला भावार्थ मनामध्ये आपोआप उमलू लागतो. मूळ गीतेच्या श्लोकांचा बोध जाणत्यांनाच होतो, पण अर्थाचे आकलन करून घ्यावयास पदोपदी थांबावे लागते; ती अडचण गीताईच्या बाबतीत येत नाही. अर्थ चटकन ध्यानात येतो आणि चिंतनाची प्रक्रिया लगेच सुरू होते.' याबाबतीत स्वतःचा अनुभव नोंदवताना या पुस्तकात आचार्य अत्रे पुढे म्हणतात, 'आम्ही स्वतः संस्कृत जाणणारे आहोत. लोकमान्य टिळकांच्या गीतारहस्याची कित्येकदा तरी आम्ही पारायणे केली. गीतेचा अर्थ आम्हाला उमगला, पण तिची गोडी अशी कधीच लागली नाही. ती आम्हाला विनोबांमुळे लागली. विनोबांमुळे आम्ही गीता वाचताना मिटक्या मारू लागलो.''

सुप्रसिद्ध लेखक श्री.यदुनाथ थत्ते गीताईविषयी लिहितात[२१]- 'विनोबांची सर्वतोभद्र रचना म्हणजे त्यांची गीताई. ज्ञानेश्वरांनी ज्ञानेश्वरीत जो लडिवाळ मराठीचा प्रयोग केला, तसाच हाही एक प्रयोग गणावा लागेल. गीताईचा आरंभीचा श्लोकच

या लडिवाळपणाची ग्वाही द्यायला पुरेसा आहे.

गीताई माउली माझी तिचा मी बाळ नेणता।
पडतां रडतां घेई उचलूनि कडेवरी।।
हा तो पहिला श्लोक होय'

अशा रीतीने डॉ. दिवेकरांसारख्या विदग्ध पंडितांपासून ते आचार्य अत्रेंसारख्या सिद्धहस्त लेखकापर्यंत, यदुनाथ थत्ते यांच्यासारख्या थोर लोकसेवक पत्रकारापासून ते सामान्य कैद्यांपर्यंत अनेकांनी 'गीताई'ची मोकळ्या मनाने प्रशंसा केली आहे. विनोबांनासुद्धा गीताईचे महत्त्व वाटत होते, कारण त्यांच्या ब्रह्मनिर्वाणापूर्वी निघालेल्या पवनार येथील 'मैत्री' मासिकात त्यांचे खालील उद्‌गार लिहिले आहेत-

एक दिन जाना है भाई। याद करो गीताई।
बाबाको भूल जाओ। गीताई याद करो।

आणि खरोखर मराठीतल्या समीक्षकांपैकी एका थोर समीक्षकाला विनोबांच्या निर्वाणानंतर गीताईची तीव्रतेने आठवण झाली. ते थोर समीक्षक म्हणजे प्रा.डॉ.म.अ.मेहेंदळे. त्यांनी डिसेंबर १९८२ च्या 'नवभारत' मासिकात 'गीताई' असा लेख लिहिला आहे.[२२] लेखाच्या प्रारंभी प्रा.डॉ.मेहेंदळे यांनी विनोबांनी अल्पावधीत पद्यबद्ध केलेल्या गीतेच्या या मराठी अवताराची व विनोबांच्या रचना कौशल्याची मुक्तकंठाने स्तुती केली आहे. नंतर मात्र प्रा. मेहेंदळ्यांनी 'गीताई'तील काही श्लोकांमध्ये स्पष्टीकरण सुचवले आहे. उदाहरणार्थ, श्रवणे भ्रमली बुद्धि तुझी लाभूनि निश्चय। स्थिरावेल समाधीत तेव्हा भेटेल योग तो।। गीतेतील दुसऱ्या अध्यायातील ५३ क्रमांकाच्या श्लोकाचे हे गीताईतील रूपांतर आहे. डॉ. मेहेंदळे म्हणतात, अनुवाद वाचून पूर्वार्धाचा अर्थ लक्षात येत नाही म्हणून अनुवाद असा केला, तर अर्थ समजणे सुलभ होईल,

डॉ.मेहेंदळे कृत अनुवाद-
वेदांनी भ्रमली बुद्धी, जेव्हा होऊनि निश्चल।
स्थिरावेल समाधीत, तेव्हा योगास पावसी।

गीताईवर केलेल्या परीक्षणवजा लेखाच्या शेवटी प्रा.डॉ.मेहेंदळे म्हणतात, 'गीताई वाचून झाल्यावर तिचा अभ्यास केल्यावर जे विचार मनात आले ते लिहिले. जिथे काही अयोग्य दिसले तिथे ते सांगितले. तसे करण्यात अनुवाद अधिक सरळ व्हावा, ही इच्छा होती. विनोबांच्या अनुवादाविषयी काही ठिकाणी मतभेद झाले तरी त्या अनुवादाची मूलभूत थोरवी मान्य करायलाच हवी. त्यांचा अनुवाद समोर होता म्हणूनच काही सूचना करणे, शक्य झाले. एरवी ते शक्य नव्हते.'

गीताईच्या अंतरंगाचे परीक्षण येथे संपले. आता दोन शब्द बहिरंगाविषयी. गीताईच्या मुखपृष्ठावर कृष्ण व अर्जुन रथात उभे आहेत, असे चित्र छापले आहे, पण अर्जुनाच्या रथावर 'कपियुक्तध्वज' दाखविला नाही, ही उणीव जाणवते.

डॉ. मेहेंदळे यांचे परीक्षण 'गीताई-वाचकां'पेक्षा 'गीताई-अभ्यासू विद्वानां'ना उपयुक्त आहे. सर्वसामान्यांसाठी 'गीताई', विद्वानांसाठी 'गीताई-चिंतनिका' व 'गीताई शब्दकोश', अशा क्रमाने व हेतूने विनोबांनी सर्व गीताविषयक ग्रंथांची रचना केली आहे. अधिक चिकित्सक लोकांसाठी शिवाजीराव भावे, जे गीताईचे आद्य प्रचारक आहेत, त्यांनी 'गीताईचे व्याकरण' लिहिले आहे, सामान्यांसाठी 'गीताई-नीतिकथा' लिहिल्या आहेत. ज्ञानेश्वरीचे जसे संत नामदेव प्रचारक तसे गीताईचे प्रचारक शिवाजीराव भावे व १२ वर्षांच्यावर गीताई-पदयात्रा काढणारे श्री. गाडे गुरुजी! असे भाग्य मराठीतील किती ग्रंथांना लाभले आहे?

■

प्रकरण दहावे

गीता-प्रवचने

'गीता' व 'भागवत' या दोन्ही संस्कृत ग्रंथांनी संस्कृतातील आत्मज्ञानी आचार्यांना ज्याप्रमाणे वेड लावले त्याचप्रमाणे मराठीतील संतांना-पंतांना व विनोबांसारख्या आधुनिक काळात झालेल्या आचार्यांनाही आपल्याकडे सतत आकर्षित करून घेतले. दोन्ही ग्रंथांचे प्रवक्ते भगवान श्रीकृष्ण आहेत. हे दोन्ही ग्रंथ आत्मज्ञानासारख्या अतींद्रिय विषयावर आहेत. 'गीता सुगीता कर्तव्या किम् अन्यैः शास्त्रविस्तरैः' अशा त-हेने अन्य शास्त्रांच्या नादी न लागता हे आत्मज्ञानरूपी मध चाखू पाहणारे भ्रमर गीतारूपी कमळात अडकून पडले. 'भगवद्गीता किंचित पचवली, तर यम त्याची चर्चा करणार नाही' असे आद्य शंकराचार्यांनी आपल्या चर्पटपञ्जरिकेत म्हटले आहे.

'गीता जाणा वाङ्मयमूर्ती श्रीप्रभूची' (ज्ञा.१८-१६८४)

असे ज्ञानेश्वर माउलींनी म्हटले आहे. गीतामिषाने जणू काही आनंदाचे आवारात मराठीचे संत-पंत व संस्कृतचे आचार्य हयातभर बागडले. त्यांनी त्या बागडण्याचा आनंद स्वतः तर लुटलाच, पण 'आनंदाचे डोही आनंद तरंग' म्हणत म्हणत त्या आनंदाचा प्रसाद इतरांनाही वाटला. त्यात त्यांनी यामध्ये भलत्या नरांना-लहान थोरांना-स्त्री शूद्रांनाही सामील करून घेतले. वेदांनी स्त्री-शूद्रांना वगळण्याचा जो कंजूसपणा केला होता, त्याची नुकसानभरपाई गीता-भागवताने केली. तुकोबांचा देह तर गीता-भागवतावर पोसला गेला, म्हणून 'गीता-भागवत करिती पारायण। आणिक चिंतन विठ्ठलाचे।' असा त्यांनी गीतेचा व भागवताचा गौरव केला आहे. 'विचारपोथी'तील १/८ चिंतन गीतेविषयी आहे, इतके गीतेच्या वातावरणात विनोबा रमून गेले. लोकमान्य टिळकांच्या 'गीतारहस्या'चा गौरव करताना कवी गोविंद यांनी म्हटले आहे-

‘टिळक नव्हे, हे श्रीगीतेचे हृदय प्रकट जाहले।
विद्वत्तेच्या अंकावरती देशभक्ति खेळते।’

(कविता : टिळकांची भूपाळी)

विनोबांच्या गीता-प्रवचनांविषयी आपणास काय म्हणता येईल? जसे तुकारामांनी म्हटले आहे, ‘देव पाहायला गेलो। देव होऊनिया ठेलो।’ तसेच काहीसे म्हणता येईल खरे! गीता पाहण्यास, वाचण्यास विनोबा गेले आणि गीतामय होऊन गेले. लोकमान्य टिळकांपूर्वी शंकराचार्यांनी गीतेचा लावलेला ‘संन्यासपर’ अर्थ लोकांमध्ये व विद्वानांमध्ये प्रचलित होता. ‘हा ग्रंथ साधू-संन्याशांसाठी! संसारी माणसांना त्याचा काही उपयोग नाही’ असेच तेव्हा समजले जायचे. पण लोकमान्यांनी कर्मयोगाचा -निष्काम कर्मयोगाचा- संदेश देऊन मरगळ आलेल्या मराठी मनाला चैतन्य दिले. गुलामीत थंड गोळ्याप्रमाणे झालेल्या देशाला स्वातंत्र्याची, सत्त्वाची व खऱ्या मोक्षाची जाणीव देऊन ‘स्वराज्य हा माझा जन्मसिद्ध हक्क आहे’ ही घोषणा दिली आणि तिच्यामागे निष्काम कर्मयोगाचे बळ उभे केले.

टिळकांआधी ‘भाष्यकाराते वाट पुसत’ गीतेवर ज्ञानेश्वर माउलीने आद्य शंकराचार्यांच्या पुढे जाऊन ‘चिद्विलास सिद्धान्त’ ज्ञानेश्वरीत नटविला. तुकारामांनी, ‘तुका म्हणे मज घडो त्यांची नित्य सेवा। तरी माझ्या दैवा पार नाही।।’ असे कृतज्ञतेचे व कृतकृत्यतेचे उद्‌गार गीता-भक्तांविषयी काढले. दासोपंतांनी दररोज ढब्बू पैशाची शाई खर्च करून ‘गीतार्णव’ लिहून काढला, तर वामन पंडितांनी आपले पांडित्य पणाला लावून, इतर शास्त्रांची दुकानदारी न करता, भवबंधन तोडणाऱ्या गीतेवर ‘यथार्थ दीपिका’ लिहिली.

अर्वाचीन काळात गीतेचे फार मोठे अध्ययन लोकमान्य टिळकांनी करून
‘कर्मण्येवाधिकारस्ते मा फलेषु कदाचन।’ (भगवद्‌गीता २-४७)
हा गीतेचा संदेश सर्व जगात पसरविला. लोकमान्य टिळकांच्या या ग्रंथामुळे पाश्चात्त्य लेखकांचेही लक्ष या गीताग्रंथाकडे वेधले आहे. या ग्रंथाबद्दल जसा चमत्कार आढळतो, तसाच तो ज्या परिस्थितीत रचला गेला, त्या परिस्थितीचेही आश्चर्य वाटते. जीवनाच्या कुरुक्षेत्रात भगवान श्रीकृष्णांनी तो सांगितला.

ज्ञानेश्वर-तुकोबा-अरविंद-गांधी- विनोबा यांनीही तो जीवनाच्या रणक्षेत्रातच पदोपदी ‘आधार’ म्हणून घेतला. त्याचे प्रवक्ते भगवान श्रीकृष्णांचा जन्म तुरुंगात झाला! जणू तुरुंग आणि गीता यांचा काही अन्योन्य संबंध आहे, असे परिस्थितीने सिद्ध केले. लोकमान्य टिळकांनी मंडालेच्या तुरुंगात गीतारहस्याची रचना केली, योगी अरविंदांना अलीपूरच्या तुरुंगात भगवान श्रीकृष्णाचे दर्शन झाले, विनोबांनीही

धुळ्याच्या तुरुंगात गीता-प्रवचनांना जन्म दिला. प्रत्येक अभ्यासकाला प्रत्येक शतकात गीतेमध्ये नवनवीन असे काही अनुभवाचे रत्न आढळले आणि त्याने तो वेडावला व जगालाही वेड लावले. गीताग्रंथाने हा असा अद्‌भुत चमत्कार घडविला आहे. असे हे गीतेचे तत्त्वज्ञान 'नित्यनूतन'आणि म्हणूनच शाश्वत आहे.

सतत पन्नास वर्षांहून अधिक काळ गीतेचे अध्ययन करणारे दोन महान जीवनसाधक मराठीत होऊन गेले. एक पूज्य आचार्य विनोबा भावे व दुसरे डॉ.ग.श्री.खैर. दोघेही दिवंगत झालेले आहेत; पण गीतेच्या अभ्यासाने वेडावून जो आत्मज्ञानाचा प्रसाद मराठी वाचकांसाठी ते ठेवून गेले, त्या प्रसादाने मराठी वाचकांच्या चित्ताचा मळ धुतला जाऊन हा वाचकवर्ग सदोदित द्राक्षवेलीच्या मंडपाखाली बसण्याचा अनुभव घेत राहील, हे निश्चित!'नास्ति येषां यश:काये जरामरणजं भयम्' ही भर्तृहरीची उक्ती अशा या महान साधकांना लागू होते. डॉ.खैरांनी 'मूळ गीतेचा शोध','जीवनात गीता' हे ग्रंथ एका चिंतकाच्या व संशोधकाच्या दृष्टीतून लिहिले; तर विनोबांनी साधकाच्या दृष्टिकोनातून 'गीताई', 'गीता-प्रवचने', 'गीताई चिंतनिका', 'गीताई शब्दार्थ कोश', 'स्थितप्रज्ञ दर्शन' हे ग्रंथ सादर केले.

गीतेने आता साधू-संतांच्या प्रांतातून देशभक्तांच्या हृदयात प्रवेश केलेला दिसतो. म. गांधी, श्री. अरविंद, डॉ.ॲनी बेझंट या देशभक्तांना गीता ही दैनंदिन जीवनात उपयुक्त असणारी, प्रेरणा देणारी संजीवनी वाटली. शरीराच्या गुलामगिरीत माणसे अडकली होती. त्यामुळे त्यांना इंग्रज सरकारच्या गुलामगिरीविषयी काही खंत वाटत नव्हती, तेव्हा त्यांना प्रथम शरीराच्या गुलामगिरीतून सोडवले पाहिजे यासाठी गांधीजी गीतेच्या अध्ययनाकडे वळले. अहिंसा-सत्य-अस्तेय-अस्वाद ही सर्व दैवी संपत्ती गीतेतून घेऊन तिच्या अग्रभागी 'सर्वत्र भयवर्जन' या व्रताची त्यांनी योजना केली. महात्माजींवर गीतेचा फार मोठा परिणाम झाला. आपल्या देशभक्तीला 'अनासक्तीयोग' असे त्यांनी नाव दिले. गीतेविषयी त्यांना अपार आदर होता. त्यांनी गीतेवर आपले चिंतन 'गीताबोध' या नावाने प्रसिद्ध केले. गीतेविषयी आदर व्यक्त करताना महात्माजी म्हणतात-

'गीता शास्त्रों का दोस्त है। मैंने कही पढा था कि सारे उपनिषदों का निचोड उसके सातसो श्लोको में आ जाता है। इस लिए मैंने निश्चय किया कि, कुछ न हो सके तो भी गीता का ज्ञान प्राप्त कर लूँ। आज गीता मेरे लिए केवल बाइबल नही है, केवल कुरान नही है, मेरे लिए वह माता हो गयी है। मुझे जन्म देनेवाली माता तो चल गयी है, पर संकट के समय गीता माता के पास जाना मैं सीख गया हूँ। मैंने देखा है कि, जो कोई इस माता को शरण जाता है उसे ज्ञानामृत

से वह तृप्त करती है।'

गीतेचे हे मंथन पूज्य महात्माजींनीही १९३० साली येरवड्याच्या तुरुंगात असताना केले आहे, हाही एक योगायोग म्हणावा! एका मित्राने त्यांना पत्र लिहिले, 'मी अनासक्तीयोग वाचतो, पण मला तो समजत नाही.' त्यावरून 'गीताबोध' ग्रंथाची कल्पना आपल्याला सुचली, असे गांधीजींनी प्रस्तावनेत म्हटले आहे. ग्रंथाला जोडलेल्या प्रास्ताविकात येरवडा जेलमध्ये १९३० साली असताना गांधीजी म्हणतात,

'गीता अर्थात् गाई हुई। इसमें उपनिषद् अध्याहार है। अत एव संपूर्ण अर्थ गाया हुआ उपनिषद् हुआ। उपनिषद् अर्थात् ज्ञान या बोध; इसलिए गीता का अर्थ श्रीकृष्ण का अर्जुन को दिया हुआ बोध हुआ। हमें यह समझ कर गीता पढनी चाहिए कि, हमारी देह में अन्तर्यामी श्रीकृष्ण-भगवान् आज विराजते हैं। और, जब अर्जुन के समान जिज्ञासु बन कर धर्म-संकट में अन्तर्यामी भगवान् को पूँछते है, उसकी शरण जाते है, तब वह हमें शरण देने को तैयार ही रहते हैं। हम सोये हुए है। अन्तर्यामी तो हमेशा जागता है। वह इस बात की बाट जोह रहा है, कि हम में जिज्ञासा पैदा हो। पर हमें तो सवाल पूँछने नही आते। सवाल पूँछने को मन भी नही होता।' आणखी पुढे ते म्हणतात, 'जब जब मुसीबत में पडते है, तब तब अपनी मुसीबतें दूर करने के लिए हम गीता की शरण जाते है। और उससे आश्वासन लेते है। इसी दृष्टी से गीता पढनी है।इस भाँती नित्य गीता का मनन करनेवालों को उसमें से नित्य नये अर्थ मिलेंगे।'

याच पुस्तकाच्या भूमिकेमध्ये गांधीजी म्हणतात, ''विषय ही जहाँ कठीन हो, वहाँ सरल भाषा क्या कर सकती है? इसलिए अब विषय को ही सरल रीतीसे रखने का प्रयत्न करना चाहता हूँ। जिस वस्तु का हम उठते बैठते उपयोग करना चाहते है, उसी ग्रंथ को जितनी रीतीयों से, जैसे भी समझा जा सके, वैसे समझने और बार बार उसका मनन करने से अंत में हम तन्मय हो जाते है।''

या उताऱ्यावरून दिसून येईल की, गांधीजींचा 'आतला आवाज' हा जो शब्दप्रयोग नावाजला, तो शब्दप्रयोग म्हणजे त्यांच्या हृदयात बसलेला परमेश्वर! आणि संकटाशी सामना करताना या ग्रंथातून आश्वासन मिळेलच अशी श्रद्धा गांधीजींनी आपल्या आश्रमीय परिवारात निर्माण केली, शिवाय

'साचचि बोलाचे नव्हे हे शास्त्र' (ज्ञा.१५-५७६)

हे ज्ञानेश्वर माउलींनी गीतेविषयी काढलेले उद्‌गार आचरणात आणून गांधी, विनोबांनी खरेही केले. संतांनंतर लोकमान्य टिळक, गांधी व विनोबा यांनी गीतेच्या अभ्यासात टाकलेले, हे पुढचे पाऊल आहे. टिळकांपेक्षा गांधींचे व गांधींपेक्षाही

विनोबांचे पाऊल गीतेच्या अभ्यासात पुढे पुढे पडलेले आहे, हे त्यांच्या जीवनाने व मृत्यूने सर्व जगाला दाखवून दिले आहे. पुस्तकात पडून राहिलेला गीतेचा संदेश बाहेर काढून स्वत: आचरून सर्व जगासमोर ठेवला व आपल्या विनोबा, महादेवभाईंसारख्या अनुयायांनाही तशी स्फूर्ती दिली, हे गांधी व गीता यांच्या संदर्भात न विसरण्यासारखे आहे.

'पडता जडभारी। दासी आठवावा हरी।
मग तो होऊ नेदी सीण। आड घाली सुदर्शन।'

(तुकारामांची गाथा)

किंवा

'हरीच्या भक्ता। नाही भय चिंता।' (तुकारामांची गाथा)

किंवा

'जेथे जातो तेथे तू माझा सांगाता' (तुकारामांची गाथा)

हा अनुभव गांधी-विनोबांना जन्मभर आला. इंग्रजांच्या सत्तेपेक्षा ईश्वरीसत्ता त्यांना श्रेष्ठ वाटली, म्हणून त्या सत्तेला शरण जाऊन तिची मदत घेऊन ते इंग्रजी सत्तेला घालवू शकले! त्यातून हृदय परिवर्तनाची प्रक्रिया ते घडवू शकले. दुसऱ्या कोणापेक्षाही गांधीजींचा प्रभाव विनोबांवर अधिक पडला. म्हणून बर्फाने वेढलेल्या स्थूल हिमालयाकडे न जाता, स्थिर बुद्धीचा हिमालय असलेले गांधीजी त्यांना भावले व त्यांच्याच आज्ञेत ते जन्मभर राहिले. गीतेचा अभ्यास तर त्यांचा होताच, पण 'महापुरुषसंश्रया'मुळे त्या अभ्यासाला एक भव्यता, दिव्यता व महानता ते देऊ शकले. शिवाय 'डोक्यात हिमालय व हृदयात ज्वालामुखी' असणाऱ्या गांधीजींमध्ये त्यांना गीतेचे प्रात्यक्षिक दिसले. गीतेतील स्थितप्रज्ञाचा सहवास व शिष्यत्व त्यांना लाभले. तेच अभ्यासाच्या, वैराग्याच्या व चिंतनाच्या जोडीने त्यांच्या नवनवोन्मेषशालिनी प्रज्ञेने प्रतिभेच्या मदतीने शब्दांत मांडले.

विनोबांचा धुळे तुरुंगवास :

विनोबा धुळ्याच्या तुरुंगात कसे आले हे जाणणे आवश्यक आहे. याविषयी त्यांचे मित्र गोपाळराव काळे यांनी लिहिलेल्या लेखावरून असे दिसते की[१] महात्मा गांधींना मुंबई येथे भेटायला गेलेले विनोबा व गोपाळराव काळे ३ जानेवारी १९३२ ला मुंबईहून धुळ्याला रात्रीच्या गाडीने निघाले. ४ जानेवारीला सकाळी ते धुळे येथे श्री.रामेश्वरजी पोतदार यांच्याकडे त्यांच्या निमंत्रणाप्रमाणे थांबले. मात्र ५ तारखेला आम्ही धुळ्याहून जळगावला निघालो, ही गोपाळराव काळे यांनी या

लेखात दिलेली माहिती बरोबर दिसत नाही. धुळ्याचे श्री.कांतीलालभाई गुजराथी यांनी लिहिलेल्या गीता-प्रवचने सुवर्णमहोत्सवी अंकातील लेखावरून[२] असे दिसते की, राजवाडे संशोधन मंडळाच्या नवीन बांधलेल्या इमारतीचे उद्घाटन करण्यासाठी श्री.रामेश्वरजी पोतदार यांच्या आग्रहावरून, राजवाडे मंडळाच्या धुळ्यातील पदाधिकाऱ्यांनी विनोबांना आमंत्रित केले होते. त्याप्रमाणे ते ४ जानेवारीला धुळ्यात आलेले दिसतात, कारण 'राजवाडे संशोधन मंडळ, धुळे' च्या सुवर्णमहोत्सवी अंकात ५ जानेवारी १९३२ रोजी मंडळाच्या इमारतीचे उद्घाटन विनोबांच्या उपस्थितीत झाल्याचे दिसते.[३] त्या संदर्भात भाषण केल्यानंतर; लोकमान्य उद्यान-धुळे, येथेही विनोबांचे व्याख्यान झाल्याची नोंद उपरोक्त लेखात कांतीलालभाई गुजराथींनी केलेली आहे. 'बाबा शहर में दो-तीन दिन रूके होंगे' असाही मजकूर कांतीलालभाईंच्या लेखात आला आहे.

धुळ्यातील या भाषणांचा राग तत्कालीन इंग्रज सरकारला आला. या भाषणांनंतर विनोबा धुळ्याहून जळगावला गेले. तेथील अण्णासाहेब दास्ताने यांच्या पिंप्राळे येथील बेकायदा (इंग्रज सरकारच्या मते) आश्रमात प्रवेश केल्याचे निमित्त दाखवून विनोबांवर जळगाव कोर्टात खटला भरला गेला आणि शिक्षा झाल्यानंतर १५-१६ जानेवारी १९३२ च्या सुमारास त्यांची धुळे कारागृहात रवानगी झाली. अशा रीतीने धुळ्याचा कार्यक्रम आटोपून जळगावमार्गे वर्ध्याला जाण्याच्या तयारीत असणाऱ्या विनोबांना परत धुळ्याच्या कारागृहात यावे लागले. आधी उल्लेख केलेल्या गोपाळराव काळे यांच्या लेखावरून असे दिसते की, विनोबांना 'ब'वर्ग देण्यात आला होता.

गोपाळराव व विनोबा यांना सहा महिन्यांची शिक्षा जळगावच्या कोर्टाने सुनावली. विनोबा व गोपाळराव काळे यांचे हात एकाच लोखंडी बेडीत बांधले गेले होते, यावरून विनोबा त्या वेळी किती किरकोळ प्रकृतीचे होते, ते समजते.

गीता-प्रवचनांचा जन्म :

धुळे तुरुंगात आल्यावर विनोबांनी त्यांच्या वर्तनाने तुरुंगाला आश्रमाचे स्वरूप दिले. तुरुंगाधिकारी व सत्याग्रही कैद्यांमधील संघर्ष थांबविला. तुरुंगात नेमून दिलेल्या कामांव्यतिरिक्त विनोबांचा गीताभ्यास व गीताचिंतन नेहमीप्रमाणे सुरू असे.

धुळे तुरुंगात त्या वेळी जमनालालजी बजाज, साने गुरुजी, बाळुभाई मेहता आदि सत्याग्रही सहकारी कारावास भोगत होते. विनोबांच्या गीताभ्यासाबद्दल व गीताचिंतनाबद्दल या सर्वांना चांगलीच माहिती होती. म्हणून या सर्व सहकारी

राजकीय कैद्यांनी विनोबांना गीतेवर प्रवचने देण्याची विनंती केली. त्यानुसार २१ फेब्रुवारी १९३२ पासून १९ जून १९३२ पर्यंत, दर रविवारी एक अशी एकूण १८ प्रवचने विनोबांनी धुळे तुरुंगात दिली. 'गीता-प्रवचनां'चा धुळे तुरुंगात हा असा जन्म झाला. गीता-प्रवचनांनी धुळे-तुरुंग जणू पावन झाला व 'धुळे' गाव मराठी भाषेसहित जगाच्या नकाशावर आले.

विनोबांचे त्या वेळचे छायाचित्र पाहिले, तर किडकिडीत शरीरयष्टी असणाऱ्या या माणसाने मराठी साहित्यसृष्टीत 'गीता-प्रवचने'रूपी वाक्‌गंगा आणून त्यात सर्व लोकांचे ताप-पाप धुण्याचे महान कार्य केले आहे, यावर कोणाचा सहसा विश्वास बसणार नाही.

गीताध्याय व गीता-प्रवचने :

प्रवचने ऐकणे ही आपली भारतीय परंपरा शेकडो वर्षांपासून चालत आलेली आहे. अशी प्रवचने बहुधा देवळात होतात. 'गीता-प्रवचने' धुळ्याच्या तुरुंगात झाल्यामुळे, प्रवचने देवळात झाली पाहिजे हा रूढ पायंडा त्यांनी मोडला, हे लक्षात घ्यायला हवे. सर्व जगाला विश्वात्म्याचे देऊळ मानणाऱ्या विनोबांनी, देवळाऐवजी तुरुंगात प्रवचने दिल्याने काय फरक पडला? खरोखर, प्रवचनाला जातात तरी किती लोक? आणि जातात ते म्हातारेकोतारे भाविक, शिवाय त्यांची संख्याही तशी अल्प असते, कारण प्रवचन म्हटले म्हणजे त्यात तोच तो अध्यात्म विषय, माया-ब्रह्मज्ञान इत्यादी शब्दांत चघळलेला असेल, असे बहुतेकांना वाटते आणि पुष्कळ वेळा ते खरेही असते. त्यात जर प्रवचनाला रुक्षपणाची व क्लिष्टतेची जोड मिळाली, तर ऐकणाऱ्यांना चक्क झोप येऊन ते डुलक्या घ्यायला लागतात व ज्यांना तेवढेही सहन होत नाही; ते तर तेथून लगेच उठून जातात आणि पुन्हा त्या वाटेला जाण्याची हिंमतसुद्धा करीत नाहीत.

'प्रवचन' म्हणजे ज्यात ज्ञान, भक्ती व कर्माचा प्रकर्ष झाला आहे, अशी कृती. ती जर भावोत्कट व रसाळ असेल, तर आध्यात्मिक नसणाऱ्यांनाही आपल्याकडे आकर्षित करते, कारण विनोबांनी म्हटल्याप्रमाणे शेवटी साहित्याचे किंवा काव्याचे स्वरूप हे लेखकाच्या मर्जीपेक्षा वाचकांच्या मर्जीवर ठरते. ज्या अर्थी 'गीता-प्रवचने' पन्नास वर्षांनंतर केवळ मराठी भाषिकांनाच नव्हे, तर सर्व भारतीय व परदेशातील भाषिकांना अजूनही गोडी लावतात, त्या अर्थी त्यात काहीतरी सुंदर असे असले पाहिजे. पण त्याशिवायही आणखी 'काही बरेच सुंदर' या प्रवचनांमध्ये आहे, ते म्हणजे गीतेचा विनोबांनी दाखवलेला नवीन अर्थ. प्रत्येक

अध्यायाचे विवेचन करताना संतांची-उपनिषदांची काही पदे विवेचनाच्या ओघात गीता-प्रवचनांमध्ये आली आहेत. त्यांची यादी व संख्या १२६ अशी देऊन आचार्य शिवाजीराव भाव्यांनी ती सर्व पद्यवचने 'पद्य वचनों का अवलोकन' या शीर्षकाखाली गीता-प्रवचनांच्या सुवर्णमहोत्सवानिमित्त निघालेल्या स्मरणिकेत दिलेली आहेत. संतांचा तो प्रसादही गीतेच्या संदेशाबरोबर श्रोत्यांना दिल्यामुळे प्रवचने मधुर, प्रगल्भ व भावोत्कट झाली आहेत.

पहिल्या अध्यायाच्या प्रारंभी कुरुक्षेत्रात युद्धासाठी आलेला अर्जुन अहिंसावृत्तीने नव्हे, तर स्वजनासक्तीनेच मोहित झाला होता. त्यामुळे त्याच्या शरीराला कापरे भरले. हा स्वजनासक्तीचा मुद्दा समजावून सांगताना विनोबा एक गोष्ट सांगतात,

'एक न्यायाधीश होता. शेकडो अपराध्यांना त्याने फाशीची शिक्षा दिली होती. परंतु एके दिवशी त्याचा स्वत:चा मुलगा खुनी म्हणून त्याच्यासमोर उभा करण्यात आला. त्याच्यावरचा खुनाचा आरोप सिद्ध होऊन त्याला फाशीची शिक्षा देण्याची न्यायाधीशावर पाळी आली, पण तसे करताना तो न्यायाधीश कचरला.' तो बुद्धिवाद बोलू लागला, 'फाशीची शिक्षा अमानुष आहे, ती देणे मनुष्याला शोभत नाही. मनुष्याला सुधारण्याची आशा त्यामुळे नष्ट होते. खून करणाऱ्याने भावनेच्या भरात खून केला. परंतु त्याच्या डोळ्यांवरचा खून उतरल्यावर त्या माणसाला गंभीरपणे उचलून फासावर लटकवून मारायचे, हे समाजाच्या माणुसकीला लाजिरवाणे व काळिमा फासणारे आहे.'

या गोष्टीपूर्वी विनोबा म्हणतात, 'कर्तव्यनिष्ठ मनुष्य मोहयुक्त झाला तरी नागडी कर्तव्यच्युती त्याला सहन होत नाही. तो तिला एखादा सद्विचार नेसवितो. अर्जुनाचे असेच झाले.'

विनोबांनी अर्जुनाची स्वजनासक्ती समजावून सांगितली ती न्यायाधीशाच्या स्वजनासक्तीतून. अर्जुन हा अतिशय बुद्धिमान व सद्गुणांचा पुतळा!

'पांडवानां धनंजय:' (भगवद्गीता : १०-३७) :

असे ज्याच्याकडे पाहून भगवंतांनी स्वत:चे वर्णन केले, अशा उच्च कोटीचा! त्यालाही स्वजनासक्तीच्या मोहातून कसे सुटता येत नव्हते, यासाठी ही गोष्ट. असे स्वजनासक्तीत सापडणारे न्यायाधीश खुनाचा न्याय करता करता न्यायाचाच खून करतात! सर्वसामान्य माणसांपुढे 'न्यायदेवता आंधळी असते' एवढेच असते, पण आंधळी न्यायदेवता स्वजनासक्तीच्या मोहात सापडली म्हणजे किती ठार आंधळी होऊन न्यायाचा खून करून, वर बुद्धिवादाच्या गप्पा मारते हे विनोबांनी या गोष्टीद्वारे चांगले ठसविले आहे. भगवंतांनीसुद्धा अशा स्वजनासक्तीत

सापडून बुद्धिवादाच्या गप्पा मारणाऱ्या अर्जुनाला

'प्रज्ञावादान् च भाषसे' (भगवद्‌गीता ; २-११)

या शब्दांत फटकारले आहे. तो फटका मायबोलीतून असा काही या गोष्टीतून विनोबांनी मारला आहे की, हृदयात खोल जाऊन ऐकणाऱ्याच्या स्वजनासक्तीला खिळखिळा करून त्याला चित्तशुद्धी देतो व त्याचा बुद्धिवाद कसा लटका आहे, हे सुचवितो.

गीतेच्या दुसऱ्या अध्यायात काय सांगितले आहे याविषयी चर्चा करताना विनोबा म्हणतात,

'दुसऱ्या अध्यायात जीवनाचे तीन महासिद्धान्त मांडलेले आहेत ;

१) आत्म्याची अमरता व अखंडता.

२) देहाची क्षुद्रता.

३) स्वधर्माची अबाध्यता.

यातील स्वधर्माचा सिद्धान्त कर्तव्यरूप आहे आणि बाकीचे दोन ज्ञातव्य आहेत.'

यानंतर स्वधर्माचे विवेचन करताना या परिच्छेदात विनोबा पुढे म्हणतात, 'आपल्या जन्माबरोबरच स्वधर्मही जन्मतो किंवा तो आपल्या जन्माच्या आधीच आपल्यासाठी तयार असतो, असेही म्हणता येईल, कारण तो आपल्या जन्माचा हेतू आहे. तो पार पाडण्यासाठी आपण जन्मलो आहोत. स्वधर्माला कोणी पत्नीची उपमा देतात; आणि पत्नीचा संबंध ज्याप्रमाणे अविच्छेद्य मानला आहे, त्याप्रमाणे स्वधर्माचा संबंध अविच्छेद्य आहे, असे वर्णन करतात. मला हीही उपमा गौण वाटते. मी स्वधर्माला आईची उपमा देतो.'

त्यानंतर आत्म्याची अखंडता, अमरता व देहाची क्षुद्रता समजावून सांगताना याच परिच्छेदाच्या पुढे विनोबा म्हणतात, "मी मरतुकडा देह नव्हे, देह केवळ वरचा क्षुद्र पापुद्रा आहे, हा एक सिद्धान्त. मी कधीही न मरणारा, अखंड आणि व्यापक आत्मा आहे, हा दुसरा सिद्धान्त. हे दोन्ही मिळून एक पूर्ण तत्त्वज्ञान होते.'

यानंतर देहाची क्षुद्रता वर्णन करताना आत्मस्वरूपाचे भान देताना विनोबांच्या वाणीला जो बहर आलेला आहे तो वाचताना आपण स्तिमित होतो.

वास्तविक 'इस तन धन की कौन बढाई' असे कबिरासारख्या अनेक संतांनी म्हटल्यावरही देहाची आसक्ती सुटलेली दिसत नाही. त्यामुळे मरणाचे भय वाटते व हातून पराक्रम होत नाही. पारतंत्र्यात राहण्याचे देहासक्ती हेही एक प्रबळ कारण

आहे, अशा आशयाचे विवेचन करून देहाच्या मरणाचे भय लोकांना कसे वाटते, हे स्पष्ट करताना विनोबा म्हणतात, 'मरण हा तर शब्दही आम्हाला सहन होत नाही. मरणाचे नाव काढणे अभद्र वाटते.

'अगा मर हा बोलु न साहती।आणि मेलिया तरी रडती ।।'

(ज्ञानेश्वरी : ९-५१३)

असे ज्ञानदेवांना दुःखाने लिहावे लागले आहे.'

किती सुलभ व स्पष्ट शब्दांत हे विवेचन झाले आहे! त्याला ज्ञानदेवांचे अवतरण देऊन ते प्रासादिक बनविल्यामुळे हृदयंगमही वाटते. अशा सुलभ व स्पष्ट विवेचनातून जीवनविषयक सिद्धान्त सांगणे, हेही गीता-प्रवचनांचे वैशिष्ट्य आहे. देहासक्तीचे वर्णन करताना विनोबांनी, 'देहासक्ती दूर सारल्याशिवाय खऱ्या प्रेमाचा उदयच होत नाही' हे सिद्धान्तवजा वाक्य सहजरीत्या सांगितले आहे.

यामुळेच दुसरा अध्याय फार महत्त्वाचा! कर्मयोगाचा सिद्धान्त सांगणाऱ्या दुसऱ्या अध्यायातच गीता संपते, असे आपले एक मत विनोबांनी मांडले आहे असा 'विनोबा जीवन दर्शन' या पुस्तकात उल्लेख आहे. दुसऱ्या अध्यायाचा सारांश विनोबा पुढीलप्रमाणे सांगतात :

१) अधर्म आणि परधर्म या आडवाटा वर्जून साधकाने स्वधर्माचा सहज आणि सरळ मार्ग धरावा आणि स्वधर्माची कास कधीही सोडू नये.

२) देह क्षणभंगूर आहे, हे लक्षात घेऊन तो स्वधर्मकारणी वापरावा आणि स्वधर्मकारणीच जरूर तेव्हा फेकून द्यावा.

३) आत्म्याच्या अखंडतेचे आणि व्यापकतेचे भान सतत जागृत राखून चित्तातून स्व-पर-भेद काढून टाकावा. हा जीवनाचा मुख्य सिद्धान्त भगवान सांगत आहेत.

पण हे सिद्धान्त सांगत असताना ते आचरणात आणणे कसे आवश्यक आहे आणि त्याच्याने जीवनात काय परिवर्तन होते हे -

'नरदेहाचेनि साधने। सच्चिदानंदपदवी घेणे।।' (तुकारामांची गाथा)

या संत-वचनाचे उदाहरण देऊन सांगतात. त्याचप्रमाणे फलत्यागाची दोन उदाहरणे सांगतानासुद्धा तुकारामांनी शिवाजी महाराजांनी दिलेला नजराणा परत करून फलत्याग केला, हे पहिले उदाहरण देतात. पण त्या फलत्यागाच्या क्रियेमागे कोणती भावना होती, हे समजावून सांगताना विनोबा बोलण्याच्या ओघात-

'जाणोनि अंतर। टाळिसील करकर
तुज लागली हे खोडी। पांडुरंगा बहु कुडी।।'

(तुकारामांची गाथा)

हे तुकारामांचे अभंग-बोल ऐकवितात व पुंडलिकाने आई-बापाची सेवा करताना प्रत्यक्ष देवाला उभे केले हे फलत्यागाचे दुसरे उदाहरण देतात. पुंडलिकाच्या सेवाभक्तीचे कौतुक करताना-

'का रे प्रेमे मातलासी। उभे केले विठ्ठलासी।
ऐसा कैसा रे तू धीट। मागे भिरकाविली वीट।।'

(तुकारामांची गाथा)

ही तुकारामांची अभंगवाणी लगेच ऐकवतात! आधीच विनोबांचे विवेचन प्रासादिक, भक्तीने भिजलेले, प्रेमाने ओथंबलेले व हरी रंगात रंगलेले, तशात त्याला संतांच्या अमृतवाणीची जोड! यामुळे ते विवेचन व त्यातील शब्द खोल जाऊन हृदयाला भिडतात व भक्तीचा ओलावाही जाता जाता देऊन जातात.

आधीच इक्शुदंड गोड। वरी आले शर्करेचे घड।।

या मुक्तेश्वराच्या ओवीची आपणास या ठिकाणी आठवण येते.

तिसऱ्या अध्यायावर प्रवचन करताना, कर्मयोगाची खुबी सांगताना विनोबा म्हणतात, 'कर्मयोगात हीच सारी खुबी आहे. कर्म हे नोटेप्रमाणे आहे. भावनेच्या शिक्क्याला किंमत आहे, कर्माच्या कपट्याला नाही. कर्म म्हणजे दगड, कपटा, चिटोरे. आईने वेड्यावाकड्या चार ओळी कपट्यावर लिहून पाठविल्या आणि दुसऱ्या कोणी पन्नास पानांचे सटरफटर पुडके लिहून पाठविले, तर वजन कशाचे अधिक?' असा दैनंदिन जीवनातील भावनेच्या ओलाव्याचा किमती दृष्टान्त देऊन लगेचच विनोबा, प्राचीन काळी विद्या समाप्त झाल्यावर आपल्या भक्तीने फूल ना फुलाची पाकळी देणाऱ्या विद्यार्थ्यांचे उदाहरण देऊन म्हणतात,

'पूर्वी शिकण्याआधी फी घेत नसत. बारा वर्षे शिकल्यावर जे द्यावेसे वाटेल ते द्यावे, अशी पद्धत होती. मनू सांगतात, 'दे गुरूला एखादे फूल, एखादा पंखा, एखादा खडावांचा जोड, एखादा पाण्याने भरलेला कलश.' ही काही थट्टा नाही. जे द्यावयाचे ते श्रद्धेचे चिन्ह म्हणून द्यायचे. फुलाला वजन नाही, त्यातील भक्तीला ब्रह्मांडाचे वजन आहे.'

रुक्मिणीने एक्या तुळसीदळाने।
गिरिधर प्रभू तुळिला ।।

अशा संत वचनांची जोड प्रत्येक अध्यायात आढळते. विनोबा केवळ संतांच्या खांद्यावर उभे राहून विवेचन करीत नाही; तर संतांच्या चरणी लागून, त्यांच्या वाणीचे साह्य घेऊन आपल्या शब्दांमध्ये अभंगवाणीची ताकद निर्माण

करतात. विवेचन करताना मराठी संतवाणीचा एवढा समर्पक उपयोग, मराठी गद्यात इतरत्र क्वचित आढळतो.

चौथ्या अध्यायात कर्म-विकर्म-अकर्म यांच्या व्याख्या सांगितल्यावर विनोबा अकर्माची कला संतास पुसावी हा मुद्दा स्पष्ट करताना म्हणतात- ‘‘हे कर्माचे अकर्म कसे होते? ही कला कोणाजवळ पाहावयास मिळेल? संतांजवळ. अध्यायाच्या शेवटी भगवान सांगतात, संतांजवळ जाऊन बैस व धडे घे!’’ आपल्याला कदाचित असे वाटत असेल की, इतकी ग्रंथालये आहेत, एवढी दरसाल पुस्तके प्रसिद्ध होत आहेत, त्यात नाही का अकर्माची कला शिकण्याची संधी मिळणार? या आपल्या शंकेचे निरसन करताना विनोबा म्हणतात, ‘‘हल्लीच्या काळात पुस्तके स्वस्त झाली आहेत, आणा दोन आण्यरयत गीता, मनाचे श्लोक मिळतात. गुरू भरपूर आहेत. शिक्षण उदार व स्वस्त आहे. विद्यापीठे ज्ञानाची खिरापत वाटत आहेत, परंतु ज्ञानामृत भोजनाची ढेकर कोणी देत नाही. पुस्तकांचा हा ढीग पाहून संतसेवेची अधिकच गरज दिवसेंदिवस भासू लागली आहे. पुस्तकांच्या मजबूत कापडी बाईंडिंगच्या बाहेर ज्ञान येत नाही. एक अभंग मला अशा प्रसंगी नेहमी आठवतो-

‘काम-क्रोध आड पडले पर्वत
राहिला अनंत पलीकडे।।’ (तुकारामांची गाथा : क्षेपक अभंग)

काम-क्रोधांच्या पर्वतापलीकडे नारायण असतो. त्याप्रमाणे या पुस्तकांच्या राशीमागे ज्ञानराजा लपून बसला आहे. पुस्तकालये व ग्रंथालये सर्वत्र झळकत असता अजूनही मनुष्य सर्वत्र संस्कारहीन व ज्ञानहीन असा माकडच दिसून येत आहे.’’

अशा रीतीने पुस्तकांना नव्हे तर संतांना शरण जाऊन जीवनातील अकर्माची कला शिकावी, हा चौथ्या अध्यायातील विचार, तुकारामांच्या अभंगातील एक चरण विवेचनाच्या ओघात सांगून विनोबांनी सादर केला आहे.

पाचव्या अध्यायात कर्म, विकर्म व अकर्म याबाबत सविस्तर विवेचन विनोबांनी केलेले आहे. त्यात ते म्हणतात, ‘आपल्या मनाचे स्वरूप समजून येण्यासाठी कर्माचा फार उपयोग आहे. कर्म करताना जे दोष दिसतील, ते दूर करण्यासाठी विकर्माची योजना करायची. कर्म सहज झाले तर त्याचे अकर्म होते. सहज कर्मालाच अकर्म म्हणतात.’

‘कर्म, विकर्म व अकर्म मिळून सर्व साधना पूर्ण होते. कर्म ही स्थूल वस्तू आहे. जे स्वधर्मकर्म आपण करू त्यामध्ये आपल्या मनाचा सहकार असावा. जे

मानसिक शिक्षणाचे कर्म करायचे ते विकर्म, विशेष कर्म किंवा सूक्ष्म कर्म होय. कर्म व विकर्माचा प्रयोग एकत्रित करता करता अकर्माची भूमिका तयार होते.'

सहाव्या अध्यायाच्या विवेचनात विनोबा आरंभी स्पष्ट करतात की, कर्मयोगाची भूमिका ही संन्यासाच्या भूमिकेपेक्षा वेगळी दिसली तरी ती अक्षरशः एकरूप आहे, फक्त दृष्टीत फरक आहे. ध्यानयोग साधण्यासाठी चित्ताची एकाग्रता किती आवश्यक आहे हे सांगताना विनोबा ध्यानयोगातील तीन प्रमुख गोष्टी सांगतात, त्या पुढीलप्रमाणे-

१) चित्ताची एकाग्रता, २) चित्ताच्या एकाग्रतेस उपयुक्त अशी जीवनाची परिमितता आणि ३) साम्यदशा किंवा समदृष्टी. या तीन वस्तू असल्याशिवाय खरी साधना होणार नाही, असेही ते म्हणतात. याशिवाय आणखीही दोन साधने विनोबा सांगतात, ती साधने म्हणजे वैराग्य व अभ्यास.

सातव्या अध्यायात परमेश्वराची साधना करण्यासाठी भक्ती, सकाम भक्ती व निष्काम भक्ती यासंबंधी विवेचन केलेले आहे. विकर्माची कला कशी साध्य करावी याचेही सुंदर विवेचन विनोबांनी केले आहे.

पुढे आठव्या अध्यायात 'जीवन म्हणजे सुसंस्कार-संयम' असा विचार मांडून 'शेवटचा दिस गोड व्हावा' असे वाटत असेल, तर मरणाचे स्मरण असावे, असे समर्थांच्या शब्दांत शीर्षक देऊन सांगितले आहे. ईश्वरचरणी एकाग्रता सारखी राहावी; वाणी, कान, डोळे सतत त्याच्या ठिकाणी राहावे (सातत्ययोग) म्हणून आमरण प्रयत्न करावे, असेही भगवंतांनी सांगितले आहे.

नववा अध्याय हा तर गीतेच्या मध्यभागी उभा राहिलेला अध्याय. त्याला ज्ञानेश्वर महाराजांनीच अशी उपमा दिली आहे. या अध्यायात राजयोग व राजविद्या समजावून सांगताना विनोबा म्हणतात, "हा जो वेदधर्म प्राचीन काळापासून रूढ होता; त्यात नाना साधना, क्रिया कल्प, नाना तपश्चर्या सांगितल्या आहेत. हे जे सर्व कर्मकांड, ते जरी निरुपयोगी नसले, तरी त्याला अधिकाराची गरज असे. ते कर्मकांड सर्वांना मोकळे नसे. झाडावरचा उंच नारळ चढून कोणी तोडावा, तो पुढे कोणी सोलावा, कोणी फोडावा? मला खूप भूक लागली असली तरी तो उंच झाडावरचा नारळ मला मिळावा कसा? मी खालून नारळाकडे बघतो, नारळ वरून माझ्याकडे बघतो. पोटातील आग अशाने का शमते? त्या नारळाची व माझी प्रत्यक्ष भेट होईपर्यंत सारे फुकट. या वेदातील नाना क्रियांतून अत्यंत सूक्ष्म विचार असायचे. सामान्य जनांस ते कसे कळणार? वेदमार्गाशिवाय मोक्ष नाही, परंतु वेदाचा तर अधिकार नाही. मग इतरांचे कसे व्हायचे?

म्हणून कृपाळू संत पुढे सरसावून म्हणाले, 'या वेदांचा रस काढू. या वेदांचे सार थोडक्यात काढून दुनियेला देऊ या.' म्हणून तुकाराम महाराज म्हणतात,

'वेद अनंत बोलिला। अर्थ इतुकाचि साधिला।।'

(तुकारामांची गाथा)

कोणता हा अर्थ? हरिनाम. हरिनाम हे वेदांचे सार. रामनामाने मोक्ष ठरला. स्त्रिया, मुले, शूद्र, वैश्य, अडाणी, दुबळे, रोगी, पंगू, सर्वांना मोक्ष मोकळा झाला. वेदांच्या कपाटात अडकलेला मोक्ष भगवंतांनी राजमार्गावर आणून ठेवला. मोक्षाची साधी, सोपी युक्ती. ज्याचे जे साधे जीवन, जे स्वधर्मकर्म, सेवाकर्म, तेच यज्ञमय का करता येणार नाही? दुसरे यज्ञयाग कशाला? तुझे साधे रोजचे सेवाकर्म हेच यज्ञरूप कर!

विवेचनाची किती ही सुगम पद्धती! मोक्षाची किती सोपी व्याख्या व रीत विनोबांनी सांगितली आहे. ज्यांच्यासाठी ती सांगितली आहे, त्यांना ती नीट समजेल अशा शब्दांत. पण ती सांगतानाही तुकारामांचे 'वेद अनंत बोलिला, अर्थ इतुकाचि सांगितला' हे अभंग बोल सहजगत्या उद्‌धृत केल्यामुळे, साखरभाताप्रमाणे असलेले विनोबांचे मधुर विवेचन तुकारामांच्या वरील अभंग बोलामुळे केशरयुक्त होऊन सुगंधी झाले आहे. गीता-प्रवचनातील विवेचनात संतांच्या बोलांचा हा मधुर व हृदयाला भिडणारा प्रसाद मोठ्या प्रमाणात सर्वत्र वाटलेला दिसतो. त्या गद्याला मधुरतेचा पोशाख व उत्कटतेची जी झालर प्राप्त झालेली आहे, ती भक्तिरंगात रंगल्यामुळेच!

कौमारे आचरेत् प्राज्ञो धर्मान् भागवतानिह।

या वचनाचा विनोबांवर खूप परिणाम झाला. शालेय व महाविद्यालयीन जीवनात त्यांनी संत वाङ्‌मयाला अभ्यासले व पचवले. आयुष्यभर संतांच्याच संगतीत राहिले. धुळ्यालाही 'गीता-प्रवचने' सांगताना ते तुरुंगाच्या नव्हे, तर संतांच्या संगतीत होते.

'संतांचे संगती मनोमार्गगती। आकळावा श्रीपती येणे पंथे।।'

(ज्ञानदेवांचे हरिपाठ)

याप्रमाणे संत संगतीत सदैव राहून त्यांनी भगवंत प्राप्त केला. त्यामुळे जणू काही भगवंताचे मनोगत या नवव्या अध्यायात ते सांगत आहेत, असे जाणवते. हरिनाम हे वेदांचे सार. ते प्या व स्वत:चे जीवन धन्य करा.

'नामामृत गोडी वैष्णवां लाधली। योगियां साधली जीवनकळा।।'

(ज्ञानदेवांचे हरिपाठ)

या ज्ञानदेवांच्या हरिपाठातील संदेशाची या ठिकाणी आपल्याला ते आठवण करून देतात. वेद अभ्यासण्यासाठी अधिकार लागतो आणि मगच मोक्षाचे द्वार खुले होते, पण येथे तसे नाही.

'या रे या रे लहान थोर । याती भलते नारी नर ॥'

(तुकारामांची गाथा)

याचीच पुनरावृत्ती विनोबा वरील विवेचनात करतात. वेदांच्या कपाटात अडकलेला मोक्ष सर्वसामान्यांना हरिनामाच्या राजमार्गावर आणून भगवंतांनी कसा सुलभ केला, हे विनोबांनी फार बहारदार रीतीने सांगितले आहे. मोक्षाविषयी सर्वसामान्यांच्या काही वेगळ्या कल्पना असतात. त्या दूर करताना तुकाराम महाराजांनी 'देवापाशी नाही मोक्षाचे गाठोडे' असे म्हटले आहे. म्हणून राजमार्गावर असलेला हा मोक्ष सहज कर्माने कसा प्राप्य आहे, हे समजावून सांगताना विनोबा पुढे म्हणतात, 'हा राजमार्ग आहे.

'यानास्थाय नरो राजन्न प्रमाद्येत कर्हिचित्।
धावन्निमील्य वा नेत्रे न स्खलेन्न पतेदिह॥' (भागवत: २-३५)

या मार्गाने डोळे मिटून धावत गेलात तरी पडणार नाही. दुसरा मार्ग 'क्षुरस्य धारा निशिता दुरत्यया' असा आहे. तलवारीची धारही जरा बोथट असेल, इतका वैदिक मार्ग बिकट आहे. रामाचे गुलाम होऊन राहण्याचा मार्ग सोपा आहे. एखादा इंजिनीअर हळूहळू उंची वाढवीत रस्ता वर वर नेतो व आपणास उंच शिखरावर बसवतो आणि इतके उंच जात आहोत, हे समजूनही येत नाही. ही जशी त्या इंजिनिअरची खुबी, तशीच या राजमार्गाचीही आहे. जो मनुष्य जेथे कर्म करीत उभा आहे, तेथे त्या साध्या कर्मानेच परमात्मा गाठता येईल, असा हा मार्ग आहे.'

विनोबांच्या भाषणशैलीची सर्व वैशिष्ट्ये या वरील विवेचनात येऊन गेली आहेत. सुगम विवेचन, त्याला स्वतंत्र प्रज्ञेची जोड व ते नीट समजण्यासाठी जीवनातील सर्व परिचित दृष्टान्तांचे दाखले. शिवाय हे सर्व संतवाणी व उपनिषदांच्या वाणीरूपी मसाल्यात घोळलेले! 'जो कर्म जेथे करीत उभा आहे, तेथे त्या साध्या कर्मानेच परमात्मा गाठता येईल, असा हा मार्ग आहे.' या साध्या वाक्यातून

'स्वे स्वे कर्मण्यभिरत: संसिद्धिं लभते नर:।'

(भगवदगीता : १८-४५)

हा गीतेतील संदेश सामान्य लोकांपर्यंत पोहोचविण्याचे कार्य झाले आहे.

संतांचा हात धरत विनोबा विवेचन करतात. ज्ञानेश्वर महाराजांनी या हरिनाम स्मरणाबद्दल म्हटले आहे-

'तू मन हे मीचि करी। माझिया भजनी प्रेम धरी।
सर्वत्र नमस्कारी। मज एकाते।।' (ज्ञानेश्वरी : ९-५१७)

याचेही स्मरण या ठिकाणी होते. 'रामाचा गुलाम' हा शब्दप्रयोग तुलसी-रामायणातून घेतलेला आहे. केवळ महाराष्ट्रातील संतांचा व त्यांच्या वाङ्मयाचा नव्हे, तर विविध भारतीय भाषांतील संतांचा व त्यांच्या वाङ्मयाचाही विनोबांनी अभ्यास केला होता. तो प्रसाद रूपाने गीता-प्रवचनात ठिकठिकाणी विखुरलेला आढळतो.

दहाव्या अध्यायाच्या प्रवचनात सृष्टीत सर्वत्र असणाऱ्या परमात्म्याचे वर्णन विनोबांनी केले आहे. नाना रूपांनी सर्वत्र परमात्म्याचे अस्तित्व आहे व ते आपण डोळ्यांनी पाहण्याची सवय लावावी. मुंगीपासून तर ब्रह्मांडापर्यंत व्यापणारा,सर्वांची सारखीच काळजी घेणारा, कृपाळू, ज्ञानमूर्ती, वत्सल, समर्थ, पावन, सुंदर, असा परमात्मा सभोवती सर्वत्र उभा आहे, हे विनोबांनी सोदाहरण स्पष्ट केले आहे. आचार्य अत्रे त्यांच्या 'दानाची दीक्षा देणारा संत' या पुस्तकात म्हणतात, 'दहाव्या अध्यायाच्या प्रवचनात तर विनोबांच्या प्रतिभेला असा काही बहर आलेला आहे म्हणता! सृष्टीत परमेश्वर भरून राहिलेला आहे याची उदाहरणे देताना विनोबांच्या मुखातून काव्याचा धबधबा बाहेर पडलेला आहे. सर्वच मराठी वाङ्मयात असे रमणीय गद्यकाव्य कुठेही आढळणार नाही. त्यामधले काय काय अन् किती उतारे द्यावेत? हा एकच नमुना पाहा,' असे सांगून आचार्य अत्रे यांनी, गीता-प्रवचनात दहाव्या अध्यायाचे विवेचन करीत असताना विनोबांनी सांगितलेली 'अरब व त्याच्या स्वामीनिष्ठ घोड्या'ची अत्यंत हृदयस्पर्शी गोष्ट उद्धृत केली आहे.

अकराव्या अध्यायात आपला लाडका शिष्य अर्जुनाची विश्वरूप-दर्शनाची हौस भगवंतांनी पूर्ण केल्याचे बहारदार विवेचन आलेले आहे. बाराव्या अध्यायात भक्तिरसाच्या महिम्याचे भगवंतांनी वर्णन केलेले आहे. सगुण उपासक व निर्गुण उपासक यांच्या साधनेबद्दल भगवंत अर्जुनाला सांगतात, त्याचे अतिशय प्रासादिक वर्णन विनोबांनी केलेले आहे.

तेराव्या अध्यायात देहापासून आत्मा अलग करण्याची आवश्यकता कशी आहे, याचे विवेचन भगवंतांनी केले आहे; तर चौदाव्या अध्यायात सात्त्विक, राजस व तामस असे जीवनाचे किंवा कर्माचे तीन प्रकार केले आहेत. त्यातील राजस व तामस टाकून सात्त्विकाचा स्वीकार करण्यासाठी प्रयत्नवाद कसा करायचा हे सांगितले आहे. परंतु भक्तिमार्ग प्रयत्न मार्गापेक्षा वेगळा नाही हेही भगवंतांनी पंधराव्या

अध्यायात सांगितल्याचे विनोबांनी म्हटले आहे. त्रिगुणांपैकी रज-तम गुणांचा नाश करून सत्त्व गुणाचे पोषण कसे करायचे व ते किती आवश्यक आहे याबद्दल भगवंतांनी अर्जुनाला उपदेश केला आहे.

सोळाव्या अध्यायात आसुरी संपत्ती दूर करून दैवी संपत्ती जवळ करावी, हे सांगितले आहे; तर सतराव्या अध्यायात भगवंतांनी भक्तांचा नित्यक्रम कसा असावा याबद्दल उपदेश केला आहे. यज्ञ, दान किंवा तप किंवा अगदी थोडक्यात यज्ञ हे जीवनाचे सार आहे. यज्ञाला उपयोगी अशी आहारादि कर्मे, तीसुद्धा सात्त्विक व यज्ञरूप पाहिजे. यज्ञरूप व सात्त्विक तेवढीच कर्मे स्वीकारायची व बाकीची सोडायची, असे भगवंतांनी बजावले आहे.

गीता-प्रवचनाचा अठरावा अध्याय आपण वाचला, तर आपणासही तोच अनुभव येतो. फलत्यागाची युक्ती या अध्यायात सांगितली आहे. त्याचे विवेचन करताना विनोबा म्हणतात, 'पहिली गोष्ट ही की, जी कर्मे करायची ती फलत्यागपूर्वक करायची. दुसरी गोष्ट ही की, राजस व तामस कर्मे, निषिद्ध व काम्य कर्मे फलत्यागाची कातर लावताच आपोआप गळून पडतात. तिसरी गोष्ट ही की, तो जो त्याग होईल, त्या त्यागावरही फलत्यागाची कातर लावायची; एवढा त्याग मी केला, असा अहंकार होऊ द्यायचा नाही.'

आणखी पुढील चर्चा करताना विनोबा प्रश्न उपस्थित करतात की, 'सर्व कर्मांचा त्याग करायचा म्हणजे सात्त्विक कर्माचाही त्याग करायचा का? तर जी कर्मे विवेकाने केली, ती कर्मे करायची, पण त्यांची फळेच तोडून टाकायची. नाहीतर विवेकहीन वागण्याने तिरपगडे होऊन बसायचे' आणि हे समजावून सांगताना लगेच तुकारामांचा अभंग उद्धृत करून म्हणतात,

'त्यागे भोग माझ्या येतील अंतरा
मग मी दातारा काय करू?' (तुकारामांची गाथा)

अशा रीतीने संतांच्या अभंगातून आपल्या विवेचनाला विनोबा पुष्टी देतात. विनोबा विवेचन केवळ सुलभ व सूक्ष्म करीत नाहीत, तर पवित्र व हृदयाला पटणारे आणि सुखविणारे करतात. त्यांच्या वाणीतील मूळची पवित्रता व शुद्धता; संत वचनांनी अधिक पवित्र, शुद्ध व मधुर होते. संतांच्या अभंगांतील भक्ती-प्रेम ओलाव्याची त्यांच्या सखोल विवेचनाला जोड लाभल्यामुळे शरीरातील सर्व ग्रंथींना ते खुले करते व चित्तशुद्धी होऊन -

भिद्यते हृदयग्रन्थिः, छिद्यन्ते सर्वसंशयाः ।

(मुण्डकोपनिषद २।२।८)

अशी वाचकाची गती होते. जे शब्दांत सांगता येणार नाही, ज्याला रूप नाही त्या अरूपाला आपल्या अजोड वाणीने त्याच्या मुळापर्यंत जाऊन शब्दांत आणावे; त्याला रूप द्यावे व ते श्रोत्यांना दाखवावे, ही युक्ती विनोबांना चांगली साधली आहे. शब्दकळाही त्यांच्यावर प्रसन्न होऊन त्यांच्यापुढे हात जोडून उभी राहाते. आयुष्यभराचा अभ्यास, व्यासंग, वैराग्य व स्वतःचे वर्तनच जणू गीता-प्रवचनांच्या निमित्ताने त्यांच्या मुखातून बाहेर पडले, असे वाटते. आधी भाषण व मग लेखन अशी गीता-प्रवचनांची निर्मिती आहे. ज्या श्रोत्यांना धुळे जेलमध्ये ही वाणी प्रत्यक्ष ऐकायला मिळाली, त्यांना आपण म्हणू की 'ते धन्य ज्यांच्या पडतात कानी.' साने गुरुजींनाही उत्स्फूर्तपणे शब्दांकन करण्याची गोडी लागावी, अशी ही विनोबांची मंत्रमुग्ध व पावन वाणी आहे.

पाण्याप्रमाणे शीतल आणि प्रश्नाच्या पाताळापर्यंत जाऊन त्याचे अचूक उत्तर शोधणाऱ्या या वाणीचे

पाताळापर्यंत अंत तुम्हि बघता होउनिया पाणी
अर्थ मागुती धावत येइल अशी मुखातून ये वाणी

असे कवी वसंत बापट कृत वर्णन वाचले की, आपण खुलून मान डोलावितो.

गीता-प्रवचनांच्या शेवटच्या दिवशी दि. १९/६/१९३१ रोजी विनोबांची कशी स्थिती झाली होती याचे वर्णन श्री. शिवाजीराव भावे यांनी त्यांच्या 'विनोबा जीवन दर्शन' या पुस्तकात पुढीलप्रमाणे केले आहे :

'त्या दिवशी तो कलशाध्याय संपविताना आचार्यांच्या वाणीचे स्फुरण विलक्षण होते. साक्षात सरस्वतीच तेथे बोलत होती. साने गुरुजींना त्या अध्यायाचे प्रवचन पूर्णपणे उतरवून घेता आले नाही. इकडे उतरवावे की त्यात चित्त तल्लीन होऊन हात थांबावा, अशी काही चमत्कारिक दशा ती होती. संजयाची गीतेतील ती स्थिती सर्वांच्या अनुभवाला आली. भारतीय संस्कृतीचेच स्वरूप गीता-प्रवचनांच्या निमित्ताने आचार्यांद्वारे धुळे जेलमध्ये प्रकट झाले.'

ज्ञानेश्वर माउलींनी ज्ञानेश्वरीत अठराव्या अध्यायात शेवटी म्हटले आहे,

'चंद्राते आंगवणे। भोगूनि चकोर शाहाणे।
परी फावे जैसे चांदिणे। भलतेया।'

(ज्ञानेश्वरी : १८-१७४८)

'तैसे अध्यात्मशास्त्री इये। अंतरंगचि अधिकारिये।
परी लोकु वाक्चातुर्ये । होइल सुखिया।।'

(ज्ञानेश्वरी १८-१७४९)

(अंतर्मुख झालेले अधिकारी श्रोते हे अध्यात्म ज्ञान वाचून सुखी होतीलच, पण यातील शब्दचातुर्याने सर्व लोक सुखीही होतील).

ज्ञानेश्वरीच्या वाचनाने व श्रवणाने वाचकांना व श्रोत्यांना हा जो अनुभव येतो तसाच अनुभव गीता-प्रवचनांच्या श्रवणाने व वाचनाने सर्वांना येईल, याची मला खात्री आहे; आणि माझ्या मते हीच विनोबांच्या 'गीता-प्रवचनां'ची अभिजात थोरवी आहे.

गीता-प्रवचनातील गोष्टींचे महत्त्व :

गीता-प्रवचनांच्या अनेक सौंदर्यस्थळांपैकी एक म्हणजे, आपला मुद्दा पटवून देण्यासाठी विनोबांनी सांगितलेल्या गोष्टी. या गोष्टी गीता-प्रवचनातून बाहेर काढून, स्वतंत्र छापून, कोणी एकत्र प्रसिद्ध केल्या, तर त्याही रंजक ठरतील. गीता-प्रवचनांमध्ये या आलेल्या आहेत त्या केवळ गोष्टी सांगण्याच्या मिषाने नव्हे, तर विवेचनाच्या ओघात गीता माउलीने सांगितलेल्या आशयाची घनता सहजपणे वाढविण्यासाठी. त्यामुळे श्रोत्यांचे भाव खुलवित खुलवित बरोबर गीतेतील भावही खुलवित खुलवित ऐकणाऱ्याला मंत्रमुग्ध करतात.

मुद्दाम या सांगितलेल्या नाहीत. विवेचन मुद्दाम रंगवण्यासाठीही त्या आलेल्या नसून सहजगत्या आलेल्या असल्यामुळे गीता-प्रवचनातील गद्य, लालित्याच्या पातळीवर येऊनही मूळच्या गीतेच्या आशयापासून दूर जात नाही, हे कसब आपणास विनोबांच्या प्रवचन-शैलीत दिसून येते. नाहीतर काही वेळा मुख्य नट किंवा नटीपेक्षा एखादा गौण नट किंवा नटीच प्रेक्षकांचे सर्व लक्ष स्वत:कडे आकर्षित करून घेतात व मुख्य वस्तू त्यांच्याकडून दुर्लक्षित होते. तसे या गोष्टी वाचताना किंवा ऐकताना वाटत नाही.

मराठी गद्यात का गोष्टी नाहीत? प्रवचने का कुणी देत नाहीत? पण गोष्टच प्रवचनावर किंवा विचारावर मात करते, असा बहुतेक वेळा अनुभव येतो. मात्र या ठिकाणी विवेचनाच्या ओघात आलेल्या काही गोष्टी सामान्यांना रिझवून विचार देतील, तर विचारवंतांना विचारात भर पडलेली आहे, असा अनुभव देतील. गीतेचा जीवनावर पडणारा प्रकाश खुलेल अशा खुबीने पाल्हाळ न लावता त्या सांगितल्या गेल्या आहेत. खरोखर ज्ञानेश्वरांप्रमाणेच विनोबाही या ठिकाणी श्रोत्यांशी हृद्य संवाद साधताना दिसतात.

श्रोते होते धुळ्याच्या जेलमधील कैदी! तेही भिन्न प्रांतांतील, भिन्न भाषा बोलणारे, भिन्न सामाजिक स्तर असणारे. त्यातही जेलचे जड जीवन, जे म्हणजे ओझेच! पहिल्या तुरुंगवासात असताना तेथील वातावरणाबद्दल विचारल्यावर विनोबांनी

प्रश्नकर्त्याला काय उत्तर दिले, याचे वर्णन शिवाजीरावांनी आपल्या 'विनोबा जीवन दर्शन' या पुस्तकात केले आहे ते खालीलप्रमाणे :

एक हितचिंतक विनोबांना विचारतो, "कसे काय आहे तुरुंगातील जीवन?"

विनोबा उत्तर देतात, "सर्कशीच्या उलट! सर्कशीत माणसे पशूंना सांभाळतात. येथे पशू माणसांना सांभाळतात."

अशा वातावरणात राहाणाऱ्या श्रोत्यांना गीता सांगायची म्हणजे थट्टा नव्हे. जीवनाची सर्व तपस्या, अभ्यास, संत कृपा, गीता माउलीची कृपा याबरोबरच श्रोत्यांशी तन्मयता व स्वत:चे विस्मरण अशा स्थितीत ही प्रवचने सांगितली गेली आहेत. ज्या वेळी कलावंत स्वत:ला विसरतो, त्याच वेळी तो श्रेष्ठ कलेला जन्म देऊ शकतो.

गीता-प्रवचनातील गोष्टींमुळे श्रोत्यांच्या हृदयात विनोबांना प्रवेश करणे सुलभ झालेच, पण त्याबरोबर गीतेचा आशय व विचार पक्केपणाने ठसवण्यातही ते यशस्वी ठरले. गाण्याने श्रम हलके होतात असे कवी केशवसुत त्यांच्या कवितेत म्हणतात. या गोष्टींच्या बाबतीतसुद्धा असेच म्हणता येईल. देशासाठी तुरुंगात गेलेले हे कैदी! सक्तमजुरीची कामे करून, दररोज २१ पौंड धान्य दळून; ज्या वेळी प्रवचने ऐकायला बसत त्या वेळी, आईच्या मायेने गीता माउलीची भेट करून देणे आवश्यकच होते. ती आईची माया व आपल्या श्रोत्यांवरील प्रेम विनोबांच्या शब्दाशब्दांतून तर पाझरतेच, पण ते प्रेम

'ऐसी कळवळ्याची जाती। करी लाभाविण प्रीति।।'

(तुकारामांची गाथा)

या प्रीतीचे उंच टोक गाठते. विद्वत्ता, पांडित्य,अफाट वाचन व धगधगीत वैराग्य दाखविण्याच्या हौसेपोटी विनोबांनी ही प्रवचने दिली नाहीत. मुलावरील प्रेमापोटी आपला बोल त्याला समजावण्यासाठी ज्याप्रमाणे आई मुलाच्या भाषेत बोलते, त्याप्रमाणे तुरुंगातील जीवनातून नव्हे, तर वेगवेगळ्या समस्यांच्या तुरुंगातून श्रोत्यांना कायमचे मुक्त करण्यासाठी, आईसारख्या निरहंकार व सेवाभावी वृत्तीने विनोबांनी ही प्रवचने दिली आहेत.त्यामुळे सर्वांना समजेल अशी भाषा वापरून निरूपण नव्हे धर्मसंकीर्तन केले व

'किंबहुना तुमचे केले। धर्मकीर्तन हे सिद्धी गेले।।'

(ज्ञानेश्वरी : १८-१७९२)

अशी कृतकृत्यता श्रोत्यांसह स्वत: मिळवली. आजही 'जिणे नव्हे हे, बंदीवास हा! जग हे बंदीशाळा' असे ज्यांना वाटते, त्यांनाही यातील गोष्टी गीतेच्या

विचारांबरोबर कार्यप्रेरक व चैतन्य देणाऱ्या ठरतील. केवळ मनोरंजनासाठी किंवा लालित्यासाठी त्या आलेल्या नाहीत, तर लालित्यच या गोष्टींमध्ये येऊन बसले आहे. कुठेही खालच्या थराला या गोष्टी जात नाहीत, हे या गोष्टींचे वैशिष्ट्य आहे. यातील काही गोष्टी विनोबांनी त्यांच्या आईकडून ऐकलेल्या आहेत, काही वाचलेल्या आहेत; पण विवेचनाच्या ओघात त्या योग्य ठिकाणी आल्यामुळे विवेचन सुलभ होण्यास अतिशय मदत झाली आहे.

'हासवता हासवता शिकवते रे अक्कल!' (बहिणाईंची गाणी)

असे आपल्या नात्यातल्या एका ज्येष्ठ स्त्रीचे वर्णन बहिणाबाई चौधरी यांनी त्यांच्या उपरोक्त कवितासंग्रहात केले आहे, त्याचा अनुभव आपणास या गोष्टी वाचताना येतो. आबालवृद्धांमध्ये गीतेची गोडी निर्माण करण्याचे काम या गोष्टींनी केले आहे. त्यामुळे मूळच्या विचाराला धक्का न लागता अतिशय सोप्या रीतीने तो विचार सांगण्यात विनोबा यशस्वी झालेले दिसतात. गीता-प्रवचनांच्या सौंदर्याचे व लोकप्रियतेचे हेही एक रहस्य आहे. अशा या गोष्टी संतांच्या वचनांप्रमाणेच प्रत्येक अध्यायात आलेल्या आढळतात.

अगदी प्रारंभी गीतेतील परिभाषेचा अर्थ करताना कोणती गोष्ट चित्तात ठसवली पाहिजे, हे विनोबा श्रोत्यांना सांगतात. गीतेमुळे जुने शास्त्रीय शब्द नवीन अर्थाने वापरण्याची सवय आहे. जुन्या शब्दांवर नवीन अर्थाचे कलम करणे ही विचारक्रांतीची अहिंसक प्रक्रिया आहे. हे सांगून आपलीही गीतेकडे बघण्याची एक विशिष्ट जीवनदृष्टी आहे, ती समोर ठेवूनच गीतेतील जुन्या शास्त्रीय भाषेवर त्या दृष्टीच्या साहाय्याने नवीन अर्थाचे कलम करत आपण गीता सांगणार आहोत, हे विनोबा सुचवतात. प्रत्येक विचारवंत एकाच शास्त्रीय परिभाषेचा अर्थ आपापल्या जीवनदृष्टीप्रमाणे कसा लावतो, हे समजावून सांगण्यासाठी, ठसवण्यासाठी उपनिषदातील पुढील गोष्ट ते सांगतात,

''एकदा देव, दानव आणि मानव प्रजापतीकडे उपदेशार्थ गेले. प्रजापतीने सर्वांना 'द' हे एकच अक्षर दिले. देव म्हणाले, ''आम्ही देव कामी, भोगांना चटावलेले. आम्हाला 'द' अक्षराने 'दमन करा' असे प्रजापतीने शिकवले.'' दानव म्हणाले, ''आम्ही दानव क्रोधी, दयेला पारखे झालेले. आम्हाला 'द' अक्षराने 'दया करा' असे प्रजापतीने शिकवले.'' मानव म्हणाले, ''आम्ही मानव लोभी, संचयाच्या मागे लागलेले. आम्हांला 'द' अक्षराने 'दान करा' असे प्रजापतीने शिकवले.'' गोष्ट सांगून विनोबा म्हणतात, ''प्रजापतीने सर्वांचे अर्थ बरोबर मानले, कारण सर्वांना स्वानुभवातून ते लाभले होते. गीतेतील परिभाषेचा अर्थ करताना उपनिषदातील ही

गोष्ट चित्तात बाळगावी. म्हणजे आपण जी गीता सांगणार आहोत ती स्वानुभवाच्या बळावर 'साचचि बोलाचे नव्हे हे शास्त्र' हे खरे करून दाखविल्यानंतर, गीता संपूर्णपणे पचल्यानंतर सांगणार आहोत आणि तीही स्वत:च्या दृष्टिकोनातून.'' खरोखर किती खुबीदारपणाने विनोबांनी आपला गीतेकडे बघण्याचा व त्यातील अर्थ लावण्याचा नवीन दृष्टिकोन सुचविला आहे. यापेक्षा सूचकतेचे सौंदर्य ते काय असू शकणार?

गीता सहज म्हणून वाचणारे पुष्कळ आहेत व आचरणात न आणून सांगणारेही पुष्कळ आहेत. पण ती आचरणात आणून जीवन प्रत्यक्ष जगणारे विनोबा-गांधींसारखे युगपुरुष या युगात दुर्मीळ! म्हणून या प्रवचनातील शब्दांना ज्याचे मोल करता येणार नाही, असे 'अक्षय-मोल' प्राप्त झाले आहे.

आचारवान् इति आचार्य:।

अशी उत्स्फूर्त पदवी लोकांनी महापुरुषाला देताना, लोकमान्य व गांधींनंतर दिली ती विनोबांना; आणि ती त्यांनी यथार्थ केली आहे हे 'गीता-प्रवचने' वाचताना प्रत्ययाला येते. आचरणाचे तेजोबळ लाभल्यामुळे गीता-प्रवचनातील गद्यही पद्याच्या पातळीवर जाऊन पोहोचते. बरोबरच आहे! कवी विनायकांनी आपल्या 'सुवास' या कवितेत म्हटले आहे,

'स्वानुभूत वासाचे दान
करावयाला जोवर ये न
तोवर कवितालतिकेवरती
कर्णिकार सुमनांची भरती!' (विनायकाची कविता)

स्वानुभूत वासाचे दान विनोबांनी गीता-प्रवचनात दिल्यामुळे त्यांचे शब्द, शब्द न वाटता सुवासिक आनंदब्रह्म वाटतात. अर्थ आपली सर्व शक्ती घेऊन शब्दांच्या मागे येथे उभे असलेले दिसतात आणि आपणास जीवनाबरोबरच गीतेचा नवीन अर्थ उलगडून दाखवितात.

'अर्थ बोलाचि वाट पाहे' (ज्ञा.९-२७)

अशा चिन्मय अवस्थेतून हे बोल स्फुरलेले आहेत. त्यामुळे ते मराठी गद्याचे 'अक्षय-धन' या पदवीला पोहोचले आहेत.

मला तर या सर्व गोष्टींपैकी जवळजवळ प्रत्येक गोष्ट आवडते. वेद, उपनिषदे, महाभारत, रामायण, भागवत, संतांचे जीवन, तुरुंगातील जीवन व स्वत:चे जीवन, अशा अनेक स्त्रोतांतून या गोष्टी आल्यामुळे त्या त्या वाङ्मयाला स्पर्श झाल्याचा अनुभव आपणास येतो. जे वाचले आहे ते विनोबांनी पचविले, तर

आहेच, पण साचवून ठेवलेले नाही. समर्थांनी म्हटल्याप्रमाणे-

'जे जे आपणांसी ठावे। ते इतरांसी शिकवावे।
शहाणे करूनि सोडावे। बहुत जन।।'

(दासबोध : १९-१०-१४)

या जनसेवेच्या भूमिकेतून भरभरून ते वाटलेले आहे. त्यामुळे ज्ञानेश्वरांच्या ज्ञानेश्वरीरूपी वाग्यज्ञानंतर मराठी गद्यात 'वाग्यज्ञ' जाणवतो तो गीता-प्रवचनातच! बाकीचे बहुतेक गद्य नुसते धुमसणारे किंवा भडकाविणारे! धूम्रवलयांप्रमाणे मोहात, व्यसनात अडकविणारे! गीता-प्रवचनांतील मराठी शब्द म्हणजे वाग्यज्ञाची पवित्र-ओजस्वी आहुती!

ज्ञानेश्वर माउलीने म्हटल्याप्रमाणे-

'सहजे शब्दु तरी विषो श्रवणाचा। परि रसना म्हणे हा रसु आमुचा।
घ्राणासि भावो जाय परिमळाचा। हा तोचि होईल ।।'

(ज्ञानेश्वरी : ६-१७)

अशा येथील गद्य शब्दांची स्थिती आहे. शब्द नव्हे तर प्रत्यक्ष विनोबा व त्यांनी आचरणात आणलेली गीता श्रोत्यांशी संवाद करून त्यांच्या हृदयात कायमची जागा पटकावितात.

या गोष्टींमधील काही गोष्टी तर खूप हृदयस्पर्शी आहेत. त्यांच्यामुळे गीता-प्रवचनातील आशय चटकन समजतो व तो गडद आणि उत्कट होऊन थेट हृदय-प्रवेश करता येतो. या गोष्टींपैकी एक गोष्ट पुढीलप्रमाणे आहे-

यत्करोषि यदश्नासि यज्जुहोषि ददासि यत्।
यत्तपस्यसि कौन्तेय तत्कुरुष्व मदर्पणम्।।

(भगवद्गीता : ९-२७)

असे अर्जुनाला भगवंत म्हणतात. त्यावर विवेचन करताना विनोबा म्हणतात, 'जे जे काही करशील ते जसेच्या तसे भगवंतास दे.' त्याच्याआधी ते हरिनामाचे महत्त्व स्पष्ट करताना म्हणतात, 'प्रत्येक क्रिया ईश्वराशी जोडून दिल्याबरोबर जीवनात एकदम अद्‌भुत शक्ती येईल. प्रत्येक क्रिया मग विशुद्ध होऊ लागेल, जीवनात उत्साह संचारेल. आज आपल्या जीवनात उत्साह आहे कुठे? आपण मरत नाही म्हणून जगत आहोत. उत्साहाचा सर्वत्र दुष्काळ, रडके कळाहीन जिणे. परंतु सर्व क्रिया ईश्वराशी जोडायच्या आहेत, हा भाव मनात आणा; तुमचे जिणे मग रमणीय व नमनीय होईल' हे विनोबांनी केलेले मार्गदर्शन नवे तर आहे पण 'Example is better than precept' हे अशा वेळी अगदी आठवते.

'कृष्णार्पण' कसे करावे याचे एक उदाहरण, तर गीतेचे अभ्यासक स्वत: विनोबा आहेत, पण सामान्य माणसाला सांगणाऱ्याचे उदाहरण चटकन दिसत नाही. तेव्हा कुठले तरी उदाहरण त्याच्यासमोर असल्याशिवाय त्या कृतीला तो तयार होत नाही. ब्रह्मविद्या applied 'ब्रह्मविद्ये'च्या स्वरूपात अशा गोष्टींतून जणू काही विनोबा सर्वांना देतात. कृष्णार्पण करणाऱ्या म्हातारीची रंगतदार पण मोलाचे रहस्य असलेली गोष्ट ते सांगतात. या गोष्टीमुळे आपलाही भावफुलोरा भक्तीमधून फुलून येतो! कारण गोष्ट ऐकीवच, पण ती अशा काही हरिभक्तीच्या रंगात रंगून सांगितली आहे की, त्या म्हातारीच्या 'कृष्णार्पण' करण्याच्या क्रियेचे जणू आपणही अनुकरण करावे!

अशा परमार्थाला पूरक व गीतेच्या मूळ आशयाला उजाळा देणाऱ्या गोष्टी या प्रवचनांत आल्यामुळे त्यात रंजकता, तर आली पण ती वांझोटी, विचारशून्य नसून; संजीवनी देणारी आहे! विचार-सौंदर्य व भावना-सौंदर्य यांचा मनोहर संगम अशा गोष्टींतून विनोबांनी कलावंताच्या भूमिकेतून नकळत साधलेला दिसतो.

गीता-प्रवचनांच्या वाक्‌चातुर्याविषयी लिहिताना 'दानाची दीक्षा देणारा संत' या पुस्तकात आचार्य अत्रेंनी विनोबांच्या एका रेल्वे प्रवासातील विनोबांनी सांगितलेला एक प्रसंग उद्‌धृत केला आहे.अडाणी माणसांचीसुद्धा भावना किती महत्त्वाची आहे हे समजावून सांगताना विनोबांनी त्या प्रसंगी केलेले भाष्य खूप उद्‌बोधक आहे. अशिक्षित माणसात असलेल्या त्याग भावनेचा विनोबांनी तेथे गौरव केला आहे.

अनेक गोष्टी विवेचनाच्या ओघात गीता-प्रवचनांमध्ये आलेल्या आहेत. त्या वाचल्यानंतर त्या त्या अध्यायातील आशय चटकन समजण्यासाठी त्यांचा अतिशय खुबीने विनोबांनी वापर केला आहे, हे लक्षात येऊन त्यांचे महत्त्व जाणवते.गीताध्यायांचे विवेचन करताना आशयघनता वाढविण्यासाठी विनोबांनी या गोष्टींचा केलेला उपयोग श्रोत्यांना व वाचकांना खूप भावतो, असेच म्हणावे लागेल.

गीता-प्रवचनांची सुवर्णजयंती :

ग्रंथकाराला आपल्या ग्रंथाचा सुवर्णमहोत्सव स्वत:च्या डोळ्यांनी पाहायला मिळावा, हे त्याचे परमभाग्य! असे परमभाग्य वाचकांच्या वाट्याला आले, तर ते त्यांचेही सद्‌भाग्य! आणि ज्या भाषेत असा ग्रंथ लिहिला गेला त्या भाषेचेही परम सौभाग्य!

ज्या धुळे तुरुंगात ही प्रवचने झाली, तो तुरुंग म्हणजे खरे तर एका अर्थी 'तीर्थक्षेत्र' बनला आहे. १९८२ साली मे-जूनच्या सुमारास न्यायमूर्ती चंद्रशेखर धर्माधिकारी यांच्या अध्यक्षतेखाली गीता-प्रवचनांचा सुवर्णमहोत्सव साजरा झाला. तो पाहण्याचे अहोभाग्य लाभल्यामुळे 'धन्योऽहं' असे त्या दिवशी मला वाटले. त्यानिमित्ताने गीता-प्रवचनांसंबंधी एक सुंदर अशी 'सुवर्णमहोत्सवी स्मरणिका' काढण्यात आली. ही स्मरणिका गीता-प्रवचनांच्या सर्वांगावर प्रकाश टाकणारी आहे. मुखपृष्ठाच्या आत १२/४/१९८२ रोजी विनोबांनी दिलेल्या'शुभकामना' छापल्या आहेत.

'साळुंकी मंजुळ बोलतसे वाणी। बोलविता धणी वेगळाची।।'

(तुकारामांची गाथा)

अशी ईश्वरनिष्ठ भूमिका प्रवचन देणाऱ्या विनोबांची आहे. त्यामुळे आपल्या ग्रंथाला पन्नास वर्षे म्हणजे 'अर्धशतक' झाल्याची अस्मिता किंवा अभिमान त्यांच्या शब्दांत नाही, तर गीता माउलीने आपल्याकडून 'सर्वोत्कृष्ट सेवा' करण्याची संधी दिली, अशी भक्तीची नम्र भावना त्यामागे आहे.

गीता-प्रवचनांवर प्रख्यात समीक्षकांची टिप्पणी :

गीता-प्रवचनांवर ९२७ पुस्तके झाल्याचे शिखरे गुरुजींनी 'विनोबांचे जीवनमंत्र' या पुस्तकात नोंदविले आहे. मराठी भाषिकांना जसे ज्ञानेश्वरीने वाक्चातुर्याने सुख दिले आहे; तसेच सुख गीता-प्रवचने ज्या ज्या भाषांत रूपांतरित झाली आहेत त्या त्या भाषिकांना गीता-प्रवचनातील वाक्चातुर्य सुख देईल, याबद्दल शंका नाही, असे ते म्हणतात.

या संबंधातील आपला अनुभव नोंदविताना आचार्य अत्रे त्यांच्या 'दानाची दीक्षा देणारा संत' या पुस्तकात गीता-प्रवचनांच्या संदर्भात म्हणतात, 'तत्त्वज्ञानी विनोबा मोठे आहेत, की कवी विनोबा मोठे आहेत, की शिक्षक विनोबा मोठे आहेत; हा गीता-प्रवचने वाचताना वाक्यावाक्याला संभ्रम पडतो. त्यांच्या प्रतिभेचे हे तिन्ही पैलू एकमेकांवर मात करण्याचा सारखा प्रयत्न करीत असतात. त्यामुळे गीता-प्रवचने वाचताना आपण एखादी गोष्ट वाचत आहोत की कादंबरी असा वारंवार प्रश्न पडतो. व्यवहारातले नित्य परिचयाचे इतके साधे साधे दृष्टान्त विनोबा देतात की, कितीही कठीण मुद्दा असो, त्याचे पदर उलगडून तो आपोआप तुमच्यापुढे मोकळा होतो.'

सिंधी भाषेत रूपांतरित झालेल्या गीता-प्रवचनांच्या प्रस्तावनेत जयरामदास दौलतराम म्हणतात की, 'एखाद्या भूकंपाचा स्फोट व्हावा त्याप्रमाणे तुरुंगात गीता-

प्रवचनांचा जन्म झाला. भूकंप होण्यापूर्वी भूमीच्या पोटात त्याची तयारी अनेक वर्षे चाललेली असते. ती तयारी आपणास जोपर्यंत भूकंप होत नाही तोपर्यंत दिसत नाही. भूकंप झाल्यानंतरच तिचा प्रत्यय येतो.'

धुळ्याच्या तुरुंगातील ज्या कडीबराक विभागाजवळ बसून ही प्रवचने होत, तेथे त्या वेळी छातीशी हातांचा 'स्वस्तिक' करून बसलेली विनोबांची तपस्विमूर्ती कशी दिसायची, याचे काव्यमय वर्णन तुरुंगात प्रवचन ऐकण्यासाठी हजर असलेले एक श्रोते श्री.का.र. वैशंपायन यांनी केलेले आहे. छातीशी हाताचा स्वस्तिक बांधून बसलेल्या विनोबांनी आपली साम्ययोगाची दृष्टी नकळत श्रोत्यांसमोर व्यक्त केली आहे. वैशंपायन त्याचे वर्णन करताना लिहितात-

ठिणग्या ज्ञानाग्निच्या उसळत। सोहम् सोहम् सोहम् सोहम् ।
नाव विनोबा तपस्वि विलसे। विनायकाचा अवतार असे।
छलकाटा नित सस्मित भासे। तप: प्रभा ती नयनि विलसे।
गीतेचे कारंजे मृदुसे। थुई थुई उडते अनासक्तीचे।
स्वस्तिक छाती वरति करांचे। वदन हासरे नमवि जनाते।
अखंड तपनी ध्यान सदा ते। विशाल ज्ञानागार चालते।
स्फूर्तिची चमचमत करिते। कडकड विद्युत जगा दिपविते।

आणि हे वैशंपायन गुरुजींनी गीता-प्रवचनानंतर तब्बल आठ वर्षांनी लिहिले आहे. म्हणजे १९३२ साली झालेल्या गीता-प्रवचनांचा व विनोबांसारख्या धगधगत्या वैराग्यसूर्याचा, ज्ञानसूर्याचा त्यांच्यावरच्या परिणामाने शेवटी न राहवून पद्यात आकार घेतला. एक ऐतिहासिक क्षण अनुभवून तो वाचकांना सादर केल्यामुळे वैशंपायनांच्या या पद्याचे मला 'गीता-प्रवचनां'च्या संदर्भात महत्त्व वाटते.

पुढे याच पद्यात विनोबांचे वर्णन करताना वैशंपायन म्हणतात,

मनी लव नाही विकार उरला। मदनांतक या पाहुनि झुरला।

सर्वांगांनी गीता अभ्यासून, ती अंगात प्रत्यक्ष मुरवून-जिरवून घेणाऱ्या, त्रिगुणातीत झालेल्या, 'ब्रह्ममय' झालेल्या, अशा विनोबांचे दर्शन आपणास या पद्यात घडते. प्रवचने देताना ते कोणत्या स्थितीत होते, 'माउली' म्हणून गीतेला हाक मारताना त्यांची कशी भावावस्था होती, हे आपणास त्यातून समजते. सर्वत्र ब्रह्म पाहणाऱ्या जनकाप्रमाणे किंवा सर्वत्र राम पाहाणाऱ्या कबिराप्रमाणे त्यांची स्थिती झालेली होती.

गीतेमुळे संस्कृत जागतिक पातळीवर गेले, तर 'गीता-प्रवचनां'मुळे 'मराठी'

जागतिक व्यासपीठावर गेली. म्हणूनच 'विनोबा हे विलक्षण प्रतिभेचे कवी! ते सदैव काव्यच बोलतात, त्यांच्यासारखा अल्पाक्षर रमणीय पण अर्थपूर्ण उद्‌गार लिहिणारा सर्वश्रेष्ठ गद्य लेखक आज तरी मराठीत नाही' असे जे आचार्य अत्र्यांनी त्यांच्या 'दानाची दीक्षा देणारा संत' या पुस्तकात उद्‌गार काढले आहेत, त्याची 'गीता-प्रवचने' वाचताना आठवण येते. अतिशय सोप्या भाषेत, सर्वांना समजेल उमजेल, पण मूळ अर्थाला धक्का न लावता त्यातील नावीन्य विनोबांनी श्रोत्यांसमोर भक्तीने-श्रद्धेने-पावित्र्याने-तपाने भिजलेल्या शब्दांत मांडले आहे. विनोबांचे हे शब्द वाचल्याबरोबर चटकन हृदयाला जाऊन भिडतात. हृदयातील सर्व मळ ते धुऊन काढतात. पश्चात्तापाने आपल्या डोळ्यांतून अश्रू ओघळू लागतात आणि त्या अश्रूंच्या स्नानाने अंत:करण शुद्ध होऊन 'स्नानात् शुद्धि:' हे बोल खरे वाटतात!

लोकमान्य टिळकांचा 'गीतारहस्य' ग्रंथ गद्यात आहे. त्यात त्यांनी गीतेच्या प्रत्येक श्लोकाचा अर्थ देऊन, तौलनिक विचार दिले आहेत व त्यावर भाष्यही केलेले आहे. त्यांचे ते गद्यकाव्य त्यांच्या हिमालयाएवढ्या व्यक्तिमत्त्वाप्रमाणेच विद्वत्तेने सजलेले व पांडित्याने जडविलेले वाटते. भाषाही गंभीर, संस्कृतप्रचुर व प्रौढ आहे. महाविद्यालयीन विद्यार्थ्यांनाही ती पुष्कळ वेळा कठीण वाटते. पांडित्य प्रदर्शन, अभिनिवेश, खंडन-मंडन, एकूण तौलनिक विवेचन व विस्तार यामुळे ग्रंथ अतिशय उत्कृष्ट असूनही, तो वाचताना सामान्य माणसांना कंटाळा येतो, असे दिसते. आपल्या भाषेत, आपल्या जीवनातील दररोजच्या व्यवहारातील दृष्टान्त देऊन जर कोणी ज्ञानामृत पाजत असेल, तर ते पिण्यासाठी सर्व गर्दी करतात. ज्ञानसमुद्रापेक्षा ज्ञानाची पाणपोई सर्व सुलभ असते. 'गीतारहस्य' हा मराठी गद्याचा ज्ञानसमुद्र आहे, तर 'गीता-प्रवचने' मराठी गद्यात अमृताची चव देणारी ज्ञानपोई आहे. ती भारतातीलच नव्हे, तर जगातील सर्व धर्मीयांना, सर्व पक्षीयांना, सर्व जातीच्या व सर्व लिंगाच्या व्यक्तींना खुली आहे.

श्री. यदुनाथ थत्ते यांनी 'मनात रेंगाळणारे पुस्तक' या शीर्षकाखाली 'गीता-प्रवचने' यावर एक लेख लिहिला आहे. त्यात गीता-प्रवचनांची लोकप्रियता स्पष्ट करताना किती भाषांमध्ये त्या पुस्तकाचा अनुवाद झाला आहे, हे सांगताना ते म्हणतात, 'बावीस भाषांमध्ये हे पुस्तक उपलब्ध आहे.

हिंदी	६ लाख (प्रती)
मराठी	२ लाख
गुजराथी	२॥ (अडीच लाख)

तमिळ	एक लाख
ऊर्दू	पावणे दोन लाख

आणि इतर भाषांतून कित्येक हजार

त्यामुळेच हे एक नित्य पठनीय अद्वितीय असे पुस्तक आहे' असे त्यांना वाटते [४]. याच लेखात यदुनाथजी या पुस्तकाचे रसग्रहण करताना पुढे म्हणतात, 'तत्त्वज्ञानाची सखोलता, विवेचनातील सुलभता, शैलीचे माधुर्य अशा अनेक गुणांनी हे पुस्तक रमणीय झाले आहे. कारावासात निर्माण झालेल्या पुस्तकांमध्ये हे पुस्तक अद्वितीय आहे. मराठी भाषेचा हा अक्षय ठेवा आहे. जो न वाचेल तो करंटा!

गीता-प्रवचनात एकेका अध्यायाचे सार-तत्त्व विनोबांनी सांगितले आहे. गीतेचा अभ्यास त्यांनी किती सखोल व व्यासंगपूर्ण केला आहे, हे ठायी ठायी दिसते. सर्वसामान्य माणसाला अवघड, गंभीर विषय सोपा करून सांगण्याची विलक्षण हातोटी विनोबांजवळ आहे.'

यदुनाथजींचे हे रसग्रहण इतके सुंदर उतरले आहे की, 'गीता-प्रवचने' सांगावीत विनोबांनी व त्यांचे रसग्रहण करावे ते 'हजार हात यदुनाथ' अशा रीतीने सुप्रसिद्ध असलेल्या यदुनाथ थत्ते यांनी! ज्यांना साने गुरुजी व विनोबांचा केवळ सहवास लाभला नाही, तर त्यांच्या जीवनाने व जीवनविषयक तत्त्वज्ञानाने प्रेरित होऊन आपले जीवन त्याप्रमाणे व्यतीत करणाऱ्या अशा यदुनाथ थत्तेंना, आपल्यासारख्या 'शब्द बापुडे केवळ वारा' असे म्हणत शब्दांच्या दुनियेत वावरणाऱ्यांपेक्षा गीता-प्रवचनांची मर्मस्थळे अधिक जाणवली, तर ते योग्यच आहे.

यदुनाथजींच्या रसग्रहणातील काही भाग असा :

'आसुरी संपत्तीच्या जंजाळातून सर्वसामान्य माणसांना सोडवण्यासाठी गीता-प्रवचनांचा जन्म झाला. गीतेच्या अध्यायातील आशयाची विभागणी पुढीलप्रमाणे :

- गीतेच्या पहिल्या ५ अध्यायांत जीवनाची एकूण योजना काय आहे आणि आपला जन्म कसा सफल होईल, हे सांगितले आहे.

- ६ ते ११ अध्यायांपर्यंत भक्तीच्या निरनिराळ्या प्रकारांचा विचार केला आहे.

- १२ व्या अध्यायात सगुण-निर्गुण भक्तीची तुलना केलेली असून थोर भक्ताची लक्षणे सांगितली आहेत.

- १३-१४-१५-१६ अध्याय म्हणजे ज्ञानाचा विभाग आहे. आत्मा देहातून अलग करणे, सत्य-रज-तम हे तीन गुण जिंकून घेणे, हे जीवनाचे संपूर्ण

शास्त्र सांगितले असून पुरुषोत्तम योगात पूर्णता होते, हे दाखवले आहे.

- सतरावा-अठरावा हे अध्याय विनोबांना परिशिष्टासारखे वाटतात.

पुरुषोत्तम योगाचे विवेचन बहारीचे झाले आहे' असा अभिप्राय व्यक्त करून यदुनाथजींनी, विनोबा कर्म-ज्ञान-भक्ती वेगवेगळे कसे मानीत नाहीत, हे स्पष्ट करताना गीता-प्रवचनातील, 'मला असे अनुभवावेसे वाटते की, कर्म म्हणजेच भक्ती म्हणजेच ज्ञान. जीवनातील सर्व अंगप्रत्यंगात कर्म-ज्ञान-भक्ती भरून राहावी' हे विनोबांचे विवेचन आपल्या रसग्रहणात सादर केले आहे.

गीता-प्रवचनांची रचना कशी आहे हे स्पष्ट करताना यदुनाथजी याच लेखात पुढे म्हणतात, 'साठ विषयांना साठ अधिकरणांची माला जोडून विनोबांनी साठ विषयांचे चित्र डोळ्यांसमोर उभे केले आहे. पुढे भूदान-यज्ञाच्या निमित्ताने ओरिसाच्या घनदाट जंगल असलेल्या कोरापुट जिल्ह्यात फिरत असताना [५] १०८ साम्यसूत्रे[६] गीता-प्रवचनांना जोडून गीता-प्रवचनांचे सारच श्रोत्यांसमोर अगदी थोडक्यात ठेवले आहे. 'सूचनात् सूत्रम्' म्हणजे 'सूचन करते ते सूत्र'. ही सूत्रे म्हणजे महावाक्ये आहेत 'अभिधेयं परम् साम्यम्' हे यातील पहिले सूत्र असून 'महावाक्यं अनुचिन्तयेत्' हा विनोबांचा सल्ला आहे. 'पण्डितः समदर्शिनः' या गीतेच्या मार्गदर्शनाप्रमाणे 'परमसाम्य' हे जीवनाचे सर्वोच्च ध्येय आहे असे या सूत्रांमधून विनोबांनी सूचित केलेले आहे. विनोबांच्या मताप्रमाणे 'स्थितप्रज्ञ' व 'ब्रह्मनिर्माण' हे जसे गीतेचे खास शब्द आहेत, त्याप्रमाणे 'साम्ययोग' हा खास विनोबांचा शब्द आहे.'

आणखी एका दुसऱ्या लेखामध्ये[७] गीता-प्रवचनांविषयी लिहिताना यदुनाथजी म्हणतात, 'विनोबांचे सर्वांत लोकप्रिय पुस्तक म्हणजे 'गीता-प्रवचने'. विनोबांची धुळ्याच्या तुरुंगात सत्याग्रहींसमोर झालेली ही प्रवचने साने गुरुजींनी अक्षरांकित आणि शब्दांकित केली. विनोबांचे श्रेष्ठ विचार आणि साने गुरुजींचे माधुर्य तेथे एकवटलेले आहे. हा संयोग इतका बेमालूम जमला आहे की, त्यातले घटक वेगळे करणे महामुश्कील आहे. वाणीची वैचारिक संप्रेषणक्षमता या पुस्तकात प्रकर्षाने व्यक्त झाली आहे. विनोबांनी मराठी भाषेची केवढी मोठी सेवा केली हे त्या एका पुस्तकावरूनदेखील ध्यानात येऊ शकते.' आणखी एका तिसऱ्या लेखात[८] यदुनाथजी थत्ते गीता-प्रवचनांविषयी लिहितात, " 'गीतारहस्या'पासून जयप्रकाशांच्या 'स्वगत' पर्यंत कारागृहात निर्माण झालेल्या पुस्तकांच्या मालिकेत आपल्या गुणवैशिष्ट्यांनी उठून दिसणारे पुस्तक म्हणजे विनोबांची 'गीता-प्रवचने'. साने गुरुजींनी ज्ञानेश्वरांच्या सच्चिदानंद बाबासारखी नम्र भूमिका पत्करून ते विनोबांचे लेखक झाल्यामुळे

आजच्या स्वरूपात 'गीता-प्रवचने' उपलब्ध झाली. मराठीविषयी ज्याला म्हणून प्रेमादर आहे, त्या त्या माणसाने अभिमान बाळगावा असे, हे पुस्तक आहे.

अशा या पुस्तकाची विशेषशी दखल आमच्या साहित्यिकांनी, साहित्यपत्रिकांनी किंवा साहित्यसंस्थांनी घेऊ नये, हे त्यांच्या साहित्यविषयक तोकड्या कल्पनांचेच द्योतक म्हणावे लागेल.''

याच लेखात पुढे ते म्हणतात, 'सतत अर्धशतक हे पुस्तक आपली टवटवी टिकवून आहे. सर्व भारतीय भाषांत भाषांतरित झालेले, रूपांतरित झालेले असे दुसरे पुस्तक दाखवता येणार नाही. एकट्या मराठी भाषेतच पुस्तकाच्या दोन लाखांच्या घरात प्रती खपल्या असून, एकूण सर्व भाषांतून मिळून दीडशे आवृत्त्या निघाल्या आहेत. अर्धा कोटी प्रती खपणारे कदाचित हे एकमेव भारतीय पुस्तक असावे.' एवढे महान पुस्तक लिहूनही तत्कालीन इतर मराठी सारस्वतांनी विनोबांची उपेक्षा केली याची खंत व्यक्त करून यदुनाथजी याच लेखात पुढे म्हणतात, 'मराठीच्या या महान सारस्वताचे चित्र आमच्या साहित्यसंस्थांत अग्रभागी लावलेले दिसायला हवे होते.'

'मराठी गीता-प्रवचनांची अठरा भारतीय भाषांमध्ये रूपांतरे झाली, हे विनोबांनी मराठीला बहाल केलेल्या वैभवाचेच द्योतक म्हणावे लागेल' असा अभिप्राय व्यक्त करून यदुनाथजी पुढे विनोबांच्या भाषाशैलीचा मार्मिक आढावा घेताना लिहितात, 'संतांच्या साहित्यात दरवळणारा प्रसाद विनोबांच्या साहित्यात तसाच दरवळताना दिसतो. भाषेला कोणताही विचार पेलवतो, असे दाखवणारे लोकच भाषेला वैभवाला नेत असतात. विनोबा अशा कोटीत मोडतात. भाषेच्या सामर्थ्याचे एक गमक तिची समनुयोग क्षमता हे आहे. विनोबांच्या भाषेची समनुयोग क्षमता प्रचंड आहे.'

गीता-प्रवचनांतील भाषाशैलीची ठळक वैशिष्ट्ये सांगताना यदुनाथजी पुढे लिहितात, 'मराठी भाषा अभिव्यक्तीच्या दृष्टीने किती समर्थ केली ते पाहायचे, तर गीता-प्रवचनांचे परिशीलन केले पाहिजे. स्तिमित होऊन पाहत राहावे अशी ही भाषा आहे. विनोबांची समजावण्याची हातोटीही मोठी बहारीची आहे.

'साच आणि मवाळ। मितले आणि रसाळ। शब्द जैसे कल्लोळ। अमृताचे' (ज्ञा.१३-२६९)

म्हणजे काय ते गीता-प्रवचनांमधून समजते. नेमकेपणा हा भाषेच्या अंगभूत सामर्थ्याचा इसारा म्हणता येईल, तो विनोबा देतात. स्त्री-साहित्यातील लय गीता-प्रवचनांमध्ये जागोजागी जाणवते. विनोबांच्या विचारांच्या सोन्यात साने गुरुजींनी

बेमालूमपणे एक सुगंध भरून ठेवल्याचे गीता-प्रवचने वाचताना जाणवते.'

यदुनाथजींचे हे रसग्रहण लांबलेले वाटत असले, तरी अर्धा कोटी खप असलेल्या पुस्तकाचे ते आहे, याचा विसर साहित्यावर व मराठी भाषेवर प्रेम करणाऱ्या विचक्षण वाचकाला पडणार नाही.

या पुस्तकात साने गुरुजी व विनोबा यांचा सांगितलेला भावबंध थोडासा स्पष्ट करायला हवा. प्रत्यक्ष जरी ही प्रवचने १९३२ साली धुळ्याच्या तुरुंगात झालेली असली, तरी ती लगेच 'गीता-प्रवचने' या नावाने प्रसिद्ध झालेली दिसत नाही. त्यासाठी जवळजवळ दहा-बारा वर्षांचा काळ मध्यंतरी गेलेला दिसतो. त्याआधी साने गुरुजींनी आपल्या 'काँग्रेस' या नियतकालिकात 'साने-स्मृती' या शीर्षकाखाली ही प्रवचने प्रसिद्ध केलेली दिसतात.[९] 'गीताहृदय'[१०] या शीर्षकाचे साने गुरुजींनी प्रसिद्ध केलेले पुस्तक याच प्रवचनांवर आधारित असल्याचे दिसते.

'गीता-प्रवचने' शब्दांकित करणाऱ्या साने गुरुजींनी गीता-प्रवचनांविषयी लिहिताना म्हटले आहे,[११] 'धुळे जेलमधील सर्वांत मोठी गोष्ट म्हणजे विनोबांची गीतेवरील प्रवचने. ती अपूर्व मेजवानी होती. अमृतधारा स्रवत होती.' याच पुस्तकात साने गुरुजी पुढे लिहितात, 'प्रवचनांना आरंभ करताना विनोबा कधी कधी अक्षरश: स्फुंदू लागत! नवव्या अध्यायावरील प्रवचनासाठी ते उभे राहिले आणि अश्रुधारा वाहू लागल्या. पाच मिनिटे त्यांना बोलता आले नाही.'

ती व्याख्याने म्हणजे अमोल ठेवा! वाईच्या प्राज्ञ-पाठशाळेचे तर्कतीर्थ लक्ष्मणशास्त्री जोशी एके दिवशी जेलमध्ये म्हणाले, 'विनोबा कधीकधी संस्फूर्त होऊन (Like one inspired) बोलत आहेत असे वाटते.'

पूज्य विनोबांच्या ब्रह्मनिर्वाणानंतर त्यांच्या कर्तृत्वाचा आणि साहित्य सेवेचा आढावा घेताना 'नवभारत' मासिकाच्या संपादकीयात 'गीता-प्रवचने' या पुस्तकाचा खालीलप्रमाणे परामर्श घेतलेला आढळतो :[१२]

'या प्रवचनांचा मुख्य दृष्टिकोन 'गीता ही साक्षात भगवंताची उक्ती होय' असा होता. त्या उक्तीला पूर्ण प्रमाण मानून, त्यासंबंधी कसलीही साधकबाधक चर्चा न करताच त्यांनी १८ प्रवचने दिली. लोकमान्य टिळकांच्या गीतारहस्याचा मुख्य दृष्टिकोन त्यांनी मानला नाही, आद्य शंकराचार्यांचाच मुख्य दृष्टिकोन मान्य केला, असे दिसून येते. मोहनिरास म्हणजे अज्ञाननाश हे गीतेचे मुख्य उद्दिष्ट त्यांनी मानले. अर्जुनास युद्धास प्रवृत्त करणे हा उद्देश गृहीत धरून केलेला कर्मयोगाचाच उपदेश गीतेत आहे, हा टिळकांचा दृष्टिकोन विनोबांनी स्वीकारलेला नाही. विनोबांनी

निष्काम कर्मयोग मान्य केला, पण युद्धोपदेशाकडे काणाडोळा केला.'

विनोबांनी केलेल्या साहित्य सेवेबद्दल त्यांचा गौरव करताना याच संपादकीय मजकुराच्या शेवटी पुढीलप्रमाणे लिहिले आहे :

'विनोबांनी मराठी साहित्यात अतिशय सुंदर साहित्याची भर घालून ते समृद्ध केले. आध्यात्मिक ललित निबंध या दृष्टीने गीता-प्रवचने सहृदय वाचकांना अत्यंत हृद्य वाटतात. त्यांचे स्थितप्रज्ञ दर्शन, आत्मज्ञान आणि विज्ञान, ईशावास्यवृत्ती इत्यादी निबंध मननीय आहेत. त्यांचा आधुनिक युगाला एक महत्त्वाचा संदेश आहे - हे विज्ञानयुग आहे, या विज्ञानाची अध्यात्माशी निरंतर जोड घातली, तर मनुष्य जातीचा उद्धार होईल.'

'नवभारत'च्या संपादकीयात म्हटल्याप्रमाणे विनोबांनी गीतेतील शब्दांना भगवंताची उक्ती मानून ते प्रमाण मानले, हे खरे आहे. कारण भगवद् गीतेच्या पूर्वी योग, कर्म, ज्ञान व भक्ती असे चार संप्रदाय होते. गीतेने त्यांच्यात समन्वय साधलेला आहे. लोकमान्य टिळकांनी गीतेतील ज्ञानमूलक भक्तिप्रधान कर्मयोग स्वीकारला. योगी अरविंद यांनी कर्म, भक्ती, योग व ज्ञान यांचा समन्वय साधणारा पूर्ण योग स्वीकारला. कर्म, ज्ञान, भक्ती व योग यातील एकेकटा स्वीकारला, तर मोक्षमार्गासाठी तो अपूर्ण वाटेल; कारण केवळ ज्ञानाने किंवा केवळ निष्काम कर्मयोगाने मोक्ष मिळणार नाही. शंकराचार्यांच्या पूर्वी होऊन गेलेल्या भाष्यकारांनी ज्ञान व कर्म यांचा समन्वय साधण्याचा प्रयत्न केला. पण आद्य शंकराचार्यांनी या समुच्चयवादाचे खंडन करून संन्यासपूर्वक तत्त्वज्ञान हेच एकमेव मोक्षमार्गाचे साधन सांगितले. शंकराचार्यांच्याही पूर्वी महावीर-बुद्ध यांनी यमनियमांचा, ध्यान-धारणेतून तृष्णेच्या कचाट्यातून सोडवणारा योगमार्ग सांगितला. त्यामुळे वेदिकांच्या कर्मकांडावर टीका होऊ लागली. गीतेतही वेदांवर थोडी टीका केली आहे.[१३]

अशा प्रकारे गीतेपूर्वीचे व गीतेतील तत्त्वज्ञान वाचायचे म्हटले, तरी सामान्य माणसांना कंटाळा येईल. म्हणून मूळ तत्त्वज्ञानाबद्दल काही चर्चा न करता 'शुद्ध व्यवहार म्हणजे परमार्थ' अशा सोप्या भाषेत गीतेचा दृष्टिकोन समजावताना स्वधर्म म्हणजे काय? हे त्यांनी आपल्या प्रवचनांत स्पष्ट केले. 'कुलीन मी चि संपन्न माझी जोडी कुठे असे' अशा प्रकारे आसुरी संपत्तीत जमा होणारी अहंकाराची भावना नष्ट करण्याचा माणसाकडून प्रयत्न झाला पाहिजे, हेही त्यांनी समजावून सांगितले. कर्म-अकर्म व विकर्म यांच्या व्याख्या स्वतंत्र प्रज्ञेने व नवीन दृष्टिकोनातून त्यांनी श्रोत्यांना सांगितल्या.

तत्त्वज्ञानाच्या रुक्ष चर्चेत न पडता, भगवंतांनी जे सांगितले आहे ते शब्दश:

बरोबर मानून विनोबा अशा रीतीने गीतेचा संदेश आधुनिक काळात दैनंदिन आचरणात कसा आणता येईल, हे श्रोत्यांना पटवण्यात यशस्वी झालेले दिसतात.

त्यामुळेच तारा धर्माधिकारी यांच्यासारख्या अभ्यासकांनासुद्धा विनोबांच्या 'गीता-प्रवचनां'वर पुढीलप्रमाणे विचार व्यक्त करावेसे वाटतात. त्या म्हणतात,[१४]

'गीता-प्रवचने हा एक जीवनविचार आहे. त्यात साहित्य आहे, विचार आहे, नीती आहे, अध्यात्म आहे, संस्कृती आहे आणि समाजही आहे. विनोबांनी 'गीता-प्रवचनां'मध्ये सांगितलेले गीतेचे रहस्य नोंदलेले दिसते. गीतेचे रहस्य गीतेच्या पुस्तकात झाकलेले नाही, ते उघडे आहे. भगवान स्वत:च सांगतात की, मी ते सूर्याला सांगितले आहे. ज्याला डोळे असतील तो ते पाहू शकतो, इतके ते उघडे आहे, आणि झाकलेले असले, तर ते गीतेच्या पुस्तकात खासच झाकलेले नाही, हृदयाच्या गुहेत झाकलेले आहे. या गुहेच्या तोंडाशी दुर्वर्तनाचे दगड, गोटे साचले आहेत. मेहनत करून आत पाहिले पाहिजे. कुरुक्षेत्र म्हणजे कर्माची भूमी. या कर्माच्या भूमीवर गीता सांगितली आहे आणि तेथेच मेहनतीने ती ऐकायची आहे.

सर्वत्र परमेश्वराचे रूप पाहणारे विनोबा, ज्ञानसाधनेच्या बाबतीत प्रवचनात म्हणतात की, बुद्धीने जाणून भागत नाही, ते जीवनात उतरले पाहिजे, हृदयात मुरले पाहिजे. ज्ञानाची साधना म्हणजेच ज्ञान. गीतेतील ही वीस साधने ज्ञानदेवांनी अठराच केली आहेत. गीतेतील पाच श्लोकांचा विस्तार करून त्यावर ज्ञानेश्वरांनी सातशे ओव्या लिहिल्या आहेत. समाजात सद्‌गुणांचा विकास व्हावा, यासाठी आपला सारा अनुभव ओतला. मराठी भाषा बोलणाऱ्यांवर त्यांचे अनंत उपकार आहेत.'

विनोबा ज्ञान, कर्म व भक्ती असे स्वतंत्र तीन घटक मानत नाहीत, हे यापूर्वीच्या विवेचनात येऊन गेले आहे.

पण याविषयी विवेचन करणारा 'गीता- प्रवचनां'तील खालील उतारा धर्माधिकारी यांनी दिला आहे.

'जीवनाचे तुकडे पाडता येत नाहीत. कर्म, ज्ञान, भक्ती निरनिराळी करता येत नाहीत. ते जीवनाचे तीन पाय आहेत. या तीन खांबांवर, तिवईवर जीवनाची द्वारका उभारायची आहे.'

अशा रीतीने गीता-प्रवचनांतील योग्य उतारे निवडून तारा धर्माधिकारी यांनी अभ्यासकांना मदत केली आहे. सगुण-निर्गुण वादात विनोबा पडत नाहीत. याविषयीचा 'ही' सिद्धान्त यदुनाथजी थत्तेंनी आधी उल्लेख केलेल्या लेखांमध्ये नोंदविला आहे. 'ही' सिद्धान्त म्हणजे हेही खरे आणि तेही खरे.

'गीता-प्रवचने'संबंधी लिहिताना गोपाळराव काळे यांनी त्यांच्या लेखात लिहिले आहे, 'विनोबा के ये प्रवचन यानी हम लोगो के लिए दावत थी। भारत की हर भाषा में और अंग्रेजी में गीता-प्रवचन का अनुवाद हुआ है।' साने गुरुजींनी ही प्रवचने लिहून घेतली हा त्यांचा जसा फार मोठा उपकार मराठी भाषेवर झाला, तसाच उपकार प्रवचनांना तुरुंगात परवानगी देणाऱ्या तुरुंगाधिकारी श्री. कॉन्ट्रॅक्टर व जेलर श्री. ईश्वरभाई वैष्णव यांचा झाला आहे. पुढे भूदान-यात्रा कर्नाटकातील बंगलोर येथे आली असताना तेथे श्री. कॉन्ट्रॅक्टर विनोबांना भेटले व 'माझ्या परवानगीमुळे गीता-प्रवचने झाली' असे अत्यंत आपुलकीने व कृतज्ञतेने म्हणाले.

आचार्य अत्रेंनी विनोबांच्या लेखनाचा गौरव करताना लिहिले आहे, विनोबांच्या लेखनाबद्दल काय लिहावे अन् काय बोलावे? विनोबांची गीता-प्रवचने हा विचारामृताने तुडुंब भरलेला एक सुवर्ण कलशच होय.

गीता-प्रवचनासंबंधी लिहिताना 'दानाची दीक्षा देणारा संत' या पुस्तकात ते म्हणतात,

'आम्ही स्वतः संस्कृत जाणणारे आहोत. अधूनमधून गीता कित्येक वर्षे तरी वाचीत आलो आहोत. लोकमान्य टिळकांच्या गीतारहस्याची कित्येकदा तरी आम्ही पारायणे केली, गीतेचा अर्थ आम्हांला उमगला, पण तिची गोडी अशी कधीच लागली नाही. ती आम्हाला विनोबांमुळे लागली. विनोबांमुळे आम्ही गीता वाचताना मिटक्या मारू लागलो. विनोबा नुसतेच तत्त्वज्ञानी आणि विद्वान नाहीत, ते रसिक आहेत. रुक्षपणा हा या देशातील विद्वत्तेला मिळालेला फार मोठा शाप आहे. विनोबा हे एकच त्यामुळे या नियमाला अपवाद आहेत. विनोबांनी एके ठिकाणी म्हटले आहे की, कोणत्याही ग्रंथाचा सारासार विचार करावा. गीता हा एकच असा ग्रंथ आहे की, त्यातले काहीच टाकावेसे वाटत नाही. त्यांनी लिहिलेले प्रत्येक अक्षर घटाघट प्यावे, असे आम्हाला वाटते. विनोबा हे पटकन कळतात व सरळ डोक्यात आणि हृदयात जाऊन भिनतात, हा त्यांच्या बोलण्याचा किंवा लिहिण्याचा विलक्षण गुण आहे. त्यांच्याइतका सुंदर आणि सुबोध मराठी लिहिणारा लेखक मराठी भाषेत दुसरा आढळणार नाही. वस्तुतः हा लौकिक साने गुरुजींचा, पण विनोबा हे साने गुरुजींचे गुरुजी आहेत, हे ध्यानी धरावे.

विनोबा हे मराठी भाषेतील 'सूत्रधार' आहेत. कमीत कमी शब्दांत जास्तीत जास्त अर्थ कसा ठासून भरावा, हे कौशल्य आज तरी निदान त्यांच्याजवळ आहे! आम्ही सांगतो हे कित्येकांना कदाचित अतिशयोक्तीचे वाटेल, म्हणून त्यांना आम्ही

विनोबांची 'गीता-प्रवचने' वाचण्याची शिफारस करतो. 'गीताई' ही जर 'अमृताची पुष्करणी' असेल, तर 'गीता-प्रवचने' हे त्या पुष्करणीमधील 'हजार धारांचे एक सोन्याचे कारंजे' आहे. त्याच्या सौंदर्याचे व माधुर्याचे वर्णन करताना आमचे शब्द तोकडे पडतात. गीता-प्रवचनांची तुलना जर झाली, तर ती फक्त ज्ञानेश्वरीशीच होऊ शकेल. गीतेचे असे हृदयस्पर्शी रसग्रहण कोणत्याही भारतीय भाषेत आजपर्यंत कोणी केले नसेल! या पुस्तकाची आजपर्यंत आम्ही स्वत: दहा-पंधरा वेळा तरी पारायणे केली असतील. इतका आनंद आणि समाधान आजपर्यंत आम्हाला कोणत्याही एका पुस्तकाच्या वाचनाने मिळालेले नाही. या पुस्तकाचे कोणतेही पान उघडावे अन् वाचायला सुरुवात करावी.

'दीपा नाही पाठी पोटी अंधकार
सर्वांगे साकर अवघी गोड' (तुकारामांची गाथा)

असे विलक्षण माधुर्य त्या प्रवचनांमधल्या प्रत्येक शब्दामध्ये भरलेले आहे. ज्यांना वाङ्मय काय आहे हे माहीत नाही, ज्यांना वाचनाची विशेष गोडी नाही, ज्यांनी उभ्या हयातीत जीवनाचा कधी विचार केला नाही, अशा आमच्या माहितीच्या अनेक माणसांना आम्ही या पुस्तकाची शिफारस केली. ती माणसे गीता-प्रवचने वाचून अक्षरश: वेडी झाली आहेत. हे पुस्तक आता हातातून सोडायला किंवा दुसरे पुस्तक हातात धरायला ती मुळी तयारच नाहीत. आम्ही म्हणतो ते खरे की खोटे हे ज्यांना पडताळून पाहावयाचे असेल,त्यांनी एकवार हे पुस्तक वाचून पाहावे. पक्वान्नाची गोडी शब्दांनी काय वर्णन करावी? ते चाखूनच पाहिले पाहिजे.' आचार्य अत्र्यांसारख्या श्रेष्ठ साहित्यिकाने गीता-प्रवचनांचे अतिशय सुंदर शब्दांत, भावोत्कट असे हृदयाला जाऊन भिडणारे रसग्रहण केल्यामुळे ते सविस्तररीत्या दिल्याशिवाय राहवले नाही. मूळ ग्रंथ रसाळ, भावोत्कट व भव्य-दिव्य असला की त्याचे रसग्रहणही रसाळ व उत्कट येणार! असा परिसस्पर्श गीता-प्रवचनांमध्ये आहे.

सुवर्णजयंतीनिमित्त गीता-प्रवचनांवर प्रसिद्ध झालेल्या स्मरणिकेत गीता-प्रवचने असलेल्या थैलीची चोरी केल्यानंतर व त्यातील गीता-प्रवचनांच्या वाचनानंतर चोराचे कसे हृदयपरिवर्तन झाले, याची रोचक हकिकत दिलेली आहे.

दा.न. शिखरे गुरुजी यांनी त्यांच्या 'विनोबांचे जीवनमंत्र' या पुस्तकात म्हटले आहे की, 'विनोबा हे संतांचे पोसणे आहे. संत वाङ्मयातील कावडीच्या कावडी त्यांनी मराठीत वाहून आणून लोकांपर्यंत पोहोचविल्या आहेत.' त्याची प्रचिती गीता-प्रवचने वाचताना येते! इतरत्रही त्यांच्या या वैशिष्ट्यांचा अनुभव येतो. सूक्ष्म विचार, सोप्या भाषेत सखोल चिंतनाची व तर्कशुद्ध प्रमाणांची जोड देऊन, प्रमाणबद्धतेने पण

थोडक्यात मांडणे, या भाषाशैलीचा आपणास अनुभव तर येतोच; पण संत वाङ्मयातील प्रेम-भांडार, प्रेमाचा सुकाळही आपणास विनोबांच्या वाङ्मयात, गीता प्रवचनात जाणवतो. त्यामुळे त्यांचा गौरव करताना शिखरे गुरुजी याच पुस्तकात पुढे म्हणतात,

'विनोबांनी संतांच्या साहित्य सागरातून भक्ती, ज्ञान, वैराग्याची रत्ने वेचून त्याचे सूत्रबद्ध व सुव्यवस्थित हार रचले व त्यायोगे संत साहित्य हे सर्वसामान्य समाजाला सुलभ करून दिले.'

त्यांनी अशा त-हेने संतांच्या संगतीत राहून व संतांच्या पायी नतमस्तक होऊन गीता-प्रवचने सांगितली. या मागची भूमिका स्पष्ट करताना शिवाजीराव भावे त्यांच्या 'विनोबा जीवन दर्शन' पुस्तकात म्हणतात की, 'गीता शब्दांची काटकसर करीत नाही असे नाही. गीतेमध्ये अनंततर्कपरंपरा ग्रथित झालेली नाही असेही नाही, पण ते तिचे वैशिष्ट्य नाही. ती मोकळेपणाने, साधेपणाने बोलते, पण ते बोल इतके बिनमोल असतात की त्यातला सिद्धान्तार्थ समग्र उलगडत नाही. जे 'तत्त्वार्थीचे पायाळ' असतील, जे 'गुरुकृपांजन लेईले' असतील; अशा थोर संत भाष्यकारांनाच तिचे हृद्गत समजते. एक वेळ पाणिनियसूत्रे किंवा बादरायणसूत्रे भाष्याशिवाय कळतीलही, कारण सूत्ररचना ही खरोखर कोशरचनेप्रमाणे यांत्रिक स्वरूपाची असते. उत्सर्ग आणि अपवाद एकामागून एक रचत जायचे, ही त्यातली मुख्य पद्धती. पण गीता संत भाष्यकारांच्या मदतीशिवाय कळायची नाही. मातेचा हात धरल्याशिवाय बालक चालू शकत नाही. गीतेचा हात म्हणजे संत भाष्यकाराचे भाष्य होय, त्याशिवाय मनुष्याला तिच्याबरोबर चालता यायचे नाही. गीतेपुढे कोणताही थोर मनुष्य असो, तो बालकच ठरेल!'

उपसंहार :

'गीता-प्रवचने', 'गीताई', 'गीताई चिंतनिका' किंबहुना विनोबांच्या सर्व वाङ्मयाच्या मागे त्यांचा फार मोठा अभ्यास आहे, चिंतन आहे, मोठे आचरण आहे. 'आमार जीबनइ आमार बानी' हे उद्गार गांधीजींनी स्वत:च्या वाणीसंबंधी काढले होते, तेच विनोबांनासुद्धा लागू आहेत. फक्त विद्यार्थिदशेतच ते विद्यार्थी राहिले नाहीत, तर आयुष्यभर सतत विद्यार्थी व अध्ययक राहिले. समोरचा जनतारूपी सागर व त्यातील हरिरूपी अनुयायी पाहून १९३२ साली त्यांच्या या गीताभ्यासाला प्रतिभेची व तळमळीची जोड मिळून उधाण आले आणि त्यातून 'गीता-प्रवचनां'चा जन्म झाला.

एखाद्या भूकंपाप्रमाणे मराठी साहित्य या पुस्तकाच्या जन्मामुळे व नंतर त्याच्या खपामुळे हादरून गेले. काबूलपर्यंत मराठी भाषा नेणाऱ्या चक्रधरांची त्यांच्या

पंथीयांप्रमाणे, मराठी साहित्यिकांनी दखल घेतली ती रास्तच आहे. पण ६ लाखांच्या वर खप असलेल्या, बहुतेक भारतीय भाषांमध्येच नव्हे, तर परदेशांतील भाषांतही रूपांतर झालेल्या अशा या गीता-प्रवचनांची योग्य अशी दखल मराठी गद्याचा इतिहास लिहिणाऱ्यांपैकी किती जाणकारांनी घेतली आहे?

विनोबांच्या आधी लोकमान्यांनी 'गीतारहस्य' लिहिले. 'गीतारहस्य हे तत्त्वज्ञानाचे गौरीशंकर आहे' असे आचार्य अत्र्यांनी आपल्या दै.मराठाच्या अग्रलेखात म्हटल्याचे स्मरते. त्यातील गद्य प्रौढ व गंभीर आहे. पण मराठी गद्य किती भव्यतेचे लेणे लेवू शकते व त्याबरोबर काव्य आणि तत्त्वज्ञान हातात हात घालून किती सहजपणे बरोबर राहू शकतात, हे गीता-प्रवचनांनी दाखवून दिलेले आहे.

'अतींद्रिय परि भोगवीन। इंद्रियाकरवी' (ज्ञा.६-३६)

ही प्रतिज्ञा ज्ञानेश्वरांनंतर विनोबांनी सार्थ केली. १९३२ ते १९८२ अशा पन्नास वर्षांच्या कालखंडात अनेकांना या ग्रंथाने प्रेरणा दिली. अनेकांची चित्तशुद्धी केली. म्हणूनच गीता-प्रवचने म्हणजे चित्ताचा मळ धुऊन काढणारी भागीरथी आहे. ती मराठी रसिकांच्या हृदयात वाहत आहे, वाहत राहील आणि तोपर्यंत 'चित्तशुद्ध तरी शत्रू मित्र होती' असा साक्षात्कार घडवून सर्व जगाशी 'मैत्री'चे नाते जोडेल, यात तिळमात्र शंका नाही.

'दैनंदिन जीवनाला उपयोगी पडणार नाही असा एकही विचार यात मांडलेला नाही' अशी ग्वाही गीता-प्रवचनांच्या प्रस्तावनेत विनोबांनी दिलेली आहे. शिवाय एखाद्या पुस्तकाला जन्म द्यावा अशा सकाम हेतूने ही प्रवचने दिलेली नाहीत, त्यामुळे त्यात कृत्रिमता नाही. स्वर्गातून धो-धो वाहणाऱ्या गंगेने पृथ्वीवर आल्याबरोबर मंद मंद वाहत जावे व केवळ तीरीच्या पादपांनाच नव्हे, तर जगाचे ताप-पाप हरण करीत करीत जगाला संजीवन द्यावे; त्याप्रमाणे गीतेच्या कैक वर्षांच्या अंत:करणात मुरलेल्या, ज्ञानसूर्याप्रमाणे तळपणाऱ्या विनोबांच्या चिंतनाने, सहज, सोप्या सर्वसुलभ, परंतु अमृताची चव आणि गंगेची पावनता देणाऱ्या गद्यात, सहजतेने विनोबांच्या मुखरूपी द्वारातून नवीन अवतार घेतला. मराठी गद्याचा हा 'पावन अवतार' मराठी भाषा असेपर्यंत प्रत्येकाला चित्तशुद्धीची संधी व आनंदाची नव्हे, तर ब्रह्मानंदाची उपलब्धी करून देत राहाणार, यात मला शंका वाटत नाही.

ज्ञानदेवांची 'ज्ञानेश्वरी' हे 'देशीकार लेणे' आहे व त्या लेण्याचे सर्वसामान्य वाचकाला आकर्षण वाटले, तरी त्याला पुष्कळ वाचक दुरूनच कृतज्ञतेने नमस्कार करतात असे शिवाजीराव भावे यांनी 'विनोबा जीवन-दर्शन' मध्ये लिहिले आहे. यात ज्ञानेश्वरांना किंवा लोकमान्य टिळकांना कमीपणा द्यायचा नाही, कारण हे ग्रंथ

हिमालयाप्रमाणेच भव्य-दिव्य, अनंतरत्न प्रसविणारे आहेत! ते पूज्य आहेत व राहातीलच! पण केवळ 'सर्वसुलभ' नसल्यामुळे, सामान्य वाचक तेथपर्यंत जाऊ शकत नाही. गीता माउलीने सर्वांसाठी मोक्षाचे द्वार खुले करून ज्याप्रमाणे आपला उदारपणा कथन केला, त्याचप्रमाणे साम्ययोगी विनोबांनी 'गीता-प्रवचने' सर्वांसाठी सुलभ केली.

ज्ञानेश्वरी व गीतारहस्य तळपणाऱ्या सूर्याप्रमाणे आहेत, तर गीता-प्रवचने झुळुझुळु वाहणाऱ्या गंगेप्रमाणे व मंद मंद तेवत राहून प्रकाश देणाऱ्या सर्वसुलभ नंदादीपाप्रमाणे आहे! याबाबतीतही विनोबा गांधीजींचे शिष्य ठरतात. केवळ काही विद्वानांना, काही अभ्यासकांना व काही जिज्ञासूंनाच नव्हे, तर सर्वांना समजेल अशा भाषेत गांधीजींनी आपले लिखाण केले. त्यांचे थोर शिष्य असणाऱ्या विनोबांनीही हा नियम कटाक्षाने पाळला. त्यातही त्यांचा 'सर्वोदयवाद' दिसून येतो. फरक एवढाच की, विनोबांच्या विवेचनात मूळ ग्रंथातील मोजके श्लोक व त्याला पूरक असे संत वाङ्मयातील अभंग आढळतात. त्यामुळे 'आम के आम, गुठलीके दाम' असा अनुभव येतो. गीता-प्रवचने करताना संत-वाङ्मयाच्या प्रभावातून विनोबा सुटलेले नाहीत. 'अणुरेणुया थोकडा। तुका आकाशाएवढा' असे जरी त्यांचे विश्वव्यापक व्यक्तिमत्त्व असले, तरी त्यांचे 'म-हाटेपण' व 'म-हाटे बोलणे' इतर लेखांप्रमाणेच 'गीता-प्रवचनां'मध्येही डोकावतेच. मराठी भाषेच्या दृष्टीने हे फार अविस्मरणीय आहे!

गीतेवर भाष्य लिहिताना नम्र झालेले ज्ञानेश्वर महाराज म्हणतात,

'परी गीता ईश्वरु भोळा। ले व्यासोक्तिकुसुममाळा ।
तरी माझिया दूर्वादळा।ना न म्हणे की।।'

(ज्ञानेश्वरी : १८-१७१०)

स्वत:ची ज्ञानेश्वरी म्हणजे गीतारूपी भोळ्या ईश्वरावर वाहिलेले दुर्वादल! मग गीता-प्रवचनांना काय म्हणावे? 'गीता-प्रवचने म्हणजे मराठी गद्यरूपी पाण्याने गीतारूपी ईश्वराला केलेला अभिषेक!' हा अनुभव केवळ माझाच नाही तर अनेक लोकांचा आहे, लहान-मोठ्या थोर साहित्यिकांचाही आहे.

एरवीही, 'वाणी संतकृपेची ही, विन्याची कृतिशून्यता।' असेच विनोबा म्हणतात. त्यात केवळ नम्रता नाही, तर संतप्रेमाची ओली व संत वाङ्मयाची खोली आहे. 'विचारपोथी'तही विनोबांनी संतांविषयी पुढील विचार व्यक्त केला आहे. 'वेद हे जंगल आहे. त्यामधील उपनिषदे या गाई आहेत. श्रीकृष्ण हे दूध काढणारे गवळी आहेत. गीता दूध आहे. संत हे ते दूध पिणारे वत्स आहेत. मी फक्त त्यांच्या तोंडून

पडलेल्या उष्ट्या थेंबाची आशा राखून आहे. यापेक्षा माझा जास्त अधिकार नाही.'

याचा अर्थ पूर्ण निरहंकार वृत्तीने, संतांना शरण जाऊन विनोबांनी प्रवचने दिलीत. त्यामुळे ती इतकी अप्रतिम, गंगेप्रमाणे पवित्र, हिमालयप्रमाणे जीवनाची उंची दाखवणारी, समुद्राप्रमाणे जीवनाचा खोल अर्थ दाखवणारी व जीवन जगत असताना पदोपदी तोल कसा सांभाळावा हे शिकविणारी, अशी अक्षर वाङ्मयात जमा होणारी आहेत. मराठी गद्य वाङ्मयात हा ग्रंथ म्हणजे 'मानदंड' आहे. ज्ञानेश्वरांनी 'प्रमेयाची दोंदे' आपल्या 'साच आणि मवाळ' ओवीने तोलून मोकळी केली, त्याचप्रमाणे विनोबांनी शब्दांना भक्ती, प्रेम, सत्य, दया व क्षमेच्या रसायनात भिजवून गीता-प्रवचने दिली आहेत. वास्तविक, भगवंतांची गूढ भाषा 'अप्रांतमतीच्या व्यासां'नी शब्दांनी पकडली आणि ज्ञानेश्वर माउलीने 'अरूपाची बोली' ज्ञानेश्वरीत सजवली, हा मराठी भाषेवर फार उपकार झाला. पण साध्या, भोळ्या, खेड्यातील मजुरी करणाऱ्या श्रमिक लोकांनासुद्धा समजतील अशी प्रवचने देणे, हे काही सोपे काम नाही. संत कृपेचे अंजन डोळ्यांना लावल्याशिवाय भगवंताचे मनोगत कोणालाही समजणार नाही! संत कृपेच्या बाबतीत विनोबा खूपच भाग्यवान! आणि म्हणूनच गीतेवर सोप्या भाषेत प्रवचन देण्याचे अवघड काम त्यांना सहजी शक्य झाले.

तरुणपणाचा एकनिष्ठ भक्त अर्जुन याच्या भक्तिप्रेमाला भुलून भगवंतांनी गुह्य-गुह्यतम् अशी राजविद्या, राजयोगयुक्त गीता त्याला सांगितली आणि म्हातारपणाचा भक्त उद्धव याला, त्याची 'सा तु अस्मिन् परमप्रेमा' या गोपींच्या जातीची निस्सीम भक्ती पाहून, भगवान गोपालकृष्णांनी निजधामाला जाण्यापूर्वी जीवनाचे सोने करणारे गुह्यज्ञान भागवताच्या मिषाने दिले. म्हणजे भगवंत 'भुकेल्या भक्ती'चा पाहुणा आहे. विद्वान माणसाला भगवंत केवळ विद्वत्तेने समजत नाही मग त्याचे मनोगत तरी कसे कळेल? कबीरदासजींनी यावर लिहिताना म्हटले आहे-

'चतुराई हरि ना मिले यह बाद की बात
एक नित्प्रेही निर्धारके ग्राहक गोपीनाथ
ढाई अक्षर प्रेमका पढे तो पंडित होय'

याचप्रमाणे ज्ञानेश्वर माउलीही म्हणते,

'की सभाग्यसंती भ्रमरी। केले ते श्लोककल्हारी।
श्रीकृष्णाख्यसरोवरी। सासिन्नली हे।' (ज्ञानेश्वरी : १८-१६७०)

संत म्हणजे भगवंताचे हृदय. त्यामुळे ज्ञानदेव, तुकाराम, रामदास, तुलसीदास व कबीरदास यांना हे जे भगवंताचे मनोगत समजले तेच खरे. त्यांच्याच साहाय्याने परंतु आपल्या पावलांनी विनोबा गीता-प्रवचनांत चालताना-बोलताना दिसतात,

तेव्हा संतांची अशी वचने गीता-प्रवचनांत सर्वत्र आढळतात आणि हीच गीता-प्रवचनातील गद्याची अभिजात श्रीमंती आहे. मराठी भाषेत ही श्रीमंती सदैव शोभून दिसेल, यात शंका नाही.

'आधीचि देखणी दिठी। वरी सूर्य पुरवी पाठी।'

(ज्ञानेश्वरी : १८-१७३३)

या ओवीचीही गीता-प्रवचने वाचताना आठवण येते :

साहित्याच्या दृष्टीने गीता-प्रवचनांचे सौंदर्य हे, कवित्वाच्या तत्त्वाला विनोबांच्या नवीन विचारांची जोड मिळाली, यात आहे. गीतेच्या आशयापासून एक नवीन अर्थ या प्रवचनांमध्ये विनोबांनी दाखविला आहे. अशी विविध विचाररत्ने संपूर्ण प्रवचनांमध्ये विखुरलेली आहेत. यातले गद्यकाव्य हे विचार-रत्नजडित आहे. हे विचारही दीर्घ व सखोल चिंतनातून, जीवनाच्या प्रयोगातून व कर्मक्षेत्रात काम करता करता स्फुरले आहेत. गीतेवर दिलेल्या प्रवचनांचे पोषण या विचारांना लाभले आहे व ते विचार घेण्यासारखे आहेत, हे आपल्याला वाचल्याबरोबर वाटते. या विचारांवर शंकराचार्यांचे, ज्ञानेश्वरांचे व गांधीजींचे ऋण आहे. ते विनोबांनी अनेक ठिकाणी व्यक्तही केले आहे. हे विचार मराठी भाषेत 'जुन्यात झळकतील व नव्यात चमकतील' याबाबत मला शंका नाही. परिभाषा जुनी पण त्यातून काढलेला विचार नवीन व तोही प्रचलित जीवनावर प्रकाश टाकणारा आणि प्रत्येकाला आचरता येईल असा आहे. या मानवी जीवनातच या विचारांचे अनुमान करून ते आचरणात आणणे शक्य आहे, हा विश्वास, हे विचार वाचून वाटतो. 'असाध्य ते साध्य करिता सायास। कारण अभ्यास तुका म्हणे।।' या तुकोक्तीप्रमाणे जर यातील विचारांचा अभ्यास झाला, मनन झाले व ते आचरणात आणले, तर एका वेगळ्या जीवनात आपला प्रवेश होईल. आपला केवळ आचरणाच्या अंगाने कायापालट होणार नाही, तर भावनेच्या अंगानेही हृदयपरिवर्तन झाल्याशिवाय राहाणार नाही. केवळ चित्तशुद्धी करून हे विचार थांबत नाहीत, तर त्याप्रमाणे पुढचा प्रवास करण्यासही ते आवाहन करतात.

गीता-प्रवचनांच्या सौंदर्यवर्धनात व लोकप्रियतेत पद्य वचनांचाही मोठा वाटा आहे. त्यातून संत वाङ्मयाचा व संबंधित ग्रंथांचा विनोबांचा व्यासंग समजतोच, पण योग्य स्थळी ही वचने आल्यामुळे सोन्याला सुगंध लाभल्यासारखे झाले आहे.

'नाथांचे समग्र वाङ्मय', प्रकाशक - नाथ संशोधन मंडळ, औरंगाबाद या पुस्तकाच्या प्रस्तावनेत विनोबा भागवताची प्रशंसा करताना लिहितात, 'गीतेच्या दुधात भागवताने मधाची धार टाकली.' त्यांचे हे बोल गीता-प्रवचनांत त्यांनी उद्धृत केलेल्या संतांच्या विविध अभंगांना व ओव्यांना लागू करताना, असे म्हणावे लागेल

की-

'गीता-प्रवचनांच्या दुधात विनोबांनी संतांच्या मधुर व प्रासादिक वचनांचे मध टाकले आहे. 'समाधी-भाषा' म्हणजे काय हे गीता-प्रवचने वाचताना उलगडते!'

हा विचारांचा सुवर्णकलश म्हणजे मराठी भाषेतील गद्य वाङ्मयाला मिळालेला उत्स्फूर्त नजराणा होय. अशा या विचारांचे दर्शन व प्रत्यक्ष अनुभूती विनोबांनी स्वत: प्रथम घेतली आणि मग इतरांना दिली. 'विचारपोथी'तील काही विचारही या ठिकाणी अवतरलेले दिसतात. शिवाय इतर ग्रंथांतील विचार आहेतच, पण यातही त्यांची असंग्रहवृत्ती दिसून येते. हे विचार मुक्तहस्ताने हजारो श्रोत्यांना वाटून त्यांनी शंकराचार्यांचे वाचाऋण व ज्ञानेश्वरांचे विचारऋण फेडण्याचा एक नम्र प्रयत्न केला आहे. हे विचार भव्य, व्यापक व आचरणात आणण्यासारखे तर आहेतच, पण कुणावर आक्रमण करीत नाही, कुणाला दुखावित नाहीत. सूर्य जसा आकाशात तळपत नकळत जगाला ऊब देत असतो, त्याप्रमाणे चिंतनात जळणारे विनोबा तशीच ऊब आईच्या मायेने वाचकाला देतात. भावना व विचार, आचार व प्रचार, काव्य व तत्त्वज्ञान, भक्ती व कृती या ठिकाणी हातात हात घालून जाताना दिसतात. 'प्रज्ञा' किंवा 'स्वतंत्र प्रज्ञा' कशाला म्हणतात, हे या ठिकाणी आपल्याला समजते. या ठिकाणी विचारांना क्रांतदर्शन झालेले आहे. केवळ कल्पनेवर नाही, तर सत्याच्या व अनुभवाच्या पायांवर ते उभे आहेत. 'प्रज्ञा त्रैकालिकी मता' हे या प्रकारचे विचार वाचले म्हणजे समजते. प्रत्येक अध्यायात असे विचार कसे सहजगत्या येतात, हेही निश्चितच पाहण्यासारखे आहे.

■

प्रकरण अकरावे

अभंग व्रते

महात्मा गांधींच्या 'मंगल प्रभात' पुस्तकात लिहिलेल्या व्रतांचा आचार्य विनोबांनी केलेला पद्यमय अवतार म्हणजे 'अभंग व्रते' होय. 'गांधीजींची पत्रे'[१] या पुस्तकाला काकासाहेब कालेलकरांनी लिहिलेल्या प्रस्तावनेवरून असे दिसते की, गांधीजींनी येरवडा जेलमधून पाठवलेल्या पत्रांचा पहिला संग्रह 'व्रतविचार' किंवा 'मंगल प्रभात' या नावाने प्रसिद्ध झालेला आहे. 'मंगल प्रभात'[२] या पुस्तकावरून असे दिसते की, म.गांधीजींनी व्रतांचे विवेचन करणारी ही पत्रे २२/७/१९३० ते १४/१०/१९३० या दरम्यान लिहिलेली आहेत. काकासाहेब कालेलकरांच्या म्हणण्याप्रमाणे[३] तुरुंगात असताना आश्रमाची काही सेवा करावी आणि जीवनातील चैतन्य वाढवावे या उद्देशाने म.गांधीजींनी ती पत्रे लिहिली होती. ही पत्रे येरवडा जेलमधून गांधीजी पाठवत असत. त्या वेळी काकासाहेब कालेलकरही इंग्रज सरकारच्या कृपेने येरवडा जेलमध्ये होते. जेलमधून सुटल्यानंतर काकासाहेब कालेलकरांनी त्या पत्रांचे संपादन करून 'मंगल प्रभात' हे नाव त्यांना दिले.

'मंगल प्रभात' या पुस्तकात महात्माजींनी अनुक्रमे 'सत्य', 'अहिंसा', 'ब्रह्मचर्य', 'अस्वाद', 'अस्तेय', 'अपरिग्रह', 'अभय', 'अस्पृश्यता निवारण', 'कायिक श्रम', 'सर्वधर्मसमभाव', 'स्वदेशी' या अकरा व्रतांवर आपले विचार व्यक्त केले आहेत. 'नम्रता' या व्रताचा त्यांनी स्वतंत्र व्रत म्हणून उल्लेख न करता 'अहिंसा' व्रतातच त्याचा समावेश होतो असे लिहिले आहे.[४] 'व्रत की आवश्यकता' असे १४/१०/१९३० चे पत्र लिहून हे व्रतांविषयीचे विवेचनसंपते.

१९१६ मध्ये साबरमती येथे कोचरब आश्रम स्थापल्यानंतर महात्माजींनी आश्रमासाठी 'सत्य भाषण', 'अहिंसा', 'ब्रह्मचर्य', 'जिह्वा संयमन', 'अस्तेय' 'निष्कांचनत्व' किंवा 'वैराग्य', 'हातसूत', 'हात रहाट चालविणे' इत्यादी १२

नियम केले होते. याशिवाय स्वदेशी वस्तू वापरावी, निर्भयपणे वागावे, मातृभाषा व संस्कृत यांचाच मुख्य अभ्यास करावा, स्वत: हातांनी किंवा इतर अवयवांनी कष्ट करावे, राजकारण- अर्थशास्त्र- समाजशास्त्र यांचे अध्ययन करून त्याचा उपयोग सामाजिक व राजकीय चळवळीत करावा; याही बाबींकडे आश्रमातील विद्यार्थ्यांनी लक्ष देणे आवश्यक केलेले दिसते. हे नियम इतके कठोर व कडक वाटतात की, सर्वसाधारण माणसाला ते पाळणे अशक्य वाटेल असे मत गांधीजींचे चरित्रकार[५] सीताराम केशव दामले यांनी व्यक्त केले आहे. सी. के. दामले यांच्या मताप्रमाणे 'Politics must be spiritualised' (राजकारणाला अध्यात्माचे स्वरूप दिले पाहिजे) या ना.गोखले यांच्या विचाराचा महात्माजींवर फार प्रभाव पडलेला दिसतो. प्रल्हादप्रमाणे वागल्याशिवाय खरा देशसेवक होता येणार नाही असे गांधीजींना वाटायचे, म्हणून नैतिक संवर्धनासाठी (Virtue Cultivation) त्यांनी ही व्रते आश्रमवासीयांपुढे ठेवली होती. पण केवळ नैतिक गुण-संवर्धन हाच आश्रमाचा एकमेव हेतू नव्हता, तर त्याच्या बळावर राजकीय चळवळी गांधीजींना उभ्या करायच्या होत्या. 'The object of Home is to learn how to serve the mother-land and serve it', असे गांधीजींनी आश्रमाविषयी माहिती देताना सांगितलेले दिसते.[६]

या व्रतांवरून असे दिसते की, महात्माजींचा कल जैन व बौद्ध तत्त्वज्ञानाकडे वळलेला असावा. अर्थात 'सनातनी हिंदू' म्हणूनच ते जगले ही गोष्ट वेगळी, परंतु मोर्वी संस्थानातील जैन सत्पुरुष राजचंद्र ऊर्फ रायचंद यांचा प्रभाव प्रारंभीच्या कालखंडात गांधीजींवर पडलेला दिसतो. गांधी-चरित्रात रायचंदभाईंविषयी म. गांधींनी अतीव आदराने लिहिलेले आहे. रायचंदभाईंचे विस्तृत शास्त्रज्ञान, शुद्ध चारित्र्य व धार्मिक आचरण यांचा म. गांधींवर खूप परिणाम झाल्याचेही दिसून येते. हे राजचंद्र ऊर्फ रायचंदभाई १८९९ मध्ये वयाच्या केवळ ३२ व्या वर्षी वारले[७], पण म. गांधींवर त्यांचा गाढ प्रभाव मात्र शेवटपर्यंत कायम राहिला.

वाराणसीहून निघून १९१६ मध्ये विनोबा कोचरब आश्रमात दाखल झाले आणि पुढे वर्धा येथे जाईपर्यंत या आश्रमातच राहिले. गांधीजींनी सांगितलेल्या व्रतांचे आचरण करून ते आश्रमाचे सर्वश्रेष्ठ रत्न ठरले होते. १४ जुलै १९३२ रोजी धुळे जेलमधून सुटका झाल्यानंतर वर्ध्याजवळील नालवाडी या हरिजन वस्तीत ते राहिले होते. याच कालखंडात गांधीजींनी सांगितलेल्या एकादश व्रतांवर-

अहिंसा सत्य अस्तेय ब्रह्मचर्य असंग्रह।
शरीरश्रम अस्वाद सर्वत्र भयवर्जन॥
सर्वधर्मी समानत्व स्वदेशी स्पर्श-भावना।

ही एकादश सेवावीं नम्रत्वे व्रतनिश्चये।।

हे दोन श्लोक विनोबांनी केलेले आढळतात.[८]

शिवाजीराव भावे[९] पुढे अशी माहिती देतात की, 'नालवाडीप्रमाणे कन्याश्रमातही हे एकादश व्रतांचे वर्णन करणारे श्लोक दोन्ही वेळच्या प्रार्थनेत म्हणण्याचा प्रघात सुरू झाला. कन्याश्रमात बापूजींच्या मुक्कामात त्यांच्याकडे येणाऱ्या हजारो साधकांद्वारे हे श्लोक सर्व हिंदुस्थानभर पसरले. आचार्यांनी (पूज्य विनोबांनी) सर्व व्रतांचा संग्रह ज्या मानाने आपल्या ठिकाणी केला, त्या मानाने अन्य कोणी या व्रतांचा संग्रह करू शकला नाही आणि म्हणूनच आश्रमव्रतांचा संग्रह केलेले श्लोक नित्यपाठात असावेत, ही कल्पनाही कोणाला आली नाही. या दोन श्लोकांत तत्त्व संस्मरणाची सोय करून आचार्यांनी साधकांवर फारच मोठे उपकार केले, असे म्हणावे लागेल. या श्लोकांसंबंधी १० मार्च १९३४ मध्ये 'आपली जीवनसृष्टी' म्हणून नालवाडीला विनोबांचे एक प्रवचनही झाले होते. बापूजींना हे श्लोक अतिशय आवडल्याचे त्या वेळच्या 'हरिजन बंधू'मधील साप्ताहिक पत्रावरून दिसून येईल.'

शिवाजीराव भावे यांनी दिलेल्या वरील माहितीवरून विनोबांनी, गांधीजींच्या एकादश व्रतांचा श्लोकबद्ध अवतार 'अभंग व्रते'च्या पुष्कळ वर्षे अगोदर सिद्ध केला होता, हे समजते.परंतु बापूजींच्या 'मंगल-प्रभात' मधील एकादश व्रत विवरणावर आधारित अभंग रचना विनोबांनी १९४१ च्या सुमारास नागपूर तुरुंगात केलेली दिसते.[१०]

'भक्तिज्ञानवैराग्याला मूलभूत जी एकादश व्रते त्यातील सत्य, अहिंसा, ब्रह्मचर्य, अस्वाद, अस्तेय या पाच व्रतांचे आचार्यांनी अभंगात रूपांतर केले आहे. त्यामुळेच ती 'अभंग व्रते' झाली. ग्रामसेवावृत्तात ती त्या वेळी क्रमाने छापली जाऊन, नंतर त्यांचे पुस्तकही प्रकाशित केले गेले. बापूजींनी 'मंगल प्रभात' या पुस्तकात व्रतांचे जे स्पष्टीकरण केले होते त्याचे हे पद्य-स्वरूप होते. या व्रतांमुळेच आचार्यांना बापूजींच्या आश्रमाचे आकर्षण वाटले होते. या व्रतांच्या सूक्ष्म नि सूक्ष्म अभ्यासात त्यांची वर्षानुवर्षे गेली होती, तेव्हा आचार्यांनी या व्रतांना अभंग स्वरूप दिले, ही क्रमप्राप्तच गोष्ट झाली'[११], असे शिवाजीराव भावे यांनी लिहिले आहे.

अजून सहा व्रतांचे पद्य-स्वरूप रूपांतर राहिले होते, ते विनोबांनी ११ सप्टेंबर १९६८ रोजी मुजफ्फरपूर येथे २१ अभंग लिहून पूर्ण केले.[१२] एकूण १०८ अभंग आहेत. परंधाम प्रकाशन, पवनारतर्फे १९६९ मध्ये 'अभंग व्रते'ची

२ री आवृत्ती प्रसिद्ध झाली. त्यात गौतमभाईंनी म्हटले आहे की, 'या आवृत्तीत 'असंग्रह' आणि 'अभय' या दोन व्रतांवरील अभंग प्रथमच प्रकाशित होत आहेत. एकूण ८ व्रतांवर ही रचना आहे. उरलेली तीन व्रते १०७ व्या अभंगात थोडक्यात गुंडाळून घेतली आहेत. शिवाय 'अनिंदा' व्रताचे सूचनही त्यात केले आहे, तेव्हा आता ही रचना पूर्ण समजायला हरकत नाही.'

म्हणजे 'अभंग व्रते' या पुस्तकातील पहिल्या पाच व्रतांवर पद्यरचना केल्यानंतर जवळजवळ १७ वर्षांनी दुसऱ्या सहा व्रतांवर पद्यरचना झालेली आहे. प्रत्येक व्रताच्या वाट्याला आलेले अभंग पुढीलप्रमाणे-

सत्य	१३
अहिंसा	१५
ब्रह्मचर्य	१८
अस्वाद	१६
अस्तेय	१०
असंग्रह	१०
शरीर-श्रम	१५
अभय	११
एकूण-	१०८ अभंग

अभंग क्रमांक १०७ मध्ये स्वदेशी, सर्वधर्मभाव व स्पर्शभावना या तीन व्रतांचे आलेले वर्णन-

' 'स्वदेशी' टाळितें अन्याय आर्थिक
'धर्मसाम्य' 'स्पर्श' सामाजिक' (अभंग क्र : १०७-१०-३)

एवढेच आहे. म्हणजे तीन व्रतांचे विवेचन जवळजवळ एका ओळीत केलेले आहे. याशिवाय म.गांधींनी न मानलेले किंवा 'मंगल प्रभात'मध्ये न लिहिलेले 'अनिंदा' हे आणखी एक व्रत विनोबांनी कल्पिलेले आहे. त्या व्रताचे सूचन-

'धर्मसाम्य स्पर्श स्वदेशी यां सवे
'अनिंदा'कल्पावे व्रत नवें' (अभंग क्र. : १०७-१०-४)

या ओळींनी केले आहे.[१३]

म्हणजे 'मंगल प्रभात' पुस्तकात व्रतांबद्दल व्यक्त केलेल्या विचारांवर 'अभंग व्रते'ची निर्मिती झाली असली, तरी त्याचे मराठी पद्यमय रूपांतर करताना त्याला

विनोबांनी सूक्ष्म चिंतनाची जोड दिल्यामुळे ती एक नवनिर्मिती आहे. 'अनिंदा' हे एक नवीन व्रत त्यांनी मानल्यामुळे व्रतविचारांचा विकास येथे झालेला आढळतो. शिवाय 'मंगल प्रभात' गद्यात असून, त्याच्या आरंभी व्रत सुचविणारी संस्कृत सूत्रे नाहीत. 'अभंग व्रते' च्या प्रारंभी[१४] 'सूत्राणि' या शीर्षकाखाली विनोबांनी आठ सूत्रे दिली आहेत. 'तात्त्विक-निकषोपाय-प्रकृष्टचर्या' हे सत्य व्रताचे सूचन करणारे १३ अक्षरांचे पहिले सूत्र आहे. सत्य व्रतावर विनोबांनी १३ अभंग लिहिले आहेत. म्हणून त्याचे सूचन करणारे संस्कृत सूत्रही १३ अक्षरांचेच आहे. ही या सूत्र-रचनेची खुबी आहे. शेवटचे सूत्र 'नेत्रा वंशच्छेदयात्रासमाप्ति:' असे ११ अक्षरांचे आहे, कारण 'अभय' या व्रताचे सूचन ११ अभंगात आहे.

म्हणजे 'अभंग व्रते' मधील मूळ आशय गांधीजींचा असला, तरी अभिव्यक्ती करण्याची रीत विनोबांची स्वत:ची अशी स्वतंत्र आहे. एरवीसुद्धा आयुष्यभर ते गांधींच्या मार्गाने चालले, पण स्वत:च्या पायांनी. गांधीजींशी एकरूप होऊनही विनोबा हे विनोबाच राहिले. याबाबतीत त्यांचे मित्र म्हणायचे की, विनोबांना जरी गांधींमध्ये तळले आणि जमनालालजींमध्ये घोळले, तरी विनोबा हे विनोबाच राहायचे. 'अभंग व्रते' वाचताना याची प्रचिती येते. गांधीजींचा आशय जरी त्यांनी स्वीकारला, तरी तो व्यक्त करताना मराठीत तुकोबांनी लोकप्रिय केलेला 'अभंग' छंद त्यांनी निवडून 'गांधीजींचे जसे आपण शिष्य आहोत तसे मराठी संतांचेही पोसणे आहोत' हे नकळत दाखवून दिले आहे. त्यामुळे 'अभंग व्रते' म्हणजे गांधीजींच्या 'मंगल प्रभात' मधील आशयाचा अनुवाद वाटत नाही, तर ती एक स्वतंत्र निर्मिती वाटते. या बाबतीत -

'ती तीच नित्य येती, दाविति तो तोच अर्थ ती पद्ये,
सत्काव्य वाटवी नव, सारे कौशल्य मांडणीमध्ये'

(कवी : माधव जूलियन)

या ओळींचे स्मरण येथे होणे अपरिहार्य आहे.

रचनेच्या दृष्टीने पाहिले, तर क्वचित ओवीच्या जातीवर जाणारे अष्टाक्षरी अभंग आहेत, पण बहुतेक रचना षडक्षरी अभंगात झालेली असून ती प्रासादिकही आहे.

'कोसळो आकाश भासो नष्टलोंसें
परी हा विश्वासें मंत्र जपू' (अभंग : २८-१५-१)

यासारखी यमक-अनुप्रासाने नटलेली नादमयी अभंग रचना सर्वत्र आढळते. वरील ओळी वाचल्या की-

'न मिळो अन्न न वाढो संतान' (तुकारामांची गाथा)

हा आशय सांगणाऱ्या किंवा उत्कट भक्तिप्रेम दाखविणाऱ्या तुकोबांच्या-

'साता दिवसांचा जरी उपवासी। तरी भजनासी चुकू नको।।'

(तुकारामांची गाथा)

अशा तऱ्हेच्या उत्कट अभंगाचे 'अभंगव्रते' वाचताना प्रकर्षाने स्मरण होते, कारण तुकारामांच्या जीवनाचा प्रभाव विनोबांवर असल्यामुळे, १९२३ पासून सुरू केलेल्या 'महाराष्ट्र-धर्म' मासिकात त्यांनी तुकारामांचे काही निवडक अभंग द्यायला सुरुवात केली होती. त्यातून 'संतांचा प्रसाद' व 'तुकारामांची भजने' या पुस्तकांची निर्मिती झाली आहे. षडक्षरी अभंग रचनेसाठी निवडून व त्याचे नियम काटेकोर रीतीने पाळून विनोबांनी आपली तुकारामनिष्ठा गांधीनिष्ठेशी बेमालूम जोडून दिलेली दिसते. सूत्रानंतर जोडलेल्या निवेदनात ती व्यक्त करताना कृतज्ञतेने ते म्हणतात,

प्रेरणा परमात्म्याची महात्म्याची प्रसन्नता

वाणी संत-कृपेची ही विन्याची कृति-शून्यता

अनुष्टुभ छंदात असलेल्या या सफाईदार रचनेत विनोबांचे आरशासारखे स्वच्छ हृदय व्यक्त झालेले दिसते. 'अभंग व्रते'ची रचना ईश्वरी प्रेरणेने झाली आहे, असे तुकारामांप्रमाणे 'बोलविता धणी वेगळाचि' हे प्रारंभी सांगून आपल्या प्रगाढ ईश्वर निष्ठेबरोबर स्थितप्रज्ञ अवस्थेप्रत पोहोचलेली निराभिमानी वृत्तीही व्यक्त केलेली दिसते. ईश्वरानंतर 'महात्म्याची प्रसन्नता' या आठ अक्षरात गांधीजींची व्रतनिष्ठा व त्याचा आपल्यावर पडलेला प्रभाव सूचित करून, थोर शिष्याला शोभेल अशी गुरूविषयीची आपुलकीही त्यांनी दाखवलेली आहे. यात आलेल्या वाणीवर संताची कृपा झालेली आहे, असे त्यांना वाटते.

संत कृपेमुळेच वाणी सुसंस्कृत व प्रासादिक होऊन 'अभंग व्रते' पुस्तकाची 'इमारत फळा आली आहे' हे त्यांनी 'वाणी संत कृपेची ही' या ओळीतून सुचविलेली दिसते. पण त्यानंतर 'विन्याची कृति-शून्यता' असे शब्द लिहून नम्रतेची व अहंकार-अभिमान-शून्यतेची कमाल कोटीची आपली वृत्ती वाचकांसमोर उभी केली आहे. 'अहंता ममता गेली त्याची प्रज्ञा स्थिरावली' असे गीताईतील 'स्थितप्रज्ञा'चे वर्णन त्यांची 'इदं न मम' म्हणायची वृत्ती पाहून त्यांनाच लागू करावेसे वाटते.

संत एकनाथांनी अशा अभिमानशून्य वृत्तीला, कृती करूनही त्याचे श्रेय स्वत:कडे न घेता ईश्वराला देण्याच्या वृत्तीला, 'अकर्तात्मयोग'असे संबोधले आहे. तुकाराम अभंगांच्या शेवटी 'तुका म्हणे मज घडो त्यांची सेवा'असे लिहिताना, स्वत:चा उल्लेख 'तुका' या शब्दाने करताना दिसतात. त्याच चालीवर 'विन्याची

कृति-शून्यता' याऐवजी 'विनूची कृति-शून्यता' असे छंदोभंग न करताही विनोबांना लिहिता येणे शक्य होते, परंतु विदेही अवस्थेत वावरणाऱ्या त्यांच्यासारख्या परमाणू युगातील संताला तेवढाही मोह झालेला दिसत नाही. या 'विन्या' शब्दातून त्यांनी नम्रतेचे व अभिमान-शून्यतेचे कळस गाठलेले दिसते. ते पाहून

'किंबहुना तुमचे केले। धर्मकीर्तन सिद्धी गेले।
येथ माझे जी उरले। पाईकपण।।' (ज्ञा.१८-१७९२)

हे ग्रंथ समाप्तीच्या प्रसंगी ज्ञानोबा माउलीने काढलेले उद्‌गार आठवतात.

ज्ञानोबा-तुकोबांनंतर ग्रंथ लिहूनही 'माझे असतेपण लोपो' अशी कृतिशून्यता सहजपणे व्यक्त करताना अग्रभागी दिसतात ते पूज्य विनोबा! म्हणूनच 'ज्ञानोबा ते विनोबा' असा शब्दप्रयोग मराठीत रूढ झालेला दिसतो.

'अभंग व्रते' मधील आशय महात्मा गांधींचा आहे हे त्यांनी 'सत्याग्रह-गुरूचे हे मोहनाचे तमोहन' या ओळीने उत्कृष्ट रीतीने व्यक्त केले आहे. 'मोहनाचे तमोहन' अशा आशयघन शब्दप्रयोगात मोहन शब्दावर क्रीडा करून अनुप्रास, तर साधलाच, पण हृदयातील तम म्हणजे अंधकार नष्ट करणाऱ्या 'सत्याग्रही गुरूचे हे ज्ञान-विज्ञान-संपन्न मोह-मोचन दर्शन' हेही सांगण्यात सूचकता दाखविली आहे. 'ज्ञान-विज्ञान-संपन्न' 'मोहनाचे तमोहन' ही नादमयी रचना तिच्या सुलभतेमुळे व तिच्यातील गुरूविषयीच्या जिव्हाळ्यामुळे मनात बराच वेळ रेंगाळत राहते.

पण या निवेदनातील श्लोकात महात्माजींसारख्या विश्ववंद्य गुरूविषयी केवळ जिव्हाळा व्यक्त करणे विनोबांना पुरेसे वाटले नाही, तर त्यांनी केलेले गुर्जरी भाषेतील व्रतांचे मूळचे विश्लेषण, मुळाला धक्का न लावता आपण 'अभंग व्रते' मध्ये कसे पद्यमय केले आहे हे सुचविताना ते म्हणतात,

मूळची मोकळी गद्य गूजरी साजरी गिरा
न भंगिता अभंगांत गुंफिली परमादरे

वरील श्लोकात महात्माजींच्या 'गद्य-गुजरी' भाषेला 'साजरी' हे विशेषण लावून केवळ अनुप्रासच साधला नाही, तर महात्माजींचे गुजराथी गद्यातील विवेचन सुलभ, स्पष्ट व सर्वांना समजण्यासारखे प्रासादिक असायचे, एवढा व्यापक अर्थ विनोबांनी सुचविला आहे. महात्माजींनी व्रतांचे केलेले विवरण मराठीत मोठ्या श्रद्धेने व त्यांच्याविषयीच्या आदराने केलेले आहे, हे सांगण्यासाठी विनोबांनी 'परमादरे' हे विशेषण वापरले आहे. 'अभंग व्रते'ही रचना करताना महात्माजींचे समग्र जीवन या व्रतांनी 'एकत्व' साधून कसे 'अद्वितीय' झाले आहे व गुरूंच्या या

अद्वितीय जीवनाशी आपण समरस होऊन त्यांचे एकत्व कसे लाभले, भूतकालाशिवायच गणिताप्रमाणे कसे शून्यत्व पावलो, हे त्यांनी

अद्वितीय चि एकत्व गुरूचे गौरवूनि जे
विन्या शून्य विना-भूत फावला गणितापरी

या निवेदनातील शेवटच्या श्लोकातून सांगून स्वतःच्या नम्रतेचा व गुरूच्या गौरवाचा कळस गाठलेला आहे. गणितात '०' या संख्येला '१' या आकड्याशिवाय काही महत्त्व नाही. नुसते शून्य लिहिले तर त्याला काही अर्थ राहत नाही, पण त्या शून्याअगोदर जर एकाचा आकडा लिहिला तर त्याची किंमत दसपट वाढते. गणितातील हा अनुभव 'गणिती' विनोबांनी फार सुंदर रीतीने या ठिकाणी व्यक्त केला आहे. अनुभवाच्या भाषेत बोलणाऱ्या आजच्या कवितेला त्यामुळे ते जवळचे वाटतील. व्यक्तीच्या कौटुंबिक जीवनातील अनुभवांप्रमाणेच त्याच्या सामाजिक व राजकीय जीवनातील वैचारिक अनुभवही महत्त्वाचे असतात. ते जर त्याने वाङ्मयीन स्वरूपात तटस्थतेने मांडले, तर त्या अनुभवांना श्रेष्ठ कलेची उंची लाभण्यात अडचण पडत नाही.

पण आपल्या मराठी वाङ्मयात अशा राजकीय, सामाजिक व वैचारिक अनुभवांचे प्रकटीकरण करण्यासाठी जर कुणी वाङ्मय लिहिले, तर त्याचे विशेष असे स्वागत होताना दिसत नाही. विनोबांच्या वाङ्मयाचा आढावा घेत असताना, याविषयीची खंत व्यक्त करताना श्री. यदुनाथजी थत्ते लिहितात की, [१५]

आमच्या साहित्य समीक्षकांना वैचारिकता झेपत नाही, की वैचारिक भविष्यलक्षी साहित्याला ते साहित्य समजत नाहीत कोण जाणे. साहित्यिकांना वैचारिक साहित्याचे इतके वावडे असणे योग्य आहे काय? चळवळ करणारे व त्या संदर्भातील आपल्या अनुभूती शब्दांकित करणारे बहिष्कृत का असावे? इतर गोड, गुलगुलीत अनुभव आणि स्त्री-पुरुष संबंधातील गुंतागुंत यांच्या पलीकडे अनुभवांची झेप जाऊ शकते आणि अनेकदा ती स्तिमित करणारी असते, याची दखल का घेतली जाऊ नये?

यदुनाथजींचे हे विचार वाचल्यानंतर वाटते की, स्वतःच्या जीवनाला 'सत्याचे प्रयोग' म्हणणाऱ्या म.गांधींनी जीवन जगत असताना, अनुभवातून जी एकादश व्रते स्वीकारली व त्यांचा अनुभव घेतला, त्या व्रतांमागे फार मोठी तपश्चर्या, वैचारिक पाठबळ व वैचारिक अनुभूती आहे. विनोबांनी या व्रतांना 'अनिंदा' व्रताची जोड देऊन त्या व्रतांचा निष्ठेने आजन्म स्वीकार केलेला दिसतो. म्हणून विनोबांचे जीवन म्हणजे applied ' अभंग व्रते'च आहेत, असे वाटते. 'मंगल प्रभात' मध्ये या एकादश-व्रत-विवरण करणाऱ्या गद्य विवेचनामध्ये जशी म. गांधींची उच्च जीवनानुभूती

आपणास जाणवते, तशीच उच्च जीवनानुभूती 'अभंग व्रते' हे पद्य वाचतानाही जाणवते.

निवेदनाच्या पहिल्या पाच श्लोकात म.गांधी व विनोबा यांची व्रतनिष्ठ जीवन जगणारी विविध रूपे आपणास जाणवतात. केवळ सत्याग्रह या शब्दाने चंपारण्यातील सत्याग्रह, दक्षिण आफ्रिकेतील सत्याग्रह चळवळीपासून मिठाच्या सत्याग्रहाच्या चळवळीपर्यंतची अनेक आंदोलने आपल्या डोळ्यांपुढे चटकन तरळून जातात. एवढे व्यापक सामर्थ्य व्यक्त करणारे 'सत्याग्रह गुरूचे हे मोहनाचे तमोहन' हे शब्द समूहरचनेत विनोबांनी सहजगत्या आणलेले दिसतात. यात त्यांची 'मिताक्षरा परंतु व्यर्थबहुल शैली' जाणवते.

ही सर्व व्रते भंग न करता म्हणजे अभंग रीतीने आचरणात आणायची आहेत. जे ही व्रते आचरणात आणतील त्यांचे जीवन तुकोबांच्या अभंगांप्रमाणे पवित्र होईल, ही जीवनदृष्टी सुचविण्यासाठी जसे त्यांनी या व्रतांच्या पद्यावतारासाठी 'अभंग छंद' निवडून चातुर्य दाखवले, तसेच चातुर्य 'अभंग व्रते' हे शीर्षक देऊन त्यात अनेक अर्थ साधलेले आहेत.

'अभंग' हा छंद निवडताना आध्यात्मिक वाङ्मयाशी त्याचा असलेला ऋणानुबंध विनोबांनी लक्षात ठेवून त्याला आपल्या रचनेत महत्त्वाचे स्थान दिले आहे. अभंग रचना प्रासादिक व मधुर असावी, असा संकेत आहे. 'अभंग व्रते' यातील विनोबांचे अभंग पाहिले, तर जुन्या प्रसिद्ध संत कवींनी ते लिहिले आहेत, असे वाटायला लावणारी प्रसन्नता, सुगमता व मोकळेपणा त्यात आहे, हे चटकन लक्षात येते. उच्च जीवनानुभूती व्यक्त करण्यासाठी तुकोबांनी या छंदाचा मोठ्या प्रमाणात उपयोग केला आहे. ती परंपरा अर्वाचीन काळात काव्याच्या क्षेत्रात काही सन्मानीय अपवाद सोडले, तर जवळजवळ तुटण्याच्या बेतात दिसते. पण १९६९ च्या सालापर्यंत 'अभंग व्रते' पूर्ण करून संत साहित्याशी एक घट्ट धागा विनोबांनी जोडलेला आहे.

हे अभंग वाचल्याबरोबर लगेच समजतात. कुठेही क्लिष्टता किंवा पाल्हाळ नाही व रचनाही सैल नाही. वास्तविक मूळ गुजराथीतील म. गांधींचे लिखाण मराठीत आणताना गुजराथीसहित अनेक भाषा जाणणाऱ्या विनोबांना, अनेक भाषांतील शब्द आणून आपले बहुभाषिकत्व दाखवता आले असते. पण ही रचना अस्सल मराठीत करून भाषासंकर न करण्याचा भाषाविवेक फार उत्तम रीतीने विनोबांनी व्यक्त केलेला दिसतो. या एकादश व्रतांची जवळजवळ बहुतेक नावे संस्कृत भाषेतील आहेत. त्यांचे आणखी अस्सल मऱ्हाटीकरण करण्याचा मोह विनोबांनी टाळावा हे

प्रासादिक रचनेच्या दृष्टीने अतिशय योग्य आहे.

‘लक्षाधीश लोळे’ (अभंग क्र. : ८५)

नव्वद नव-लक्ष्मी (अभंग क्र. : ८६-४)

‘भक्ति आणि भूक’ (अभंग क्र. : ८७-५)

‘सुतारी, लोहारी, कुंभारी, चांभारी, (अभंग क्र. : ९३-११)

यांसारख्या अनुप्रासयुक्त व नादबद्ध रचना श्रवणसुखाबरोबर एक जीवनदृष्टी देण्याचे कार्य सहजरीत्या करताना दिसतात. महात्माजींनी व्रतांचे विश्लेषण करताना गीतेचा ठिकठिकाणी आधार घेतलेला दिसतो. विनोबांनी मराठी संतांचा, श्रुती माउलीचा व कबिरासारख्या संतांच्या वचनांचा आधार घेऊन त्यात भर टाकलेली दिसते. उदाहरणार्थ - ‘सत्य’ या पहिल्या व्रताचे पद्यबद्ध विवेचन म. गांधींच्या ‘मंगल प्रभात’ मधील आशयाला धरून केल्यानंतर, विनोबा त्यात पुढीलप्रमाणे आशयाची भर टाकतात.

‘सूर्य तेथ प्रभा सत्य तेथ ज्ञान
विशुद्ध विज्ञान चिद्रूप जे’ (अभंग क्र. : ४-२)

‘ज्याप्रमाणे सूर्य म्हटला की त्याच्याबरोबर त्याची प्रभा असते, त्याप्रमाणे सत्य म्हटले की तेथे ज्ञान असते’ हा सूर्य-प्रभेचा दृष्टान्त म. गांधींच्या ‘मंगल प्रभात’ मधील ‘सत्य’ व्रताच्या विवेचनात नाही. याशिवाय आणखी वेदोपनिषदातील ‘सच्चिदानंद’ शब्द वापरून विनोबा मूळच्या आशयाची घनता पुढीलप्रमाणे वाढवितात-

‘सच्चिदानंद ही ऐसी ब्रह्मसंज्ञा
वेदाची जी प्रज्ञा विन्या म्हणे।’ (अभंग क्र. : ४-४)

ईशोपनिषदातील,

‘हिरण्मयेन पात्रेण सत्यस्यापिहितं मुखम्।
तत् त्वं पूषन्नपावृणु सत्य-धर्माय दृष्टये।।’ (ईशोपनिषद:१५)

या श्लोकाचे रूपांतर विनोबांनी पुढीलप्रमाणे करून म. गांधींच्या विवेचनाला उपनिषदातील तत्त्वज्ञानाची जोड दिलेली दिसते.

‘सत्याचे ते मुख हिरण्मय-पात्रे
झाकिले विचित्रें मायामोहें’ (अभंग क्र. : ८-२)

साधनाची परिपूर्णता कशी होते हे सांगताना विनोबा म्हणतात,

‘धन ऋण दोन्ही मिळूनि साधन
परिपूर्ण जाण विन्या म्हणे’ (अभंग क्र. : ८-६)

पण सत्याच्या विविध कल्पना आहेत हे सुचविताना,

'साधकांसि येथे असावी सूचना
सत्याची कल्पना बहुविध' (अभंग क्र. : ९-१)

अशीही सूचना द्यायला विसरत नाहीत. पण एकविध भाव आणि मोकळे चिंतन हे निष्ठेचे दोन पंख असल्यानंतर साधकाने घाबरण्याचे कारण नाही. कारण-

'गगन-विहारी सत्याची भरारी
दोन्ही पंखांवरी विन्या म्हणे' (अभंग क्र.: ९-५)

'सत्य' व्रताचे आचरण करून ज्यांनी आपले जीवन धन्य बनविले त्यांची यादी म. गांधींनी 'मंगल प्रभात' पुस्तकात पान ७३ वर दिलेली आहे. त्यात हरिश्चंद्र, प्रल्हाद, रामचंद्र, इमाम हसन - हुसेन, ईसाई संत यांचा उल्लेख आहे. विनोबा त्यात पुढीलप्रमाणे भर घालतात-

'दधीचि प्रल्हाद शिबि हरिश्चंद्र
प्रभु रामचंद्र भीष्मदेव' (अभंग क्र. : १३-१)
'हसन-हुसेन मन्सूर सुक्रात
ख्रिस्त-आदि संत निष्ठावंत' (अभंग क्र. : १३-२)

'अहिंसा' या व्रताचे पद्यबद्ध विवेचन करतानाही अशीच मूळच्या विवेचनात त्यांनी पुढीलप्रमाणे भर टाकली आहे. सत्य अहिंसेचा हा सरळ परंतु अरुंद मार्ग आहे, असे न म्हणता, ज्ञानेश्वरीतील 'पंथराज' शब्द निवडून 'अरुंद हि तैसा पंथराज' असे ते लिहितात. या ठिकाणी अहिंसेचे विवेचन करताना षडक्षरी अभंग छंद वगळून दोह्यासारख्या छंदात रचना केलेली दिसते (अभंग क्र. १४-१). 'अहिंसा'व्रताचे विवेचन अभंग क्र.२०-७ मध्ये करताना जे ५ श्लोक आलेले आहेत, ते विनोबांच्या दीर्घ चिंतनाचे व सखोल अभ्यासाचे द्योतक आहेत. अहिंसेच्या साधकाकडून ते गुणगुणले जातात. गुणगुणत असतानाच त्यांना त्यातून मार्गदर्शन लाभते.

'सादर सहन प्रखर शोधन
धैर्य-संरक्षण निरंतर' (अभंग क्र. : २०-७-१)
'ऐसा प्रेम-पंथ राखू हा जागृत
सकळ पुनीत होती येणे' (अभंग क्र. : २०-७-२)
'वैरी करी साह्य चोर बंधु होय
वक्रता हि जाय खळाची ती' (अभंग क्र. : २०-७-३)
'पाउलापाउली ईश्वराचे भान

सत्याचे दर्शन अधिकाधिक' (अभंग क्र. : २०-७-४)

'भासूनि क्लेशाचा असूनि सुखाचा
पंथ अहिंसेचा विन्या म्हणे' (अभंग क्र. : २०-७-५)

विनोबांनी रचलेले अहिंसेचे हे छोटे उपनिषदच म्हणावे लागेल. विचारांना आचारांची जोड मिळाली म्हणजे किती समर्थ शब्दांत अभिव्यक्ती व्यक्त होऊन, कलाकृती सजीव व चैतन्याला स्पर्श देणारी वाटते त्याचे हे उदाहरण! रचनादृष्ट्या चार अक्षरांऐवजी 'अधिकाधिक' अशी सहा अक्षरे येऊन छंदोभंग झाला आहे, पण तो क्षम्य आहे, कारण 'तद् अदोषौ शब्दार्थौ'अशी मम्मटाचार्यांनी काव्याची व्याख्या केली आहे. कुणाचेही काव्य निर्दोष असणे शक्य नाही. 'अदोषौ' म्हणजे काव्यात प्रबळतम दोष नको. 'एको हि दोषो गुणसन्निपाते' या न्यायाने वर दिसलेला रचनेचा दोष सहज खपला जातो. बारकाईने वाचले नाही, तर लक्षातही येत नाही. अहिंसेचे विवेचन करताना अभंग क्र.२५-१२ मध्ये पुन्हा अष्टाक्षरी छंद वापरलेला दिसतो. पद्यरचनाही सुगम झालेली दिसते. पण रचनेत अहिंसेची व्याख्या ही,

'अहिंसा चि सहनवृत्ति
अहिंसा चि अनासक्ति' (अभंग क्र. : २५-१२-२)

याप्रमाणे सांगितलेली दिसते. अहिंसा शब्द वाचायला सोपा पण आचरण्यास कठीण आहे, हे सांगून त्याची प्राप्ती कशी होईल, हे 'असाध्य ते साध्य करिता सायास। कारण अभ्यास तुका म्हणे।' या चालीवर सांगताना विनोबा सहज,

'लभ्य होतां होतां होय
विन्या म्हणे हा निश्चय' (अभंग क्र. : २५-१२-४)

असे लिहून जातात.

सत्य-अहिंसा ही तत्त्वे नाममात्र भिन्न आहेत. 'चिकनी चकती के दो पहलू के समान वे दो तत्त्व है।' असे म. गांधींनी त्यांचे विवेचन केले आहे. विनोबांनी या तत्त्वांची केलेली अभिव्यक्ती स्वतंत्र आहे -

'सत्य म्हणू साध्य अहिंसा साधन
चालवू शोधन विन्या म्हणे' (अभंग क्र. : २६-१३-६)

'सत्य और अहिंसा यानी जैसे सिक्के के दोनो रूप' असे 'मंगल प्रभात' मध्ये म्हटले आहे. त्याची विनोबांनी केलेली अभिव्यक्ती-

'सुषम वस्तूची दोन्ही सम अंगे
डावे उजवे सांगे तेथ कोण' (अभंग क्र. : २६-१३-४)

अशी आहे.

'ब्रह्मचर्य' व्रताचे विवरण करताना विनोबांनी केलेले चिंतन अभंग (३०-२), (३१-३) मौलिक आहे. विवाहानंतर पती-पत्नीने परस्परांकडे बंधू-भगिनीच्या नात्याने बघावे व ब्रह्मचर्य पाळावे हा विचार सांगितल्यानंतर संत साहित्यातील 'जोजार' शब्द निवडून विनोबा म्हणतात,

'तरी तो जोजार संपला चि सारा
वासनेचा थारा मोडला की' (अभंग क्र. : ३५-७-२)

'मोचक रोचक सरस सुंदर
थोर हा विचार विन्या म्हणे' (अभंग क्र. : ३५-७-४)

ब्रह्मचर्यामुळे वासनेचा थारा मोडून सर्व सांसारिक जंजाळातून मनुष्य मुक्त होतो, हा म. गांधींप्रमाणे नैष्ठिक ब्रह्मचारी विनोबांचा स्वानुभव असल्यामुळे,

मोचक रोचक सरस सुंदर

अशी सहजसुंदर व वाचकांना क्लिष्टतेपासून सोडविणारी प्रासादिक व नादमधुर रचना ते करू शकले.

या ठिकाणी कल्पनारम्यता चालू शकत नाही, तर स्वानुभव पाहिजे, कारण एकादश व्रतांच्या पालनाचा प्रचंड अनुभव गाठीला बांधून ते या व्रतांवर लिहायला बसले आहेत. त्यामुळे त्यांची ही कृती रूपांतर वाटत नाही, तर गांधीजींनी गुजराथीत किंवा हिंदीत सांगितलेल्या एकादश व्रतांचा तो अस्सल मराठी अवतार वाटतो. विनोबांचे हे आत्मनिष्ठ अभंग आहेत असे प्रकर्षाने जाणवते.

दंपतीने जर विवाह झाल्यानंतर ब्रह्मचर्य पाळले, तर यात हानी नाही, हे गांधीजींच्या जीवनात विनोबांनी जवळून पाहिले होते. त्यामुळे गांधीजींच्या विवेचनात न आलेला मुद्दाही,

'दंपतीची यात नसे लेश हानि
लाभाची चि खाणी सांपडली' (अभंग क्र. : ३६-८-१)

याप्रमाणे ते ठाकठिकीने मांडतात. वैवाहिक जीवनातील ब्रह्मचर्य हा अनुभव बहुतेक वाचकांना नवीन वाटेल. ब्रह्मचर्य म्हणजे जननेंद्रियांचे नियमन, एवढाच एकांगी अर्थ आपण घेतो. तो स्पष्ट करताना जननेंद्रियांसाठी 'उपस्थ संयम' हा खूप कठीण व अपरिचित असा शब्द वापरला, पण त्यामुळे ग्राम्यरचनेचा दोष टाळता आला. 'ब्रह्मचर्य' या शब्दाचा संकुचित अर्थ करू नका असा इशारा देताना विनोबा म्हणतात,

'नका करू माझा संकुचित अर्थ
होईल अनर्थ साधकांसि' (अभंग क्र. : ४६-१८-३)

'अस्वाद' व्रताचे विवेचन करताना शंकराचार्यांच्या आध्यात्मिक साहित्यात

आढळणारा ‘हस्तामलक’ हा शब्द निवडून विनोबा,

‘पार उतरो तें साधक
ब्रह्मचर्य हस्तामलक’ (अभंग क्र. : ४७-१-२)

अशी मौलिक रचना करून साधकाला सहज शुभेच्छा देताना आढळतात; आणि गीता जरी त्यांची माउली असली तरी ‘नाही श्रुतिपरौती माउली’ हे जे श्रुतीविषयी ज्ञानोबांनी पूज्यतेचे उद्‌गार काढले आहेत, ते विनोबांनाही मान्य आहेत. ‘गीता माझी आई असली तरी वेद माझ्या आईचीही आई आहे’ असे त्यांनी अनेक ठिकाणी म्हटलेले आहे. गांधीजींच्या एकादश व्रतांच्या मूळ विवेचनात गीतेचा उल्लेख आहे, श्रुती-माउलीचा नाही. पण विनोबांनी ‘अस्वाद’ व्रताचे विवेचन करताना-

‘औषध मानूनि अशन करावे
श्रुति जीवेभावे सांगतसे’ (अभंग क्र. : ४८-२-१)

असा श्रुती-माउलीचा आधार घेतलेला दिसतो.

‘अस्वाद’ व्रताचे विवेचन करताना महात्माजींनी वैद्यांची काही मते उद्‌धृत केलेली आहेत. विनोबांनी ती ‘अभंग व्रते’ या रचनेत गाळलेली दिसतात.

‘अस्वाद’ व्रतावर स्वतंत्र चिंतन सादर करताना-

‘अस्वाद साधन स्वाधीन सुंदर
निवडाया आहार समतोल’ (अभंग क्र. : ५२-६-१)

‘तेणे रोग-बीज शिरे शरीरांत
जिह्वा लोलंगत भ्रष्ट होय’ (अभंग क्र. : ५२-६-४)

‘शरीर जर्जर विकारी अंतर
भिकार संसार विन्या म्हणे.’ (अभंग क्र. : ५२-६-५)

असे जेव्हा लिहितात, तेव्हा त्यातील संत साहित्यात वैराग्यपर विवेचनात आढळणारा ‘लोलंगत’ शब्द, शंकराचार्यांच्या ‘चर्पटपञ्जरिका स्तोत्रा’त आढळणारा ‘जर्जर देहे’ हा शब्द व केशवसुतांच्या ‘भिकार या जगती, इच्छित न मिळे काही’ या ओळीत आढळणारा ‘भिकार’ शब्द, हे सर्व शब्द आपणास या ठिकाणी; पूर्वीचा व आताचा असा आणखी एक नवीन अनुभव जमेस धरून विपुल अनुभव देऊन जातात. अर्थात मराठी, हिंदी संत साहित्याप्रमाणे केशवसुतांच्या कवितेचा विनोबांनी अभ्यास केला होता किंवा नाही हे सांगता येण्यासारखे कुठे आढळत नाही; पण विविध पूर्वसूरींच्या ग्रंथांतून निवडक शब्द घेऊन विनोबांनी वाचा-ऋण तर फेडलेच; पण शंकराचार्य, वेद, उपनिषद, संत-पंत यांच्याविषयी वाटणारा गाढ आदरही

नकळत व्यक्त केलेला आहे.

'अस्वाद' व्रत प्रयत्नाने साध्य होऊ शकते, हे स्पष्ट करताना-

'प्रयत्न-निष्ठा ही आमुची मिरास
सेवूं निरालस सावकाश' (अभंग क्र. : ५८-१२-४)

असे लिहून साधकाला धीर देतात. 'आमुची मिरास पंढरी' यातील मिरास शब्द व समर्थ रामदासांची प्रयत्ननिष्ठा यांच्याशी ते चांगले परिचित दिसतात, कारण 'हरिचिंतनी अन्न सेवित जावे' या श्लोकाचा ध्वनी त्यांच्या,

'हरीचे मिश्रण करूनि जेवावे
व्रत संपादावे विन्या म्हणे' (अभंग क्र. : ६०-१४-५)

या अभंगात जाणवतो.

'अस्वाद' व्रताच्या पालनासाठी स्वानुभूत असे वैराग्याचे समर्थ व प्रखर हत्यारही साधकासमोर ठेवताना दिसतात (अभंग क्र.६२). यातील चिंतन मौलिक आहे. त्या आशयाच्या पाठीमागे गांधीजींच्या आशयाचा आधार नाही. हे

'देह असे यंत्र मी तो यंत्री आत्मा
निश्चळ ही प्रमा संपादावी' (अभंग क्र. : ६२-१६-१)

वाचल्यानंतर समजते. या ठिकाणी देहासाठी 'यंत्रा'ची व आत्म्यासाठी 'यंत्री'ची प्रतिमा विनोबांनी वापरलेली आहे. यंत्रयुगातील वाचकांना ती आवडेलच, पण गांधी-विनोबा यंत्रांविरुद्ध होते हा जो एकांगी गोड गैरसमज ज्यांनी कुणी करून घेतला असेल त्यांनाही तो चुकीचा होता, हे वरील यंत्र-प्रतिमा पाहून जाणवेल.

'अस्तेय'व्रताचा काय लाभ आहे हे,

'अस्तेय-पालने कार्पण्य मावळे
विग्रह तो टळे सामाजिक' (अभंग क्र. : ६३-१-३)

या ओळींनी फार थोडक्यात पण चांगल्या रीतीने व स्पष्ट सांगितलेले आहे. सामाजिक संघर्षाच्या या युगात या विचारामुळे, संघर्षाची कोंडी फुटून वाट सापडायला मदत होते.

'अस्तेय' या व्रताचा समावेश सत्य-अहिंसा या व्रतात होऊ शकतो; कारण सर्व व्रतांमध्ये 'सत्य' हे एकच व्रत पाळले म्हणजे बाकीच्यांचे पालन आपोआप होऊन जाते, हाही विनोबांचा अनुभव असल्यामुळे -

'किंवा म्हणू मूळ सत्य चि ते एक
अहिंसा ही लेक त्याची शोभे' (अभंग क्र. : ६४-२-३)

'अहिंसा ती मग जन्म दे व्रतांसि

लेकुरे सरिसीं माउलीची'   (अभंग क्र. : ६४-२-४)

अशी माय-लेकीचे नाते सांगणारी वत्सल रचनाही ते सहज रीतीने करताना दिसतात. सत्य, अहिंसेचे विवेचन कुटुंबवत्सल वाचकांना पटावे म्हणून 'माउली-लेकरे' हा दृष्टान्त त्यांनी दिलेला आहे. 'लेक' हा लोक-साहित्यातील व स्त्री-जीवनातील गोडवा निर्माण करणारा शब्द योजून वात्सल्य व गोडी एकाच वेळी देण्याचा त्यांनी प्रयत्न केलेला आहे. 'अस्तेय' व्रताचे विवेचन करताना चोरीची जास्त उदाहरणे बापूजींनी 'मंगल प्रभात'मध्ये दिलेली आहेत. त्यासाठी बाप व मुलगा, आश्रम व मांजर इत्यादी दृष्टान्त त्यांनी दिले आहेत ते विनोबांनी 'अभंग व्रते' मध्ये टाळलेले दिसतात. यात त्यांचा कौटुंबिक नात्यातील औचित्यविवेक व माता-पिता पूज्यभाव दिसून येतो.

चोरीचे अनेक सूक्ष्म अर्थ विनोबांनी सांगितलेले आहेत. 'परिग्रह वाढला म्हणजे अपहार वाढतो', या त्यांच्या आवडत्या सिद्धान्ताची वरील विवेचनावर दाट छाया पडलेली जाणवते.

गरजा विवेकाने, संयमाने कमी कराव्यात त्यामुळे
'येणे आत्मा तोषे शरीर न शोषे
समाज हि पोषे विन्या म्हणे'   (अभंग क्र. : ७१-९-४)

अशी स्थिती निर्माण होऊन समाजात शांतता नांदेल, असा आशावाद त्यांनी व्यक्त केला आहे. 'चोरी'मध्ये किंवा 'अस्तेय' व्रताचे विवेचन करताना, वैचारिक चोरीचाही उल्लेख म. गांधींनी केलेला आहे. विनोबांनी मात्र तो टाळला आहे.

'असंग्रह' व्रताचे विवेचन करताना त्यांच्या चिंतनाला कसे स्फुरण आले आहे, हे खालील अभंगांवरून समजेल :

'धनवंता घरी वस्तु वाया जाय
सदा 'हाय हाय' दरिद्रांस'   (अभंग क्र. : ७५-३-१)
'धनवंतांचे हि नाही समाधान
तृष्णा अनुदिन वाढतसे'   (अभंग क्र. : ७५-३-२)
'ईर्षा गरिबांस तृष्णा धनिकांस
लोक-विग्रहास निमंत्रण'   (अभंग क्र. : ७५-३-३)
'वैषम्य नैर्घृण्य उद्‌भवे त्यातून
संग्रह छेदून टाळावे ते'   (अभंग क्र. : ७५-३-४)
'लोक-संग्रहार्थ असंग्रह-व्रत
शास्त्रांसि संमत विन्या म्हणे'   (अभंग क्र. : ७५-३-५)

'लोकसंग्रह' हा गीता शास्त्रातील शब्द योजून आपल्या विवेचनाला शास्त्राची मान्यता आहे, हे सांगताना विनोबांनी 'तस्मात् शास्त्रं प्रमाणम्' (भगवद्गीता १६-२४) या भगवान श्रीकृष्णाच्या शास्त्रानुकूल स्वभावाचे अनुकरण केलेले आहे. 'लोकांना उन्मार्गापासून निवृत्त करण्यासाठी जे आचरण थोर पुरुषांकडून केले जाते त्याला लोक-संग्रह म्हणतात' ही लोकसंग्रहाची विनोबांची व्याख्या आहे.

स्वातंत्र्योत्तर काळात प्रत्येकाच्या गरजा सारख्या वाढतच आहेत. त्यामुळे 'असंग्रह'व्रताकडे दुर्लक्ष होऊन समाजात अशांततेचे वातावरण निर्माण झाले आहे. ते नष्ट होण्यासाठी '२ त+१ भ' हे समीकरण विनोबांनी लोकांपुढे सतत ठेवले. '२ त म्हणजे दुप्पट त्याग व १ भ म्हणजे एकपट उपभोग.' रेल्वेने प्रवास करताना गांधीजी तिसऱ्या वर्गाने जायचे व त्यांच्यासाठी जर आवश्यकतेपेक्षा जास्त रेल्वेचे डबे त्यांच्या परिवारातील सेवकांनी आरक्षित केलेले असले, तर ताबडतोब ते कमी करून, असंग्रह व्रताचे आचरण करताना गांधीजी दिसतात[१६]. तर आयुष्याच्या उत्तरार्धात १९६९ साली डोके टेकण्यासाठी झोपताना उशी नको, अशा प्रकारचे असंग्रह व्रताला शोभणारे वर्तन विनोबांनी केलेले आढळते.[१७]

'यद् यद् आचरति श्रेष्ठः तत् तत् एव इतरः जनः।'
(भगवद्गीता : ३-२१)

या गीतेतील विचाराप्रमाणे गांधी-विनोबांच्या असंग्रह वृत्तीचा त्यांच्या अनुयायांपैकी अनेकांवर प्रभाव पडलेला दिसतो. विनोबा-गांधींनी हे असंग्रह व्रत इतक्या काटेकोर रीतीने स्वतःच्या जीवनात का पाळले? तर

'संग्रही तो होय चोराचा जनक
बापलेक एक श्रुति सांगे' (अभंग क्र. : ७७-५-३)

असे मूलभूत चिंतन त्यामागे होते.

'जर्जर झोपडी शेजारी महाल
काय तो शोभेल सभ्यतेत' (अभंग क्र. : ७७-५-२)

असा सवाल विनोबांनी सभ्यतेची चाड बाळगणाऱ्या समाजाला विचारला आहे, पण अगदी सौम्य शब्दांत! 'वाचा सत्यत्वे सोवळी' व 'साच आणि मवाळ, मितले आणि रसाळ' ही त्यांच्या शैलीची वैशिष्ट्ये याही ठिकाणी प्रकर्षाने जाणवतात.

वस्तूंच्या संग्रहाबरोबर विचारांचा अडगळीप्रमाणे वाटणारा संग्रहसुद्धा व्यर्थ, हे ठसवण्यासाठी विनोबा सांगतात -

'वस्तूंचा संग्रह करी अडगळ
विचार-संग्रह वेडगळ' (अभंग क्र. : ८०-८-२)

'विचारगर्दीने चित्त होय भ्रांत
मग निश्चितार्थ सापडेना' (अभंग क्र. : ८०-८-३)
'विचार-संग्रह संग्रहणी रोग
जिता मृत्युयोग विन्या म्हणे' (अभंग क्र. : ८०-८-४)

व्यर्थ विचार संग्रहाला संग्रहणी रोगाची उपमा जरा जुगुप्सा निर्माण करणारी वाटते. संग्रह, संग्रहणी या शब्द हव्यासामुळे हे नकळत घडलेले दिसते. या असंग्रह व्रतावरील एका अभंगात थोडीशी शब्दांची ओढाताण केलेली आढळते. तो अभंग -

'अमानित्वादिक मौलिक सद्गुण,
ते चि होय ज्ञान साधकासि' (अभंग क्र. : ८२-१०-२)

हा होय. गीतेतील 'अमानित्व' या शब्दाला मराठीत प्रतिशब्द देणे कठीणच त्यामुळे थोडीशी शब्दांची ओढाताण पत्करून तो दिलेला दिसतो. शरीरश्रमाबद्दल लिहिताना पुन्हा विनोबांच्या प्रतिमेला व चिंतनाला बहर आलेला दिसतो.

विनोबा-गांधीजींची देशभक्ती किंवा ईश्वरभक्ती कर्मशून्यतेवर आधारलेली नव्हती. आश्रमात शरीरश्रमाला गांधींनी खूप महत्त्व दिले होते. आश्रमाची कामे करण्यासाठी स्वतंत्र नोकर ठेवलेले नव्हते. आश्रमातील प्रत्येक सदस्याला स्वयंपाक करणे, कातणे, विणणे, संडास-सफाई इत्यादी श्रमाची कामे अनिवार्यपणे करावी लागत होती. त्यामुळेच

'देह-परिश्रम जनीं अनिवार्य
शोधिले कर्तव्य शोधकांनी' (अभंग क्र. : ८३-१-१)
'मजूरी करूनि मिळवा भाकरी
आज्ञा ही ईश्वरी भंगू नये' (अभंग क्र. : ८३-१-३)
'निढळाचा घाम यज्ञीय ते द्रव्य
जीवनाचे काव्य विन्या म्हणे।' (अभंग क्र. : ८३-१-५)

असे हृदयस्पर्शी अभंग विनोबा रचू शकले. बुद्धिजीवी आणि श्रमजीवी ही विभागणी टॉलस्टॉय यांच्याप्रमाणेच गांधी-विनोबांना मान्य नव्हती. प्रार्थना म्हणत असतानासुद्धा विनोबा रहाट चालवित असल्याचा प्रसंग यदुनाथ थत्तेंनी लिहिलेल्या जयप्रकाश नारायण यांच्या चरित्रात दिलेला आहे. त्यामुळे

'निढळाचा घाम यज्ञीय ते द्रव्य
जीवनाचे काव्य विन्या म्हणे' (अभंग क्र. : ८३-१-५)

या अभंगाला वेगळे असे श्रेष्ठ मूल्य प्राप्त झाले आहे. शिवाय गीतेतील 'यज्ञ' कल्पना 'यज्ञीयद्रव्य' या शब्दाने व्यक्त केली आहे. समाजात ज्या ज्या वेळी

एखाद्या गोष्टीची उणीव जाणवते, त्या त्या वेळी ती भरून काढण्यासाठी जो त्याग केला जातो, त्याला विनोबांनी 'यज्ञ' असे नाव दिलेले आहे. म्हणून प्रत्येक देहधारी माणसाने देहासाठी श्रम करून अन्न संपादन करणे योग्य ठरेल. 'त्येन त्यक्तेन भुञ्जीथा:' हा ईशावास्यातील उपदेश विनोबा नेहमी करीत असत. त्यामुळे ते

'यज्ञ हे वर्जिता जगी चोर होणे
पाप चि भक्षिणे अन्नमिषे' (अभंग क्र. : ८४-२-४)

हे लिहू शकले. 'श्रम टाळून नव्हे, तर श्रम-व्रत घेऊनच मनुष्य शतजीव होईल' हा विचार त्यांनी या ठिकाणी मांडला आहे. श्रमनिष्ठा न बाळगल्यामुळे समाजात उच-नीच, मजूर-मालक व गरीब-धनिक हे वर्गभेद निर्माण झाले. अंगमेहनतरूपी मंत्रतुल्य व्रताने हे वर्गभेदाचे-वर्णभेदाचे भूत गाडता येईल, असा विश्वास व्यक्त करून जीवनाचा सुवर्णनियम सांगताना ते म्हणतात,

'भुकेपुरते अन्न अन्नापुरता श्रम
सुवर्ण-नियम विन्या म्हणे' (अभंग क्र. : ८९-७-४)

त्यांच्या आईने लहानपणी त्यांना 'पोटभर अन्न व अंगभर वस्त्र यापेक्षा जास्तीची गरज नाही' हा जो उपदेश केला होता त्याची छाया उपरोक्त अभंगावर पडलेली दिसते. 'विचारपोथीत'ही हा विचार आलेला आहे. जीवनाचे तत्त्वज्ञान किती सोप्या भाषेत मांडता येते, ते या अभंग रचनेने त्यांनी दाखवून दिले आहे.

अभंग क्र. ९०-८ मध्ये देहाच्या श्रमाने जे वित्त मिळेल, तेच आपले समजून त्यात आनंद मानावा, असे सांगितले आहे. या ठिकाणी आपणास कदाचित तुकोबांनी सांसारिकांना सांगितलेल्या, 'जोडोनिया धन उत्तम व्यवहारे, उदास विचारे वेचकरी' या अभंगाची आठवण होईल. पण 'संतांच्या संगती'त राहून विनोबांनी सर्व विचारवैभव जमविल्यामुळे, त्यांचे वाङ्मय वाचताना असे स्मरण होणे साहजिक आहे. अभंग क्रमांक ९०/२ मध्ये कबिरांच्या एका दोह्यातील विचार आला आहे, तो एकादश व्रतांच्या गांधीजींच्या विवेचनात मात्र नाही. कबिराचा दोहा असा आहे-

'पानी वाढे नाव में घर में वाढे दाम
दोनो हात उचलिये यही साधुका काम'

यातील विचार मांडताना विनोबांनी लिहिले-

'घरी आले धन नावेमधें पाणी
टाकावे काढूनि दो हातांनी' (अभंग क्र. : ९०-८-२)

कबिरांच्या मूळ विचाराला धक्का न लावता, त्याचा मराठी अवतार विनोबांनी किती छान सजविलेला आहे!

श्रमनिष्ठेबद्दल स्वत:चे चिंतन शब्दांकित करताना विनोबा पुढे लिहितात,

'वांछी जो जीवनी अहिंसा-पालन
सत्य-आराधन निराबाध' (अभंग क्र. : ९१-९-१)

'त्यास हे श्रमाचे व्रत राम-बाण
श्रमे सुप्रसन्न मन बुद्धि' (अभंग क्र. : ९१-९-२)

'देह परिश्रम सहज वैराग्य
साधनेचे भाग्य विन्या म्हणे।' (अभंग क्र. : ९१-९-४)

सर्व श्रमांमध्ये शेतीचे श्रम उत्तम असे सांगून शेती करणाऱ्या किसानाच्या जीवनाचा गौरव करताना ते लिहितात-

'भूक मानवाची भूक मानव्याची
तृप्त होय साची शेतीमाजी' (अभंग क्र. : ९२-१०-२)

'वृक्ष पशु पक्षी मानव मिळून
कुटुंब महान् किसानाचे' (अभंग क्र. : ९२-१०-३)

'अपार माधुर्य विशाल बांधव्य
जीवन ते दिव्य विन्या म्हणे।' (अभंग क्र. : ९२-१०-४)

असे, श्रमनिष्ठेबद्दल व शेती करण्याविषयी प्रेम असल्यामुळे; भूदान आंदोलन, गो सत्याग्रह आंदोलन करण्याची त्यांना प्रेरणा झाली असावी.

'वृक्ष पशु पक्षी मानव मिळून
कुटुंब महान् किसानाचे' (अभंग क्र. : ९२-१०-३)

यात पुढे त्यांनी सांगितलेल्या 'ग्राम स्वराज्य' अर्थात 'ग्राम परिवार' कल्पनेची बीजे दिसतात. शिवाय 'वृक्षवल्ली आम्हा सोयरी वनचरे' या तुकोबांच्या अभंगातील विचारांचा प्रभाव कदाचित 'वृक्ष-पशु-पक्षी' अशी शब्दरचना करताना त्यांच्यावर झालेला असावा.

शब्दांशी खेळण्यास विनोबांना आवडते. श्रमसाधनेचा शुभारंभ भंगीकामाने करावा, असा विचार मांडून ज्याची अहंता भंगीकामाने नष्ट होते तो भगवंताच्या ठायी कसा रंगतो हे ते,

'अहंता मलीन भंगूनिया भंगी
रंगला श्रीरंगी विन्या म्हणे' (अभंग क्र. : ९५-१३-४)

अशा नादमधुर शब्दांनी युक्त असलेल्या अभंगाने सांगताना 'रंगला श्रीरंगी' 'भंगूनिया भंगी' अशा प्रासयुक्त शब्दांच्या जोड्या वाचकांपुढे ठेवतात. शारीरिक श्रमाची कामे करणाऱ्यांना कर्माचे किल्मीष बाधत नाही; हे जाणून गोरा कुंभार, कबीर

इत्यादी संतांनी मजुरी करून श्रमाची भाकरी गोड करून घेतली असे ते म्हणतात आणि पुढे असा सिद्धान्त सांगतात की-

'मजूरीची कामे ती च विद्यापीठें
जेथ आत्मा भेटे विन्या म्हणे' (अभंग क्र. : ९६-१४-४)

म्हणजे व्रत विवेचन करताना समाजातील वर्गभेद, वर्णभेद, उच-नीच, गरीब-श्रीमंत हे भेद कसे नष्ट होतील; असंग्रहात कशी सुख, संतोष, संयम इत्यादीची सभ्यता आहे हे तर ते सांगतातच, पण 'जीवनशिक्षण' हा आपला आवडता विचारही श्रमनिष्ठेचे वर्णन करता करता वरील श्लोकात विनोबांनी सांगितलेला आहे. एरवीच्या विद्यापीठात श्रमनिष्ठा नसून फक्त पुस्तकी शिक्षण आहे. त्यामुळे 'जेथे विद्येचे पीठ होते ते विद्यापीठ', 'जिथे विद्येचा लय होतो ते विद्यालय' असे शिक्षणविचार विद्यापीठ व विद्यालय या शब्दांवर श्लेष करून त्यांनी सांगितलेले आहेत. 'जेथे मजुरीची कामे करून आत्मा भेटतो तेच विद्यापीठ होय' ही त्यांची आदर्श विद्यापीठाची कल्पना वरील अभंगात मूर्त रूपाने व्यक्त झालेली आहे. आतापर्यंतच्या व्रतविवेचनात विनोबांचे जीवनविषयक बहुतेक विचार येऊन गेले आहेत.

'अभय' या व्रताचा क्रमांक शेवटी लागलेला दिसतो. वास्तविक 'अभयंसत्त्वसंशुद्धी' या गीतेतील दैवी संपत्तीच्या श्लोकात 'अभय' या गुणाला प्रथम क्रमांकाचे स्थान दिलेले आहे, ते विनोबांना मान्य आहे.[१८] म्हणून ते सांगतात-

'व्रतांची योजना कशी कां कराना
निर्भयतेविना गति नाही' (अभंग क्र. : १०८-११-१)
'अभय आरंभ अभय शेवट
मधे चाले नीट व्रत - यात्रा' (अभंग क्र. : १०८-११-२)

निर्भय व्रत आरंभी असेल, तरच व्रत यात्रा पार पडेल. पण निर्भय म्हणजे काय, तर स्वत: दुसऱ्याला घाबरायचे नाही आणि कोणाला घाबरावयाचेही नाही. 'अभय आरंभ-अभय शेवट आणि त्याच्या मध्ये व्रत-यात्रा चालावी' असे विनोबांनी लिहिले आहे, पण इतरत्र त्यांनी 'आघाडीला निर्भयत्व असावे व पिछाडीला नम्रता असावी' असे लिहिले आहे. एकादश व्रतांच्या श्लोकातही 'ही एकादश सेवावी नम्रत्वे व्रत-निश्चये' असे त्यांनी लिहिले आहे.

स्पर्श भावना' म्हणजे अस्पृश्यता न पाळणे. त्यांनी वेळोवेळी सांगितले आहे की, एक अस्पृश्यता हा भेद नष्ट केला, तर समाजातील इतर सर्व भेद नष्ट होतील. हिंदुस्थानसारखा विशाल आणि मिसळ देश अस्पृश्यतेसारखा खंजीर पोटात खुपसून

घेऊन जिवंत राहूच शकणार नाही, ही गोष्ट नि:संशय आहे.[१९] 'सर्वधर्मसमभाव' याचा नुसता उल्लेख काही जण करतात; पण पंढरपूर, गोकर्ण महाबळेश्वर, अजमेरच्या दर्गा, अशा धर्मस्थानांना विनोबांनी ज्या भेटी दिल्या त्या सर्व धर्मीयांना बरोबर घेऊनच! याचे सविस्तर वर्णन अगोदर आल्यामुळे पुनरुक्ती टाळतो. हे व्रत सर्वांनी पाळणे आज आवश्यक आहे, असे त्यांचे मत होते.

'स्वदेशी' या व्रताला टिळक युगापासून गांधीजींच्या हयातीपर्यंत किती महत्त्व होते, हे सर्वांना माहीत आहे, पण आज हे व्रत आपण जवळजवळ विसरलो आहे. याबद्दलचा एक प्रश्न विनोबांना विचारण्यात आला होता तो असा-

"अब अपना देश स्वतंत्र है। अब तो मिल का कपडा भी स्वदेशी है। तो फिर खादी का आग्रह क्यों?" याला उत्तर देताना विनोबा म्हणाले-"स्वदेशी का अर्थ यह तो नही कि हम जहर खायें। सौ फीसदी जहर खाकर सौ फीसदी मृत्यु पाना यह कैसा स्वदेशी व्रत है? इस बढती हुई जनसंख्या को खादी चलायेगी या मिल? इतना सीधा-साधा गणित समझने में क्यों वर्षों के वर्ष बीतते है?"[२०]

याप्रमाणे गांधी विनोबांनी सर्वधर्मसमभाव, स्वदेशी व स्पर्शभावना या तीन व्रतांविषयी इतरत्र सविस्तर विवेचन केले असले, तरी 'अभंग व्रते'ची १०८ पुष्पांची माला गुंफताना या तीन व्रतांचा विनोबांनी नुसता उल्लेख केला आहे आणि म्हटले आहे-

अम्लान-व्रत-पुष्पांची मंजु मंगळ माळ ही
रहावी सर्वदा कंठी रमावी हृदय-स्थळी

म्हणजे कंठी जरी ही अम्लान व्रत-पुष्पमाळ असली, तरी तिचे कार्य हृदयात आहे. वस्तुत: कवितेचे निवासस्थान हे हृदयात आहे आणि ते ज्याच्या हृदयात आहे त्याला 'सहृदय' असे म्हणतात! अशा सर्व सहृदय रसिकांना विनोबांची ही पद्यबद्ध 'अभंग व्रते' रचना आवडेल, असा विश्वास वाटतो. या रचनेत आलेले ऋतंभरा प्रज्ञा, पंथराज, जोजार, सूर्यपक्व अन्न, वैषम्य-नैर्घृण्य, अश्वत्थ रचना, लोकसंग्रह, अंतर्नाद, यज्ञीय द्रव्य, भूक मानव्याची, देहासक्ती, श्रमण इत्यादी समृद्ध अर्थ सांगणारे शब्द पाहिले, तर कवी विनोबा शब्दांबद्दल किती चोखंदळ होते, हे आपणास समजते. ते शब्द ज्या वेद-उपनिषद, गीता, संत साहित्य इत्यादी थोर ग्रंथांमध्ये आले आहेत; त्या ग्रंथांचा आयुष्यभर अभ्यास करणारे आचार्य विनोबा डोळ्यांपुढे उभे राहातात; आणि या एकादश व्रतांद्वारे समाजातील सर्व भेदाभेद नष्ट होऊन सर्वांच्या उन्नतीची पहाट पाहू इच्छिणारे तत्त्वज्ञ विनोबाही त्यात आपल्याला दिसू लागतात. तत्त्वज्ञ विनोबांनी व्रतांच्या मिषाने सर्वोदय विचार सांगितलेला आहे.

एके ठिकाणी याबाबतीत स्पष्टीकरण करताना ते म्हणतात की, ‘सर्वोदयकारी आमचे तत्त्वज्ञान, रचनात्मक कार्यक्रम हा आमचा कर्मयोग आणि नामस्मरणाचे व परमेश्वराचे साहाय्य घेऊन अहिंसादी व्रतांचे आचरण हा आमचा भक्तिमार्ग; असे हे जीवनाचे तिहेरी सम्यक दर्शन आहे. या दर्शनाने सर्व जग पावन होणार आहे. साऱ्या जगाचा मध्यबिंदू मी आणि माझे जीवन आहे. म्हणून या तिन्ही गोष्टी रोजच्या रोज माझ्या ठिकाणी स्थिर होत गेल्या पाहिजेत, ही मी काळजी घ्यायला हवी.’[२१]

अशा तऱ्हेने कवी, तत्त्वज्ञ व शिक्षक अशी विनोबांची तीन रूपे आपणास या ठिकाणी दिसतात. क्वचित तत्त्वज्ञ विनोबांवर कवी विनोबा मात करताना दिसतात. उदाहरणार्थ, चोरीच्या विविध प्रकारांवर बंदोबस्त करण्यासाठी काय करावे हे सांगताना एक व्यक्तिचित्र ‘राखावा संयम तेथे चौकीदार’ या कमीत कमी शब्दांत रेखाटतात.

सत्याचे व्रत पाळणे किती कठीण आहे हे सांगताना,

‘असि-धारा तीक्ष्ण निशिली सहाणे
तीवरी चालणे जणू येथ’ (अभंग क्र. : १४-२)

या शास्त्रीय भाषेतील दृष्टान्ताबरोबरच

‘दोरी तरी जाड भली डोंबाऱ्याची
सत्य-अहिंसेची फार सूक्ष्म’ (अभंग क्र. : १४-३)

असा लौकिक परिचित दृष्टान्तही देतात. श्रेष्ठ आशयाला शोभणारी अशी प्रौढ व गंभीर भाषा आहे. जे विचार मांडले आहेत ते स्पष्ट आहेत. ‘लक्षाधीश लोळे’ इतक्या कमी शब्दांत समाजातील धनिक वर्गाचे चित्र जिवंत वाटेल, असे रेखाटले आहे. आधुनिक कवींनी जुन्या छंदांकडे पाठ फिरवून रचनेचे विविध प्रयोग केले. परंतु तसे प्रयोग न करता विनोबांनी अभंगासारखे जुने छंदही आधुनिक विचार पेलू शकतात, हे या ठिकाणी कृतीने दाखवून दिले आहेत. कवी या दृष्टीने एकादश व्रतांचे विश्लेषण करून त्या व्रतांची स्पष्ट व सुगम अशी अभिव्यक्ती करण्यात विनोबा यशस्वी झालेले आहेत.

वाङ्मयप्रमाणे कवितेच्यासुद्धा जुन्या-नव्या अनेक व्याख्या आहेत. ‘वाङ्मय म्हणजे काय?’ या आपल्या निबंधात तात्यासाहेब केळकरांनी वाङ्मयाची सर्वमान्य व्याख्या करणे किती कठीण आहे, याचे विवेचन केले आहे.[२२]

वाङ्मयप्रमाणेच काव्याची आणि एकूणच कवितेची सर्वमान्य व्याख्या करणे कठीण आहे. परंतु खुद्द विनोबांनीच कवीची व्याख्या केलेली आहे-

- सृष्टीला आत्म्याचे पांघरूण जो घालेल तो कवी.

● राष्ट्राच्या आशा-आकांक्षांचे प्रतिबिंब ज्याच्या साहित्यात आहे तो कवी.

● आत्मज्ञान व विज्ञान यांच्या उंबरठ्यावरील दिवा म्हणजे काव्य.

● 'स वाग्विसर्गो जनताऽघविप्लवो', जनतेचे पाप धुऊन काढून जो तिचे चित्तशुद्धी करू शकेल तोच कवी.

● साहित्य म्हणजे सोबतीने राहाणारी वस्तू. जे जन्मभर आपल्या सोबत राहावे असे वाटेल ते श्रेष्ठ साहित्य.

● काळाच्या कसोटीवर टिकेल ते विदग्ध साहित्य.

● काळाच्या ओघात जे टिकणार नाही, जळून जाईल, भस्म होईल ते दग्ध साहित्य.

● क्षुद्र वस्तूंच्या वर्णनात कवीने आपली अलौकिक प्रतिमा यासाठीच खर्च करू नये.[२३]

विनोबांच्या या साहित्य दृष्टीतून त्यांच्या 'अभंग व्रते' कडे पाहिले, तर ते एक अलौकिक दर्जाचे साहित्यिक वाटतात. आचार्य अत्रेंनीसुद्धा विनोबांचा गौरव करताना म्हटले आहे की, 'विनोबा नेहमी काव्यच बोलतात.'[२४]

विनोबांचा व्यासंग व त्यांची अलौकिक प्रतिभा आणि श्रेष्ठ विचार-चिंतन वाचले की, ते श्रेष्ठ कवी आहेत असे निश्चितच वाटते. 'प्रतिभा व अभ्यास यांचा संगम कवीच्या काव्यात आढळला, तर त्याला श्रेष्ठ कवी म्हणावे' असे नवव्या शतकात होऊन गेलेल्या राजशेखराने म्हटले आहे[२५] ते विनोबांना तंतोतंत लागू पडते.

आता महत्त्वाचा असा आशयाचा मुद्दा विचारात घेऊ या. यातील बहुतेक आशयाला म.गांधींच्या 'मंगल प्रभात' मधील आशयाचा आधार आहे. मग या 'अभंग व्रते' च्या यशात म. गांधींचा वाटा किती व विनोबांचा वाटा किती, असा जर कुणी प्रश्न विचारला, तर त्याला काय उत्तर देता येईल? आतापर्यंत केलेल्या विवेचनात मूळ आशयाला विनोबांनी आपल्या सूक्ष्म चिंतनाने कसे खुलविले आहे, हे सोदाहरण स्पष्ट केलेले आहे. शिवाय म. गांधींचा सर्वच आशय किंवा आशय स्पष्ट करताना सांगितलेले सर्व दृष्टान्त विनोबांनी जसेच्या तसे स्वीकारलेले नाहीत. मूळच्या म.गांधींच्या व्रत-विचारात संस्कृत सूत्रे नाहीत व निवेदनही नाही हे स्पष्ट झाले आहे आणि याबद्दल कुठलेही 'कर्तृत्वाचे श्रेय' घेण्याचे 'विन्याची कृति-शून्यता' हे शब्द लिहून प्रारंभीच विनोबांनी टाळल्याचेही विवेचनात स्पष्ट झालेले आहे. पण अभंगाच्या शेवटी 'विन्या म्हणे' असा शब्दप्रयोग असल्यामुळे यातील सर्व विचार विनोबांच्या निर्मिती-प्रक्रियेतून स्फुरले आहेत, असेच समजले जाईल. याबद्दल मत व्यक्त करताना एका लेखकाने लिहिले आहे की 'अभंग व्रते' या पुस्तकात पूज्य बापूजी व

त्यांचे शिष्य विनोबा यांचे मधुर मीलन झालेले आहे.

'अभंग व्रते'म्हणजे या गुरू-शिष्याच्या मीलनाचे संगमतीर्थच.[२६] आणि हे विधान निश्चितच तथ्य सांगणारे आहे असे वाटते, कारण गांधी व विनोबा गुरू-शिष्य म्हणून येथे या पुस्तकात एकरूप झालेले दिसले, तरी त्यांच्या व्यक्तिमत्त्वांत भिन्नता होती. बापूजी तेजस्वी स्वभावाचे असून पित्त प्रकृतीचे होते, तर विनोबांचा स्वभाव सौम्य होता. बापूजी हृदयाचा ठाव घ्यायचे, परंतु विनोबा गणिती व तर्कनिष्ठ होते. बापूजी खऱ्या अर्थाने 'पिता' होते, हसत हसत खूप चेष्टाही करायचे. विनोबाही चेष्टा करीत, पण भिन्न रीतीने! त्यांची चेष्टा करण्याची पद्धत रामायण-महाभारताच्या तत्त्वज्ञानात न्हालेली असायची; आणि हीच रीत चांगली! कारण विनोबांचे अध्ययन प्रचंड असून त्यांचे चिंतनही सखोल असायचे. शिवाय विनोबा अनेक शास्त्रांचे पंडित होते. त्यामुळे त्यांनी केलेल्या चेष्टेतून काहीतरी शिकण्यासारखे ऐकायला मिळायचे. हसत हसत, विनोद करीत ते एखादी शास्त्रातील किंवा रामायणातील गोष्ट सांगायचे. एकूणात त्यांचा स्वभाव सौम्य होता.[२७]

हे सर्व वाचले म्हणजे 'अभंग व्रते' लिहिताना, विषमतेचे वर्णन करताना, कुठेही 'तुका म्हणे माझे खळले तोंड' याप्रमाणे विनोबा खळलेले दिसत नाहीत. 'नाही मानसी खळखळ, चित्त जैसे गंगाजळ' या वृत्तीने त्यांचे हे लिखाण झाल्यामुळे ते अतिशय मधुर व सौम्य झाले आहे. 'हितार्थ बोलणे सत्य, प्रेमाने न खुपेलसे' ही त्यांची लेखनशैली आहे. साहित्यात सूचकतेला (Suggested Sense) महत्त्व आहे, परंतु 'सुचवायचे पण डिवचायचे नाही'[२८] या युक्तीने विनोबांनी हे लेखन केले आहे. त्यामुळे मूळचा आशय जरी म. गांधीजींचा असला तरी त्याला खास विनोबांचा सौम्य परिसस्पर्श झाला असल्यामुळे, त्या आशयाने धारण केलेले नवीन रूप या ठिकाणी दिसते.

कवी केशवसुतांनी प्रतिभासंपन्न कलावंताचा स्पर्श एखाद्या वस्तूला झाला, तर त्यात कशी जादू निर्माण होते, हे सांगताना म्हटले आहे,

'पाणिस्पर्शच आमचा शकतसे वस्तुप्रती द्यावया--
सौन्दर्यातिशया, अशी वसतसे जादू करांमाजि या' [२९]

म. गांधींचा मूळचा एकादश व्रते स्पष्ट करणारा आशय 'अभंग व्रते' या पुस्तकात वाचताना केशवसुतांच्या वरील ओळींची खचितच प्रचिती येते.

आता शेवटचा प्रश्न म्हणजे महात्माजींनी एकादश व्रतांचे गुजराथीत केलेले गद्य विवेचन, विनोबांनी मराठी गद्यात भाषांतर करून न सांगता 'अभंगा'च्या

माध्यमातून का सांगितले? त्याचे ढोबळ उत्तर असे की, विनोबांच्या संत प्रकृतीला संतांनी लोकप्रिय केलेले अभंग हेच माध्यम मानवले. 'अभंग व्रते' हे जीवनाचे काव्य असल्यामुळे ते गद्यकाव्यात सांगण्यापेक्षा पद्यकाव्यात सांगणे त्यांना योग्य वाटले, कारण अभंगाच्या ओळी गुणगुणता येतात, पाठ करून लक्षात ठेवता येतात. '१०८ अम्लान व्रत-पुष्पांची माला' पद्यकाव्यात असल्याने सामान्य माणसालाही ती कंठात धारण करता येते. शिवाय कंठस्थ करता करता त्या अभंगाचा अर्थही स्पष्ट होऊ शकतो, इतके सुगम विवेचन करण्याची खबरदारी विनोबांनी घेतलेली आहे.

आता यातील विचारांवर मालकी कुणाची, तर याचे उत्तर विनोबांनीच एके ठिकाणी दिले आहे ते पुढीलप्रमाणे-'जीवनशुद्धीसाठी व्रतांची आवश्यकता आहे, ही कल्पना तशी नवी नाही. परंतु गांधीजींनी जशी ती निश्चयपूर्वक मांडली, तशी इतरांनी मांडलेली दिसत नाही. पूर्वीचा अनुभव जमेस धरून, काही नवीन स्फुरणे पुढच्या लोकांना होत असतात. त्याची बीजे पूर्वानुभवात असतातच. परंतु त्यांना नवीन अंकुर फुटतात, तसे याबाबतीत झाले आहे. योगमार्गीयांनी त्यांच्या योगसाधनेला अहिंसा इत्यादी यमनियमांचा आधार घेतलेला दिसतो, पण ते 'समाजसेवक' म्हणवले गेले नव्हते. भक्तिमार्गातही अहिंसा, सत्यादि चारित्र्याचे परिपालन झाले पाहिजे, असे नारदादिकांनी म्हटले आहे, परंतु गुण विकासासाठी चित्त उघडे पाहिजे हे गांधीजींप्रमाणे त्यांना सुचले नाही.'

'गांधीजींनी एकादश व्रते सांगून एक विशेष भक्तिमार्गच सांगितला. भक्ती योग्य रीतीने करण्यास व्रतनिष्ठेचे साह्य होते.''[३०]

'गांधीजींपासून मी खूप खूप मिळवले आहे, परंतु त्यांच्याशिवाय इतरांपासूनदेखील मला पुष्कळ मिळाले आहे. जेथून जे जे मिळाले ते ते सर्व मी आपलेसे केले. आता ते सारे भांडवल माझे झाले आहे. त्यातले गांधीजींनी दिलेले किती आणि इतरांनी दिलेले किती, याचा वेगवेगळा हिशोब माझ्याजवळ नाही. जो विचार मी ऐकला तो जर मला पटला आणि मी पचविला, तर तो माझाच झाला. तो वेगळा कसा राहील? मी केळी खाल्ली आणि पचविली. त्याचे मांस माझ्या शरीरावर चढले. आता ती केळी कुठे राहिली? ती तर माझे शरीर बनली. तसे जो विचार मी आत्मसात केला तो माझाच झाला.'

'गांधीजींचे काही सिद्धान्त असते, तर मृत्यूनंतर ते आपल्याबरोबर त्यांना घेऊन जाते, परंतु वस्तुस्थिती तशी नाही. हे सिद्धान्त गांधीजींचे नसून गांधीजींद्वारे प्रकट झालेले आहेत. ते जेव्हा मी ग्रहण करतो तेव्हा ते माझेच होऊन जातात. लोकांसमोर ते ठेवतेवेळी गांधीजींच्या नावाने ठेवण्याची गरज नाही. स्वतंत्रपणे

लोकांना विचार समजाविता येतात.'

'मंत्राक्षरे कागदावर लिहिलेली असतात, ती समजून घेऊन जो आपल्या जीवनात परिवर्तन करतो त्याला ती उपयोगी पडतात. नाहीतर एक किडा त्या मंत्रांना कागदासह खाऊन टाकतो, तरीदेखील त्याला काही लाभ होत नाही. विचारांच्या बाबतीतदेखील असेच आहे.'[३१]

म्हणजे आता 'अभंग व्रते'मध्ये 'विन्या म्हणे' असे विनोबांनी का म्हटले, हे स्पष्ट झाले आहे. या 'अभंग व्रते'मध्ये जीवनाच्या शुद्धतेची तळमळ विनोबांनी व्यक्त केली आहे. त्यामुळे सत्योपासक तत्त्ववेत्ता बनूनही सौंदर्यपूजक कवीशी विनोबा अविरोधी राहिलेले दिसतात. याबाबतीत आचार्य भागवत यांनी असे म्हटले आहे की, 'संतांच्या जीवनात प्रकट होणारी शुद्धतेची तळमळ आणि कवीच्या काव्यात प्रकट होणारी सौंदर्याची कळकळ या तत्त्वत: एकच आहेत. संत आपल्या जीवनात काव्य प्रकट करीत असतात व जीवनात कलेचे सौंदर्य आणतात; कवी आपल्या कलेला जीवनाची शुद्धी अर्पण करतात. दोघांच्याही जीवनात परमसत्याचा आविष्कार सारखाच झालेला असतो. सत्योपासक तत्त्ववेत्ता, सौंदर्योपासक कवी आणि साधुत्वोपासक संत हे विश्वातील तीन थोर महात्मे आहेत. तथापि जीवन हे एकजिनसी असल्यामुळे सत्य, सौंदर्य आणि साधुत्व ही जीवनाची तीन दर्शने परस्परविरोधी नसून, ती एकाच वस्तूची तीन अभिध्याने आहेत.'[३२]

अशा रीतीने 'अभंग व्रते'चे पुष्कळसे विवेचन झालेले आहे. ते केवळ आश्रमीय साधकांसाठी नसून सर्वांसाठी आहे, हे या विवेचनात निश्चितच जाणवते. ज्याला ज्याला म्हणून जीवनाचे काव्य जगायचे आहे, त्याला त्याला ही 'अभंग व्रते' प्रेरणा देतील, असे मला मन:पूर्वक वाटते.

गोविंदाग्रजांनी तुकारामांच्या बाबतीत म्हटले आहे -

'विकावयाला अमोल असली अभंगमय वाणी।
करी तुझी बाजारपेठ तो देहूचा वाणी।।' [३३]

विनोबांबद्दल बोलतानाही असे म्हणता येईल की, 'अभंग व्रते'मधील लोकजीवन पावन करणारी विनोबांची वाणीरूपी गंगा, संसाराच्या मरुभूमीवरून अभंग रीतीने झुळुझुळु वाहत राहील.

■

प्रकरण बारावे

विनोबांची साहित्य-सेवा

'मराठी भाषेच्या वैभवाची सम्यक ओळख करून घ्यायची असेल, तर त्याला विनोबांचे वाङ्मय वगळून चालणारच नाही'[१] हा यदुनाथ थत्ते यांनी व्यक्त केलेला अभिप्राय विनोबांनी केलेल्या साहित्य सेवेचे यथायोग्य मूल्यांकन करणारा आहे. विनोबांची 'गीताई', 'गीता प्रवचने', 'मधुकर' इत्यादी ठळक पुस्तके बहुतेकांना माहीत आहेत. अफाट अशी लोकप्रियताही या पुस्तकांना लाभली आहे. त्यामुळे या पुस्तकांशिवाय इतरही अनेक पुस्तके विनोबांनी लिहिलेली आहेत, या गोष्टीकडे सामान्य वाचकाचे लक्ष सहसा जात असल्याचे आढळत नाही. म्हणूनच विनोबांनी केलेली मराठी वाङ्मयाची समग्र सेवा नोंदणे जरुरीचे वाटते.

विनोबांच्या साहित्य सेवेच्या पहिल्या पाऊलखुणा आपणास त्यांच्या विद्यार्थिदशेत आढळतात. विद्यार्थिदशेत ज्ञानेश्वरी, दासबोध इत्यादी अभिजात व अस्सल मराठी साहित्याशी त्यांचा परिचय झाल्यामुळे, साहजिकच त्यांच्या संवेदनशील मनावर त्याचे पडसाद उमटून त्यांच्या कवित्वाला अंकुर फुटला असावा. परंतु त्या वेळी त्यांनी केलेल्या कविता 'अग्नये स्वाहा' केल्यामुळे आज उपलब्ध नाहीत. गृहत्याग करून काशीला गेल्यानंतर गंगेच्या काठी बसून त्यांनी काही कविता रचल्याचे समजते, परंतु त्याही त्यांनी गंगार्पण केल्यामुळे आज उपलब्ध नाहीत. त्या वेळी स्फुरलेल्या कवितांपैकी फक्त दोन कविता 'विचारपोथी'मध्ये[२] दिलेल्या आहेत. त्यातील पहिली कविता-

'शेवाळी पावुनि जन्म ओंगळी ।
त्रासला चिळसला जीव अंतरी ।।
राहिलो निराळा म्हणुनी तेथुनी ।
सवित्याचे मंगल किरण सेवुनी ।।
मी अलिप्ततेचे गाणे गातसे ।

गा गा रे सखया तूंही गा तसे।।’

२५ मार्च १९१६ ते ६ जून १९१६ पर्यंत विनोबा काशीला गृहत्यागानंतर राहिलेले आढळतात. याच कालखंडात केव्हातरी वरील कविता-लेखन झाले असले पाहिजे, कारण कवितेच्या खाली तारीख नाही आणि ७ जून १९१६ रोजी विनोबा काशीहून म. गांधीजींच्या अहमदाबादजवळील कोचरब आश्रमात गेलेले दिसतात.

उत्तम साहित्याचे ‘अल्पाक्षर रमणीयत्व’ हे जे लक्षण विनोबांनी पुढील आयुष्यात सांगितले, त्याची खूण आपणास वरील कवितेत दिसते. गृहत्याग केलेल्या व वैराग्याने नटलेल्या विनायकाचा आत्माविष्कार उत्कृष्ट रीतीने व्यक्त झालेला वरील कवितेत आपणास दिसतो. शेवाळ्यात जन्म पावून अलिप्ततेचे गाणे गाणारे कमळ, कवीला आपल्याप्रमाणेच अलिप्ततेचे गाणे गावयास सांगत आहे. या आशयावर ‘पद्मपत्रंइव अम्भसा’ (भगवद्‌गीता ५-१०) या कल्पनेची दाट छाया पडलेली दिसते. गीतेत रंगून गेलेल्या विनायकाच्या कवितेवर दुसऱ्या कुठल्या ग्रंथाची छाया पडणार ? मनुष्य ज्या ग्रंथाचे वाचन करतो त्याचा परिणाम त्याच्या साहित्यात व्यक्त केलेल्या आशयात नकळत सहजगत्या उमटतोच. वरील कविता हे त्याचे उत्तम उदाहरण आहे.

‘गातसे
तूंही गा तसे’

अशी शब्दरचना करून प्रास तर साधलेला आहेच, पण ‘गा गा रे सखया’ या शब्दरचनेने संवादात एक प्रकारचा जिवंतपणा निर्माण झाला आहे. ‘ओंगळी’, ‘चिळसला’ यातील ‘ळ’ मुळे नादमाधुर्य निर्माण झाले आहे. विनोबांच्या पुढील लिखाणात काव्य व तत्त्वज्ञान यांचा जो मनोहर संगम दिसतो, त्याची प्रथम साक्ष म्हणजे वरील कविता! ज्याने गृहत्याग केलेला आहे, ज्याच्या डोक्यात हिमालय बसलेला आहे, तो ‘अलिप्ततेचे गाणे गाण्या’चा आत्मप्रत्यय किती सुंदर रीतीने थोडक्यात व्यक्त करू शकतो, हे या कवितेवरून समजते.

पुढील काळात विनोबांच्या साहित्यात आढळणाऱ्या ‘मिताक्षर शैली’चा उगम वरील कवितेप्रमाणेच आणखी एका उपलब्ध कवितेत आढळतो. ती कविता खालीलप्रमाणे आहे :

‘घेऊनी वामनरूप भृंग तो ।
येतसे लुटाया मजला धावुनी ।।
परि हृदयाचे बलिदान देउनी।
जिंकिला कोंडिला केला गुंग तो।।

मी समर्पणाचे गाणे गातसे।
गा गा रे सखया तूंही गा तसे।।'

पहिल्या कवितेत कमळ कवीला 'अलिप्ततेचे गाणे' गाण्यास सांगते, तर दुसऱ्या कवितेत 'समर्पणाचे गाणे गा' असे म्हणते. वामनरूप धारण करून भुंग्याचा कमळात प्रवेश होतो व पुढे कमळाने हृदयाचे बलिदान दिल्यामुळे त्याचे काय होते, हे 'जिंकिला कोंडिला केला गुंग तो' या प्रासयुक्त नादमधुर व प्रासादिक चरणाने समजते. सहजरीत्या अनुप्रास साधण्याचे कसब विनोबांच्या या प्रथम लेखनातही प्रकर्षाने जाणवते. शिवाय हृदयाचे बलिदान देऊन समर्पण करण्याच्या या त्यांच्या दुसऱ्या कवितेतील भाषेत, पहिल्या कवितेप्रमाणेच उत्कट आत्माविष्कार व्यक्त झालेला दिसतो. एकतर हिमालयात जाऊन 'अथातो ब्रह्मजिज्ञासा' पूर्ण करावी किंवा बंगालमध्ये जाऊन क्रांतिकारकांच्या कार्यात सामील होऊन आयुष्याचे समर्पण करावे, अशा आशयाचे विचार गृहत्याग करण्यापूर्वी त्यांच्या मनात सतत घोळत असत. गृहत्याग करून काशीला आल्यानंतरही ते विचार, पुढील निश्चित मार्ग सापडेपर्यंत त्यांच्या डोक्यात कसे पक्के घर करून बसले होते, हे 'समर्पणाचे गाणे गा' या शब्दांमधून उत्कट रीतीने आविष्कृत झालेले आहे.

या कवितांप्रमाणेच बडोद्याला घरी सुचलेल्या परंतु 'अग्नये स्वाहा' केलेल्या कवितांपैकी एखाद-दुसरी कविता जर उपलब्ध झाली असती, तर विनोबांच्या आत्माविष्कार सामर्थ्यावर व आत्मनिष्ठ कवितेवर चांगला प्रकाश पडला असता, कारण केशवसुतांपासून जरी आत्मनिष्ठ कवितेला प्रारंभ झालेला असला, तरी विनोबांनी ज्या वेळी हे कविता-लेखन केले, त्या वेळी आत्मनिष्ठ कवितेत मोलाची भर टाकणाऱ्या 'रविकिरण मंडळा'चा उदय अद्याप झालेला नव्हता. त्यामुळे त्यांच्या या कवितेवर दुसऱ्या कुठल्याही आधुनिक कवीच्या कवितेचा परिणाम किंवा ठसा उमटलेला नाही. त्यांच्या भावी आयुष्यातील सर्व साहित्यप्रमाणेच सुरुवातीच्या या कविताही 'स्व'तंत्र आहेत.

कविता तयार करायची व ती अग्निनारायणाला अर्पण करायची, ही त्यांची वृत्ती आपणास थोडी विचित्र वाटेल. कदाचित काहींना असेही वाटेल की, विनोबांना कविता जमत नव्हत्या म्हणून त्यांनी त्या जाळून टाकल्या. पण हा अंदाज चुकीचा ठरतो. कविता करण्यात जसा त्यांचा आत्माविष्कार दिसतो, तसा कविता अग्निनारायणाला अर्पण करण्यात व गंगार्पण करण्यातही त्यांचा आत्माविष्कारच दिसतो. याविषयी लिहिताना विनोबा म्हणतात[३], 'लहानपणी मला कविता रचायची हौस होती. एकेक कविता करायला दोन-दोन, तीन-तीन दिवस

लागत. कविता गुणगुणून पाहिल्यानंतर मला कळे की, ती आता सर्वांगसुंदर झाली. मी तेव्हा लहानच होतो, त्यामुळे मी लिहिलेले सर्वच मला सर्वांगसुंदर वाटायचे. लहानपणी मी बराच अशक्त होतो. थंडीच्या दिवसात शेकायला चुलीपुढे बसलो, म्हणजे मला कविता लिहिण्याची स्फूर्ती होई. कविता उत्तम झाली अशी माझी खात्री झाली की, मी ती अग्निनारायणाला अर्पण करून देई. अशा रीतीने त्या काळच्या सर्व कविता मी अग्निनारायणाला अर्पण करून टाकल्या. माझ्या मित्रांनी त्यातल्या दोन चार कविता हिसकून घेतल्या, तेवढ्याच आज शिल्लक आहेत.

कविता सर्वांगसुंदर झाल्याची खात्री पटल्यानंतर ती मी अग्निनारायणाला अर्पण करीत असे. यात यज्ञभावना होती. कदाचित तुम्हा साहित्यिकांना वाटेल अशा तऱ्हेने कवितेची आहुती देणे योग्य नाही. येशू ख्रिस्ताने म्हटले आहे ना, 'दिवा लावाल तर काय भांड्याखाली झाकून ठेवाल? तो चांगला उंचीवर ठेवला पाहिजे', त्याप्रमाणे सर्वांगसुंदर साहित्य असेल तर ते जगापुढे प्रकट करायला पाहिजे, असे काही लोकांना वाटते. परंतु परमेश्वराची वस्तू परमेश्वरालाच अर्पण करावी, अशी माझी त्यामध्ये दृष्टी होती. त्या आहुतीने जगाचे काही नुकसान झाले आहे, असे मला वाटत नाही. उलट त्यामुळे माझ्या अंत:करणात एकेक विचार स्थिर होत गेला.''

आत्मनिष्ठेची वृद्धी :

'वाफेमध्ये शक्ती असते हे पूर्वी लोकांना माहीत नव्हते, परंतु आता वाफ कोंडून ठेवली म्हणजे तिची शक्ती प्रकट होते, हे आपणास कळून चुकले आहे. तसे साहित्याची वाफ उत्पन्न करून अंतर्यामात जिरवून टाकल्याने काही नुकसान होत नाही, उलट त्यामुळे आत्मनिष्ठा वाढते. विचारांचे प्रकाशन वाणीने होऊ शकते, परंतु जीवन-आचरण ही वाणीहूनही खोल वस्तू आहे. तिच्यामुळे विचारांचे प्रकाशन चांगले होते.

मी ब्रह्मशोधनासाठी घरातून बाहेर पडलो, तेव्हा काशीला आलो. तिथे गंगेच्या काठावर बसून कविता लिहिण्याची हौस आणखी वाढली. तिथल्या शांत वातावरणात ध्यान व चिंतन करून मी कविता रची आणि उत्कृष्ट साधली की गंगार्पण करी. अशा रीतीने अग्निनारायणानंतर गंगार्पण झाले.'

विनोबांच्या या विचारातून जशी त्यांची आत्मनिष्ठा व ईश्वरनिष्ठा दिसते, तशीच त्यांची जीवनदृष्टीही दिसते. वाणीपेक्षा विचारांचे प्रकाशन जीवनातील आचरणाने अधिक चांगल्या रीतीने होते, अशी त्यांची श्रद्धा होती. हीच श्रद्धा त्यांच्या सर्व साहित्यात आणि जीवनात आढळते. आणखी एक गोष्ट या उताऱ्यावरून समजते,

ती ही की परमेश्वराच्या प्रेरणेने कविता-लेखन किंवा साहित्य-लेखन होते, अशी विनोबांची श्रद्धा होती. त्यामुळे पुढेही त्यांनी 'प्रेरणा परमात्म्याची' अशी शब्दयोजना करून काव्यामागे परमेश्वराची प्रेरणा आहे, हे व्यक्त केलेले दिसते. अन्य एका ठिकाणी 'साहित्य-शक्ती' या लेखात विचार मांडताना ते म्हणतात, 'भगवंताच्या अनेक शक्ती आहेत. पण त्यातील एकच शक्ती, एकच कला प्रकट झालेली आहे. ती शक्ती आहे प्रेरणा. हीच शक्ती कवी आणि साहित्यिक यांना प्रेरणा देत असते.'[४]

मित्रांनी हिसकून घेतलेल्या दोन-चारच कविता शिल्लक आहेत, असा उल्लेख विनोबांच्या कथनात आलेला आहे. पण इतर दोन कविता कोणत्या हे समजत नाही, कारण त्यांच्या प्रकाशित साहित्यात त्या आढळलेल्या नाहीत. त्या आढळल्या, तर त्यांच्या आत्मनिष्ठ कवितेच्या संदर्भात आणखी नवीन काही प्रकाश पडेल.

यानंतरचे त्यांचे लेखन आढळते ते त्यांनी म. गांधीजींच्या आश्रमातून वडिलांना लिहिलेल्या पद्यबद्ध पत्राच्या स्वरूपात. हे पत्र[५] त्यांनी १/१/१९१७ रोजी सत्याग्रहाश्रमातून लिहिलेले आहे. विनोबांच्या त्या वेळच्या मन:स्थितीचा त्यात आविष्कार तर चांगल्याच रीतीने झालेला आढळतो, पण मोरोपंतांच्या ग्रंथ वाचनाने त्यांच्या लेखनशैलीवर कसा परिणाम केला आहे, हेही स्पष्टपणे जाणवते. पत्र पुढीलप्रमाणे आहे :

ताताला मातेला वंदन करितो तदीय नंदन मी
तदनंतर प्रभूते चरणाचा हीन दीन दास नमी
तुमच्या आशीर्वादे कृपाकटाक्षे तसा प्रभूच्या हि
कुशली नांदतसे हा सुत तुमचा आश्रमी तसा गेही
प्रेयोभूमिगृहाते सोडुनिया श्रेय आश्रमस्थानी
आलो खिन्न वियोगे परि केले मुदित आश्रमस्थांनी
मातेचे मन संतत चिंतुनि दीना मुलास कळकळते
चिंता वृथा कशाला? माय जगाची तिला सकळ कळते
प्रार्थितसे यास्तव की कधि न धरावे तुम्ही विषादास
प्रभुची कृपा असे जरि तरि न मरे प्राशुनी विषा दास
सामर्थ्य मदाशीर्वादी किमपि नसे परंतु रीतीते
अनुसरूनि प्रेमाने अर्पी शिवकृष्णदत्तशांतीते.

संस्कृतप्रचुर शब्दांनी युक्त अशी प्रौढ, गंभीर रचना, लांबलचक सामासिक शब्द वापरण्याची सवय, वेगवेगळ्या अर्थांनी शब्द थोडेसे तोडून वापरणे व यक्षरी,

चतुराक्षरी यमक साधणे ही पंडिती काव्याची वामन-मोरोपंती वळणाची सर्व वैशिष्ट्ये विनोबांनी लिहिलेल्या वरील आर्यावृत्तबद्ध पत्रात आढळतात. आर्यावृत्तात ते किती सफाईदार अभिव्यक्ती करू शकतात व मोठा आशय व्यक्त करण्यासाठी क्लिष्ट न होतील असे सामासिक शब्द किती सुंदर रीतीने योजू शकतात, हेही त्यात दिसून येते. यात पुढील आयुष्यातील 'स्थितप्रज्ञ' विनोबा दिसत नाहीत, तर घर सोडल्यामुळे वियोगाने खिन्न झालेला विनायक ठसठशीत स्वरूपात दिसतो. 'आईप्रमाणे जगाची माय माझी काळजी घेण्यास समर्थ आहे' असा आत्मविश्वास उत्कट रीतीने व्यक्त झालेला दिसतो.

ताताला, मातेला, वंदन, नंदन हे तालबद्ध मधुर शब्द पाहिले की, शब्दशक्तीबद्दल विनोबांना एवढ्या लहान वयापासून चांगलीच जाण आहे, हे आपणास समजते. या प्रथम रचनांतच विनोबांचा शब्दनिवडीचा चोखंदळपणा दिसून येतो. 'प्रभुची कृपा असे जरि तरि न मरे प्राशुनि विषा दास' हा सुंदर विचार व त्यातील प्रखर ईश्वरनिष्ठा म्हणजे या पद्यमय पत्राचे फार मोठे भूषण आहे. 'अग्नि जाळी तरी न जळती पांडव' या संत विचाराचा प्रभाव वरील विचारावर पडलेला दिसतो. 'नुपेक्षी कदा राम दासाभिमानी' या मनाच्या श्लोकाचीही दाट छाया त्यावर पडलेली दिसते; कारण शालेय जीवनात मोरोपंतांच्या शेकडो आर्या, समर्थांचा दासबोध व मनाचे श्लोक, तुकाराम-एकनाथादि संतांची अभंगरचना यांच्याशी विनोबा चिरपरिचित झालेले होते.

यानंतर मात्र त्यांच्या लेखनात खंड पडलेला दिसतो, कारण जानेवारी १९२३ मध्ये 'महाराष्ट्र-धर्म' मासिकातील लेखनाला प्रारंभ करेपर्यंत १९१७ ते १९२३ या सात-आठ वर्षांच्या कालखंडात त्यांनी काही लेखन केलेले आढळत नाही. म. गांधी, गोपाळराव काळे यांना काही तुरळक पत्रे लिहिली असतील, तेवढेच काय ते कोऱ्यावर काळे त्यांनी केलेले आढळते. साहित्य सेवेपेक्षा व्यक्तिगत जीवनाशी त्याचा संबंध असल्यामुळे त्याची येथे चर्चा करण्याचे कारण नाही.

'महाराष्ट्र-धर्म' मासिकात भरीव साहित्य सेवेच्या दृष्टीने झालेले महत्त्वाचे त्यांचे लिखाण म्हणजे उपनिषदावर त्यांनी लिहिलेली लेखमाला. शिवाजीराव भावे या लेखमालेविषयी लिहितात,

१) ईश्वरनिष्ठा, २) राजकारण, ३) सर्वसावधवृत्ती. या त्रिविध धोरणाप्रमाणे 'उपनिषदांचा अभ्यास' ही महत्त्वाची लेखमाला मासिकात सुरू करण्यात आली. चार अध्यायांची ही लेखमाला अपूर्णच राहिली. मासिकाच्या १९२ पृष्ठांपैकी ६० पृष्ठांत

ही माला व्यापलेली आहे.[६] उपनिषदांच्या या लेखमालेला मराठी वाङ्मयात तोड नाही, असे म्हणावे लागेल.

'मिठाची बाहुली समुद्राचा तळ पाहून परत येणे शक्य नाही, तशी येथे मनाची केवळ विलीन स्थिती होऊन जाते. ते मन अलग राहूच शकत नाही. ब्रह्मदर्शनाचा अनुभव सांगता येत नाही, तसे या उपनिषद लेखमालेचे वर्णन करणे शक्य नाही.'[७]

याच लेखमालेतून 'उपनिषदांचा अभ्यास' हे पुस्तक पुष्कळ उशिरा म्हणजे १९४६ मध्ये प्रकाशित झालेले आहे. पुस्तकाला लिहिलेल्या प्रस्तावनेखाली परंधाम-पवनार ३/६/४६ अशी तारीख आहे. पुस्तकाच्या प्रस्तावनेत विनोबा म्हणतात, '१९२३ साली महाराष्ट्र-धर्म मासिकात 'उपनिषदांचा अभ्यास' या मथळ्याखाली चार लेख मी लिहिले होते. तेच पुस्तकात संकलित करून जिथे संशोधनाची गरज वाटली तिथे ते करून पुस्तक प्रसिद्ध केले आहे.''

भाषा थोडी कठीण वाटते पण तिचा ओघ आणि स्फूर्ती हृदयाला स्पर्शिणारी आहे.

'हिमालयासारखा पर्वत नाही व उपनिषदांसारखे पुस्तक नाही. पण माझ्या दृष्टीने उपनिषद हे पुस्तकच नाही, ते एक प्रातिभ दर्शन आहे. शब्दांत मांडण्याचा प्रयत्न केला तरी शब्द लटपटलेले आहेत.'

'उपनिषद ही माझ्या आईची आई आहे. त्या श्रद्धेने उपनिषदांचे मनन-निदिध्यासन गेली बत्तीस वर्षे माझे चाललेले आहे. त्यातील एक बिंदू या चतुरध्यायीत आहे.'[८]

पुस्तकाची एकूण पाने ११६ असून कठ, केन इत्यादी प्रमुख आत्मदर्शनपर अकरा उपनिषदातील महत्त्वाच्या मंत्रांवर आपल्या व्यासंगपूर्ण शैलीत विनोबांनी विवेचन केलेले आढळते. या लेखमालेव्यतिरिक्त (१) निवृत्त शिक्षण (२) चार पुरुषार्थ (३) माझा यज्ञ (४) समर्थांचे स्मरण (५) सेवाधर्माचा मेवा (६) अभावाचे कौतुक; हे मानवी जीवनाला मार्गदर्शक ठरणाऱ्या स्वयंप्रकाशी तेजोगोलप्रमाणे असणारे सहा लेखही विनोबांनी लिहिले.[९] याशिवाय प्रासंगिक म्हणून स्वतंत्र सदराखाली बहुतेक राजकारणविषयक पंधरा लेख विनोबांनी लिहिल्याचा उल्लेख शिवाजीराव भावे यांनी केला आहे.[१०] पण राजकारणाच्या गर्दीतही मूळचे ब्रह्मविद्येचे पाणी विनोबांनी कसे खेळते ठेवले होते, याची साक्ष त्यांनी व्यक्त केलेले खालील काही विचार देतील :

- जेथे कामगिरीवाचून बक्षीस मिळते, तेथे अपराधावाचून फाशी ही

ठेवलेलीच.

● वाणीने जितकी हिंसा होते त्याच्या शतांशही मारामारीने होणे शक्य नाही.

झेंडा सत्याग्रहात शिक्षा झाल्यामुळे विनोबांना नागपूरच्या तुरुंगात जावे लागले. त्यामुळे त्यांचे लिखाण पुन्हा थांबले. पण खरे पाहिले तर आचार्यांचे 'महाराष्ट्र-धर्म' मासिकातील हे लिखाण हेच त्यांचे पहिले जाहीर लिखाण असे शिवाजीराव भावे यांनी आपले मत नोंदवले आहे.[११] हे सर्व लिखाण आचार्य विनोबा भावे यांनी एकट्यानेच केले होते, अशीही माहिती शिवाजीराव भावे देतात.[१२]

३ मे १९२३ रोजी आश्रमवासीयांबरोबरच आचार्य विनोबांची नागपूर तुरुंगातून सुटका झाल्यानंतर 'महाराष्ट्र-धर्म' मासिक पुन्हा सुरू करण्याचे ठरले, परंतु आता ते साप्ताहिकाच्या रूपात काढले गेले. गोपाळराव काळे यांचाही वाटा साप्ताहिक चालवण्यात होता. १८/६/१९२४ ते ११/४/१९२७ पर्यंत चार वर्षे हे साप्ताहिक चालले व चार वर्षांत एकूण १४० अंक निघालेत. पृष्ठे प्रारंभी सहा होती, पुढे आठ करण्यात आली. टपालहशीलासह या पत्राची वर्गणी रु.३-१३ आणे होती. या पत्राचा आकार यंग इंडिया, नवजीवन या पत्रांप्रमाणे होता. राजस्थानी केसरी प्रेस, वर्धा हे मुद्रणस्थान होते.[१३] या साप्ताहिकाविषयी एवढी सविस्तर माहिती देण्याचे कारण म्हणजे, मराठी निबंध वाङ्मयाला ललामभूत ठरलेल्या विनोबांच्या 'मधुकर' या पुस्तकाचा उगम या साप्ताहिकातील लेखांमधून झाला आहे. 'महाराष्ट्र-धर्म' मासिकातील विनोबांचे निवडक लेखन पुढे पुस्तकरूपाने 'मधुकर' या नावाने प्रकाशित होऊन त्या काळी अफाट लोकप्रियही झाले. त्या पुस्तकाचा याच ग्रंथात स्वतंत्र परामर्श घेतलेला असल्यामुळे त्याची येथे आणखी चर्चा करणे द्विरुक्तीला कारणीभूत होईल.

या 'महाराष्ट्र-धर्म' मासिकात आचार्य विनोबा भावे यांनी एकूण २२२ लेख लिहिले.[१४] दर अंकात आचार्य विनोबा, तुकाराम महाराजांचे निवडक अभंग देत असत व असे त्यासंबंधी ३५ लेख त्यांनी लिहिले. त्यातूनच 'संतांचा प्रसाद' हे पुस्तक प्रसिद्ध झाले. [१५]परंतु पुढे 'तुकारामांची भजने' हे पुस्तक १९७१ मध्ये प्रकाशित झाल्यामुळे व 'संतांचा प्रसाद' या पुस्तकातील बहुतेक अभंग 'तुकारामांची भजने' या पुस्तकात आल्यामुळे 'संतांचा प्रसाद' हे पुस्तक मागे पडले.

साप्ताहिक चालविणारे आचार्य विनोबा, पत्रकार म्हणून वावरत असतानादेखील कसे कसदार व उच्च अभिरुचीचे लेखन करून मराठी भाषेचे वैभव वाढवित होते हे आपणास यावरून विदित होते. 'महाराष्ट्र-धर्म साप्ताहिकात बातम्या व जाहिराती नसायच्या' ही शिवाजीरावांनी दिलेली माहिती वाचून, मराठी भाषेच्या पत्रकार-

सृष्टीच्या परंपरेलाही विनोबांनी किती उंचीवर नेऊन बसविले होते, असा विचार मनात चमकून जातो. यानंतर आचार्यांच्या हातून वाङ्मयात चिरस्थायी ठरेल अशा 'विचारपोथी'ची निर्मिती १९२८मध्ये झाली. वसंतराव नारगोलकर यांनी 'साम्ययोगी विनोबा' या आपल्या पुस्तकात 'विनोबांच्या जीवनाचे तत्त्वज्ञान मांडणारे उत्तम पुस्तक' म्हणून 'विचारपोथी'चा गौरव केला आहे. ते म्हणतात,[१६] " 'विचारपोथी' म्हणजे अंतिम सत्य, परमेश्वर, आत्मा, मोक्ष, पुनर्जन्म, निष्काम कर्मयोग, संन्यास वगैरे विषयांवर साक्षेपाने अर्थपूर्ण शब्दयोजना करून प्रकट केलेल्या अमूल्य विचारांची एक खाण आहे. त्यामुळे 'गीता-प्रवचने' अथवा 'साम्यसूत्रे' यासारख्या पुस्तकांतील विधानांवरून त्यांच्या जीवनविषयक तत्त्वज्ञानाची रूपरेषा मांडण्यापेक्षाही ती त्यांच्या या एका पुस्तकावरून मांडणे अधिक सोपे पडते."

वसंतराव नारगोलकर म्हणतात त्याप्रमाणे 'विचारपोथी' वरून विनोबांचे जीवनविषयक तत्त्वज्ञान सहज समजते, हे खरे आहे. तथापि साहित्याच्या अभ्यासाच्या दृष्टीनेही विनोबांचे साहित्यविषयक विचार 'विचारपोथी'मध्ये आढळत असल्यामुळे 'विचारपोथी'चे फार महत्त्व आहे.

'विचारपोथी' नंतर मराठी साहित्यात मानदंड ठरतील अशा 'गीताई' व 'गीता-प्रवचने' या मनात कायम रेंगाळत राहातील अशा दोन पुस्तकांची निर्मिती विनोबांकडून झाली आहे. 'गीताई माउली माझी तिचा मी बाळ नेणता' हा अनुभव आता फक्त विनोबांपुरता मर्यादित राहिलेला नाही. जो जो या 'गीताई'च्या सहवासात येतो, तो तो 'पडता रडता घेई उचलूनि कडेवरी' असे विनोबांप्रमाणेच बोलायला लागतो. अनेक गीताई-वाचकांनी आपला अनुभव या बाबतीत नोंदविलेला आढळतो. त्याचे एक उदाहरण म्हणून 'मैत्री' मासिकाच्या एक संपादिका सुशीला अग्रवाल यांचे सांगता येईल.

'गीताई से संवाद'[१७] या लेखात त्या म्हणतात, 'मराठी भाषा का परिचय हो जाने पर जब मैंने गीताई पढी और कंठस्थ की, तब से गीता मेरे लिए डिक्शनरीही नही, माँ बन गयी।'

'गीताई' वाचण्यासाठी उत्तर भारतातील व भारताच्या अन्य भागात राहत असलेल्या अमराठी भाषिकांनी त्यासाठी 'मराठी भाषा' शिकण्याचा केलेला प्रयास वरील उदाहरणातून दिसतो, हे गीताईचे व मराठी भाषेचे केवढे भाग्य!

पूज्य विनोबाकृत 'मधुकर', 'विचारपोथी', 'गीताई', 'गीता-प्रवचने' व 'अभंग व्रते' ही म्हणजे मराठी साहित्यातील अमर लेणीच! विनोबा लिखित इतर पुस्तकांचेही तितकेच महत्त्व मराठी साहित्यात आहे, पण विनोबांचे हृदय दिसते ते या गाजलेल्या

उपरोक्त पुस्तकांमध्येच! आपले मन जरी विनोबांच्या समग्र साहित्य सेवेचा आढावा घेण्याच्या बेतात असले, तरी पुनः पुन्हा त्यामुळेच या पुस्तकांभोवती पिंगा घालायला लागते.

जी अफाट लोकप्रियता 'मधुकर'ला लाभली तशीच किंबहुना त्याहून अधिक अफाट लोकप्रियता 'गीता-प्रवचनां'ना लाभली. गीता-प्रवचने या प्रकरणात वेगवेगळ्या प्रख्यात समीक्षकांनी विनोबांच्या 'गीता-प्रवचनां'चे केलेले परीक्षण व गौरव आपण बघितले आहे. गीता-प्रवचनांनंतर शिवणीच्या तुरुंगात असताना स्थितप्रज्ञ लक्षणांवर दिलेल्या व्याख्यानातून 'स्थितप्रज्ञ दर्शन' हे पुस्तक निर्माण झाले. गीतेच्या सर्वांगीण अभ्यासाला उपयुक्त होतील, असे 'गीताई चिंतनिका' व 'गीताई शब्दार्थ-कोश' हेही ग्रंथ विनोबांनी लिहून प्रसिद्ध केले. उपनिषदांचे व्यासंगी लेखन असणारे 'उपनिषदांचा अभ्यास', 'ईशावास्यवृत्ती', 'अष्टादशी' इत्यादी विनोबा लिखित ग्रंथ आहेत. 'मधुकर' निबंध-संग्रहानंतर 'जीवनदृष्टी', 'सिंहावलोकन', 'क्रांत-दर्शन' हे त्यांचे निबंध-संग्रह प्रसिद्ध झालेले आहेत. 'मधुकर'इतकी लोकप्रियता त्यांना मिळाली नाही, पण यातील भाषाशैली 'मधुकर'च्या भाषाशैलीपेक्षा पुष्कळ सुलभ आहे. 'जीवनदृष्टी'मधील उद्योग, भक्ती व शिक्षण या विनोबांनी सांगितलेल्या तीन प्रधान गोष्टी आजही आपणास महत्त्वाच्या वाटतात. 'गृत्समद' लेखात विनोबांनी उल्लेखलेल्या गृत्समदच्या कालखंडावर नरहर कुरुंदकरांनी टीका केली आहे. या पुस्तकात एकूण ३० लेख असून त्यापैकी खादीवर ३, साम्यवाद, समाजवाद यावर ३, ब्रह्मचर्य, प्रार्थना यावर प्रत्येकी एक, व्यक्तिचित्रपर ३ व इतर ग्रामीण भागातील आवश्यक विधायक कामांवर आहेत.

'क्रांत-दर्शन'मध्ये एकूण ५३ लेख आहेत. हिंसेतून अहिंसेकडे, अहिंसेचा सिद्धान्त आणि व्यवहार, अहिंसेचा उदय, असे अहिंसेवर तीन लेख आहेत. लोकमान्यांच्या चरणी, ज्ञानदेवाचा गीतार्थ असे व्यक्तिपर व ग्रंथपर दोन लेख आहेत. यातील 'आजच्या जगात समत्व हाच राजा आहे' हा व 'सर्वधर्मसमभाव हा' असे दोन महत्त्वाचे लेख आहेत. साम्ययोगी व सर्वधर्मसमभाव जपणाऱ्या विनोबांचे यात दर्शन घडते. पुढील आयुष्यात भूदान-यात्रेत विविध प्रांतांत फिरत असताना त्यांनी सर्वधर्मसमभाव वर्धित होण्यासाठी 'ख्रिस्तसार', 'कुराणसार', 'जपुजी', 'नाममाला', 'गुरुबोधसार', 'ऋग्वेद-सार', 'मनुशासनम्', 'विष्णुसहस्त्रनाम' (अपूर्ण) इत्यादी ग्रंथरचना केलेली दिसते. धर्मग्रंथांमध्ये लिहिलेले प्रत्येक अक्षर सारभूतच असते असे न समजता, त्यातील सारभूत ग्राह्य अंश तेवढा घेऊन विनोबांनी ही

पुस्तके सादर करून समाजाची, पर्यायाने साहित्याची फार मोठी सेवा केली आहे. 'धर्म' खरा कोणता? यावर अनेक झगडे आजही होतात. कविवर्य कुसुमाग्रजांनी 'निरोप' कवितेत लिहिले आहे -

'जे जे गमे सुंदर जीवनात
त्यांच्या शवांचा खच हो धरेला
जो धर्म व्हावा सकला प्रकाश
त्यातून अंधार भयाण आला!' (कवितासंग्रह : किनारा)

हाच अनुभव विविध धर्म व पंथ असलेल्या भारतात येतो, त्यासाठी राजकारण व धर्म हे विज्ञानयुगात Out dated आहेत एवढेच सांगून विनोबा थांबले नाहीत, तर 'सर्व धर्म एकाच परमेश्वरी संदेशाचे कथन करतात' हे सांगण्यासाठी त्यांनी वरील ग्रंथलेखन केले. अरबी भाषेचे अध्ययन करून त्यांनी 'कुराणसार' लिहिले. उपरोक्त सर्व ग्रंथ म्हणजे भारतीय धर्मपंथांना त्यांनी दिलेली अनमोल देणगी होय.

याशिवाय त्या त्या प्रांतांतील संतांवर व साहित्यिकांच्या कृतींवरही त्यांनी लेखन केले आहे. कवीन्द्र रवींद्रनाथ यांच्या ५४ गाण्यांवर 'पूजागीत' नावाचा विनोबांचा एक चांगला ग्रंथ वाराणसीच्या सर्व सेवा संघाने प्रसिद्ध केला आहे. पण याहीपेक्षा मराठी भाषेत त्यांनी केलेली एक कामगिरी संत वाङ्मयाच्या संदर्भात कायमची नोंदली जाईल, ती म्हणजे त्यांनी केलेला मराठी संतांच्या वाङ्मयाचा अभ्यास व त्यातून प्रसिद्ध केलेली संतांची भजने. त्याचा आता परामर्श घेऊ या.

विनोबा संपादित महाराष्ट्राच्या पाच संतांची भजने :

'मधुकर' या पुस्तकात पूज्य विनोबांचा 'महाराष्ट्राची सरस्वती' नावाचा एक नितांत सुंदर निबंध आहे. त्यात इंद्रायणी ही महाराष्ट्राची सरस्वती असून तिच्या तीरी महाराष्ट्राचे दोन महान संत होऊन गेल्याबद्दल विनोबांनी तिचा गौरव केला आहे. विनोबांना महाराष्ट्रीय संतांविषयी अपार आदर! 'विनोबा संतांचे पोसणे आहेत' असे श्री. दा.न. शिखरे गुरुजी यांनी 'विनोबांचे जीवन-मंत्र' या पुस्तकात लिहिले आहे. खुद्द विनोबांनाही ही जाणीव असल्याचे दिसते, त्यामुळे 'वाणी संत कृपेची ही' या शब्दांत संतांचे आपल्या वाणीवर असलेले ऋण ते कबूल करतात.

महाराष्ट्रातील सर्वसामान्य माणसांप्रमाणेच विनोबांना ज्ञानेश्वर, नामदेव, एकनाथ, तुकाराम व रामदास या संतांविषयी आणि त्यांच्या ग्रंथांविषयी अतीव प्रेम व भक्तिभाव वाटतो. शालेय विद्यार्थिदशेत १५ रुपयांचे रोख बक्षीस न घेता, त्याऐवजी त्यांनी

आपटे गुरुजींकडून दासबोध ग्रंथ घेतल्याचा उल्लेख त्यांच्या चरित्रात येऊन गेला आहे. समर्थ रामदासांच्या उपदेशाचे बाळकडू त्यांना अगदी लहानपणापासून मिळालेले होते. ज्ञानेश्वरीशी त्यांचा परिचय झाला तो वयाच्या आठव्या वर्षी. दुसऱ्यांदा पारितोषिक मिळाले त्यातून त्यांनी भागवत ग्रंथ विकत घेतला. त्यामुळे एकनाथांशी त्यांचा दृढ परिचय झाला. बालपणापासून संतांची ही जी संगत त्यांनी धरली, ती आयुष्याच्या अखेरपर्यंत 'राम-हरि' म्हणत टिकून राहिली.

'संतांचे संगती मनोमार्गगती। आकळवा श्रीपती येणे पंथे'

या ज्ञानदेवांच्या हरिपाठातील ओवीप्रमाणेच संतांच्या संगतीत राहून 'हेचि शूरत्वाचे अंग। हारी आणिला श्रीरंग।' हे तुकोबांचे वचन सार्थ केलेले दिसते. आपल्या पदयात्रेत आपल्यापुढे ज्ञानेश्वर, एकनाथ, नामदेव, तुकाराम, कबीर व तुलसीदास चालतात, असा अनुभव अनेक वेळा प्रवचनांमध्ये त्यांनी बोलून दाखविलेला आढळतो. संतांच्या संगतीत राहून त्यांच्या वाङ्मयाचा त्यांनी सातत्याने अभ्यास केला. १९२४-२७ च्या दरम्यान 'महाराष्ट्र-धर्म' मासिकात त्यांनी तुकारामांचे निवडक अभंग द्यायला सुरुवात केली होती. त्यातूनच पुढे 'संतांचा प्रसाद' हे पुस्तक तयार झाले. संतांचे खरे व्यक्तिमत्त्व त्यांच्या प्रचंड ग्रंथांत दिसत नसून, ते त्यांच्या स्फुट अभंगांत दिसून येते, असे विनोबांचे मत होते.

संतांच्या व्यक्तिमत्त्वाचे उत्कट रीतीने दर्शन व्हावे म्हणून त्यांनी संतांच्या अभंगांतून निवडक अभंग घेऊन, त्याबरोबर चिंतनयुक्त प्रस्तावना लिहून अनुक्रमे 'ज्ञानदेवांची भजने', 'एकनाथांची भजने', 'नामदेवांची भजने', 'रामदासांची भजने' (बोधबिंदू व मनाची शते) व 'तुकारामांची भजने' ही पुस्तके संपादून प्रसिद्ध केली. या पुस्तकांना ते पंचामृत असे म्हणत. वास्तविक विनोबांची ही साहित्यिक कामगिरी मराठी रसिकांना काही नवीन वाटणार नाही, कारण गुरुवर्य रामभाऊ रानडे यांनी 'रामदास वचनामृत', 'एकनाथ वचनामृत' अशी पुस्तके संपादून याच तऱ्हेचे कार्य केलेले आढळते. त्याप्रमाणे 'संत वाङ्मयाची सामाजिक फलश्रुती' सांगणाऱ्या प्रा.गं.बा.सरदार यांनीदेखील 'एकनाथ दर्शन', 'तुकाराम दर्शन' ही पुस्तके संपादून, प्रस्तावनेत लिहिलेल्या अजोड व विचार परिपक्व चिंतनाद्वारे या संतांच्या थोर व्यक्तिमत्त्वांचा परिचय उभ्या महाराष्ट्राला करून दिलेला आढळतो. संत वाङ्मयाचे व्यासंगी ह.भ.प. ल.रा.पांगारकर यांनी याही आधी 'समर्थ संजीवनी', 'मनाचे श्लोक' यावर अभ्यासपूर्ण लिखाण करून महाराष्ट्राला संत रामदासांच्या वाङ्मयाचा व व्यक्तिमत्त्वाचा चांगला परिचय करून दिलेला आहे. संतांचे अभंग निवडण्याची

प्रत्येकाची दृष्टी भिन्न असल्यामुळे त्यांनी निवडलेल्या अभंगांत क्वचित साम्य आढळत असले, तरी संत-वचनांचे त्यांनी जे संपादन केलेले आहे, त्याची परस्परांच्या संपादनाशी तुलना होऊ शकत नाही.

रामभाऊ रानडे यांचा आध्यात्मिक अधिकार पाहून महाराष्ट्रात 'गुरुदेव' या पदवीने त्यांचा उल्लेख केला जातो, तो त्यांच्या उच्च पारमार्थिक जीवनाला साजेसाच आहे, तसेच प्रा.गं.बा. सरदार यांचाही थोर विचारवंत व उदात्त जीवनमूल्यांसाठी झटणारे व्यक्तिमत्त्व म्हणून गौरव केला जातो, तोही योग्यच आहे. संत वाङ्मय प्रेमी पांगारकरांचे 'तुकाराम चरित्र' व त्यांची रसाळ वाणी ऐकून लोकांनी त्यांना 'ह.भ.प.' ही वारकरी संप्रदायात बहुमानाची समजली जाणारी पदवी उस्फूर्तपणे दिली. महाराष्ट्रातील आम जनतेप्रमाणेच या उपरोक्त महानुभावांविषयी व त्यांच्या संत-साहित्यविषयक कामगिरीबद्दल मलाही खूप आदर वाटतो, हे प्रथमदर्शनी कबूल करतो, पण नम्रतेने एवढेच लिहितो की, 'संत' ही पदवी सहजपणे लोकांनी दिली ती विनोबांना! व 'ज्ञानोबा ते विनोबा' असे म्हणण्याचाही प्रघात पडला, तो विनोबांच्या संतविषयक उपरोक्त कामगिरीच्या नात्यामुळेच!

त्यामुळे विनोबाकृत उपरोक्त संतांचे हे पंचामृत इतर ग्रंथांपेक्षा अधिक गोड उतरले आहे. रामदासांच्या बोधबिंदूमध्ये त्यांनी दासबोधातील निवडक बोधपर अध्याय घेतलेले आहेत; तर मनाच्या शतांचे दोन विभाग करून ते सादर केले आहेत व ''बहूतां दिसां आपुली भेटि झाली'' असे समर्थांचेच वाक्य घेऊन त्यांच्या भेटीला ते या वाङ्मय सेवेने गेलेले दिसतात.

या पाचही ग्रंथांच्या वेच्यातील निवडीमागे विनोबांची एक दृष्टी आहे. सर्वसाधारणपणे, वेच्यांची निवड करून त्यांच्याद्वारे ग्रंथकारांचा अधिक परिचय करून घेण्याची उत्सुकता वाचकांमध्ये निर्माण व्हावी, असा हेतू निवडीच्या मागे ग्रंथकर्ते ठेवतात. पण विनोबांनी या संतांच्या वाङ्मयातील सारभूत अंश काढणारे वेचे निवडल्यामुळे, ते जर नीट अभ्यासले, तर या संतांच्या समग्र अभंग वाङ्मयाकडे वळण्याचे सामान्य वाचकांना कारण उरणार नाही. 'जेवढे सारभूत असेल तेवढे घ्यावे असार असेल ते टाकून द्यावे'[१८], या दृष्टीने वेच्यांची निवड करण्यात आलेली दिसते.

या पुस्तकांचे आणखी एक वैशिष्ट्य म्हणजे त्यांना जोडलेल्या विनोबांच्या प्रस्तावना किंवा चिंतनिका. समर्थ हे इतर संतांपेक्षा वेगळे आहेत असेच बहुतेक समर्थ वाङ्मयाचा अभ्यास करणाऱ्या सेवकांनी आवर्जून सांगितले आहे. परंतु 'समर्थ रामदास हे इतर संतांसारखेच 'मूर्खामाजी परममूर्ख। जो संसारी मानी सुख।' असे

ठामपणे मानणारे होते. ते फक्त इतर वारकरी संतांपेक्षा वृत्तीने भिन्न होते एवढेच! होते मात्र निवृत्ती मार्गीच!' अशा आशयाचे विचार विनोबांनी 'रामदासांची भजने' या पुस्तकात व्यक्त केलेले आहेत.

तुकारामांना गुरू न लाभल्यामुळे ते थोडे क्षुब्ध झालेले आढळतात, तर एकनाथांना गुरू लाभल्यामुळे 'नाही मानसी खळबळ। चित्त जैसे गंगाजळ।' अशी त्यांची वृत्ती घडली. 'जनी जनार्दन भरला आहे' या नाथांच्या संदेशामुळे लोकसेवा करण्याची आपणास स्फूर्ती मिळत असते, अशा आशयाचा अभिप्राय विनोबांनी व्यक्त केला आहे.

'भारूड' शब्दाची फोड 'भार + गूढ' अशा रीतीने विनोबा करतात.[१९] आणि दूषणरूपाने जरी साहित्यिक टीकाकार एकनाथांच्या गाथेतील लिखाणाला भारूड म्हणत असतील, तरी भक्तमंडळी मात्र तो शब्दप्रयोग नाथांच्या वाङ्मयाच्या बाबतीत गौरवाने करतात, असे विनोबांनी म्हटले आहे.[२०]

गाथा या शब्दाविषयी ते लिहितात, 'गाथा शब्द ऋग्वेदापेक्षाही प्राचीन आहे. गाथा म्हणजे भक्तिपर गीत अशा अर्थाने काही ठिकाणी गाथेचा प्रयोग असतो. काही ठिकाणी गाथा म्हणजे अनुभवसाररूप उद्‌गार अशाही अर्थाने प्रयोग असतो.' [२१]

'तुकारामांच्या गाथेत आपल्याला भक्तिपर, अनुभवपर आणि उपदेशपर असे तीन प्रकारचे सर्वोत्तम नमुने पाहावयास सापडतात, हे मराठी भाषेचे थोर भाग्य!'[२२]

एकनाथांच्या गाथांतून एकूण तीनशे पदे विनोबांनी निवडलेली आहेत. अर्थात याविषयीची निवड व आवड विद्यार्थिदशेपासूनच त्यांनी बाळगली होती असे दिसते. महाराष्ट्रातील या पाच संतांचा परस्परांशी फार मोठा ऋणानुबंध आहे, हे स्पष्ट करून नाथांचे ऋणानुबंध स्पष्ट करताना विनोबा म्हणतात[२३],

'तुकारामांचा नाथांशी संबंध सर्वांनीच मानलेला आहे तसा तो रामदासांचा मानलेला नाही, पण तो आहे आणि चांगला गाढ आहे.

'दिसायला दोघांचे उपासना संप्रदाय भिन्न दिसतात आणि या गोष्टीला कित्येकांनी महत्त्व देऊन ठेवले आहे. नाथ कृष्णोपासक आणि रामदास रामोपासक असले, तरी नाथांच्या कृष्णोपासनेत रामाचा पूर्ण अधिकार आहे. 'राम कृष्ण हरि' हा सर्वच संतांचा बीज मंत्र आहे. 'राम कृष्ण वासुदेव' ही नाथांची जपमाळ आहे. द्रौपदीच्या भावनेशी एकरूप होऊन जसा नाथांनी कृष्णाचा धावा केला आहे, तसे सीतेशी समरस होऊन रामाविषयी त्यांनी आपली परम विरहासक्ती प्रकट केली आहे.

एवढेच नव्हे, तर 'जनार्दने मज सांगितला मंत्र, रामनाम पवित्र जप करी' या अभंगावरून गुरूंकडूनच नाथांना रामनामाचा मंत्र मिळाला असे दिसते.

'रामाची उपासना विशेष विचाराने रामदासांनी निवडली होती' अशी भाषा शिक्षित मंडळीत ऐकू येते, ती अगदीच चुकीची आहे. उपासना मातृस्थानी असते, आईप्रमाणे ती सहज लाभलेली असते.[२४]

'कुल-क्रमागत उपासना-भेद वगळल्यास, रामदासांच्या विचारांवर दुसऱ्या कोणाही मराठी संतांपेक्षा एकनाथांचा अधिक परिणाम झालेला दिसून येईल. विशेषतः वागणुकीत सर्वत्र मध्यस्थ-वृत्ती राखावी, हे रामदासांनी सांगितलेले निःस्पृह लक्षण आणि संसार व परमार्थ यांचा समन्वय साधण्याचे त्यांचे शिक्षण दोन्ही एकनाथी विचारास अनुकूल आहेत.[२५] पण एकनाथ आणि रामदास यांच्यातले सर्वांत मोठे विचारसाम्य वेगळ्याच गोष्टीत आहे. दोघांनी ज्ञानानंतरही उपासना चालू राहावी याविषयी आग्रह धरला आहे.

'ज्ञानोत्तर भक्तीचा आग्रह जेव्हा ज्ञानदेव मांडतात, तेव्हा भक्ती हा आंतरिक भाव त्यांच्या मनात असतो. भक्तीची काही क्रिया त्यांनी कल्पिलेली नाही. पण नाथांचा आणि रामदासांचा ज्ञानोत्तर उपासनेचा आग्रह' हा एका विशेष क्रियेचा आग्रह आहे.

'पण वैधी उपासना चालू राखण्याचा आग्रह जरी दोघांचा समान दिसतो, तरी त्यातही थोडा दृष्टिभेद आहे. नाथांची भूमिका मुख्यतः भक्ताची आहे. रामदासांच्या भूमिकेत समाज-संघटनेचीही छटा आहे. त्यामुळे रामदासांच्या उपदेशात कुठे कुठे विचार संकोच झालेला दिसतो, तो नाथांच्या साहित्यात सहसा आढळत नाही. संघटनेचा हव्यास धरला की चौकट बनू लागते. ती टाळण्याचा भक्तांचा उपाय, संघटनेत न पडता चित्तशुद्धीवर जोर देणे, हा असतो.'[२६]

विनोबा महाराष्ट्रीय संतांच्या कामगिरीविषयी किती छान, परंतु सखोल व सत्य विवेचन करतात, हे वरील उताऱ्यावरून दिसून येते. समन्वय साधण्याची त्यांची वृत्ती व संघटना न करण्याची आणि केलीच तर अनासक्तीने ती मोडून काढण्याचा स्वभाव वरील विवेचनातून स्पष्ट होईल.

महाराष्ट्रातील तीन संतांच्या वृत्तिभेदाबद्दल विनोबा लिहितात, 'तुकाराम संसारात राहत असूनही परमार्थाशी त्याचा विरोध न विसरणारे, रामदास संसारापासून अलग राहून अधिकार भेदाने त्याची परमार्थाशी सांगड घालणारे आणि एकनाथ संसार आणि परमार्थ यातील भेदच मिटवून टाकण्याची हौस बाळगणारे.'

विनोबांनी थोडक्यात या संत-त्रयींचा वरीलप्रमाणे वृत्तिभेद स्पष्ट करून संत

वाङ्मयाच्या अभ्यासकांना एक नवीन दृष्टी दिली आहे.

नाथांची भजने निवडताना जरी तीनशेच (३००) पदे विनोबांनी निवडली, तरी नाथांच्या हरिपाठाचा त्यांना निवड करताना विसर पडला नाही, याचे मला फार कौतुक वाटते. एरवी शांत राहाणारे नाथ, नामस्मरण न करणाऱ्याच्या तोंडाला 'सर्पाच्या बिळा'ची उपमा देतात. तो अभंग त्यांच्या हरिपाठातून घेतला नाही, हे विनोबांच्या सौम्यतम प्रकृतीला शोभण्यासारखेच आहे.

'हरि बोला हरि बोला नाही तरी अबोला।
व्यर्थ गलबला करूं नका।' (एकनाथांचा हरिपाठ)

व

'ओळखिला हरी धन्य तो संसारी।
मोक्ष त्याचे घरीं सिद्धी सहित।' (एकनाथांचा हरिपाठ)

या अभंगांची निवड करण्यास विनोबा विसरलेले नाहीत. संतांच्या भजनातून जसे त्यांचे व्यक्तिमत्त्व आपणास समजते, तसेच संतांच्या भजनांची निवड काटछाट करून ती प्रस्तावनेसह प्रसिद्ध करणाऱ्याचेही व्यक्तिमत्त्व आपणास जाणवते. म्हणजे पाच संतांच्या भावरूप चरित्राबरोबर त्यांच्या भजनांची निवड करणारे जे सहावे विनोबा, त्यांच्याही भावरूप चरित्राचे दर्शन वाचकांस घडते. म्हणजे निवड पाचांच्या अभंगांची, पण भावचरित्रे जाणवतात ती सहांची; कारण संतांचे हृदय संतच जाणू शकतात! आईचे हृदय आईच जाणू शकते!

भजनांच्या निवडीमध्ये संतांचे भावरूपचरित्र, सत्संगती, गुरुभक्ती, चित्तशुद्धी व संताचा मोलाचा उपदेश या गोष्टींना विनोबांनी भाषाशैलीपेक्षा किंवा आशयघनतेपेक्षा अधिक महत्त्व दिलेले दिसते.

'मी होतो क्रोधी, नाथ शांत. त्यांच्या शांतवृत्तीचा माझ्यावर परिणाम झाला' अशा आशयाचा विचारही विनोबांनी अनेक प्रवचनांमधून व्यक्त केलेला दिसतो.

संत नाम-संकीर्तन आणि विचार-संकीर्तन करीत असतात, हे सांगून प्रत्येकाने काम करण्यापूर्वी, करताना व केल्यानंतर चिंतन करणे आवश्यक आहे, असे प्रतिपादन विनोबा करतात.[२७]

कीर्तनभक्तीचा विचार मांडल्यानंतर विनोबा लिहितात, 'किंबहुना ज्ञानेश्वरीलाच त्यांनी धर्म-कीर्तन असे नाव दिले. नामदेव, तुकोबा व नाथ हे तिघेही ज्ञानेश्वरीला, आईला जशी मुले, तसे चिकटून राहिले आहेत.'

ज्ञानदेव चिंतनिकेच्या वेळी विनोबांना खूप परिश्रम घ्यावे लागल्याचे दिसते. नामदेवगाथेची निवड केलेली वही जेलमध्ये हरविल्यामुळे विनोबांना ती नव्याने

करावी लागल्याचे दिसते. संतांच्या वाङ्मयातून भजने निवडण्याची विनोबांची पद्धत कशी होती, हे 'तुकारामांची भजने' या पुस्तकाची अनुक्रमणिका बघून आपल्या लक्षात येते.

तुकारामांचे एकूण ८६५ अभंग निवडून 'तुकारामांची भजने' विनोबांनी प्रसिद्ध केली. पुस्तकात प्रास्ताविक नाही, प्रकाशकीय आहे. त्यावरून असे दिसते की भूदान-यात्रेपूर्वी विनोबांनी तुकारामांच्या अभंगांची निवड केली होती. परंतु मध्यंतरी ते हरविल्यामुळे व बऱ्याच वर्षांनंतर सापडल्यावरही पदयात्रेच्या कामामुळे, अभंग प्रकाशित होण्याचे काम होऊ शकले नाही. गौतमभाईंनी व ब्रह्मविद्या मंदिरातील भगिनींनी विनोबांच्या टिपणवहीच्या आधाराने १ जानेवारी १९६८ मध्ये अभंग निवडीचे पुस्तक तयार करायला प्रारंभ केला व १५ जुलै १९६८ मध्ये काम संपविले. ११०० अभंगांचे व १०० वचनांचे ते पुस्तक ११ सप्टेंबर १९६८ रोजी मुझफ्फरपूरला विनोबांपुढे ठेवण्यात आले. त्यातून विनोबांनी ८६५ अभंग निवडले व अशा तऱ्हेने हे पुस्तक सिद्ध झाल्यानंतर प्रसिद्ध करण्यात आले. विनोबा या वेळी (७ जून १९६६ नंतर) सूक्ष्मात गेलेले असल्यामुळे पुस्तकाला प्रास्ताविक लिहू शकले नाहीत, त्याऐवजी 'सेवक' मासिकात १९५० साली 'तुकारामांचे स्मरण' नावाचा त्यांनी लिहिलेला लेख पुस्तकात देण्यात आला आहे.

त्या लेखाचा आशय असा की, तुकारामांचे जीवन एकांगी असल्यामुळे ते गुरू म्हणून कोणाला परवडणारे नाहीत. पण सामान्य माणसाच्या वासना, वेदना त्यांनी चांगल्या रीतीने अनुभवलेल्या असल्यामुळे, त्यांच्या वचनांत मनाच्या अनंत पापुद्र्यांचे चांगले विश्लेषण सापडते. या दृष्टीने ते उत्तम गुरू होण्यास पात्र आहे, परंतु तुकारामांना गुरूत्व पत्करणे आवडणार नाही. त्यांना जर कुणी गुरू म्हणून पुकारले, तर वृश्चिक दंश झाल्याच्या वेदना होतील. परंतु 'तुकाराम आम्हा मराठ्यांची आई आहे' हे ते मोठ्या श्रद्धेने सांगतात. बुडत्या लोकांचा त्यांना कळवळा येतो व असा कळवळा येणे, हे मातृवृत्तीचे लक्षण आहे.

तुकारामांच्या अंताविषयी लोकांमध्ये विविध मते आहेत. परंतु राष्ट्रातील लोकांची पीडा तुकारामांच्या मातृहृदयाला सहन झाली नाही म्हणून ते देवाच्या पायी पडले व देवानेही त्यांना अशा ठिकाणी नेले की जेथे लोकांना पीडा नाही. अशा रीतीने आपल्या मुलांपासून वेगळे राहणे नको म्हणून मातृहृदयी तुकाराम देहमुक्त झाले, असा निष्कर्ष तुकारामांच्या अंताविषयी विनोबांनी काढला आहे, तो त्यांच्या निर्वैर संतवृत्तीला साजेसा आहे. 'मुक्ती म्हणजे परार्थतेची पराकाष्ठा' ही विनोबांची

मुक्तीची व्याख्या त्यांच्या परार्थासाठी हयातभर झटणाऱ्या व्यक्तिमत्त्वाला साजेशीच आहे.

तुकारामांच्या व्यक्तिमत्त्वाविषयी लिहिताना विनोबा पुढे असे म्हणतात की, 'तुकाराम जरी विद्वान नव्हते, ज्ञानेश्वरी व एकनाथी भागवतामुळे जरी त्यांना गीतेचा व भागवताचा परिचय झालेला असला, तरी त्यांच्या वाणीत तेज आढळते. हृदय वेधण्याचे व भेदण्याचे जे सामर्थ्य त्यांच्या अभंगवाणीत आहे ते मराठी भाषेत तरी अद्वितीय आहे.' ते पुढे असेही म्हणतात की, 'तुकोबांची वाणी ही सर्वसुलभ, सर्वांना पावन करणारी मराठी भाषेची गंगा आहे.'

तुकारामांच्या व्यक्तिमत्त्वाचा विकास कसकसा होत गेला, हे त्यांच्या या पुस्तकातील अभंगांवरून समजते. पण विनोबांना वाटते की, 'आयुष्याच्या शेवटच्या चार महिन्यांत तुकाराम जीवनाच्या फार उच्च भूमिकेला गेलेले दिसतात. त्यांची ही भूमिका इतकी उंच आहे की, ते पृथ्वीवर राहत नसून देहासकट स्वर्गातच राहतात, असे लोकांना वाटायला लागले. ईश्वराची ज्याच्यावर कृपा झाली तो 'सदेह सच्चिदानंद' का होणार नाही, अशी भाषा ज्ञानदेवांनी ज्ञानेश्वरीत काढली आहे. त्यावरून तुकाराम अदृश्य झाल्यावर, ते सदेह वैकुंठाला गेले अशी कल्पना लोकांनी जनतेसमोर मांडली.'

पुढे विनोबा असे प्रतिपादन करतात की, 'काया ही हरिमय' असे उद्‌गार तुकारामांनी काढल्यामुळे व 'गोविंद गोविंद मना लागलिया छंद।' असा अनुभव त्यांनी व्यक्त केल्यामुळे ते सदेह वैकुंठाला गेल्याची कल्पना पसरली.

'घोटवीन लाळ ब्रह्मज्ञान्या हाती । मुक्ता आत्मस्थिति सांडवीन।।
ब्रह्मभूत काया होतसे कीर्तनी । भाग्य तरी ऋणी देवा ऐसा।।'

(तुकारामांची गाथा)

असे प्रचितीचे बोल तुकारामांनी लोकांना ऐकवल्यामुळे ते 'सदेह मुक्त' झाले, असे लोकांत बोलले गेले. मुक्ती सदेह असू शकत नाही, म्हणून लोकांनी त्यांच्या अदृश्य होण्याला 'सदेह स्वर्गगमन' असे नाव दिले.

स्वत:विषयी तुकारामांना कुठलाही अभिमान नाही. कुठल्याही कृतीचे श्रेय ते आपल्याकडे घेऊ इच्छित नाही. याबाबतीत विनोबा लिहितात की, 'रसना गोडावली' असे स्वत:च्या वाणीचे वर्णन तुकाराम करतात पण,

'शिकवूनि बोल। केले कवतुक नवल।
आपणिया रंजविले। बापें माझिया विठ्ठले।' (तुकारामांची गाथा)

असे लिहून रसाळ वाणीच्या कर्तृत्वाचे सर्व श्रेय भगवंताला देतात.

अशा रीतीने तुकारामांच्या व्यक्तिमत्त्वाबद्दल, त्यांच्या शेवटाबद्दल व त्यांच्या वाणीबद्दल विनोबांनी 'तुकारामांचे स्मरण' या लेखात चांगले मार्मिक रसग्रहण केलेले दिसते.

आता यानंतर, विनोबांनी या ८६५ अभंगांची निवड कशी केली, याची थोडीशी चर्चा करणे अप्रस्तुत ठरणार नाही. साधनेच्या विशिष्ट दृष्टीने विनोबा नेहमी अभंगाची निवड करतात, पण हे पुस्तक मात्र चित्रशाळा प्रेसने प्रसिद्ध केलेल्या 'तुकारामांची गाथा' (प्रकाशक-दा.त्र्यं. जोशी-१९२५) या ग्रंथावरून तयार केलेले आहे. प्रकरणे चित्रशाळा प्रेसच्या गाथा-प्रकरणांप्रमाणेच ठेवली आहेत, मात्र अभंगांचा क्रम काही ठिकाणी बदललेला आहे.

'महाराष्ट्रातील ज्ञानेश्वर, नामदेव, एकनाथ, तुकाराम व रामदास या पाच संतकवींचा विनोबा एकत्र विचार करतात. अभंगांची निवड करतानाही हीच दृष्टी ठेवतात. त्यामुळे एखादा महत्त्वाचा अभंग जरी या पुस्तकात आढळला नाही, तरी तो विचार पाचांपैकी कुठल्या तरी संतकवीने उत्कट रीतीने मांडलेला असणार व तो चार कवींच्या अभंग निवडीत कुठेतरी आलेला असणार' असे विचार 'प्रकाशकीय'मध्ये गौतमभाईंनी मांडलेले आढळतात. 'तुकारामांची भजने' यातील ८६५ अभंगांपैकी उपदेशपर अभंग २५१ म्हणजे सर्वांत जास्त आहेत, कारण हे अभंग ज्या वेळी लिहिले त्या वेळी म्हणजे शेवटच्या ५-६ महिन्यांच्या कालखंडात तुकाराम विशेषत्वाने आध्यात्मिक उंचीवर होते, असे विनोबांचे मत आहे.

क्षेपक अभंगांपैकी फक्त आठ क्षेपक अभंग निवडून ते परिशिष्टात समाविष्ट केलेले आहेत. त्यातही 'आम्ही बिघडलो तुम्ही बिघडाना' हा क्षेपक अभंग चित्रशाळेच्या अभंग गाथेत सापडत नाही, तर तो लोकमुखातून विनोबांनी घेतला आहे. चित्रशाळा गाथा, वैकुंठवासी जोगमहाराजांनी संपादित केलेली गाथा व सरकारी गाथांचे पाठ डोळ्यांसमोर ठेवून, भाषा व व्याकरण या दृष्टीने अभंगांची पाठनिश्चिती करण्यात आलेली दिसते. जवळजवळ ६०० च्यांवर पाठभेदांचा निर्णय स्वत: विनोबांनी केला आहे. अशा तऱ्हेने २५-३-१९७३ रोजी 'तुकारामांची भजने' संपादित करून विनोबांनी ती प्रकाशात आणली. तुकारामांच्या अभंगांची एकूण संख्या किती, त्यात क्षेपक किती याच्यासाठी मात्र चित्रशाळा प्रेसने प्रसिद्ध केलेल्या गाथेचेच सखोल अवलोकन केले पाहिजे.

याशिवाय भूदान-यात्रेच्या प्रदीर्घ कालखंडात विनोबांनी जी प्रवचने दिलीत; ती त्यांच्या परिवारातील सेवकांनी शब्दांकित करून 'शिक्षणविचार', 'महाराष्ट्रात विनोबा' भाग १ ते ५, 'विनोबांची प्रेमयात्रा' (चारुचंद्र भंडारी), 'आचार्यकुल',

‘भूदान आंदोलन खंड’ भाग १ ते ५, इत्यादी ग्रंथ प्रसिद्ध केलेले आढळतात.

स्वत:च्या हाताने लिहून प्रसिद्ध झालेले विनोबांचे ‘मधुकर’, ‘गीताई’ व ‘विचारपोथी’ हे तीनच ग्रंथ दिसतात. बाकीची जी जी भाषा-सेवा त्यांच्याकडून घडली ती सर्व वाणीच्या अंगाने! केवळ लेखणीच्या अंगाने नव्हे, तर वाणीद्वारे अद्वितीय विचार व्यक्त करून ही जी भाषेची सेवा विनोबांनी केली आहे, ती यदुनाथजी थत्ते यांच्या दृष्टीने महत्त्वाची आहे.

मागे उल्लेख केलेल्या लेखात विनोबांच्या या सेवेचा गौरव करताना यदुनाथजी थत्ते लिहितात, ‘भाषेची वाणी या अंगाची जेवढी उपासना आधुनिक काळात विनोबांनी केली, तेवढी क्वचितच दुसऱ्या कोणी केली असेल. लेखन मुद्रणामुळे भाषेतील लवचीकता, स्थानियता, एवढेच नव्हे, तर तिची अभिव्यक्तिक्षमता काही प्रमाणात घटली हेही खरे. इंग्रजी भाषेची अंकित अशी भाषा आणि परिभाषा मराठीत तयार होऊ लागल्यामुळे भाषेचा अंगभूत विकास मात्र त्यामुळे खुंटून गेला. भाषेतील प्रादेशिकता आणि भारतीयता मुळातून सांभाळणारे म्हणून विनोबांचा निर्देश करावा लागेल.’

विनोबांनी एकूणच भारतीय साहित्याची नुसती सेवा केलेली नसून, सर्व भारतीय साहित्याला एकत्र आणणारी एक लोकनागरी लिपीही संशोधून भारतीय भाषा-भगिनींना जवळ आणले. या लोकनागरी लिपीमध्ये त्यांनी स्वत:चे काही ग्रंथ प्रसिद्ध केले. देवनागरी लिपीमध्ये थोडीशी सुधारणा करून जी लोकनागरी लिपी त्यांनी शोधून काढली, तिची वर्णमाला त्यांनी ‘लोकनागरी’ या पुस्तिकेत दिली आहे. राष्ट्राला एक ध्वज, एक ध्येय, एक भाषा याप्रमाणे एक सर्वसाधारण लिपीही असावी, हा त्यांचा प्रयत्न म्हणजे राष्ट्रीय एकात्मतेलाच नव्हे, तर विश्वैक्यालाही पूरक ठरेल. परप्रांतातील साहित्य चांगले असूनही, ते वेगळ्या लिपीत असल्यामुळे त्याचा स्वाद आपणास घेता येत नाही. विशेषकरून, दक्षिणेकडील भाषांची लिपी कठीण असल्यामुळे एका देशात राहूनही आपण, भाषाभिन्नतेबरोबरच लिपीभिन्नता असल्यामुळे परस्परांना परकीय वाटतो.

समीक्षक कदाचित साहित्यात समावेश करणार नाहीत, अशी काही शास्त्रीय-साहित्यावर, ‘स्वराज्यशास्त्र’, ‘संयम की संताने’, ‘मूळ उद्योग कातणे’ इत्यादी पुस्तके विनोबांनी लिहिली आहेत. ‘स्वराज्यशास्त्र’ हे विनोबांचे बुद्धिवैभव आणि मराठी भाषेची विचारक्षमता प्रकट करणारे विनोबांचे मूलभूत स्वरूपाचे पुस्तक आहे, असे श्री. यदुनाथजी थत्ते यांनी म्हटले आहे. याशिवाय अनेक पुस्तकांमध्ये विनोबांचे लेखन प्रसिद्ध झालेले दिसते. काही महत्त्वाच्या पुस्तकांना त्यांनी थोडक्यात, तर

काही ठिकाणी विस्तृत प्रस्तावना लिहिल्या आहेत. त्यातूनही त्यांचे साहित्यविषयक चिंतन स्पष्ट होते. याबाबत उल्लेख करायचा, तर श्री. ज.शा. देशपांडे यांच्या 'नवे नवनीत' या पुस्तकाला व नाथ संशोधन मंडळाच्या 'एकनाथ दर्शन'ला असलेल्या विनोबांच्या प्रस्तावनांचा करता येईल.

किशोरलालभाई मश्रूवाला यांच्या 'गांधी और साम्यवाद' या पुस्तकाला जोडलेल्या विनोबांच्या प्रस्तावनेत त्यांच्या वेगळ्या लेखनशैलीचे दर्शन घडते. 'श्री ज्ञानेश्वर नवदर्शन' पुस्तकाच्या पहिल्या क्रमांकाच्या लेखात विनोबांच्या 'हारपले आपणपे पावे' या लेखाचा समावेश केलेला आहे.

अशा प्रकारे मराठी साहित्याची विस्तृत सेवा करूनही विनोबा स्वत:ला कधी साहित्यिक म्हणवून घेत नसत. एकूणच त्यांचे जीवन पाहिले व त्यांचे साहित्य वाचले म्हणजे 'आमार जीबनइ आमार बानी' या गांधीजींनी नौखाली यात्रेच्या प्रसंगी काढलेल्या उद्‌गारांची प्रकर्षाने आठवण येते.

विनोबांचे जीवन व त्यांचे साहित्य बरोबरच वाढले. आज विनोबांची मृण्मयी मूर्ती नाही; पण त्यांचे साहित्य हे त्यांच्या जीवनाचे सार असल्यामुळे त्याच्यातूनच यापुढे त्यांच्या चिन्मयी वाङ्‌मयीन मूर्तीचे साहित्यभक्तांना आणि त्यांच्या चाहत्यांना दर्शन घडत राहाणार!

गंगा जशी झुळझुळ वाहत सर्वांचे जीवन पावन करीत समाजाला सृष्टी व पुष्टी देते, त्याप्रमाणे पूज्य विनोबांची जीवनगंगा व वाङ्‌मयीन गंगा एकत्रित स्वरूपातच लोकांना जाणवत राहाणार, यात मला शंका वाटत नाही.

एवढ्या महान अलौकिक महापुरुषाचे व त्याच्या साहित्याचे दर्शन घडवायचे म्हणजे खरोखर एक तारेवरची कसरतच! संतकृपेने, मायमाउली मराठीच्या भक्तिप्रेमाने व विनोबा साहित्यावरील प्रेमाने ती करण्याचा एक प्रयत्न मी केला आहे, पण शेवटी जाता जाता विनोबांच्या वाङ्‌मयाकडे व जीवनाकडे पाहून उत्स्फूर्तपणे मोरोपंतांच्या भाषेत म्हणावेसे वाटते-

स्तवार्थ तुझिया तुझ्यासम कवि कधी जन्मती?

■

संदर्भ टिपा

प्रकरण पहिले

१. *महाराष्ट्र स्टेट गॅझेटियर्स, दुसरी आवृत्ती (सुधारित), १९६४,* पान क्र. ७९८ (कुलाबा जिल्हा).

२. भावे शि. न., *विनोबा जीवन दर्शन,* महाराष्ट्र राज्य साहित्य संस्कृती मंडळ प्रकाशन, पहिली आवृत्ती, १९८४.

३. तत्रैव, पान क्र. ३८, ३९.

४. तत्रैव, पान क्र. ६ ते १०.

५. तत्रैव

६. विनोबा, *अध्यात्मतत्त्वसुधा,* सर्व सेवा संघ प्रकाशन, १९६८.

७. भावे शि. न., *विनोबा जीवन दर्शन,* लेखक- महाराष्ट्र राज्य साहित्य संस्कृती मंडळ प्रकाशन, पहिली आवृत्ती, ऑगस्ट १९८४, पान क्र. ८५.

८. कुरुंदकर नरहर, *आकलन,* प्रकाशक- रा.ज.देशमुख, पुणे, पहिली आवृत्ती १९८५, पान क्र.१७५, १७६.

९. भट्ट मीरा, *विनोबा के जीवन प्रसंग,* सर्व सेवा संघ प्रकाशन, वाराणसी, एप्रिल १९७६, पान क्र. ५, ६

१०. साने गुरुजी, *गोष्टीरूप विनोबा,* साधना प्रकाशन, पुणे-३०, १९७०, पान क्र.१८.

११. तत्रैव, पान क्र.१९.

१२. तत्रैव, पान क्र.१२.

१३. विनोबा, *अध्यात्मतत्त्वसुधा,* सर्व सेवा संघ प्रकाशन, १९६८, पान क्र. ९६.

१४. भावे शि. न., *विनोबा जीवन दर्शन,* महाराष्ट्र राज्य साहित्य संस्कृती मंडळ प्रकाशन, पहिली आवृत्ती, ऑगस्ट १९८४. पान क्र.६४
१५. *महाराष्ट्र स्टेट गॅझेटियर्स, दुसरी आवृत्ती (सुधारित), १९६४,* (कुलाबा जिल्हा).
१६. दिवाण कुंदर, *जंगम विद्यापीठ भाग २ रा,* परंधाम प्रकाशन, पवनार, १९६२, पान क्र. ४६.
१७. तत्रैव
१८. भावे शि. न., *विनोबा जीवन दर्शन,* महाराष्ट्र राज्य साहित्य संस्कृती मंडळ प्रकाशन, पहिली आवृत्ती, १९८४
१९. तत्रैव, प्रकरण तिसरे, पान क्र.१२ ते १५.
२०. *मैत्री मासिक पत्रिका,* ऑक्टोबर १९७६, पान क्र.६८६, प्रकाशक- रणजित देसाई, परंधाम प्रकाशन, पवनार.
२१. तत्रैव
२२. भावे शि. न., *विनोबा जीवन दर्शन,* महाराष्ट्र राज्य साहित्य संस्कृती मंडळ प्रकाशन, पहिली आवृत्ती, १९८४
२३. भट्ट मीरा, *विनोबा के जीवन प्रसंग,* सर्व सेवा संघ प्रकाशन, वाराणसी, एप्रिल १९७६, पान क्र.१८
२४. साने गुरुजी, *गोष्टीरूप विनोबा,* साधना प्रकाशन, पुणे-३०, १९७०, पान क्र.३१.
२५. *मैत्री मासिक पत्रिका,* ऑक्टोबर १९७६, पान क्र.६८६, ६६८, प्रकाशक- रणजित देसाई, परंधाम प्रकाशन, पवनार.
२६. शिखरे दा.न., *विनोबांचे जीवन मंत्र,* प्रकाशक-जमनालाल बजाज सेवा ट्रस्ट, वर्धा, पहिली आवृत्ती, १९५८, पान क्र.२.
२७. भावे शि. न., *विनोबा जीवन दर्शन,* महाराष्ट्र राज्य साहित्य संस्कृती मंडळ प्रकाशन, पहिली आवृत्ती, ऑगस्ट १९८४, प्रकरण चौथे पान २८ ते ३४.
२८. भट्ट मीरा, *विनोबा के जीवन प्रसंग,* सर्व सेवा संघ प्रकाशन, वाराणसी, एप्रिल १९७६, पान क्र.२१.
२९. *मैत्री मासिक पत्रिका,* परंधाम प्रकाशन, पवनार.
३०. साने गुरुजी, *गोष्टीरूप विनोबा,* साधना प्रकाशन, पुणे-३०, १९७०, पान क्र.२४.

३१. भावे शि. न., *विनोबा जीवन दर्शन,* महाराष्ट्र राज्य साहित्य संस्कृती मंडळ प्रकाशन, पहिली आवृत्ती, १९८४.
३२. भावे बाळकोबा, *विनोबांच्या सहवासातील माझे बालपण,* परंधाम प्रकाशन, पवनार, पहिली आवृत्ती, जुलै १९६९.
३३. तत्रैव
३४. *विनोबा-व्यक्तित्व और विचार,* दुसरी आवृत्ती, १९७१, प्रकाशक- मार्तंड उपाध्याय, मंत्री, सस्ता साहित्य मंडळ, नवी दिल्ली, गोपाळराव काळे यांचे संस्मरण
३५. भावे शि. न., *विनोबा जीवन दर्शन,* महाराष्ट्र राज्य साहित्य संस्कृती मंडळ प्रकाशन, पहिली आवृत्ती, ऑगस्ट १९८४, पान क्र. ८०४.
३६. तत्रैव, प्रकरण पंधरावे, पान क्र. १०१.
३७. तत्रैव, प्रकरण पंधरावे, पान क्र. १०४.
३८. *विनोबा-व्यक्तित्व और विचार,* दुसरी आवृत्ती, १९७१, प्रकाशक- मार्तंड उपाध्याय,मंत्री, सस्ता साहित्य मंडळ, नवी दिल्ली, पान क्र. ४१ ते ४६.
३९. शिवाजीराव भावे म्हणतात, विद्यार्थी मंडळाची स्थापना १९०५ मध्ये झाली, तर गोपाळराव काळेंच्या आठवणीप्रमाणे ती १९०८ मध्ये झाली.
४०. *मैत्री मासिक पत्रिका,* परंधाम प्रकाशन, पवनार.
४१. भावे शि. न., *विनोबा जीवन दर्शन,* महाराष्ट्र राज्य साहित्य संस्कृती मंडळ प्रकाशन,
४२. भट्ट मीरा, *विनोबा के जीवन प्रसंग,* सर्व सेवा संघ प्रकाशन, वाराणसी, एप्रिल १९७६,
४३. दिवाण कुंदर, *जंगम विद्यापीठ भाग २ रा,* परंधाम प्रकाशन, पवनार, १९६२, पान. क्र.५५.
४४. भट्ट मीरा, *विनोबा के जीवन प्रसंग,* सर्व सेवा संघ प्रकाशन, वाराणसी, एप्रिल १९७६, पान क्र. ४४.
४५. पांगारकर ल.रा., *रामदासी बोवा,* प्रकाशक - श्री समर्थ रामदास स्वामी मंडळ १९८१, पान क्र. ४५ ते ६५, पंढरपूर आषाढी पालखी सोहळा.
४६. भट्ट मीरा, *विनोबा के जीवन प्रसंग,* सर्व सेवा संघ प्रकाशन, वाराणसी, एप्रिल १९७६, पान क्र. ३८.
४७. तत्रैव, पान क्र. ३४, ३५.

४८. *मैत्री मासिक पत्रिका,* नोव्हेंबर १९८५ विशेषांक, संपादक-सुशीला अग्रवाल, प्रकाशक- चन्नमा हल्लीकेरी, परंधाम प्रकाशन, पवनार.

४९. भट्ट मीरा, *विनोबा के जीवन प्रसंग,* सर्व सेवा संघ प्रकाशन, वाराणसी, एप्रिल १९७६, पान क्र. ४०,४५,४६.

५०. भावे शि. न., *विनोबा जीवन दर्शन,* महाराष्ट्र राज्य साहित्य संस्कृती मंडळ प्रकाशन, पहिली आवृत्ती,१९८४.

५१. *मैत्री मासिक पत्रिका,* नोव्हेंबर १९८५ विशेषांक, संपादक-सुशीला अग्रवाल, प्रकाशक- चन्नमा हल्लीकेरी, परंधाम प्रकाशन, पवनार, पान क्र. ६०.

५२. साने गुरुजी, *गोष्टीरूप विनोबा,* साधना प्रकाशन, पुणे-३०, १९७०, पान क्र.३४, ३५.

५३. नारगोलकर वसंत, *साम्ययोगी विनोबा,* प्रकाशक भारतीय विद्या भवन मुंबई, पान क्र.१७, १८.

५४. भट्ट मीरा, *विनोबा के जीवन प्रसंग,* सर्व सेवा संघ प्रकाशन, वाराणसी, एप्रिल १९७६, पान क्र. ३३, ३४.

५५. *मैत्री मासिक पत्रिका,* नोव्हेंबर १९८५ विशेषांक, संपादक-सुशीला अग्रवाल, प्रकाशक- चन्नमा हल्लीकेरी, परंधाम प्रकाशन, पवनार, पान क्र. २२३ ते २२५.

५६. तत्रैव, पान क्र. २२४ ते २२८.

५७. साने गुरुजी, *गोष्टीरूप विनोबा,* साधना प्रकाशन, पुणे-३०, १९७०, पान क्र.३३.

५८ *मैत्री मासिक पत्रिका,* नोव्हेंबर १९८५ विशेषांक, संपादक-सुशीला अग्रवाल, प्रकाशक- चन्नमा हल्लीकेरी, परंधाम प्रकाशन, पवनार, पान क्र.५०.

५९ नारगोलकर वसंत, *साम्ययोगी विनोबा,* प्रकाशक भारतीय विद्या भवन मुंबई, पान क्र.१९.

६०. तत्रैव

६१. *मैत्री मासिक पत्रिका,* नोव्हेंबर १९८५ विशेषांक, संपादक-सुशीला अग्रवाल, प्रकाशक- चन्नमा हल्लीकेरी, परंधाम प्रकाशन, पवनार, पान क्र.६२.

६२. भावे शि. न., *विनोबा जीवन दर्शन,* महाराष्ट्र राज्य साहित्य संस्कृती

मंडळ प्रकाशन, पहिली आवृत्ती ऑगस्ट १९८४, पान क्र.११४-११५.

६३. भट्ट मीरा, *विनोबा के जीवन प्रसंग* ,सर्व सेवा संघ प्रकाशन, वाराणसी, एप्रिल १९७६, पान क्र. ४७.

६४. भावे शि. न., *विनोबा जीवन दर्शन,* महाराष्ट्र राज्य साहित्य संस्कृती मंडळ प्रकाशन, पहिली आवृत्ती ऑगस्ट १९८४, पान क्र.११८-११९.

६५. शिखरे दा.न., *विनोबांचे जीवन मंत्र,* प्रकाशक-जमनालाल बजाज सेवा ट्रस्ट वर्धा, पहिली आवृत्ती, १९५८, पान क्र.८.

६६. नारगोलकर वसंत, *साम्ययोगी विनोबा,* प्रकाशक - भारतीय विद्या भवन मुंबई, पान क्र.२२, २३.

६७. कुरुंदकर नरहर, *आकलन,* प्रकाशक- रा.ज.देशमुख,पुणे, पहिली आवृत्ती १९८५, पान क्र.१७७.

प्रकरण दुसरे

१. गांधी मो.क., *सत्याचे प्रयोग अथवा आत्मकथा,*नवजीवन प्रकाशन मंदिर, अहमदाबाद, तिसरी आवृत्ती,१९६५.

२. विनोबा, *दीक्षा,* प्रकाशक भाऊ पानसे, ग्रामसेवा मंडळ, पवनार, पान क्र.१०८.

३. कालेलकर काकासाहेब, *उत्तर की दीवारे* , प्रकाशक-सर्व सेवा संघ प्रकाशन, वाराणसी.

४. शिखरे दा.न., *विनोबांचे जीवन मंत्र,* पान क्र.११.

५. भावे शि.न., *विनोबा जीवन दर्शन*

६. शिखरे दा.न., *विनोबांचे जीवन मंत्र,* प्रकाशक- जमनालाल बजाज सेवा ट्रस्ट, वर्धा.

७. तत्रैव

८. भावे शि.न., *विनोबा जीवन दर्शन*

९. नारगोलकर वसंत, *साम्ययोगी विनोबा,* भारतीय विद्याभवन प्रकाशन, पान क्र.२३.

१० विनोबा, Vinoba on Gandi प्रकाशक- कांतिलाल शहा, सर्व सेवा संघ प्रकाशन, वाराणसी, चौथी आवृत्ती पान क्र. २ ते ४,

११. तत्रैव

१२. शिखरे दा.न., *विनोबांचे जीवन मंत्र,*
१३. साने गुरुजी, *गोष्टीरूप विनोबा,* साधना प्रकाशन, पुणे, १९७०. पान क्र. ३७, ३८.
१४. भावे शि.न., *विनोबा जीवन दर्शन* , पान क्र.१४१.
१५. तत्रैव, परिशिष्ट पान क्र.७१७.
१६. तत्रैव, परिशिष्ट पान क्र.१४३.
१७. तत्रैव, प्रकरण २०, पान क्र.१३१ ते १३७.
१८. दिवाण कुंदर, *जंगम विद्यापीठ,* परंधाम प्रकाशन, पान क्र.६५.
१९. *मैत्री मासिक पत्रिका,* ब्रह्मविद्या मंदिर, पवनार.
२०. शिंपी कुसुमाकर, *दै.स्वतंत्र भारत, धुळे,* लेख- 'आधुनिक ऋषी-शिवाजीराव भावे'.
२१. भावे शि.न., *विनोबा जीवन दर्शन* , पान क्र.१५७
२२. तत्रैव
२३. पारीख नरहरी (संपा.), *महादेवभाई की डायरी-प्रथम खंड* १९१७ ते १९१९, प्रकाशक- सर्व सेवा संघ प्रकाशन वाराणसी, एप्रिल १९६१, पान क्र.३९,
२४. शिखरे दा.न., *विनोबांचे जीवन मंत्र,* पान क्र.१६.
२५. तत्रैव
२६. साने गुरुजी, *गोष्टीरूप विनोबा,* साधना प्रकाशन, पुणे, १९७०, पान क्र. ४०.
२७. नारगोलकर वसंत, *साम्ययोगी विनोबा,* भारतीय विद्याभवन प्रकाशन, पान क्र.२५.
२८. शिखरे दा.न., *विनोबांचे जीवन मंत्र,*
२९. भावे शि.न., *विनोबा जीवन दर्शन* , पान क्र.७७१, ७७२.
३०. *मैत्री मासिक पत्रिका,* विशेषांक, १५ नोव्हेंबर, १९८५, ब्रह्मविद्यामंदिर, पवनार. 'विनोबा की जीवन झाँकी विनोबा के शब्दोंमें', पान क्र. ७९ ते ८३,
३१. *नवभारत (मासिक)* फेब्रुवारी, मार्च १९८१, तर्कतीर्थ लक्ष्मणशास्त्री जोशी विशेषांक, संपादक- मे.पुं.रेगे, पान क्र.१०.
३२. भावे शि.न., *विनोबा जीवन दर्शन,* पान क्र.१६४.
३३. तत्रैव, पान क्र.१७३, १७४.

३४. शिखरे दा.न., *विनोबांचे जीवन मंत्र,* पहिली आवृत्ती १९५८, पान क्र.१७.

३५. नारगोलकर वसंत, *साम्ययोगी विनोबा,* भारतीय विद्याभवन प्रकाशन, पान क्र.२४.

३६. *मैत्री मासिक पत्रिका,* ब्रह्मविद्यामंदिर, पवनार, १२ सप्टेंबर १९६४, 'शिक्षक विनोबा' पान क्र.२४१ ते २५४,

३७. शिखरे दा.न., *कृतार्थ जीवन,* पान क्र.१७.

३८. बजाज कमलनयन, *काकाजी बापू विनोबा,* परंधाम प्रकाशन, पवनार, पहिली आवृत्ती १९७३, पान क्र. १०७.

३९. नारगोलकर वसंत, *साम्ययोगी विनोबा,* भारतीय विद्याभवन प्रकाशन, पान क्र.२६, २७.

४०. बजाज कमलनयन, *काकाजी बापू विनोबा,* परंधाम प्रकाशन, पवनार, प. आवृत्ती १९७३, पहिली आवृत्ती, १ मे १९७३.

४१. भावे शि.न., *विनोबा जीवन दर्शन,* प्रकरण ३३,पान क्र.२६.

४२. तत्रैव, पान क्र.२१६, २२०, २२१.

४३. बजाज कमलनयन, *काकाजी बापू विनोबा,* परंधाम प्रकाशन, पवनार, पहिली आवृत्ती १९७३, पान क्र.१८४.

४४. *विनोबा व्यक्तित्व और विचार,* सस्ता साहित्य मंडळ प्रकाशन, दुसरी आवृत्ती १९७१, पान क्र.९२, 'गुरू विनोबा'-लेखक-कमलनयन बजाज,

४५. बजाज जानकीदेवी, *मेरी जीवन यात्रा,* प्रकाशक- मंत्री, सस्ता साहित्य मंडळ, दिल्ली, पहिली आवृत्ती १९५६, 'विनोबा के यज्ञ में', पान क्र.१८६.

४६. *मैत्री मासिक पत्रिका,* विशेषांक १५ नोव्हेंबर, १९८५, ब्रह्मविद्यामंदिर, पवनार., 'विनोबा की जीवन झाँकी विनोबा के शब्दोंमें', पान क्र.१५८,१५९.

४७. बजाज कमलनयन, *काकाजी बापू विनोबा,* परंधाम प्रकाशन, पवनार, पहिली आवृत्ती १९७३, पान क्र.२१३.

४८. *मैत्री मासिक पत्रिका,* ब्रह्मविद्यामंदिर, पवनार.

४९. चौधरी पार्थ, *'काँग्रेसचे खेड्यात भरलेले पहिले अधिवेशन'*

५०. *मैत्री मासिक पत्रिका,* ब्रह्मविद्यामंदिर, पवनार.

५१. *आचार्यकुल,*सुरगाव येथील भंगीमुक्तीच्या कामगिरीवर आचार्यांनी त्यांचे

पट्टशिष्य वल्लभस्वामी यांना नेमल्याचे आढळते. वल्लभस्वामींनी सूरगावला ग्रामसफाई, तेलघाणी, खादी यासारखे ग्रामोद्योग केल्याचे आढळते. संदर्भ- *मैत्री मासिक पत्रिका १९६४,* ब्रह्मविद्यामंदिर, पवनार.

५२. विनोबा, *दीक्षा,* प्रकाशक भाऊ पानसे, ग्रामसेवा मंडळ, परंधाम विद्यापीठ, पवनार, पान क्र.१५८.

प्रकरण तिसरे

१. विनोबा, *दीक्षा,* प्रकाशक भाऊ पानसे, परंधाम प्रकाशन, पवनार, पहिली आवृत्ती, पान क्र.१८४, १८५

२. तत्रैव, पान क्र.१५५

३. मैत्री मासिक पत्रिका, विशेषांक, १५ नोव्हेंबर १९८५,'विनोबा के शब्दोंमें विनोबा', पान क्र. १३०-३२.

४. साने गुरुजी, *गोष्टीरूप विनोबा,* साधना प्रकाशन, पुणे, १९७०. पान क्र.९२.

५. *मैत्री मासिक पत्रिका* - १५ नोव्हेंबर १९८५, विशेषांक, पान क्र. १४५

६. *मैत्री मासिक पत्रिका* - १५ नोव्हेंबर १९८५, विशेषांक, पान क्र. १४५

७. देशपांडे निर्मला, *विनोबांची भारतयात्रा,* परंधाम प्रकाशन, पवनार, प्रकाशक- भाऊ पानसे,.

८. तत्रैव, पान क्र. ७३

९. तत्रैव, पान क्र २८, २९.

प्रकरण चौथे

१. भट्ट श्रीकृष्णदत्त, *चंबळेच्या खोऱ्यात,* परंधाम प्रकाशन, पवनार, पान क्र.१०८, १०९.

२. *लोकराज्य*-महाराष्ट्र राज्य रौप्य महोत्सव विशेषांक, १ मे १९८५, संपादक-शांताराम सगणे, पान क्र. १३, १४, लेख- 'संयुक्त महाराष्ट्राची मागणी'-लेखक- डॉ.य.दि.फडके,मुंबई.

३. *महाराष्ट्रात विनोबा, भाग पहिला,* परंधाम विद्यापीठ प्रकाशन, १९५८, पान क्र.११ ते १३.

४. देशपांडे निर्मला, *विनोबांची भारतयात्रा,* परंधाम प्रकाशन, पवनार, प्रकाशक- भाऊ पानसे, पान क्र.७२

५. *महाराष्ट्रात विनोबा,भाग पहिला,* परंधाम विद्यापीठ प्रकाशन, १९५८, पान क्र. ७२, ७३.

६. साने गुरुजी, *गोष्टीरूप विनोबा,* साधना प्रकाशन, पुणे, १९७०.
७. तत्रैव, पान क्र.१८१.
८. *मैत्री मासिक पत्रिका,* विशेषांक, १५ नोव्हेंबर १९८५,'विनोबा की झाँकी', पान क्र.२१७.
९. कुरुंदकर नरहर, *आकलन,* प्रकाशक-रा.ज.देशमुख,पुणे-३०.
१०. *समाज प्रबोधन पत्रिका*
११. शिंपी कुसुमाकर, *दै.स्वतंत्र भारत* १४ सप्टेंबर १९७७, 'उन्मनी अवस्थेतील विनोबाजी'
१२. सहस्रबुद्धे अण्णासाहेब, *माझी घडण,* प्रकाशक- नाना डेंगळे, साधना प्रकाशन, पुणे-३०.

प्रकरण पाचवे

१. *एकनाथी भागवत,* प्रकाशक-शासकीय मध्यवर्ती मुद्रणालय व लेखन सामग्री, मार्च १९७१. अध्याय २ रा, ओवी क्र.३५०,
२. तत्रैव, ओवी क्र.३८९.
३. तत्रैव, ओवी क्र.६४४.
४. तत्रैव, ओवी क्र.६४६.
५. तत्रैव, ओवी क्र.६४७.

प्रकरण सहावे

१. विनोबा(संपा.),*एकनाथांची भजने,* परंधाम प्रकाशन, प्रकाशक -भाऊ पानसे, चौथी आवृत्ती १९६२,प्रस्तावना खंड.
२. देशपांडे अ.ना.,(संपा.), *विनोबांची साहित्य-दृष्टी,* प्रकाशक, ग्रामसेवा मंडळ,पवनार,वर्धा. पहिली आवृत्ती १ मे १९८१,
३. विनोबा, *जीवनदृष्टी,* प्रकाशक-भाऊ पानसे, परंधाम प्रकाशन, पवनार, सहावी आवृत्ती, जानेवारी १९६५.
४. देशपांडे निर्मला, *विनोबांची भारतयात्रा,* प्रकाशक-भाऊ पानसे,परंधाम प्रकाशन,पवनार, ६ एप्रिल १९६४, पान क्र. ९९
५. देशपांडे अ.ना.,(संपा.),*विनोबांची साहित्य-दृष्टी,* प्रकाशक, ग्रामसेवा मंडळ,पवनार,वर्धा, पहिली आवृत्ती १ मे १९८१,पा.क्र. १४
६. विनोबा, *साहित्यिकांशी हितगूज,* प्रकाशक-भाऊ पानसे, परंधाम प्रकाशन,पवनार पहिली आवृत्ती, पान क्र. १.
७. देशपांडे अ.ना.,(संपा.), *विनोबांची साहित्य-दृष्टी,* प्रकाशक -भाऊ

पानसे परंधाम प्रकाशन, पवनार 'देहपूजेची दास्यभक्ती', पान क्र. ५९.

८. फडके ना.सी., *प्रतिभासाधन,* प्रकाशक-अंजली प्रकाशन लि., मुंबई, आवृत्ती पाचवी, जानेवारी १९५१.

९. देशपांडे अ.ना.,(संपा.), *विनोबांची साहित्य-दृष्टी,* प्रकाशक -भाऊ पानसे, परंधाम प्रकाशन, पवनार. 'समग्रतेशिवाय सौंदर्य नाही', पान क्र.४५.

१०. देशपांडे अ.ना.,(संपा.), *विनोबांची साहित्य-दृष्टी,* प्रकाशक -भाऊ पानसे, परंधाम प्रकाशन, पवनार. 'विज्ञान, आत्मज्ञान व साहित्य', पान क्र. ८९.

११. दामले प.चि.,(संपा.), *केशवसुतांची कविता* , प्रकाशक- परशुराम चिंतामण दामले, चौथी आवृत्ती,१९३८.

१२. विनोबा, *मधुकर,* प्रकाशक-जमनालाल बजाज, १९३६, 'कवीचे गुण', पान क्र.७०.

१३. विनोबा, *साहित्यिकांशी हितगूज,* प्रकाशक-भाऊ पानसे, परंधाम प्रकाशन, पवनार, पहिली आवृत्ती, 'साहित्यिकांचे महत्त्व', पान क्र.१७.

१४. विनोबा, *साहित्यिकांशी हितगूज,* प्रकाशक-भाऊ पानसे, परंधाम प्रकाशन, पवनार, पहिली आवृत्ती 'साहित्यिक ईश्वराहून उंच', पान क्र.२६.

१५. विनोबा, *साहित्यिकांशी हितगूज,* प्रकाशक-भाऊ पानसे, परंधाम प्रकाशन, पवनार, पहिली आवृत्ती 'साहित्यिकांच्या उपजीविकेचा प्रश्न', पान क्र.६५.

१६. देशपांडे अ.ना.,(संपा.), *विनोबांची साहित्य-दृष्टी,* प्रकाशक -भाऊ पानसे, परंधाम प्रकाशन, पवनार. 'रसानुभूती आणि आनंदानुभूती', पान क्र. ७७.

१७. विनोबा, *साहित्यिकांशी हितगूज,* प्रकाशक-भाऊ पानसे, परंधाम प्रकाशन, पवनार, पहिली आवृत्ती, परिशिष्ट- 'साहित्यातील शृंगाराची मर्यादा', पान क्र. ७९.

१८. देशपांडे अ.ना.,(संपा.),*विनोबांची साहित्य-दृष्टी,* प्रकाशक -भाऊ पानसे, परंधाम प्रकाशन, पवनार., 'शब्दब्रह्माची आराधना', पान क्र. ११, 'शब्दसंग्रह की शब्दशक्ती', पान क्र.१३.

१९. विनोबा, *विचारपोथी,* प्रकाशक-भाऊ पानसे, परंधाम प्रकाशन, चौथी आवृत्ती, सप्टेंबर १९६३.

२०. विनोबा, *साहित्य का धर्म*, प्रकाशक-अखिल भारतीय सर्व सेवा संघ, वाराणसी.

प्रकरण सातवे

१. खांडेकर, वि.स., *प्रदक्षिणा* (अर्वाचीन मराठी साहित्याचा चिकित्सक ऐतिहासिक आढावा, १८४० ते १९६०), प्रकाशक-अ.अ.कुलकर्णी, कॉन्टिनेन्टल प्रकाशन, पुणे-३०, सहावी आवृत्ती १९७६.

२. *सर्वोदय साधना*- संपादक रमाकांत पाटील, मुंबई ७, ११ सप्टेंबर १९८५, पान क्र.५४, ५५ ('गणगोत' या पु. ल. देशपांडे यांच्या पुस्तकावरून)

प्रकरण आठवे

१. भावे शि.न., *विनोबा जीवन दर्शन* , पान क्र. ३२५.

२. तत्रैव, पान क्र. ३२६

३. तत्रैव, पान क्र. ३२६

४. तत्रैव, पान क्र. ३२७

५. विनोबा, *विचारपोथी*, परंधाम प्रकाशन,पवनार, चौथी आवृत्ती, निवेदन, पान क्र. ३, (विनोबा)

६. भावे शि.न., *विनोबा जीवन दर्शन*

७. *मैत्री मासिक पत्रिका*, ब्रह्मविद्यामंदिर, पवनार, सप्टेंबर १९८७

८. भावे शि.न.,*विनोबा जीवन दर्शन* , पान क्र. ३३९

९. विनोबा, *साहित्यिकांशी हितगूज*, परंधाम प्रकाशन, पवनार

१०. आचार्य अत्रे, *मी कसा झालो?*, प्रकाशक-वि.ग.परचुरे, ग.पां.परचुरे प्रकाशन मंदिर,मुंबई, चौथी आवृत्ती १९६७, पान क्र. ४०३.

११. भावे शि.न., *विनोबा जीवन दर्शन*, पान क्र. ३३४ ते ३३६

१२. कुलकर्णी भीमराव, *आस्वाद*

१३. भावे शि.न., *विनोबा जीवन दर्शन*

प्रकरण नववे

१. भावे, शि.न., *विनोबा जीवन दर्शन*, पान क्र. ३९०

२. तत्रैव, पान क्र. ३९०

३. तत्रैव, पान क्र. ३९१

४. तत्रैव, पान क्र. ३९१

५. राजशेखर, *काव्यमीमांसा*, चौखंबा प्रकाशन, वाराणसी

६. भावे शि.न., *विनोबा जीवन दर्शन,* पान क्र. ३९०
७. *मैत्री मासिक पत्रिका,* ब्रह्मविद्यामंदिर पवनार, १९६४
८. भावे शि.न., *विनोबा जीवन दर्शन*
९. तत्रैव, पान क्र. ३९६
१०. *ज्ञानेश्वरी,* आळंदी संस्थान प्रकाशन
११. आवटे त्र्यं.ह.,(संपा.), *नामदेव गाथा*
१२. विनोबा, *गीताई* , परंधाम प्रकाशन, पवनार.
१३. तत्रैव
१४. दांडेकर, देशमुख, (संपा.), *तुकारामांची अभंगगाथा* ,चित्रशाळा प्रकाशन,पुणे-३०, १९५४.
१५. गोविंदाग्रज, *वाग्वैजयंती* , प्रकाशक-वा.ग.मेहेंदळे, रम्यकथा प्रकाशन, पुणे-३०, आवृत्ती फेब्रुवारी १९७०.
१६. *सर्वोदय साधना मासिक* १९८५, पान क्र.५, विनोबा जयंती विशेषांक, प्रकाशक-रमाकांत पाटील.
१७. *मैत्री मासिक पत्रिका,* ब्रह्मविद्यामंदिर, पवनार, जुलै १९७४, पान क्र.४८०
१८. नांदापूरकर ना.गो., *मुक्त मयूरांची भारते* , प्रकाशक रा.ब. माढेकर, अध्यक्ष, मराठवाडा साहित्य परिषद, हैदराबाद,पहिली आवृत्ती १९५६.
१९. *मैत्री मासिक पत्रिका,* ब्रह्मविद्या मंदिर पवनार, १५ नोव्हेंबर १९८५,पान क्र.२
२०. खैरे ग.श्री., *पद्यमय गीता*
२१. *गौराई,* जळगाव साहित्य संमेलन विशेषांक, पान क्र.९.
२२. *नवभारत मासिक,* डिसेंबर १९८२, पान क्र.१, संपादक-मे.पुं.रेगे.

प्रकरण दहावे

१. *मैत्री मासिक पत्रिका,* १२ सप्टेंबर १९६४, पान क्र.२६२, २६३.
२. *गीता-प्रवचने सुवर्णमहोत्सव स्मरणिका,* १९३२-१९८२, पान क्र.८४, कार्यकारी संपादक-अशोक चौधरी, पहिली आवृत्ती जून १९८२, प्रकाशक -रामभाऊ म्हसकर, वर्धा.
३. *राजवाडे संशोधन मंडळ, धुळे, सुवर्णमहोत्सव स्मरणिका,* संशोधक त्रैमासिक.
४. *साहित्य सूची,* सप्टेंबर, ऑक्टोबर १९८७, संपादक- मोरेश्वर नांदूरकर,

'मनात रेंगाळणारे पुस्तक' हा लेख.

५. देशपांडे निर्मला, *विनोबांची भारतयात्रा*

६. विनोबा, *साम्यसूत्रे,* परंधाम प्रकाशन, पहिली आवृत्ती १२ फेब्रुवारी १९५८.

७. *गौराई,* जळगाव साहित्य संमेलन विशेषांक स्मरणिका, जानेवारी १९८४, प्रकाशक-ब्रिजलाल पाटील, जळगाव, स्फुट वाङ्मयीन लेख, पान क्र.९.

८. *महाराष्ट्र साहित्य पत्रिका,* पुणे, अंक २२३, ऑक्टोबर, नोव्हेंबर, डिसेंबर १९८२, संपादक-डॉ. भीमराव कुलकर्णी, पान क्र. २१ ते २६.

९. शिखरे दा.न., *विनोबांचे जीवन मंत्र*

१०. *दाते सूची -१९३८-१९५०.*

११. साने गुरुजी, *गोष्टीरूप विनोबा,* साधना प्रकाशन, पुणे. (१९७०,पान क्र.५७,५८).

१२. *नवभारत मासिक,* संपादक-मे.पुं.रेगे, अंक ३, डिसेंबर १९८२, पान क्र.३ व ५, प्राज्ञपाठशाळा प्रकाशन, वाई.

१३. *विश्वकोश खंड ३,* पान क्र.३५८, प्राज्ञपाठशाळा प्रकाशन, वाई.

१४. *लोकराज्य,* रायपूर साहित्य संमेलन विशेषांक, १६ डिसेंबर १९८१, संपादक-तारा धर्माधिकारी, पान क्र.२६.

प्रकरण अकरावे

१. म.गांधी, *म.गांधीजींची पत्रे,* प्रकाशक-ग्रामसेवा मंडळ, वर्धा, दुसरी आवृत्ती, १९४७.

२. म. गांधी, *गीताबोध और मंगल प्रभात* , प्रकाशक- मंत्री, सर्व सेवा संघ, वाराणसी, पान क्र.६९, १९६९.

३. म.गांधी, *म.गांधीजींची पत्रे,* प्रकाशक-ग्रामसेवा मंडळ, वर्धा, दुसरी आवृत्ती, १९४७. प्रस्तावना-आसपासचा इतिहास.

४. म. गांधी, *गीताबोध और मंगल प्रभात,* प्रकाशक- मंत्री, सर्व सेवा संघ, वाराणसी, पान क्र.६९, १९६९, पान क्र. ९९.

५. दामले सी.के., *म. गांधी चरित्र,* प्रकाशक-प्र.श्री. भिसे, भारत गौरव ग्रंथमाला, १९२४, (प्रकरण ५ वे).

६. तत्रैव

७. तत्रैव

८. भावे, शि.न., *विनोबा जीवन दर्शन,* पान क्र. ४५२.
९. तत्रैव
१०. तत्रैव, पान क्र. ६३९.
११. तत्रैव, पान क्र. ६४०.
१२. *विनोबा व्यक्तित्व और विचार,* सस्ता साहित्य मंडळ प्रकाशन, दुसरी आवृत्ती १९७१, परिशिष्ट पान क्र. ६७३.
१३. विनोबा, *अभंग व्रते,* परंधाम प्रकाशन, पवनार, १९६९.
१४. तत्रैव
१५. *महाराष्ट्र साहित्य पत्रिका,* संपादक -डॉ.भीमराव कुलकर्णी, अंक २२३, ऑक्टोबर, नोव्हेंबर, डिसेंबर १९८२, पान क्र. २१, २२.
१६. शिखरे दा.न.,(संपा/अनु.), *जीवन साधना,* प्रकाशक-शंकरराव देव, पुणे २, पान क्र.५३.
१७. मेहता बाळुभाई, *सेवेचे अनुभव,* परंधाम प्रकाशन, पवनार, पहिली आवृत्ती, पान क्र. १०७.
१८. विनोबा, *भूदानगंगा भाग ४,* परंधाम प्रकाशन, पवनार, पहिली आवृत्ती १/१/१९५८, पान क्र.४१-४२.
१९. विनोबा, *सिंहावलोकन,* परंधाम प्रकाशन, पवनार, प्रकाशक-भाऊ पानसे, पहिली आवृत्ती १९५३, पान क्र.३७,
२०. भट्ट मीरा, *विनोबा के जीवन प्रसंग,* सर्व सेवा प्रकाशन, वाराणसी, पान क्र.१८७(एप्रिल १९७६).
२१. विनोबा, *सर्वोदय विचार,* प्रकाशक-ग्रामसेवा मंडळ, वर्धा १९५०, पान क्र.७७.
२२. केळकर न.चिं., *समग्र केळकर वाङ्मय खंड,* प्रकाशक- मनोहर म. केळकर,पुणे-३०, १९३८.
२३. देशपांडे अ.ना.,(संपा.), *विनोबांची साहित्य-दृष्टी* ,प्रकाशक- ग्रामसेवा मंडळ, पवनार, वर्धा,, पहिली आवृत्ती,१९८१.
२४. अत्रे प्र.के., *दानाची दीक्षा देणारा संत,* प्रकाशक-कर्नाटक मुद्रणालय, मुंबई, पहिली आवृत्ती, २४ मार्च १९५८.
२५. राजशेखर, *काव्यमीमांसा,* चौखंबा प्रकाशन, वाराणसी.
२६. देशपांडे अ.ना.,(संपा.), *विनोबांची साहित्य-दृष्टी,* प्रकाशक- ग्रामसेवा मंडळ, पवनार, वर्धा, पहिली आवृत्ती, १९८१.

२७. तत्रैव
२८. तत्रैव
२९. दामले प.चि.,(संपा.), *केशवसुतांची कविता* , प्रकाशक- परशुराम चिंतामण दामले, चौथी आवृत्ती,१९३८.
३०. विनोबा, *सर्वोदय विचार,* प्रकाशक-ग्रामसेवा मंडळ, वर्धा १९५०, पान क्र. ७६.
३१. तत्रैव, पान क्र. १८.
३२. साने गुरुजी, *पत्री,* साधना प्रकाशन, पुणे-३०, दुसरी आवृत्ती १९४६ (पान क्र.९), आचार्य स. ज. भागवत यांची प्रस्तावना.
३३. गोविंदाग्रज, *वाग्वैजयंती,* प्रकाशक - वा.ग.मेहेंदळे, रम्यकथा प्रकाशन, पुणे-३०, आवृत्ती फेब्रुवारी १९७०.

प्रकरण बारावे

१. *गौराई,* जळगाव साहित्य संमेलन स्मरणिका, १९८४, प्रकाशक- ब्रिजलाल पाटील, पान क्र.९.
२. विनोबा, *विचारपोथी,* परंधाम प्रकाशन, पवनार, प्रकाशक-भाऊ पानसे, सप्टेंबर १९६३, आवृत्ती चौथी, पान क्र.६.
३. देशपांडे अ.ना., (संपा.), *विनोबांची साहित्य-दृष्टी,* परंधाम प्रकाशन, पवनार, मे १९७१, पान क्र.३०, ३१.
४. तत्रैव, पान क्र.६७.
५. भावे शि.न., *विनोबा जीवन दर्शन,* परिशिष्ट, पान क्र.७१७
६. तत्रैव, पान क्र.२६०
७. तत्रैव, पान क्र.२६१
८. विनोबा, *उपनिषदांचा अभ्यास,* परंधाम प्रकाशन, चौथी आवृत्ती, मे १९६३, प्रस्तावना.
९. भावे शि.न., *विनोबा जीवन दर्शन,* पान क्र.२६१
१०. तत्रैव, पान क्र.२६२
११. तत्रैव, पान क्र.२६४
१२. तत्रैव, पान क्र.२७८
१३. तत्रैव, पान क्र.२७८
१४. तत्रैव, पान क्र.२७९
१५. विनोबा, *संतांचा प्रसाद,* परंधाम विद्यापीठ प्रकाशन, पवनार, जून १९५८.

१६. नारगोलकर वसंत, *साम्ययोगी विनोबा,* पान क्र.४८.
१७. *मैत्री मासिक पत्रिका,* ब्रह्मविद्यामंदिर, परंधाम प्रकाशन, पवनार, अंक- ऑक्टोबर १९८३, पान क्र.८०७.
१८. विनोबा, (संपा.), *रामदासांची भजने,* परंधाम प्रकाशन, पवनार. (प्रस्तावना खंड)
१९. विनोबा, (संपा.), *एकनाथांची भजने,* परंधाम प्रकाशन, पवनार. (प्रस्तावना खंड- भारूड)
२०. तत्रैव
२१. तत्रैव
२२. तत्रैव
२३. विनोबा, (संपा.), *एकनाथांची भजने,* परंधाम प्रकाशन, पवनार. (प्रस्तावना खंड- नाथांचे ऋणानुबंध)
२४. तत्रैव
२५. तत्रैव
२६. तत्रैव
२७. विनोबा, (संपा.), *एकनाथांची भजने,* परंधाम प्रकाशन, पवनार. (प्रस्तावना खंड- भारूड)

■

परिशिष्ट-१

मराठी निबंधाची वाटचाल

मराठी निबंधाचा विकास न्याहाळताना पार मागे १८१८ पर्यंत जावे लागते. पेशवाईचा अस्त झाल्यानंतर इंग्रजांबरोबर त्यांची विद्या व त्यांचा धर्म महाराष्ट्रात आला. त्यांच्या धर्मामुळे व विद्येमुळे इंग्रजी शिकून बाहेर पडलेली नवशिक्षितांची पिढी काहीशी दिपून गेली. एक प्रकारच्या पराभूत मन:स्थितीत ती वावरत होती. आपला धर्म, आपले विचार याविषयी नव्याने मंथन करून एखाद्या थंड गोळ्यप्रमाणे झालेल्या या महाराष्ट्रीय जनतेला काही नवचैतन्य द्यावे, असा विचार त्यांच्यापैकी काही समाजधुरीणांच्या मनात आला व त्यांनी त्यासाठी लेखणी हातात घेतल्याचे दिसते.

आंग्लाई आल्यानंतर अशा लेखणीतून नियतकालिकांत जे मराठी गद्य वाङ्मय अवतरले, तेच अर्वाचीन मराठी गद्याचे उगमस्थान ठरले आणि वैचारिक मराठी निबंधाचाही उगम त्या गद्याबरोबरच झाला. याविषयी लिहिताना प्रा. गं. भा. निरंतर यांनी असे म्हटले आहे की, इंग्रजी अमलाचे आरंभी सामाजिक जीवनावर आणि विचारवंतांच्या वैयक्तिक जीवनावर जे परिणाम झाले, ते वाङ्मयात प्रकट झाले आणि अर्वाचीन गद्य त्यातून जन्मास आले. अनेक नवनवे विचार मनात येत, ते व्यक्त करण्यासाठी वाङ्मयाचा आश्रय घेण्यात येऊ लागला.

सामाजिक जीवनात आलेल्या नवविचारांचे वाङ्मयात प्रतिबिंब आणि पडसाद दिसू लागले, ऐकू येऊ लागले. कोणी नाटके लिहिली, कोणी कथा लिहिल्या, कोणी शास्त्रीय ग्रंथ लिहिले, कोणी इंग्रजी ग्रंथांची सरळ भाषांतरे केली, कोणी इंग्रजी ग्रंथांतील विचारांच्या आधारे आपल्या समाज स्थितीचा ऊहापोह सुरू केला. वाङ्मयाचे निरनिराळे प्रकार दिसू लागले खरे, परंतु ते

विचार व्यक्त करण्याच्या इच्छेनेच स्वीकारलेले दिसतात.

धर्मकारण, राजकारण घेऊन जरी हे निबंध-लेखन प्रारंभी झालेले असले, तरी प्रा. निरंतरांच्या मताने मराठी निबंध हा असा प्रामुख्याने 'विचारधारा' आहे. त्यात भावनांचा स्वयंस्फूर्त, स्वयंसिद्ध, स्वयंपूर्ण उद्रेक नाही.

कोणत्या माध्यमातून ही निबंधमय विचारधारा महाराष्ट्रात व्यक्त झाली, असा प्रश्न जर आपल्या मनात निर्माण झाला; तर त्याचे उत्तर देताना प्रा. निरंतर पुढे म्हणतात की, मराठी निबंधाच्या विचारधारेचा आरंभीचा बहुतेक प्रवास नियतकालिकातून झाला. मासिकांना स्वतंत्र प्रतिष्ठा लाभल्यावर, निबंधात्मक विचारधारा मुख्यत: मासिकांतून वाहू लागली आणि ग्रंथांद्वारे ती पुढे प्रकट होऊ लागली.

मराठी निबंधाची प्रकृती ही मुळातच वैचारिक राहिल्यामुळे तिचा परिणाम जीवनावर प्रारंभापासून आतापर्यंत प्रभावीपणे पडलेला दिसतो. एवढेच नव्हे, तर प्रा. निरंतर यांच्या मते, मराठी निबंधाने आपली वैचारिक प्रकृती टिकवून मराठी गद्यास लालित्याचे वैभव दिले आहे. अशा रीतीने ज्यांना निबंध म्हणता येईल असे हे नियतकालिकांत प्रारंभी जन्माला आलेले बहुविध लेखन, विचार प्रवर्तनासाठी लिहिले गेले आहे. आरंभापासून आजतागायतचे मराठीतील निबंध पाहिले, तर त्यांचे स्वरूप व हेतू पुष्कळ प्रमाणात त्यांच्या मूळ वैचारिक प्रकृतीला धरूनच आहेत, हे आपणास आढळून येते.

अशा निबंधांच्या विकासासंबंधी व प्रकारासंबंधी चर्चा प्रा. गं.बा.सरदार यांनी आपल्या 'अर्वाचीन मराठी गद्याची पूर्वपीठिका'[१] या पुस्तकात केलेली आहे. प्रा. सरदार यांच्या मते मराठी भाषेतील सुरुवातीचे निबंध नवशिक्षित महाराष्ट्रीयांनी व मिशनरी लोकांनी लिहिले. मिसेस फारार या ख्रिस्ती लेखिकेने १८३५ मध्ये नाशिक येथे 'कुटुंब प्रवर्तन नीती' या नावाचा निबंध लिहिला. कुटुंबातील व्यक्तींनी परस्परांशी कसे वागावे, त्यात कोणकोणत्या सुधारणा असाव्यात इत्यादी कुटुंबविषयक निबंध याच कालखंडात बाबा पद्मनजी, गो.ना.माडगावकर यांनीही लिहिले. प्रा. सरदार यांनी अशा निबंधांना 'कुटुंबविषयक निबंध' असे नाव दिले आहे.

यानंतर मिशनऱ्यांप्रमाणे धर्मप्रचारकाची भूमिका न ठेवता, समाजात भौतिक ज्ञानाचा प्रसार होऊन समाजाची सर्वांगीण सुधारणा व्हावी, म्हणून बाळशास्त्री जांभेकर व गो. वि. ऊर्फ भाऊ महाजन यांनी अनुक्रमे 'दर्पण' व 'दिग्दर्शन' या नियतकालिकांद्वारे उद्बोधक व मनोरंजक विषयांची माहिती

देण्याचा उपक्रम केला. या दोन्ही पंडितांनी प्रज्ञाप्रधान वाङ्मयाचा पुरस्कार करून मराठी गद्यरचनेला नवीन वळण लावले व त्यांच्या अनुकरणाने त्या वेळच्या इतर सुशिक्षित तरुणांनीही मराठी भाषेत निरनिराळ्या विषयांवर निबंध लिहून प्रसिद्ध केले. प्रा. सरदारांच्या मताने हे निबंध म्हणजे प्रज्ञाप्रधान वाङ्मयाचा पुरस्कार करणारे निबंध.

दारू व इतर मादक पदार्थांपासून होणारे नुकसान समाजाच्या नजरेत आणून, त्यापासून समाजाला निवृत्त करण्यासाठी काशिनाथ थत्ते, शिवराय सखाराम खरे, गोविंद नारायण, भवानी विश्वनाथ कानविंदे, जनार्दन रामचंद्रजी इत्यादींनी जे लिहिले ते व्यापक अर्थाने सामाजिक असले तरी; अभ्यासाच्या सोयीसाठी त्यांचा समावेश प्रा. सरदारांनी 'दारू व इतर मादक पदार्थविषयक निबंध' या गटात केला आहे. विष्णू भिकाजी गोखले ऊर्फ विष्णुबुवा ब्रह्मचारी यांच्यासारख्यांनी याच कालखंडात 'सुखदायक राज्यप्रकरणी निबंध' लिहून राजकीय निबंधाचा पाया प्रा. सरदारांच्या मताप्रमाणे घातलेला दिसतो, तर का. बा. मराठे यांनी 'नावल व नाटक' याविषयी निबंध लिहून वाङ्मयीन निबंध लेखनाचा प्रारंभ केला.

१८७४ साली विष्णुशास्त्री चिपळूणकरांची निबंधमाला अवतरली. मराठी निबंधाने आता नवीन स्वतंत्र असे स्वाभिमानी विचारांनी युक्त, विद्वत्तेने अलंकृत व आकारानेही श्रीमंत असे भव्य रूप धारण केलेले दिसते. ज्ञानपीठ विजेते सुप्रसिद्ध साहित्यिक वि. स. खांडेकर यांनी १८१८ ते १९६० या कालखंडात निर्माण झालेल्या निबंध वाङ्मयाचा आपल्या विलक्षण बुद्धीने व अभ्यासूवृत्तीने त्या वाङ्मयाला प्रदक्षिणा घालून जो आढावा[२] घेतलेला आहे, तो मराठी निबंधाची वाटचाल पाहताना फार महत्त्वाचा वाटतो.

भाऊसाहेब खांडेकरांनी कालदृष्ट्या मराठी निबंधाचे; १८१८ ते १८७४, १८७५ ते १९२० आणि १९२० नंतरचा काळ, असे तीन विभाग पाडलेले आहेत. त्यांच्या मताने १८१८ ते १८७४ या कालखंडात जांभेकर, भाऊ महाजन, फुले, बाबा पद्मनजी, विष्णुबुवा ब्रह्मचारी, गुंजीकर, कृष्णशास्त्री चिपळूणकर इत्यादी अनेक निबंधकार होऊन गेले; तरी त्यांच्या निबंध वाङ्मयाचे स्वरूप बव्हंशी प्राथमिक होते. ती पायाची खणणी होती, पायाभरणी नव्हती; कारण असे लेखन करण्यामागे जो पिंड या निबंधकारांचा होता तो कर्त्या सुधारकाचा होता. त्यात कलावंतांची प्रतिभा किंवा साहित्यप्रेमी रसिकाची सौंदर्यदृष्टी नव्हती.

१८७४ पूर्वीच्या बहुतेक निबंधकारांच्या दृष्टीने लेखन हे ज्ञानप्रसाराचे एक साधन होते. स्त्रियांच्या दु:स्थितीबद्दल आगरकर व हरिभाऊ यांच्याअगोदर कितीतरी वर्षे त्यांनी जरी नवीन विचार मांडून ती दु:स्थिती नष्ट करण्यासाठी लेखन केले असले, तरी आपले लेखन सजवून, खुलवून, नटवून लिहावे अशा प्रकारचा प्रयत्न या कालखंडातील निबंधकारांपैकी कुणीही केला नाही, असे म्हटले तरी चालेल.

खांडेकरांना त्या दृष्टीने १८७४ ते १९२० हा कालखंड महत्त्वाचा वाटतो. त्यांच्या मते विष्णुशास्त्री चिपळूणकरांच्या 'निबंधमाले'ने याबाबतीत क्रांती घडवून आणली. अव्वल दर्जाच्या इंग्रजी निबंधांत आढळणारा विचारगुण आणि वाङ्मयगुण यांचा संगम खांडेकरांच्या मताने धाकट्या शास्त्रीबुवांच्या निबंधांत प्रथमच उत्कृष्ट रीतीने व्यक्त झाला. हे निबंध वाचकांना एका बाजूने जितके प्रेरक तितकेच दुसऱ्या बाजूने मोहक वाटले. शास्त्रीबुवांच्या पावलांवर पाऊल ठेवून याच कालखंडात विनोदी निबंध (श्री.कृ.कोल्हटकर), ललित निबंध (शि.म.परांजपे), टीकात्मक निबंध (न.चिं.केळकर), स्वैर निबंध (अ.ब.कोल्हटकर), ऐतिहासिक निबंध (राजवाडे), इत्यादी विविध मुखांनी निबंध वाङ्मयाचा विस्तार झाला. आगरकर सुधारक होते, तरी 'सुधारका'च्या दडपणाखाली त्यांच्यातील साहित्यिक दबून राहिला नाही. खांडेकर पुढे असे म्हणतात की, या कालखंडातील सर्व प्रसिद्ध-अप्रसिद्ध वाङ्मय सेवकांचे ऋण मान्य करूनही, या कालखंडातला निबंध, चिपळूणकर-आगरकरांनंतर परांजपे-केळकरांनी घडवला.

चिपळूणकर युगात (१८७४-१९२०) निबंध हा नाटक आणि कादंबरी यांच्याइतकाच लोकप्रिय आणि त्यांच्याहूनही लोकमान्य असा वाङ्मय प्रकार होता. लोकजागृती हा या युगाचा संदेश होता. या संदेशाकडे पाठ न फिरवताही, संत वाङ्मयाचे अभ्यासू पांगारकर, विविध सामाजिक विषयांचे विचारक ना.गो. चापेकर, वा.म.जोशी इत्यादी उत्कृष्ट रीतीने आत्माविष्कार करणारे निबंधकार या कालखंडात होऊन गेले.

१९२० पर्यंतच्या काळात वृत्तपत्रातल्या अग्रलेखांद्वारेही बरेचसे निबंधलेखन झाले, असे खांडेकरांचे म्हणणे आहे. १९२० नंतर मात्र त्यांच्या मते वाङ्मय गुणांनी युक्त असलेले निबंध लिहिण्याची परांजपे-केळकरांची परंपरा टिकली नाही. पण याही कालखंडात शैली, विचार प्रतिपादन पद्धती वगैरे दृष्टीने मराठी निबंधाचा बराचसा कायापालट झालेला दिसतो. मनोरम्य प्रवासवर्णन लिहिणारे कालेलकर, सर्वस्पर्शी रसिकता व सामाजिक जिव्हाळा असणारे विचारवंत माटे, शैलीबरोबरच पांडित्याचे व स्वतंत्र विचारांचे दर्शन ज्यांच्या 'तरुण भारता'तील

अग्रलेखांत दिसून यायचे असे माडखोलकर, साध्या पण खोचदार शैलीत समाजस्वास्थ्यासाठी लिखाण करणारे र. धों. कर्वे, बौद्धिक जागृती करणारे शेजवलकर, वाङ्मय टीकाकार वा. ल. कुलकर्णी, वाङ्मयीन प्रश्नांची चर्चा करणारे सौंदर्यदृष्टीचे श्री. के. क्षीरसागर, समाजाचे अज्ञान पाहून विव्हळणारे व ज्ञानाच्या खाणीतले सुवर्णकण वेचून अशा दुःखीकष्टी लोकांपर्यंत पोहोचविणारे साने गुरुजी, विसाव्या शतकातील एखाद्या संताचेच अभंग वाटतील असे मनुष्याच्या कर्तव्य कठोरतेवर भर देणारे विनोबा भावे इत्यादी निबंधकार या कालखंडातील 'उल्लेखनीय'आहेत, असे खांडेकरांचे मत आहे.

१९२५ नंतर ज्याला लघुनिबंध म्हणतो तो मराठीत जन्माला आला. 'पांडित्य' गंभीर निबंधाचा आत्मा, तर 'लालित्य' हा लघुनिबंधाचा आत्मा! पण चिंतनपर व आत्मपर निबंधांचा (Personal Essay) समावेश ललित निबंधांत करणे खांडेकरांना भोंगळपणाचे वाटते. १९२५ नंतर सामान्यपणे दोन तपे, मराठीत लघुनिबंध हा वाङ्मय प्रकार लोकप्रिय व रूढ होता. १९४५ नंतर या वाङ्मय प्रकाराला ओहोटी लागलेली दिसते. १९२५ ते ४५ या कालखंडात हा वाङ्मय प्रकार फडके, खांडेकर, काणेकर, दांडेकर इत्यादी प्रतिभासंपन्न लेखकांनी अतिशय लोकप्रिय केलेला दिसतो.

१९५० पूर्वीच्या निबंधांना आनंद, यशवंत व कुसुमाग्रज या कवींनी हातभार लावला, तर १९५० नंतर विंदा करंदीकर व मंगेश पाडगावकर हे आघाडीचे लघुनिबंधकार म्हणून मान्यता पावलेले दिसतात. परंतु कादंबरी, नाटक इत्यादी वाङ्मय प्रकाराकडे आघाडीचे लघुनिबंधकार वळल्यामुळे व हे वाङ्मय प्रकार लोकांमध्ये अधिक लोकप्रिय झाल्यामुळे, चिपळूणकर युगातील निबंधाची लोकप्रियता या कालखंडात निबंधाला लाभली नाही. लघुनिबंधच काय पण निबंधाचा एकूण प्रवाहच क्षीण झालेला दिसतो, असे खांडेकरांना वाटते.

स्वातंत्र्यानंतर निबंधाला, त्यातल्या त्यात वैचारिक निबंधाला फार वाव होता. पण स्वयंप्रज्ञेने व स्वतंत्र विचारांनी निबंधाच्या आकारात बसेल, असे भाषण व लेखन करणारे सर्वश्रेष्ठ निबंधकार म्हणून १९८५ च्या अखेरीपर्यंत चमकून दिसतात ते विनोबा भावेच. आचार्य अत्रे, ह. रा. महाजनी, प्रभाकर पाध्ये यांनीही आपापल्या वर्तमानपत्रांच्या अग्रलेखांतून प्रासंगिक, राजकीय व सामाजिक विचारप्रेरक लेखन स्वातंत्र्यानंतरच्या कालखंडात केलेले आढळते.

विज्ञानकथांइतके विज्ञानपर निबंध-लेखन होताना किंवा निदान ग्रंथरूपाने लोकांपर्यंत पोहोचताना दिसत नाही. दूरदर्शनसारखे प्रभावी माध्यम लाभल्यामुळे

त्याच्याद्वारे प्रभावी वैचारिक लेखन श्रोत्यांपर्यंत नेता येईल, याचा विचार १९५५ नंतरच्या लेखकांनी फारसा केलेला नाही. १८७४ ते १९२० या कालखंडात मराठी निबंधाकडून जी लोकजागृती झाली, ती आता अपेक्षित आहे.

पण विज्ञानाबरोबरच विविध सामाजिक समस्यांना सामोरे जाऊन कथा-कादंबरी लेखन असे मोठ्या प्रमाणात होत आहे; तसे विज्ञानपुत्राला शोभेल- मार्गदर्शन करू शकेल- असे मोकळे विचारप्रवर्तन करणारे, संप्रदायातीत असणारे निबंध-लेखन विनोबांसारख्या द्रष्ट्या ऋषीकडून या शतकाच्या नवव्या दशकापर्यंत झालेले आहे, ही मराठी भाषेची फार मोठी जमा आहे.

संदर्भ-

[१] **अर्वाचीन मराठी गद्याची पूर्वपीठिका, (१८००- १८७४), लेखक- प्रा.गं. बा. सरदार, तिसरी आवृत्ती,१९७१, मॉडर्न बुक डेपो प्रकाशन, पृष्ठ क्र.९१ ते १०८**

[२] **प्रदक्षिणा १८४० ते १९६० अर्वाचीन मराठी साहित्याचा चिकित्सक ऐतिहासिक आढावा. लेखक- वि.स.खांडेकर, सहावी आवृत्ती- १९७६. प्रकाशक-अ. अ.कुलकर्णी, कॉन्टिनेन्टल प्रकाशन, पुणे- ३०.**

(सदर निबंध मूळ प्रबंधात, 'मराठी निबंधाची वाटचाल व मधुकर' या प्रकरणात लेखकाने लिहिला आहे. जिज्ञासूंसाठी तो येथे दिला आहे.- सं.)

■

परिशिष्ट-२

ग्रंथात उल्लेखलेली संस्कृत वचने व त्यांचे मराठी भाषांतर

(सौजन्य-आदरणीय डॉ.सरोजा भाटे व श्री. प्रणव गोखले)

प्रकरण पहिले	
जन्मना जायते शूद्रः संस्काराद् द्विज उच्यते। (मनुस्मृती)	जीव हा जन्मतः शूद्रच असतो, तो संस्कार प्राप्त झाल्यावर द्विज (ब्राह्मण) म्हणून ओळखला जातो.
एकः शब्दः सम्यक् ज्ञातः सम्यक् प्रयुक्तः स्वर्गे लोके कामधुक् भवति।	एक शब्द का होईना पण त्याचे योग्य ज्ञान आणि त्याचा योग्य प्रयोग केला, तर तो स्वर्गलोकात कामधेनूसारखा उपयोगी पडतो.
रेवातीरे तपः कुर्यात्, मरणं जाह्नवीतीरे।	नर्मदातीरी तप करावे आणि गंगातीरी मृत्यू यावा.
प्रकरण दुसरे	
भावस्थिराणि जननान्तरसौहृदानि। (शाकुन्तल)	निश्चल भाव असलेले गतजन्मीचे मैत्र.
शाब्दे परे च निष्णातम् ।(भागवत)	जो शब्द ज्ञानाबरोबरच अनुभवाच्या बाबतीतही प्रवीण आहे (अशा गुरूला शरण जावे)
आत्मार्थे पृथिवीं त्यजेत्। (महाभारत)	स्वतःसाठी (आत्म्यासाठी) पृथ्वीचासुद्धा त्याग करावा.

मोघम् अन्नं विन्दते अप्रेचतस:। सत्यं ब्रवीमि वध इत् स तस्य।	तू अन्नाचा, जमिनीचा साठा करून ठेवू नकोस! कारण अन्न किंवा जमीन केवळ स्वतःसाठी साठविणे म्हणजे स्वतःच्या मृत्यूचीच साठवण आहे!
प्रकरण पाचवे	
मरणं प्रकृतिः शरीरिणां विकृति-र्जीवितमुच्यते बुधैः। क्षणमप्यवतिष्ठते श्वसन्यदि जन्तुर्ननु लाभवानसौ।। (रघुवंश, अष्टम सर्ग)	देहधारण करणाऱ्या जिवांचा (मनुष्यांचा) मृत्यू हाच स्वभाव आहे. (प्रत्येक देहधारी हा निश्चित मरण पावतो.)
प्रवाहपतितं कर्म कुर्वन् नाप्नोति किल्बिषम्।	परंपरेनुसार वाट्याला आलेले कर्म करणाऱ्याला पाप लागत नाही.
अतीताननुसंधानं भविष्यदविचारणम् औदासीन्यमपि प्राप्ते जीवन्मुक्तस्य लक्षणम्।	जीवन्मुक्तीचे लक्षण काय? भूतकाळाशी संधान न ठेवणे, भविष्यकाळाची चिंता न करणे व तटस्थ राहाणे.
सत्यं वद। धर्मं चर।(तैत्तिरीयोपनिषद १।११।१) यान्यनवद्यानि कर्माणि। तानि सेवितव्यानि। नो इतराणि। यान्यस्माकं सुचरितानि। तानि त्वयोपास्यानि। नो इतराणि।। (तैत्तिरीयोपनिषद १।११।२)	खरे बोलावे, कर्तव्य बजावावे. (आमची) जी कृत्ये शुद्ध आहेत त्यांचे अनुकरण करावे, बाकीच्यांचे नाही. आमचे जे सदाचरण आहे त्याचे अनुकरण करावे, बाकीच्याचे नाही.
ग्रन्थमभ्यस्य मेधावी ज्ञानविज्ञानतत्त्वतः। पलालमिव धान्यार्थी त्यजेद्ग्रन्थमशेषतः। (ब्रह्मबिन्दु. १८)	ज्याप्रमाणे धान्याची इच्छा करणारे धान्याची तुसे/कोंडा टाकून देतात त्याप्रमाणे ग्रंथांमधील ज्ञान, विज्ञानाचा तत्त्वनिष्ठतेने अभ्यास करून(ज्ञानी मनुष्य/सुजाण वाचक) आवश्यक तेवढे (सार) घेऊन उर्वरित ग्रंथभागाचा त्याग करतो.

एकत्वनिश्चितमनोभि:।	ज्या सर्वांनी एकमनाने (एकदिलाने) ऐक्यांचा-एकत्वाचा निश्चय केला आहे असे ते सर्व.
क्व सूर्यप्रभवो वंश: क्व चाल्पविषया मति:।तितीषुर्दुस्तरं मोहादुडुपेनास्मि सागरम्।।(रघुवंश, प्रथम सर्ग)	मोहाला बळी पडून मी एका होडक्यात बसून तरून जायला कठीण असा समुद्र तरून जाण्याची इच्छा करतो आहे.
एकोऽहं बहु: स्याम्।	मी एकटाच आहे (आता मी) अनेकरूप होतो (व्हावे).
प्रकरण सहावे	
कविर्मनीषी: परिभू: स्वयंभू:। याथातथ्यतोऽर्थान् व्यदधाच्छाश्वतीभ्य: समाभ्य:।। (ईशोपनिषद - ८)	त्या क्रान्तदर्शी, मनस्वी, सर्वव्यापी, स्वयंभू ईश्वराने चिरंतर काळासाठी सर्व वस्तुमात्रांचे यथार्थ विभाजन केले.
प्रकरण सातवे	
कालो ह्ययं निरवधिर्विपुला च पृथ्वी।(भवभूती)	हा कालही अनंत आहे आणि पृथ्वीही फार मोठी (अपार) आहे.
प्रकरण आठवे	
अमन्त्रम् अक्षरं नास्ति।	असे एकही अक्षर नाही जे मंत्रमय नाही.
अक्षरम् अनिर्देश्यं।	कधीही नाश न पावणारे असे अक्षर आणि जे कधीही कशानेही निर्दिष्ट होऊ शकत नाही ते अनिर्देश्य.
मनसैवानुद्रष्टव्यं नेह नानास्ति किञ्चन।मृत्यो: स मृत्युमाप्नोति य इह नानेव पश्यति।।(बृह. ४।४।१९)	नेहमी शुद्ध मनानेच पाहावे (म्हणजे) येथे कोणताही भेद (दिसणार) नाही. तो मृत्यूपासून मृत्यूपर्यंत प्राप्त होतो, जो येथे भेदत्व समान दिसतो.
परगुणपरमाणून् पर्वतीकृत्य नित्यम्।	दुसऱ्यांचे छोटे छोटे गुणदेखील सज्जन लोक पर्वताइतके मोठे आहेत असे मानतात.

कामान् दुग्धे विप्रकर्षत्यलक्ष्मीं, कीर्तिं सूते दुष्कृतं या हिनस्ति। तां चाप्येतां मातरं मङ्गलानाम् धेनुं धीराः सूनृतां वाचमाहुः।। (उत्तररामचरित)	सत्य बोलणे इच्छिलेल्या गोष्टी मिळवून देते, दारिद्र्य दूर करते, पापाचा नाश करणारी कीर्ती पसरवते. सर्व मंगलांची जननी असणाऱ्या सत्य वाणीला कामधेनू म्हटले आहे.
प्रकरण नववे	
अचिरांशुविलासचञ्चला ननु लक्ष्मीः फलम् आनुषङ्गिकम्। (किरातार्जुनीय)	विजेप्रमाणे चंचल असणारी लक्ष्मी हे तर गौण फल आहे.
अपि भाषं माषं कुर्यात् छन्दोभंगं न कारयेत।	वेळप्रसंगी छंदोरचनेत बसण्यासाठी माष (मसूर) या शब्दाचा प्रयोग मष असाही करावा, पण छंदोभंग होऊ देऊ नये.
ऋषीणां पुनराद्यानां वाचमर्थोऽनुधावति।	आद्य ऋषींना आपल्या शब्दांच्या अर्थासाठी धावाधाव करावी लागत नसे, तर अर्थच त्यांच्या शब्दांमागे आपोआप धावत येत असत.
धर्मस्य तत्त्वं निहितं गुहायाम्। (महाभारत)	धर्माचे मूल-तत्त्व हे अतिशय गूढ आहे, ते वर्णनाच्या पलीकडे असणाऱ्या परमपदी विद्यमान आहे.(तात्पर्य- ते अनुभविण्यास दुर्बोध आहे.)
प्रकरण दहावे	
गीता सुगीता कर्तव्या किमन्यैः शास्त्रविस्तरैः। या स्वयं पद्मनाभस्य मुखपद्माद्विनिःसृता।। (गीतामाहात्म्य)	गीता भगवान श्रीकृष्णांच्या मुखकमलातून प्रकटलेली आहे. त्यामुळे गीतेचे पठण, अध्ययन करणाऱ्यांना इतर कोणतीही शास्त्रे अभ्यास करण्याची किंवा त्यांचा विस्तार करण्याची गरज नाही.
जयन्ति ते सुकृतिनो रससिद्धाः कवीश्वराः। नास्ति येषां यशःकाये जरामरणजं भयम्।। (भर्तृहरी)	ज्याच्या कीर्तिरूपी शरीराला वार्धक्य आणि मृत्यू यांचे भय नाही ते पुण्यशील रससिद्ध कविराज विजयी होतात.

कौमारे आचरेत् प्राज्ञो धर्मान् भागवतानिह। (भागवत)	या भागवत (परमेश्वर प्रोक्त) धर्माचे आचरण तारुण्यापासूनच करावे. वृद्धापकाळ येण्याची वाट पाहू नये.
यानास्थाय नरो राजन्न प्रमाद्येत कर्हिचित्।धावन्निमील्य वा नेत्रे न स्खलेन्न पतेदिह।।(भागवत)	ज्याचा आश्रय केला असताना मनुष्य कधीही भ्रष्ट होत नाही (चुकत नाही), डोळे मिटून धावत असला तरी अडखळत नाही किंवा पडत नाही (श्रुतीचे आकलन न होऊन अज्ञानाने भक्ती केली तरी).
भिद्यते हृदयग्रन्थि: छिद्यन्ते सर्वसंशया:। क्षीयन्ते चास्य कर्माणि अस्मिन्दृष्टे परावरे।। (मुण्डकोपनिषद)	या परमतत्त्वाचा साक्षात्कार झाल्यावर हृदयामधील अज्ञानाची गाठ सुटून जाते. सर्व संशय दूर होतात आणि सर्व कर्मांचे (कर्मफलांचे) निरसन होते.
प्रज्ञा त्रैकालिकी मता	प्रज्ञा ही त्रिकालाबाधित असते असे मानले गेले आहे.
प्रकरण अकरावे	
ॐ ईशावास्यमिदं सर्वं यत्किञ्च जगत्यां जगत्। तेन त्यक्तेन भुञ्जीथा मा गृध: कस्यस्विद्धनम्।। (ईशावास्योपनिषद- १)	या जगतामध्ये जे जे काही स्थिर,चर स्वरूपात आहे ते ते सर्व परमेश्वराचे निवासस्थान आहे. ते सर्व परमेश्वराचेच उपभोग्य विषय आहे. त्या सर्वांचा परमेश्वरासाठी त्याग करून (परमेश्वराला ते समर्पित करून) उपभोग घ्यावा. अन्य कोणाच्याही धनाचा, मालमत्तेचा स्वीकार/ अपहार करू नये.

■

संदर्भसूची

ग्रंथ (मराठी)

१. अत्रे प्र.के., मी कसा झालो? प्रकाशक-वि.ग.परचुरे, ग.पां.परचुरे प्रकाशन मंदिर,मुंबई,चौथी आवृत्ती,१९६७.

२. अत्रे प्र.के., दानाची दीक्षा देणारे संत विनोबा, कर्नाटक मुद्रणालय, मुंबई, पहिली आवृत्ती, २४ मार्च १९५८

३. एकनाथी भागवत, प्रकाशक- शासकीय मध्यवर्ती मुद्रणालय व लेखनसामग्री, १९७१.

४. कुरुंदकर नरहर, आकलन, प्रकाशक-रा.ज.देशमुख, पुणे, पहिली आवृत्ती, १९८५.

५. कुलकर्णी भीमराव, आस्वाद

६. केळकर न.चिं., समग्र केळकर वाङ्मय खंड, प्रकाशक- मनोहर म. केळकर,पुणे-३०, १९३८.

७. खैर ग.श्री., सर्वबोध पद्यगीता, अ.वि.गृह प्रकाशन, पुणे-३०, १९७६

८. गौराई, जळगाव साहित्य संमेलन स्मरणिका, प्रकाशक-ब्रिजलाल पाटील, जळगाव,१९८४.

९. गोविंदाग्रज, (गडकरी रा.ग.), वाग्वैजयंती, प्रकाशक-वा.ग.मेहेंदळे, रम्यकथा प्रकाशन, पुणे-३०, आवृत्ती फेब्रुवारी १९७०.

१०. गांधी मो.क., (महात्मा गांधी), सत्याचे प्रयोग, प्रकाशक- नवजीवन प्रकाशन मंदिर, अहमदाबाद, तिसरी आवृत्ती, १९६५.

११. गांधी मो.क., (महात्मा गांधी), गांधीजींची पत्रे, दुसरी आवृत्ती, प्रकाशक- ग्रामसेवा मंडळ, वर्धा,१९४७.

१२. दामले प.चि.,(संपा.), केशवसुतांची कविता , प्रकाशक- परशुराम चिंतामण दामले, चौथी आवृत्ती,१९३८.

१३. दांडेकर, देशमुख, (संपा.), तुकारामांची अभंगगाथा, चित्रशाळा प्रकाशन, पुणे-३०, १९५४.

१४. दामले सी.के., म.गांधी चरित्र, प्रकाशक-प्र.श्री. भिसे, भारत गौरव ग्रंथमाला, १९२४.

१५. दिवाण कुंदर, जंगम विद्यापीठ भाग २ रा, परंधाम प्रकाशन, पवनार, १९६२.

१६. देशपांडे अ.ना.,(संपा.),विनोबांची साहित्य-दृष्टी, प्रकाशक-भाऊ पानसे, परंधाम प्रकाशन, पवनार.

१७. नामदेव गाथा, प्रकाशक-आवटे, त्र्यं.ह.,पुणे-३०

१८. नारगोलकर वसंत, साम्ययोगी विनोबा, प्रकाशक- भारतीय विद्या भवन, मुंबई.

१९. नांदापूरकर ना.गो., मुक्त मयूरांची भारते, प्रकाशक रा.ब. माढेकर, अध्यक्ष, मराठवाडा साहित्य परिषद,हैदराबाद, पहिली आवृत्ती १९५६.

२०. पांगारकर ल.रा., रामदासी बोवा, प्रकाशक- श्री समर्थ रामदास स्वामी मंडळ, १९८१

२१. फडके ना.सी., प्रतिभासाधन, प्रकाशक-अंजली प्रकाशन लि., मुंबई, आवृत्ती ५ वी, जाने. १९५१.

२२. बजाज कमलनयन, काकाजी बापू विनोबा, पहिली आवृत्ती, परंधाम प्रकाशन, पवनार, १९७३

२३. भट्ट श्रीकृष्णदत्त, चंबळेच्या खोऱ्यात, परंधाम प्रकाशन, पवनार.

२४. भावे शि.न., विनोबा जीवन दर्शन, पहिली आवृत्ती, प्रकाशक-महाराष्ट्र साहित्य संस्कृती महामंडळ, मुंबई, १९८४.

२५. भावे बाळकोबा, विनोबांच्या सहवासातील माझे बालपण, पहिली आवृत्ती, परंधाम प्रकाशन, पवनार,१९६९.

२६. मेहता बाळुभाई, सेवेचे अनुभव, पहिली आवृत्ती, परंधाम विद्यापीठ प्रकाशन, पवनार.

२७. राजशेखर काव्यमीमांसा, चौखंबा प्रकाशन, वाराणसी.

२८. विनोबा, अभंगव्रते, दुसरी आवृत्ती, प्रकाशक-गौतमभाई, परंधाम प्रकाशन, पवनार, १९६९.

२९. विनोबा, आचार्यकुल, परंधाम प्रकाशन ,पवनार.

३०. विनोबा, उपनिषदांचा अभ्यास, चौथी आवृत्ती, परंधाम प्रकाशन, पवनार,

१९६३.
३१. विनोबा, गीताई, परंधाम प्रकाशन, पवनार.
३२. विनोबा, जीवनदृष्टी, सहावी आवृत्ती, प्रकाशक-भाऊ पानसे, परंधाम प्रकाशन, पवनार, १९६५.
३३. विनोबा, दीक्षा, प्रकाशक-भाऊ पानसे, ग्रामसेवा मंडळ, पवनार.
३४. विनोबा, भूदानगंगा भाग ४, पहिली आवृत्ती, परंधाम प्रकाशन, पवनार, १९५८.
३५. विनोबा, मधुकर, प्रकाशक- जमनालाल बजाज, वर्धा.
३६. विनोबा, महाराष्ट्रात विनोबा भाग १ ला, परंधाम विद्यापीठ प्रकाशन, पवनार, १९५८.
३७. विनोबा, सर्वोदय विचार, प्रकाशक- ग्रामसेवा मंडळ, परंधाम प्रकाशन, पवनार, १९५०.
३८. विनोबा, साहित्यिकांशी हितगुज, पहिली आवृत्ती, प्रकाशक-भाऊ पानसे, परंधाम प्रकाशन, पवनार.
३९. विनोबा, सिंहावलोकन, पहिली आवृत्ती, प्रकाशक-भाऊ पानसे, परंधाम प्रकाशन, पवनार, १९५३.
४०. विनोबा, संतांचा प्रसाद, परंधाम विद्यापीठ प्रकाशन, पवनार, १९५३.
४१. विनोबा, (संपा.), ज्ञानदेवांची भजने, ग्रामसेवा मंडळ, नालवाडी, वर्धा.
४२. विनोबा, (संपा.), नामदेवांची भजने, ग्रामसेवा मंडळ, नालवाडी, वर्धा.
४३. विनोबा, (संपा.), रामदासांची भजने, ग्रामसेवा मंडळ, नालवाडी, वर्धा.
४४. विनोबा, (संपा.) एकनाथांची भजने, ग्रामसेवा मंडळ, नालवाडी, वर्धा.
४५. विनोबा, (संपा.) तुकारामांची भजने, प.आ., प्रकाशक- रणजित देसाई, परंधाम प्रकाशन, पवनार, १९७३.
४६. विनोबा, गीताप्रवचने, परंधाम प्रकाशन, पवनार.
४७. विनोबा, विचारपोथी, परंधाम प्रकाशन, पवनार.
४८ शिखरे दा.न., कृतार्थ जीवन, प्रकाशक- जमनालाल बजाज सेवा ट्रस्ट, वर्धा, पहिली आवृत्ती १९५८.

४९. शिखरे दा.न., विनोबांचे जीवनमंत्र, प्रकाशक- जमनालाल बजाज सेवा ट्रस्ट, वर्धा, पहिली आवृत्ती १९५८.

५०. शिखरे दा.न., (संपा./अनु.), जीवन साधना, प्रकाशक-शंकरराव देव, पुणे-२.

५१. साने पां.स., (साने गुरुजी), गोष्टीरूप विनोबा, साधना प्रकाशन, पुणे, १९७०.

५२. साने पां.स., (साने गुरुजी), पत्री, दुसरी आवृत्ती, साधना प्रकाशन, पुणे, १९४६.

५३. सहस्त्रबुद्धे अण्णासाहेब, माझी घडण, प्रकाशक-नाना डेंगळे, साधना प्रकाशन, पुणे, १९८२.

५४. ज्ञानेश्वरी, आळंदी संस्थान प्रकाशन

नियतकालिके

१. महाराष्ट्र साहित्य पत्रिका, संपा.- कुलकर्णी भीमराव, अंक २२३, ऑक्टोबर, नोव्हेंबर, डिसेंबर१९८२

२. महाराष्ट्र स्टेट गॅझेटियर, दुसरी आवृत्ती (सुधा.), कुलाबा जिल्हा, पान क्र. ७९८, १९८४

३. नवभारत (मासिक), संपा. मे.पुं.रेगे, तर्कतीर्थ लक्ष्मणशास्त्री विशेषांक, फेब्रुवारी, मार्च १९८१.

४. सर्वोदय साधना मासिक, विनोबा जयंती विशेषांक, प्रकाशक- रमाकांत पाटील, १९८५.

५. समाज प्रबोधन पत्रिका

हिंदी

१. कालेलकर काकासाहेब, उत्तर की दीवारे, प्रकाशक-सर्व सेवा संघ, वाराणसी.

२. गांधी मो.क., (म.गांधी), गीताबोध और मंगल प्रभात, प्रकाशक-मंत्री, सर्व सेवा संघ, वाराणसी, १९६९.

३. दरबार ज्ञानवती, विनोबा की ज्ञानगंगामें, पहिली आवृत्ती, रंजना प्रकाशन, दिल्ली. १९६१.

४. बजाज जानकीदेवी, मेरी जीवन यात्रा, प्रकाशक-मंत्री, सस्ता साहित्य मंडल, नई दिल्ली, पहिली आवृत्ती, १९५६.

५. भट्ट मीरा, विनोबा के जीवन प्रसंग, सर्व सेवा संघ प्रकाशन, वाराणसी,

एप्रिल १९७६.

६. महादेवभाई की डायरी -प्रथम खंड १९१७ ते १९१९, संपादक- नरहरी पारीख, एप्रिल १९६१, प्रकाशक- सर्व सेवा संघ, वाराणसी.

७. विनोबा, अध्यात्मतत्त्वसुधा, सर्व सेवा संघ प्रकाशन, वाराणसी, १९६८.

८. विनोबा-व्यक्तित्व और विचार, द्वितीय आवृत्ती, प्रकाशक- मार्तंड उपाध्याय, मंत्री, सस्ता साहित्य मंडल, नई दिल्ली. १९७१,

९. विनोबा, साहित्य का धर्म, प्रकाशक- अखिल भारतीय सर्व सेवा संघ, वाराणसी.

नियतकालिके

१. मैत्री मासिक पत्रिका, १२ सप्टेंबर १९६४, ब्रह्मविद्यामंदिर, पवनार.

२. मैत्री मासिक पत्रिका, ब्रह्मविद्यामंदिर, पवनार, जुलै १९७४.

३. मैत्री मासिक पत्रिका, ऑक्टोबर १९७६, प्रकाशक- रणजित देसाई, परंधाम प्रकाशन, पवनार.

४. मैत्री मासिक पत्रिका, नोव्हेंबर १९८५ विशेषांक, संपादक-सुशीला अग्रवाल, प्रकाशक- चन्नमा हल्लीकेरी, परंधाम प्रकाशन, पवनार.

संदर्भ ग्रंथसूची- (इंग्रजी)

१. Vinoba, Vinoba on Gandhi, चौथी आवृत्ती., कांतीलाल शहा, सर्व सेवा संघ प्रकाशन, वाराणसी.

■

लेखकाचा अल्प परिचय

(कै.) प्रा. डॉ. कुसुमाकर शिंपी (जगताप)

(११ मार्च १९३७-२१ सप्टेंबर १९९१)

एम. ए. (मराठी), एम.ए. (संस्कृत), पीएच.डी.

बी.एड., राष्ट्रभाषा पंडित,

पुणे विद्यापीठाच्या बहिःशाल मंडळाचे वक्ते, विषय-महात्मा फुले.

धुळे येथील एस.एस.व्ही.पी.महाविद्यालयात मराठी व संस्कृतचे प्राध्यापक. 'महाराष्ट्र साहित्य परिषद, पुणे'च्या धुळे शाखेचे अध्यक्ष.

लोकप्रिय व अभ्यासू वक्ते आणि विद्यार्थिप्रिय प्राध्यापक म्हणून प्रसिद्ध. जन्म व बालपण मूळ गाव चाळीसगाव, जि. जळगाव येथे. सुप्रसिद्ध शिक्षणतज्ज्ञ व बालभारतीचे माजी अध्यक्ष ल. नी. छापेकर हे गुरू म्हणून लाभल्याने शैक्षणिक कारकीर्द बहरली. शालेय जीवनापासूनच वक्तृत्वाची आवड. मराठी विषयात व संस्कृतातही शालेय जीवनापासून रुची.

वयाच्या ९व्या वर्षी मातृछत्र हरपले. कदाचित त्यामुळेच पुढील आयुष्यात अतिशय पितृप्रेमी. बालपणी घरातली आर्थिक परिस्थिती नाजूक होती. बहिःस्थ विद्यार्थी म्हणूनच बऱ्याच परीक्षा देऊन पदवी, पदव्युत्तर शिक्षण पूर्ण केले. मोठ्या बहिणी व लहान भाऊ आणि वडील यांच्यावर निरातिशय प्रेम केले, तसेच प्रेम सुहृदांवर व विद्यार्थ्यांवरही केले. 'मसाप' चे कामही मोठ्या उत्साहाने,

धडाडीने करून धुळे शाखा नावारूपाला आणली. मसाप-धुळेच्या आजीव सदस्य-संख्येत भरपूर वाढ केली. धुळ्यातील इतर सर्व महाविद्यालये व शाळांत व्याख्यानांसाठी कायम आमंत्रण असे. धुळे जिल्ह्यातील इतर शहरे व शेजारचे जळगाव, नाशिक, नगर येथे व इतरत्रही व्याख्यानांसाठी जात असत. १९८१ मध्ये मसाप, पुणे चा 'उत्कृष्ट कार्यकर्ता' पुरस्कार प्राप्त.

मराठी व संस्कृत भाषांवरील प्रेमामुळे मोठमोठ्या साहित्यिकांना मसाप-धुळेच्या कार्यक्रमांसाठी बोलावित असत व साहित्यप्रेमी मसाप सदस्य आणि पदाधिकारी या सहकाऱ्यांच्या साहाय्याने सदर कार्यक्रम उत्तमरीत्या पार पाडत असत.

अतिशय साधी राहणी. वागण्या-बोलण्यात कुठल्याही प्रकारचा डामडौल नसायचा. संपूर्ण पक्के शाकाहारी. धुळ्यातील प्रसिद्ध नारायणबुवांच्या समाधी मंदिरात एकनाथी भागवतावर प्रवचने देत असत. वारकरी संप्रदायाशी जवळीक. धुळेस्थित पूज्य विनोबांचे धाकटे बंधू आचार्य शिवाजीराव भावेंशी निकटचा स्नेहबंध होता.

सतत विविध विषयांवर व्याख्याने व वृत्तपत्रीय लिखाण चालू असायचे. त्याला जोड मसापच्या कार्याची! स्वभाव मनमिळाऊ असूनही कडक शिस्तीचा. गैरप्रकार खपवून घेत नसत.

पश्चात पत्नी श्रीमती हेमलता, मुले भालचंद्र व धनंजय, सुना सौ. विजया व डॉ. सौ. वैशाली आणि नातवंडे चि. अमोल, चि. पराग व चि. अनुज आहेत. ■

संपादकाचा अल्प परिचय

डॉ. भालचंद्र कुसुमाकर जगताप

B.D.S. (Bombay), LL.B. (NMU)

शालेय शिक्षण धुळ्यातील सुप्रसिद्ध न्यू सिटी हायस्कूलमध्ये झाले. दहावी एस.एस.सी. बोर्ड परीक्षा डिस्टिंक्शनमध्ये उत्तीर्ण. एस.एस.व्ही.पी. विज्ञान कनिष्ठ महाविद्यालय, धुळे येथे ११ व १२ वी (एच.एस.सी) पूर्ण करून गुणवत्तेवर **'शासकीय दंत महाविद्यालय व रुग्णालय, मुंबई'** येथे बी.डी.एस. पदवी अभ्यासक्रमास प्रवेश घेतला. तत्कालीन प्रख्यात दंतगुरूंच्या मार्गदर्शनाखाली हा अभ्यासक्रम पूर्ण केला. १९८९ मध्ये धुळ्यात दंतचिकित्सक म्हणून व्यवसायास सुरुवात. कायदा-अभ्यासाची आवड असल्याने उत्तर महाराष्ट्र विद्यापीठातून कायद्याची पदवी १९९७ च्या सुमारास मिळवली. १९९८ साली पुण्यात स्थलांतर केले. त्या वेळी दंतशास्त्रातील दंतव्यंगोपचार (Orthodontia) या शाखेत आंतरराष्ट्रीय ख्याती असणारे पुण्यातील डॉ. रवींद्रनाथ साबळे यांच्यासोबत काम करण्याची अमूल्य संधी मिळाली. गुरुवर्य डॉ. साबळे सर यांच्या मार्गदर्शनाखाली काही वर्षे काम केले.

त्यानंतर नवी पेठ, पुणे येथे स्वतःच्या जागेत दंतचिकित्सालय सुरू करून दंतरुग्ण सेवेत व्यग्र.

विज्ञानाचा विद्यार्थी असूनही मराठी साहित्यात अगदी लहान वयापासून रुची. बऱ्याचदा वडिलांच्या वृत्तपत्रीय लिखाणाचा घरातील पहिला वाचक होण्याचे भाग्य मिळायचे. शाळकरी वयापासूनच घरी आणलेल्या सर्व मराठी पुस्तकांच्या वाचनाचे वेड.

मसापच्या कार्यक्रमांसाठी धुळ्यात आलेल्या मोठमोठ्या साहित्यिकांना पाहण्याचे भाग्य मिळाले. वर्तमानपत्रांतील मराठी साहित्यावरील साहित्यिकांचे लेख, साहित्यिक मूल्ये जोपासणाऱ्या दिवाळी अंकांचे वाचन व जुन्या पिढीतील दिग्गज साहित्यिकांची पुस्तके वाचणे, हे आवडीचे काम.

■

www.ingramcontent.com/pod-product-compliance
Ingram Content Group UK Ltd.
Pitfield, Milton Keynes, MK11 3LW, UK
UKHW042101021026
15589UKWH00001B/98

9 789351 171294